இவை என் உரைகள்

இவை என் உரைகள்

சுந்தர ராமசாமி (1931–2005)

தமிழின் முன்னோடி எழுத்தாளர்களில் ஒருவரான சுந்தர ராமசாமி நாகர்கோவிலில் பிறந்தார். பள்ளியில் மலையாளமும் ஆங்கிலமும் சமஸ்கிருதமும் கற்றார். 1951இல் 'தோட்டியின் மக'னைத் தமிழில் மொழிபெயர்த்ததே முதல் இலக்கியப் பணி. 1951இல் புதுமைப்பித்தன் நினைவு மலரை வெளியிட்டார். இவரது முதல் கதையான 'முதலும் முடிவும்' அதில் இடம் பெற்றது. மூன்று நாவல்களும் பல கட்டுரைகளும் சுமார் 75 சிறுகதைகளும், பசுவய்யா என்ற பெயரில் கவிதைகளும் எழுதினார். 1988இல் 'காலச்சுவடு' இதழை நிறுவினார்.

சுந்தர ராமசாமிக்கு டொரொன்டோ (கனடா) பல்கலைக் கழகம் வாழ்நாள் இலக்கியச் சாதனைக்கான 'இயல்' விருதை (2001) வழங்கியது.

வாழ்நாள் இலக்கியப் பணிக்காகக் 'கதா சூடாமணி' விருதையும் (2003) பெற்றார்.

சுந்தர ராமசாமி 14.10.2005 அன்று அமெரிக்காவில் காலமானார்.

மனைவி : கமலா. குழந்தைகள் : தைலா, கண்ணன், தங்கு. (மூத்த மகள் சௌந்தரா 1996இல் காலமானார்.)

சுந்தர ராமசாமியின் பிற நூல்கள்

சிறுகதைகள்

சுந்தர ராமசாமி சிறுகதைகள் (2006) (முழுத் தொகுப்பு)
அக்கரைச் சீமையில் (2007) (முதல் சிறுகதை வரிசை)
அழைப்பு (2003), பிரசாதம் (2007), பள்ளியில் ஒரு நாய்க்குட்டி (2008)
பல்லக்குத்தூக்கிகள் (2010), பள்ளம் (2012)

நாவல்கள்

ஒரு புளியமரத்தின் கதை (1966)
ஜே.ஜே: சில குறிப்புகள் (1981)
குழந்தைகள் பெண்கள் ஆண்கள் (1998)

குறுநாவல்கள்

திரைகள் ஆயிரம் (2008)

கவிதை

நடுநிசி நாய்கள் (2008)
சுந்தர ராமசாமி கவிதையை (முழுத்தொகுப்பு) (2005)

விமர்சனம்/கட்டுரைகள்

அந்தரத்தில் பறக்கும் கொடி (2014) (தமிழ் கிளாசிக்)
ந. பிச்சமூர்த்தியின் கலை: மரபும் மனிதநேயமும் (1991)
இவை என் உரைகள் (2003)
வானகமே இளவெயிலே மரச்செறிவே (2004)
மனக்குகை ஓவியங்கள் (2011) (கட்டுரைகள் உரைக விவாதங்கள்)
வாழ்க சந்தேகங்கள் (2004) (கேள்வி – பதில்)
புதுமைப்பித்தன் கதைகள்: சு.ரா குறிப்பேடு (2005)
வாழும் கணங்கள்(2005) (படைப்புகளின் தொகுப்பு)
புதுமைப்பித்தன்: மரபை மீறும் ஆவேசம் (2006)
ஒரு கலை நோக்கு: ஆளுமைகள் தோழமைகள் (2019)

நேர்காணல்கள்

சுந்தர ராமசாம நேர்காணல்கள் (2011)

பிற நூல்கள்

மூன்று நாடகங்கள் (2006)
தமிழகத்தில் கல்வி (2000) (வசந்தி தேவியுடன் உரையாடல்)
இதம் தந்த வரிகள் (2002) (கு. அழகிரிசாமி – சுந்தர ராமசாமி கடிதங்கள்)
ஒரு தடா கைதிக்கு எழுதிய கடிதங்கள் (2006)

நினைவுக் குறிப்புகள்

ஜீவா (2003), கிருஷ்ணன் நம்பி (2003), க.நா.சு. (2003),
சி.சு. செல்லப்பா (2003), பிரமிள் (2005), ஜி. நாகராஜன் (2006),
தி. ஜானகிராமன் (2007), கு. அழகிரிசாமி (2011), தொ.மு.சி. ரகுநாதன் (2014),
ந. பிச்சமூர்த்தி (2016), நா. பார்த்தசாரதி (2016). கவிமணி (2019) மௌனி
வெ. சாமிநா சர்மா என்.எஸ். கிருஷ்ணன் (2019)

மொழிபெயர்ப்புகள்

செம்மீன் (1962) (தகழி சிவசங்கரப்பிள்ளையின் சாகித்திய
அகாதெமி பரிசுபெற்ற மலையாள நாவல்)
தோட்டியின் மகன் (2000) (தகழி சிவசங்கரப்பிள்ளை)
தொலைவிலிருக்கும் கவிதைகள் (2004)

சுந்தர ராமசாமி

இவை என் உரைகள்

காலச்சுவடு பதிப்பகம்

இவை என் உரைகள் • சுந்தர ராமசாமி ஆற்றிய உரைகளின் தொகுப்பு• © சுந்தர ராமசாமி • முதல் பதிப்பு: செப்டம்பர் 2003, மூன்றாம் (குறும்) பதிப்பு: ஜனவரி 2021 • வெளியீடு: காலச்சுவடு பப்ளிகேஷன்ஸ் (பி) லிட்., 669 கே. பி. சாலை, நாகர்கோவில் 629001

Ivai En Uraikal • Collected Speeches of Sundara Ramaswamy • © Kamala Ramaswamy • Language: Tamil • First Edition: September 2003, Third (Short) Edition: January 2021 • Size: Demy1 x 8 • Paper: 18.6 kg maplitho • Pages: 288

Published by Kalachuvadu Publications Pvt. Ltd., 669, K.P. Road, Nagercoil 629001, India • Phone: 91-4652-278525 • e-mail: publications @kalachuvadu.com • Cover Design: Santhosh • Printed at Compuprint Premier Design House, Chennai 600086

ISBN: 978-81-87477-47-1

01/2021/S.No.126, kcp 2768, 18.6 (3) uss

எம். எஸ். க்கு

அன்புடன்,
நீண்டகால நட்பின்
நினைவுகளுடன்.

பொருளடக்கம்

முன்னுரை - இவை என் உரைகள்	11
ஆசான் விருது ஏற்புரை	15
ஒரு படைப்பாளி இளைய தலைமுறைக்குக் கூற விரும்புபவை	17
நவீன எழுத்தாளனின் தலைவிதி	41
இலக்கிய சந்திப்பு : கனடா	45
பொன்னீலன் - சாகித்ய அகாடமி பரிசு	85
சிறுகதை - அதன் அகமும் புறமும்	90
என்னைக் கவர்ந்த என் படைப்பு	98
தமிழ்ப் படைப்புலகம்	102
தொண்ணூறுகளில் தமிழ் இலக்கியம்	112
உலக அரங்கில் தமிழ் இலக்கியம்	135
கலையும் படைப்பு மனமும்	140
புதுமைப்பித்தனின் சமூகப்பார்வை	147
மனித மேம்பாடு	151
நானும் என் எழுத்தும்	168
நாவலும் யதார்த்தமும்	178
என் படிப்பனுபவமும் படைப்பனுபவமும்	188
சுதந்திரத்திற்குப் பின் நாவல்	200
மரண தண்டனைக்கு எதிரான சிந்தனைகள்	209
மைதானத்திற்கு வெளியே	215
21ம் நூற்றாண்டுத் தமிழ் இலக்கியம்	218
உரைநடையும் யதார்த்தமும்	222
சேரன் கவிதைகள்	229
தமிழில் எடுக்க வேண்டிய படம்	233

தமிழகத்தில் கல்வி	240
என் மண்ணும் என் மொழியும்	245
மௌனி	254
பச்சைக் குதிரை	267
சட்டம் பறிக்கும் சுதந்திரம்	269
விளக்கு பரிசு பெற்ற ஹெப்சிபாவுக்குப் பாராட்டு	277

முன்னுரை

இவை என் உரைகள்

எனக்கு அரசியல் வெறியும் இலக்கிய வெறியும் தலைக்கு ஏறிய காலத்தில், இருபது வயதுவாக்கில், நான் மேடையில் பேசத் தொடங்கினேன். அப்போது நான் பேசும் கூட்டங்களுக்கு கிருஷ்ணன் நம்பியும் என்னுடன் தவறாமல் வருவார். என் பேச்சை உன்னிப்பாகக் கேட்டுவிட்டு, பிறர் என் பேச்சைப் பற்றி என்னிடம் கூறுவற்றைக் காது கொடுத்துக் கேட்காத பாவனையில் கூர்மை யாகக் கவனித்து, இரண்டொரு நாட்கள் கழித்து என் பேச்சைப் பற்றிய அவரது விமர்சனங்களைத் தராசில் தங்கக் காப்பை எடை போடுவது போல் அளந்து சொல்லத் தொடங்குவார். பிறர் தரும் பாராட்டில் எனக்குத் தலைகனம் வராமல் அவ்வப்போது தட்டி விடும் பொறுப்பு தன்னுடையது என்ற எண்ணம் அவருக்கு இருந்தது.

பேசத் தொடங்கிய ஆரம்ப நாட்களில் என் நண்பர் பேராசிரியர் எ. பத்மநாபன், அவருடைய ஊரான சுசீந்திரத்தில் பேச என்னை அழைத்திருந்தார். எதைப்பற்றிப் பேசினேன், எங்கு பேசினேன் என்பதெல்லாம் என் நினைவில் இல்லை. பேசிய இடம் ஒரு குகை போல் இருட்டாக இருந்தது என்பது மட்டுந்தான் இப்போது நினை வில் இருக்கிறது. என் பேச்சை பத்மநாபன் அன்று வெகுவாகப் பாராட்டினார். அவர் சொன்ன சொற்கள் என் மனதில் ஆழமாகப் பதிந்து இன்றும் நினைவில் இருக்கின்றன.

க. நா. சு.வை சந்தித்து அவருடன் நெருக்கமாகப் பழக நேர்ந்த பின் அவர் ஒருநாள், 'பேச்சு, பாட்டு, கூத்து, அரசியல்' என்றெல் லாம் வைத்துக்கொண்டால் 'சிருஷ்டித்திறன்' பின்னால் போய் விடும் என்றார். எனக்குப் பின்னந்தலையில் யாரோ தட்டியது போல் ஒரு அதிர்ச்சி ஏற்பட்டது. அவருடைய எச்சரிக்கையை உடனடியாக அமுல்படுத்த வேண்டும் என்றுகூடத் தோன்ற ஆரம்பித்தது.

மேடைப் பேச்சை எல்லாம் மறந்து, பல வருடங்களுக்குப் பின் 1988இல் தெ.தி இந்துக் கல்லூரி மாணவராக இருந்த கிருஷ்ணன் - இப்போது நெய்தல் கிருஷ்ணன் என்று அறியப்படுகிறவர் -என்னைச்

சந்தித்து அவரது கல்லூரியில் நான் பேச வேண்டும் என்று இங்கிதமாக வற்புறுத்தினார். அவரது உற்சாகமும் என்மீது அவர் வைத்திருந்த நம்பிக்கையும் என்னைக் கவர்ந்தன. 'ஒரு படைப்பாளி இளைய தலைமுறைக்குக் கூற விரும்புபவை' என்ற தலைப்பில் நான் அன்று பேசிய பேச்சு கிருஷ்ணனுக்கு வெகுவாகப் பிடித்திருந்தது. இந்துக் கல்லூரி ஆசிரியர்களில் சிலரும் என்னைப் பாராட்டினார்கள். அன்றுதான் மேடைப் பேச்சு சம்பந்தமாக க. நா. சு.வின் 'அறிவுரை' சற்றுத் தளர்ந்தது என்று நினைக்கிறேன்.

என்னைப் பேச அழைப்பவர்களிடம் நான் தவறாமல் கூறிவரும் விஷயங்கள் இரண்டு: 1. கேட்பவர்கள் களிப்பும் உற்சாகமும் அடையும்படி என்னால் பேச முடியாது. 2. நான் மட்டும் பேசி முடிப்பதாக இல்லாமல் பலரும் கலந்து விவாதிக்க வாய்ப்பாகக் கூட்டத்தை அமைக்க முடிந்தால் நல்லது.

பேச்சைக் கேட்க வருகிறவர்கள் சிறந்த பொழுதுபோக்கை எதிர்பார்த்து வரும்படி நமது சொற்பெருக்கு வீரர்கள் அவர்களைப் பழக்கப்படுத்தி வைத்திருக்கிறார்கள். ஒரு மணி நேரம் சண்டப் பிரசண்டம் செய்துவிட்டுத் தன் பேச்சைப் பற்றிப் கேட்பவர்கள் என்ன நினைக்கிறார்கள் என்பதை அறிவதில் ஆர்வமற்று மேடையை விட்டு இறங்கிப் போவது மிகுந்த கூச்சத்தைத் தரும் காரியமாகவே இன்றும் எனக்கு இருக்கிறது.

என் பேச்சுக்களில் ஒருசில நாடாவில் பதிவாகி இருக்கின்றன. பதிவாகாதவை, கேட்டவர்கள் மனங்களில் பதிவாயிற்றா அல்லது காற்றில் கலந்துபோயிற்றா என்பது எனக்குத் தெரியாது. காற்றோடு கலந்துபோயிருந்தாலும் கவலைப்பட ஒன்றுமில்லை. கதையாகவோ, நாவலாகவோ, கவிதையாகவோ, கட்டுரையாகவோ நான் எழுதிவருபவற்றின் தொடர்ச்சிதான் என் பேச்சும். போனது போல் போய்விட்டு எல்லாம் ஏதேனும் ஒரு உருவத்தில் மீண்டும் திரும்பி வரும்.

இலக்கியம் பற்றி எனக்கு இருக்கும் ஆர்வத்திற்குச் சற்றும் குறைந்தது அல்ல தமிழ்ச் சூழல் பற்றிய என் அக்கறைகள். ஒன்றிலிருந்து மற்றொன்றை என்னால் பிரித்துப் பார்க்க முடியவில்லை. இந்த உரைகளை இப்போது படித்துப் பார்த்தபோது இந்த எண்ணம்தான் எனக்கு உறுதிப்பட்டது.

என் பேச்சுக்களைப் புத்தக வடிவமாக்க வேண்டும் என்ற எண்ணம் எனக்கு இருந்ததே இல்லை. காலச்சுவடு பதிப்பகத்தில் பணியாற்றும், என்மீது மிகுந்த மதிப்பும் அன்பும் வைத்திருக்கும் உதவியாளர்களின் கைங்கரியம் என்றுதான் இந்தத் தொகுப்பைச் சொல்ல வேண்டும். அவர்கள் எடுத்துக்கொண்ட சிரமம் மிக அதி

கம். இச்சிரமத்தை அவர்கள் மேற்கொள்ளவில்லை என்றால் இவ்வுரைகள் வெளிவருவதற்கே சாத்தியமில்லை.

நாடாவிலிருந்து என் பேச்சை எழுதி எடுக்கும் அலுப்பும் சிரமமும் மிகுந்த பணியைச் செய்தவர் பி. ஆர். மகாதேவன். விவரங்களைச் சேகரித்தவர் கனிதா தேவி.

என் படைப்புக்கள் நிறைவாக வெளிவர வேண்டும் என்ற குறிக் கோளில் மிகுந்த ஆர்வத்துடன் எனக்குப் பல உதவிகளும் செய்து வருபவர் ஐம்பது வருடங்களாக என் நண்பராக இருக்கும் எம். எஸ்.

இவ்வுரைகளைப் படித்துப்பார்த்துத் தன் யோசனைகளைச் சொன்னவர் என் நண்பர் கி. நாராயணன். அவர் மிகுந்த பொறுப்புக்களோடும் உடல் அசௌகரியத்துடனும் இருந்துங்கூட என் உரைகளைப் படித்துப் பார்க்க விரும்பியது என் மனதைத் தொட்டது.

எல்லோருக்கும் என் நன்றியையும் அன்பையும் தெரிவித்துக் கொள்கிறேன்.

நாகர்கோவில்
10 மார்ச் 03

சுந்தர ராமசாமி

ஆசான் விருது ஏற்புரை

சென்னை ஆசான் நினைவுச் சங்கத்தினரால் நிறுவப்பட்டிருக்கும் கவிதைக்கான இந்த ஆண்டுக்குரிய ஆசான் பரிசைப் பெற்றுக்கொள்வதில் மிகுந்த மன நிறைவு அடைகிறேன். கேரள அமைச்சர் ஸ்ரீனிவாசன் அவர்கள் எனக்குப் பரிசு அளித்துப் பாராட்டினார். பேராசிரியர் கணேசன் அவர்கள் சான்றிதழ் படித்துப் பாராட்டினார். தமிழறிஞர் நல்லபெருமாள் அவர்களும் என்னைப் பற்றி ஒருசில கருத்துக்களை இங்கு கூறினார்கள்.

அவற்றை ஆராயும் மனநிலையில் இப்போது நான் இல்லை.

என்னைப் பாராட்டும் வகையிலும் ஊக்குவிக்கும் வகையிலுமே பொதுவாக அக்கருத்துகள் அமைந்தன என்று எடுத்துக் கொள்ள விரும்புகிறேன்.

அவர்களுடைய இன்றைய பாராட்டுரைகள் விமர்சன ரீதியான மதிப்புரையாக நாளை ஏற்றுக்கொள்ளப்படும் விதத்தில் எனது எதிர்காலப் பணிகள் ஓங்க வேண்டும் என்றும் நினைத்துக் கொள்கிறேன்.

'நடுநிசி நாய்கள்' என்ற என் கவிதைத் தொகுதிக்காக இப்பரிசு அளிக்கப்பட்டிருக்கிறது. அக்கவிதைகளின் தரம் பற்றியோ அல்லது எனது வேறு படைப்புகளின் தரம் பற்றியோ இப்போது சொல்ல எனக்கு ஒன்றும் இல்லை.

தமிழில் 1959க்குப் பின் நிகழ்ந்த புதுக்கவிதை இயக்கத்தின் இரண்டாவது அலையில் எளிய அளவில் நானும் பங்கு பெற்றிருந்தது இப்போது திரும்பிப் பார்க்கும்போது எனக்கு மன நிறைவைத் தருகிறது. இலக்கியப் புலமையினாலோ, தீர்க்க தரிசனத்தினாலோ, அறிவுச் சுடராலோ நான் இந்தக் காரியத்தைச் செய்யவில்லை. கருப்பையில் வளரும் குழந்தை தன் நாபிக் கொடி வழியாகத் தாயுடன் கொண்டிருக்கும் பிணைப்பு போல் கலைஞன் அவன் வாழும் காலத்துடன் பிணைக்கப் பட்டிருக்கிறான் என்ற என் அடிப்படை நம்பிக்கையிலேயே என் படைப்புகள் அனைத்தும் உருவாகியிருக்கின்றன. நான் வாழ்ந்த காலத்தின் முன் என் படைப்புகளை நெருக்கும்

முயற்சியின் ஒரு பகுதியாக புதுக்கவிதை இயக்கத்திலும் நான் ஈடுபாடு கொண்டேன். படைப்பின் மேல் நான் வைத்திருக்கும் நம்பிக்கை அது.

கலாச்சார இந்தியா, மொழி வழியில் பல கூறுகளாகப் பிளந்து கிடக்கிறது. மலையாளமும் தமிழும்போல் பொதுத்தன்மை மிக அதிக அளவு கொண்ட மொழிகளில்கூட கலாச்சாரப் புரிதல்கள் திருப்திகரமாக இல்லை. நவீனத் தமிழ் இலக்கியத்தின் மீது நான் எந்த அளவு ஆர்வம் கொண்டிருக்கிறேனோ அந்த அளவுக்கு நவீன மலையாள இலக்கியத்தின் மீதும் ஆர்வம் கொண்டிருக்கிறேன். பாரதியும் புதுமைப்பித்தனும் என்னைப் பாதித்திருப்பது போலவே தகழியும் எம். கோவிந்தனும் சி. ஜே. தாமஸூம் என்னைப் பாதித்திருக் கிறார்கள்.

இந்தப் பின்னணியின் காரணமாக, தமிழின் ஆகச் சிறப்பான வற்றை மலையாளத்திற்குக் கொண்டுபோவதும், மலையாளத்தின் மேலான சாரத்தைத் தமிழுக்குக் கொண்டு வருவதும், எப்போதும் என் கனவாக இருந்துவந்திருக்கிறது.

இந்த வகையில் நான் செய்ய எண்ணியிருப்பது மிக அதிகமும் செய்திருப்பது மிகக் குறைவும் ஆகும்.

இந்தப் பரிசு பெறும் ஊக்கத்தில் என் பழைய கனவை இப்போது நான் புதுப்பித்துக் கொள்கிறேன்.

இந்த இரு மொழி மக்களும் தங்கள் கலாச்சார உறவை வலுப் படுத்திக்கொள்ளும் வகையில் நான் ஒரு சில முயற்சிகள் இனி செய்யக்கூடும் என்றால் இந்தப் பரிசு பெற்றதற்கான அர்த்தம் முழுமையடைந்துவிடும் என்று நினைக்கிறேன்.

இப்பரிசை எனக்கு அளித்த ஆசான் நினைவுச் சங்கத்தினருக்கு என் ஆழ்ந்த நன்றியைத் தெரிவித்துக்கொள்கிறேன்.

சென்னை, 1987

ஒரு படைப்பாளி இளைய தலைமுறைக்குக் கூற விரும்புபவை

'ஒரு படைப்பாளி இளைய தலைமுறைக்குக் கூற விரும்புபவை' என்ற தலைப்பில் என்னை இளைஞர்கள் பேசக் கேட்டுக் கொண்டிருக்கிறார்கள். தலைப்பு மிகவும் வித்தியாசமானது. ஒரு படைப்பாளி என்று கூறுகிறபோது என்னை நான் சிறிது வரையறுத்துக்கொள்ள வேண்டியிருக்கிறது. நான் மொழி சார்ந்த ஒரு படைப்பாளி என்பதை நினைவுபடுத்திக்கொள்ள வேண்டி யிருக்கிறது. ஓவியம் சார்ந்தோ, சிற்பம் சார்ந்தோ, இசை சார்ந்தோ படைப்புத் தொழிலில் ஈடுபட்டவனல்லன் நான். படைப்பாளி என்ற வார்த்தையை மேலும் விரிவுபடுத்திக் கொள்ள விரும்புகிறேன். இலக்கியமே வாழ்க்கையைச் சார்ந்திருக்கிறது. வாழ்க்கையைப் படைப்பு முறையில் அணுக விரும்புகிற ஒரு படைப்பாளி என்று நான் என்னைக் கூறிக்கொள்ள விரும்புகிறேன். என்னுடைய முதல்பட்சமான அக்கறைகள் வாழ்க்கையைப் பற்றியவை. இந்த அக்கறைகளைச் சார்ந்துதான் என் இலக்கியப் படைப்புகள் உருவாகின்றன. ஆக, ஒரு இலக்கியப் படைப்பாளி என்று எடுத்துக்கொள்ளும்போதும் சரி, வாழ்க்கையைப் படைப்புக் கண்ணோடு பார்க்க விரும்புகிறவன் என்று எடுத்துக் கொள்ளும்போதும் சரி முதல்பட்சமாக நான் ஒரு வாசகனாக இருப்பதையே உணருகிறேன்.

பெரும்பாலும் இலக்கியப் படைப்பாளிகள் எல்லோருமே அவர்கள் தீவிரமான படைப்பாளிகள் என்றால், படைப்பாளி என்ற சொல்லுக்கு அருகதை உள்ளவர்கள் என்றால், அவர்கள் தீவிரமான வாசகர்களாகவும் இருப்பார்கள் என்று நம்புகிறேன். இளவயதில் ஒருவனுக்கு இந்த வாசிப்பு ஏற்பட்டு மிகச் சிறந்த படைப்புகளோடு மோதல்கள் நிகழ்ந்து, படைப்பின் ஊற்றுக்கண் திறந்து அவனும் ஒரு படைப்பாளியாக மாறிக் கொள்கிறான் என்று நினைக்கிறேன். படைப்புக்கு முன்னும், படைக்கும்காலங் களிலும், அனுபவ வறட்சியாலோ அல்லது வயோதிகத்தாலோ

அல்லது பொறிகள் சுருங்கிப்போவதாலோ படைக்க முடியாத காலங்களில்கூட படைப்பாளிகள் வாசகர்களாக இருக்கிறார்கள். இப்போது முன்பு போல் எழுத முடியவில்லை; படிக்கத்தான் முடிகிறது என்று சொல்கிறார்கள். ஆக எந்த நிலையிலும் தொடரக் கூடிய ஓர் நிகழ்வாக இந்த வாசிப்பு இருந்து கொண்டிருக்கிறது.

வாசிப்பு என்று நாம் சொல்லக்கூடிய வார்த்தையின் உண்மை யான பொருள் என்ன? வாசிப்பு என்பது மற்றொருவர் பேச, நாம் கேட்டுக்கொண்டிருப்பது. பேசக்கூடியவர் அங்கில்லை. ஆனால் அவரது பேச்சை நாம் கேட்டுக் கொண்டிருக்கிறோம். நம்முடன் அவர் பேசிக் கொண்டிருக்கிறார் என்பதுகூட அவர் அறியாத காரியமாக இருக்கும்; அப்போதும் அந்த பேச்சு தீவிரமாக நிகழ்ந்துகொண்டிருக்கிறது. அவர் இந்த உலகத்தை விட்டு மறைந்து பல நூற்றாண்டுகள் ஆகியிருக்கும். அப்போதும் அவர் நம்மைச் சந்தித்துப் உரையாடிக்கொண்டிருக்கிறார். இச்சந்தர்ப்பத்தைத் தரும் இந்த வாசிப்புப் பற்றி நினைக்கிறபோது அது மனித குலத்திற்குக் கிடைத்த ஒரு பெரும் வாய்ப்பாக எனக்குப் படுகிறது.

மாணவர்களாகிய நீங்களும் இந்த வாய்ப்பைப் பயன்படுத்திக் கொண்டுதான் இருக்கிறீர்கள். நம்முடன் உரையாட வந்தவர்கள் ஏதோ சாதாரண விஷயங்களைப் பற்றி நம்மிடம் சொல்வதில்லை. அவர்களுடைய வாழ்க்கைக் கண்ணோட்டத்தில் மிகச் சாரமான பகுதியை – மிக மேலான பகுதியை – அதிக அளவிற்குப் பொருட் படுத்தத் தகுந்த பகுதியைப் பற்றியே நம்மிடம் பேசுகிறார்கள். அந்த அர்த்தத்தில் இன்று நாம் வள்ளுவனுடன் பேச முடியும்; கம்பனுடன் உறவாட முடியும்; ஷேக்ஸ்பியரின் மிகச் சாராம்சமான பகுதிகள் என்ன என்பதைத் தெள்ளத் தெளிவாக, துல்லியமாக நாம் தெரிந்துகொள்ள முடியும். இந்தக் காலத்தில் வாழ்கின்ற எல்லா சிறந்த எழுத்தாளரையும் நாம் இருக்குமிடத்திலிருந்தே சந்திக்க முடியும். இந்தப் பெரிய வாய்ப்பை எண்ணி எவன் புள காங்கிதப்படுகிறானோ அவனைத்தான் நான் சிறந்த வாசகன் என்று கருதுகிறேன்.

ஆக, மாணவர்கள் இந்தக் காலகட்டத்தில் மிகுந்த பரவசத்தோடு பெற்றிருக்கும் இந்த வாய்ப்பை, சுமார் நூறு வருடங்களுக்கு முன்னால் விசேஷமான வசதியுடன் வாழ்ந்திருந்தாலும் கூட, இந்த அளவிற்கு விரிவாகப் பெற்றிருக்க முடியாது. புத்தகங்கள் அச்சேறத் தொடங்கிய பின் ஒரு மிகப் பெரிய அறிவுப் புரட்சி, கலைப்புரட்சி, கலாச்சாரப் புரட்சி நிகழ்ந்துவருகிறது. இதைப்பற்றித் துல்லியமாகத் தெரிந்துகொள்கிற வாய்ப்பை இந்த நூற்றாண்டில் வாழ்ந்துகொண்டிருக்கும் நாம் பெற்றிருக்கிறோம். இப்படி யோசிக்கும் பொழுது இன்று வாழ்ந்துகொண்டு இருக்கக்கூடிய ஒருவன் ஏதோ ஒரு துறையைச் சார்ந்து பணியாற்றக் கூடியவன், குடும்பம் சார்ந்து இயங்கக் கூடியவன், உறவினர்களிடம் நட்புப் பாராட்டக் கூடியவன்,

அதாவது பிரத்யட்சமான வாழ்க்கையை, எதார்த்தமான வாழ்க்கையை எதிர்கொள்ளக் கூடியவன் எதற்காகப் புத்தகங்களைப் படிக்க வேண்டும் என்ற கேள்வியையும் நாம் எழுப்பிக்கொள்ளலாம்.

இந்த உலகத்தில் நாம் வாழ்ந்துகொண்டிருக்கும்போது, எவ்வளவு தான் கூர்மையான பொறிகளை நாம் பெற்றிருந்தாலும்கூட, நம்முடைய கவன வட்டங்கள், நம்முடைய அறிவு வட்டங்கள், நம்முடைய அனுபவ வட்டங்கள் மிகக் குறுகிய எல்லைகளிலேயே இயங்குகின்றன. தொலைதூரம் என்னால் பார்க்க முடியாது. தொலைதூரத்தில் இருக்கக்கூடிய வாசனையை என்னால் நுகர முடியாது. என்னுடைய அனுபவங்கள் எனக்கு எந்த அளவுக்குத் தெரியுமோ அந்த அளவு அவை என்னிடம் மயக்கத்தை ஏற்படுத்து கின்றன. குழப்பத்தை ஏற்படுத்துகின்றன. அந்த அளவுக்குக்கூட எனக்குப் பிறருடைய அனுபவங்கள் தெரியாது. ஆகவே இந்த வாழ்க்கையின் அகண்டகாரமான தன்மையையும், இந்த வாழ்க் கையில் பூமிப் பந்தில் ஒரு எறும்பு ஒட்டிக்கொண்டு இருப்பது போல் இருக்கக்கூடிய என்னுடைய நிலையையும் நினைத்துப் பார்க்கும்பொழுது பிறருடைய வாழ்க்கை சார்ந்த உண்மைகளையும் பிறருடைய வாழ்க்கை சார்ந்த சாராம்சங்களையும் சத்தான பகுதிகளையும் தெரிந்துகொண்டு அதன் மூலம் இந்த முழு வாழ்க்கையைப் பற்றி, இந்த வாழ்க்கையின் பல்வேறுபட்ட பரி மாணங்களைப் பற்றித் தெரிந்துகொள்ள வேண்டிய கட்டாயம் எனக்கு இருக்கிறது என்று நினைக்கிறேன். இதுதான் வாசிப்பின் தேவையை வற்புறுத்தக்கூடிய காரணமாக அமைகிறது.

இந்தக் காலத்தை எதிர்கொள்ளக்கூடிய மாணவர்கள், இளைஞர் கள் ஏதோ ஒரு விதத்தில் முழு வாழ்க்கையின் கோலங்களைத் தெரிந்துகொள்ள வேண்டிய சூழ்நிலையில் இருக்கிறார்கள் என்று நம்புகிறேன். இவர்கள் காலத்தால் பின்தங்கிப்போய்விடாமல், உருவாகிவரும் மிக மோசமான காலத்தை – மிக மோசமான காலம் ஒன்று உருவாகி வருகிறது – நாம் அதைப் பற்றி அறிந்திருக்கலாம்; அறியாமல் இருக்கலாம்; ஆனால் காலத்தினுடைய மோசமான விளைவுகளை நாம் எதிர்கொண்டுதான் ஆக வேண்டும் – எதிர் கொள்வதற்கு வாழ்க்கையின் முழுக் கோலங்களைப் பற்றிய உணர்வுகளை, அனுபவங்களை, அறிவுகளை மாணவர்கள் முடிந்த மட்டும் தேடிக் கொள்வது நல்லது என்று படுகிறது.

மாணவர்கள் இயன்றவரையிலும் தீவிரமான வாசகர்களாக இருக்கும் வாய்ப்பை மிகச் சிறப்பாகப் பயன்படுத்திக் கொள்ள வேண்டும். இது மிகவும் முக்கியமானது. மற்றொன்று உங்கள் துறை சார்ந்த விஷயங்கள். மாணவர்கள் கல்லூரிகளில் பல்வேறு பட்ட துறைகளைத் தேர்வு செய்திருக்கலாம். அந்தத் தேர்வுகள் விவேகமாக நிகழ்கின்றனவா என்பதைப் பற்றி எனக்குச் சந்தேகங்கள் இருக்கின்றன. அநேக சந்தர்ப்பங்களில் முதிர்ச்சி அடையாத

இவை என் உரைகள்

மனநிலையில், அல்லது ஒரு பதட்டத்தில், அவசரத்தில் தனக்கு வழிகாட்டப் போதிய விவேகம் கொண்ட தந்தையோ, தாயோ அல்லது குடும்ப உறவினர்களோ இல்லாத நிலையில், மாணவர்கள் பல்வேறுபட்ட துறைகளை எடுத்துப் படிக்க வேண்டிய ஒரு நிர்ப்பந்தத்திற்கு ஆளாகிறார்கள் என்று நினைக்கிறேன். ஆக, தங்களுடைய கண்ணோட்டத்தைச் சேர்ந்த, தங்களுடைய ஆளுமையைச் சேர்ந்த, தங்களுடைய ருசிகளுக்கு ஏற்ற துறையைத்தான் எப்போதும் அவர்கள் தேர்ந்தெடுத்திருப்பார்கள் என்று சொல்வதற்கில்லை. இளமைக் காலத்தில் 18 – 20 வயது வரும்போது தமக்கு அதிக வயதாகிவிட்டது; நாம் விரைவில் கல்வியை முடித்துக் கொண்டு ஏதாவது ஒரு தொழிலுக்கு அல்லது ஒரு பணிக்குச் செல்லவேண்டும் என்ற அவசர உணர்வும் இளைஞர்களுக்கு ஏற்படுவது இயற்கை என்று எனக்குத் தோன்றுகிறது.

என்னைப் பொறுத்தவரையில் ஒருசில இழப்புகளுக்கு நீங்கள் உங்களை ஆளாக்கிக் கொண்டாலும்கூட, ஒரு சில சிரமங்களுக்கு உங்களை நீங்கள் ஆளாக்கிக் கொண்டாலும்கூட அல்லது உங்களுடைய ஆசைகளிலிருந்தோ அல்லது உங்களுடைய குடும்பத்திலிருந்தோ சில விமர்சனங்களுக்கு நீங்கள் ஆட்பட்டீர்கள் என்றாலுங்கூட, சரியான துறையை நீங்கள் தேர்ந்தெடுக்க வேண்டும் என்று சொல்லுவேன். இந்தத் துறைகளை மாற்றிக்கொள்ளக்கூடிய விஷயம் இங்கு இந்தியாவில் அல்லது தமிழகத்தில் மிகப் பெரிய பிரச்னையைத் தரக்கூடிய விஷயமாக இருக்கலாம். ஆனால், மேல் நாட்டில் பலரும் தவறான துறையை விட்டுச் சரியான துறையைத் தேர்ந்தெடுக்கக்கூடிய வாய்ப்பைத் தொடர்ந்து பெற்றுக்கொண்டே இருக்கிறார்கள். 50, 55 வயதிலும்கூட ஒருவர் 'இப்போதுதான் என்னுடைய துறை, என்னுடைய ருசி, என்னுடைய அணுகுமுறை அல்லது என்னுடைய ஆளுமை எனக்குத் தெரிந்தது; ஆகவே, நான் என்னுடைய துறையை மாற்றிக்கொண்டுவிட்டேன்' என்று சொல்லக்கூடிய சோதனைகள், இந்த சோதனையில் அடையக்கூடிய வெற்றிகள், இவை நிரந்தரமாக நிகழ்ந்துகொண்டிருக்கின்றன என்பதற்குப் பல்வேறு உதாரணங்களை என்னால் சொல்ல முடியும்.

ஆக, மாணவர்கள் அல்லது மாணவிகள் கல்லூரியில் எந்தத் துறையைத் தேர்ந்தெடுத்திருக்கிறார்கள் என்பது மிகவும் முக்கியமான விஷயமல்ல. ஒருசமயம் அவர்கள் சரியான துறையைத் தேர்ந்தெடுத்திருக்கலாம். ஒருக்கால் அவ்வாறு தேர்ந்தெடுக்கவில்லை என்ற உணர்வு அவர்களுக்கு இருக்குமேயானால் அவர்கள் விரும்பக்கூடிய துறையைத் தேர்ந்தெடுத்து வெற்றி பெறுவதற்கான வாய்ப்புகள் இன்றைய உலகில் அதிக அளவு உள்ளன. அந்த வாய்ப்பை அவர்கள் பயன்படுத்திக்கொள்ள வேண்டும் என்றும் கேட்டுக்கொள்கிறேன். ஒரு துறையைத் தேர்ந்தெடுத்து அதைச் சார்ந்து வாழ்க்கையை எதிர்கொள்ளும்போது – இந்தியாவிலும் சரி, குறிப்பாகத் தமிழகத்திலும் சரி – நான் சந்திக்கக்கூடிய பலரும்

அந்த துறையைச் சார்ந்த ஒரு வல்லமையைத் தேடிக்கொண்டதை விட, அதிகமாக அந்தத் துறையைச் சார்ந்து நின்று தங்கள் வாழ்க்கைக் கோலத்திற்கு ஏற்றவாறு அதைச் சமாளிப்பவர்களாகத் தான் இருக்கிறார்கள் என்று எனக்குத் தோன்றுகிறது.

துறை சார்ந்த சமாளிப்பு என்பது ஒன்று; இந்தத் துறை சார்ந்த வல்லமை என்பது மற்றொன்று. பெரும்பாலும் எந்தத் துறையை எடுத்துக்கொண்டாலும் – அது வைத்தியமாக இருக்கலாம், அல்லது பொறியியலாக இருக்கலாம் – அல்லது வணிகமாக இருக்கலாம் அல்லது சட்டமாக இருக்கலாம் – அந்தத் துறையைச் சேர்ந்தவர்கள் அதிக அளவுக்கு அந்தந்தத் துறையைச் சார்ந்த உத்திகள், பந்தாக்கள், சொற்றொடர்கள் ஆகியவற்றைக் கற்று, அதில் மிகுந்த தேர்ச்சி பெற்றவர் போன்ற பாவனையைப் பிறரிடம் உருவாக்கி அதன் மூலம் வாழ்க்கையைச் சமாளித்துக்கொண்டிருக்கக்கூடிய கோலத் தைத்தான் அதிக அளவில் பார்க்க முடிகிறது.

இளைஞர்களாகிய நீங்கள் இந்தச் சுலபமான வழியில் விழுந்து விடக் கூடாது என்று ஆத்மார்த்தமாக விரும்புகிறேன். ஒரு துறையைத் தேர்ந்தெடுத்துக் கற்றுக்கொள்வது என்பது அவ்வளவு கடினமான விஷயமல்ல. அந்தத் துறையைத் தேர்ந்தெடுத்து நாம் அதில் தேர்ச்சி பெறும்போது மிகுந்த தன்னம்பிக்கை பெறுகிறோம். அந்தத் துறையைச் சார்ந்த மரபு ரீதியான விஷயங்கள் மட்டுமல்ல, பாடப் புத்தகங்களைச் சார்ந்த விஷயங்கள் மட்டுமல்ல, இன்று அந்தத் துறை அடைந்திருக்கும் வளர்ச்சியைப் பற்றியும் நீங்கள் கணக்கில் எடுத்துக்கொண்டு அதையும் கற்றுத் தேர்ந்தால்தான் இன்றைய காலத்தை எதிர்கொள்ள முடியும். ஆக, துறையை நன்றாகக் கற்றுக்கொள்ளும்போது வாழ்க்கை அணுகு முறையிலேயே ஒரு பெரும் மாற்றம் நிகழ்கிறது. நீங்கள் உள்ளூர மிகுந்த நம்பிக்கை கொண்டவர்க140

ளாக மாறுகிறீர்கள். உங்களைப் பற்றியே உங்களுக்கு உயர்வான எண்ணம் ஒன்று ஏற்படுவதற்கு இது அடிப்படையான காரணமாக அமைகிறது. இதற்கு மாறாக, துறை சார்ந்து சமாளித்துக் கொண்டிருப்பவர்கள் அந்தச் சமாளிப்பினால் பிற்காலத்தில் அந்தத் துறையைக் கற்றுக்கொள்வதற்கான ஆற்றலையே இழந்துவிடுகிறார் கள். இவ்வளவு நாட்கள் இந்தத் துறையைச் சமாளித்துக்கொண்டி ருந்து விட்டோம், குறை நாட்களையும் சமாளித்துத் தீர்த்துவிடு வோம் என்ற முடிவுக்கு வருகிறார்கள். இவர்கள் கடைசி வரையிலும் தன்பலம் என்பதை உணராமல் – ஆத்ம வீரியத்தை உணராமல் – உள்ளூர பலகீனமான சமூகத்தை எதிர்கொள்கிற கோலத்தை நாம் பார்க்கிறோம். இதை ஒரு எச்சரிக்கையாக நீங்கள் எடுத்துக் கொள்ள வேண்டுமென்று மாணவ மாணவிகளைக் கேட்டுக் கொள்கிறேன்.

மற்றொரு விஷயம் தாழ்வு மனப்பான்மை சம்பந்தப்பட்டது.

பொதுவாகத் தமிழ் மக்கள் மிகுந்த தாழ்வு மனப்பான்மை கொண்டவர்கள் என்பது என் எண்ணம். நான் அவர்களுடைய புத்தகங்களைப் படித்ததன் மூலம் அறிந்து கொண்ட சில விஷயங்கள், சமூக வாழ்க்கையில் நான் அவர்களுடன் பழகும்போது எனக்குக் கிடைக்கக்கூடிய செய்திகள் ஆகியன பெரும்பாலும் தமிழ் மக்கள் தாழ்வு மனப்பான்மைக் கொண்டவர்களாக இருக்கிறார்கள் என்பதைக் காட்டுகின்றன. இது மிகக் கொடுமையான விஷயம் என்று எனக்குத் தோன்றுகிறது. ஆனால் பல சந்தர்ப்பங்களில் நான் இதை எடுத்துக் கூறும்போது தங்களுக்குத் தாழ்வு மனப்பான்மை எதுவும் இல்லை என்ற தோரணையில் அவர்கள் பல வாதங்களை முன்வைப்பதை நான் கண்டிருக்கிறேன். அந்த வாதங்களின் சாராம்சங்களை நான் ஆராய்ந்து பார்த்தபோது அவர்கள் தாழ்வு மனப்பான்மை நோய் கொண்டவர்கள் மட்டுமல்ல, தாழ்வு மனப்பான்மையை மறுக்கக்கூடிய நோயும் கொண்டவர்கள்; ஆக இரண்டு நோய்கள் கொண்டவர்கள் என்ற முடிவுக்கு நான் வர முடிந்தது.

ஒரு இனம் ஏதோ ஒரு காலகட்டத்தில் தாழ்வு மனப்பான்மைக்கு ஆட்படுகிறது என்பது மிக மோசமான, அருவருக்கத் தகுந்த, அல்லது வெட்கப்படத் தகுந்த ஒரு விஷயமல்ல. ஆனால் ஸ்திதியைப் பற்றி – நாம் இருக்கும் நிலையைப் பற்றி – உணராமல் இருப்பது, தன்போதம் இல்லாமல் இருப்பது, சுயபோதம், சுய அறிவு இல்லாமல் இருப்பது, சுய கணிப்பு இல்லாமல் இருப்பது என்பது மிக மோசமான விஷயம். இதற்கான காரணங்கள் இந்த இனத்திற்கு – மிகச் செழுமையான பாரம்பரியம் கொண்ட இந்த இனத்திற்கு, தொல்காப்பியத்தைத் தோற்றுவித்த இந்த இனத்திற்கு அல்லது வள்ளுவர், கம்பன், பாரதி போன்ற மிகப் பெரிய கவிஞர்கள் வாழ்ந்த இந்த இனத்திற்கு, சிற்பக் கலையில் மிகுந்த வல்லமை கொண்ட இந்த இனத்திற்கு, கட்டிடக் கலையில் மிக வல்லமை கொண்ட இந்த இனத்திற்கு, ஒரு காலத்தில் கடல்மீது மிகுந்த ஆட்சி கொண்ட இந்த இனத்திற்கு – ஒரு மொழியை இரண்டாயிரம் வருடங்களாகச் செம்மையாகத் தக்க வைத்துக்கொண்டு, இன்று தோன்றும் கருத்துக்களைக்கூடத் தெள்ளத் தெளிவாகச் சொல்லக்கூடிய அளவுக்கு ஒரு மொழியைக் காப்பாற்றிவரும் ஒரு இனத்திற்கு – ஏன் இந்தத் தாழ்வு மனப்பான்மை 200 வருடங்களாக ஏற்பட்டது என்பதை எனக்குச் சொல்லத் தெரியவில்லை. அதைப் பற்றி நாம் தீவிரமாக யோசிக்க வேண்டும் என நினைக்கிறேன்.

இந்தத் தாழ்வு மனப்பான்மையின் வெளிப்பாடுகள் எவை என நாம் எடுத்துக் கொண்டோமென்றால் பல்வேறுபட்ட குணங்கள் மூலம் அந்த நோயின் இருப்பிடத்தைத் தெரிந்துகொள்ள முடியும். மிகத் தெளிவான ஒரு நோய்க்கூறு – எல்லோருக்கும் புரியக்கூடிய நோய்க்கூறு – என்னவென்றால் தமிழனுக்கும் ஆங்கிலத்துக்கும் இருக்கக்கூடிய உறவு. அந்த உறவில் தமிழனிடம் இருக்கக்கூடிய

மயக்கம் – உறவல்ல, அதில் இருக்கக்கூடிய மயக்கம் – ஆங்கிலத்தின் பால் அவன் கொண்டிருக்கக்கூடிய மயக்கம். மிகச் சிறந்த ஒரு மொழியைத் தன்னளவில் கொண்டிருந்தும்கூட – மிகப் பெரிய பாரம்பரியத்தைத் தன்னளவில் கொண்டிருந்தும்கூட – ஆங்கில மொழியின்மீது தமிழன் கொண்டுள்ள மயக்கம். அதனுடைய கோலங்கள் மிக விரசமானவை. அதை நாம் பரஸ்பரம் பேசிக்கொள் வதைவிட அதை நினைத்துப் பார்ப்பதே நாகரிகமான காரியமாக இருக்கும் என நினைக்கிறேன்.

தமிழனுடைய தாழ்வு மனப்பான்மை எப்போதும் தெள்ளத் தெளிவாகக் காட்டக்கூடிய அறிகுறிகளில் ஒன்று, மற்றொரு வகையில் சிந்தித்தால், கடந்த காலத்தில் நமக்கு இருந்த அளவுக்குச் சாதனைகள் இன்று இல்லாமல் போனது. முக்கியமாக ஒரு 50 ஆண்டுகளாக நமக்குச் சாதனைகள் இல்லாமல் போனது. இவை நம்முடைய தாழ்வு மனப்பான்மை வளர்வதற்கு ஒரு காரணமாக இருந்திருக்கலாமோ என்று நான் சந்தேகப்படுகிறேன். தமிழினம் மிகப் பெரிய ஒரு நிகழ்வை நினைத்துப் பரவசம் கொள்ளக்கூடிய எந்த சந்தர்ப்பத்தையும் கடந்த 50 வருடங்களில் உருவாக்கவில்லை என்று நான் நினைக்கிறேன்.

பிளாரன்ஸ் என்ற ஒரு கறுப்பு இனப் பெண் ஒலிம்பிக்ஸ் ஓட்டப் பந்தயத்தில் முன்னே வந்து மற்ற இனத்தைச் சேர்ந்த பெண்களைத் தாண்டி – மற்ற தேசத்தைச் சேர்ந்த பெண்களைத் தாண்டி – முன்னால் வந்து நிற்பது என்பது ஓட்டப்பந்தயம் சம்பந்தமான விஷயம் மட்டுமல்ல; ஒரு இனம் தன்னுடைய பெருமையை வற்புறுத்தக்கூடிய காரியமும்கூட என்று தோன்றுகிறது. அந்த நிகழ்வைப் பார்க்கக்கூடிய கோடிக்கணக்கான கறுப்பர் இனம் "காலங்காலமாக தங்களை வெள்ளை இனம் தாழ்த்திக்கொண்டு வந்திருக்கிறது; அவர்களுக்கு இருக்கக்கூடிய குணாதிசயங்கள் நமக்கில்லை; அந்த குணாதிசயங்களை நம்மால் பெற முடியாது என்று நம்மை மட்டம் தட்டி வைத்திருப்பது உண்மை அல்ல" என்று அந்நேரம் உணர்ந்து பரவசம் கொள்கிறது.

கடந்த 50 வருடங்களில் தமிழனும் இது போன்ற ஒரு பர வசத்தை – கூட்டுப் பரவசத்தை – அடையவில்லை. தனிப்பட்ட முறையில் சில பரவசங்களை அடைந்திருக்கலாம். தனிப்பட்ட முறையில் நம்பிக்கை பெற்றிருக்கலாம். ஆனால் இந்த இனம் மொத்தமாக நம்பிக்கை பெறுவதற்கான காரணம் கடந்த 50 வருடங்களில் உருவாகவில்லை என்று படுகிறது.

கடந்த காலங்களில் நம்முடைய கலாச்சாரத் தலைமை – நம்முடைய அரசியல் தலைமை – நம்முடைய கலைத் தலைமைகள் ஆகியவற்றால் நமக்குப் பெருமை வரவில்லை. மட்டுமல்ல நாம் வெட்கி அவமானப்படக்கூடிய அளவுக்குப் பல சிறுமைகளுக்கும் நாம் ஆளாகியிருக்கிறோம் என்பதையும் கூற வேண்டியிருக்கிறது.

எவ்வளவுதான் நாம் உண்மையாகப் பேசிக்கொண்டிருந்தாலும் நம்முடைய அரசியல் தலைவர்களின் தரத்தைப்பற்றி நீங்கள் ஆத்மார்த்தமாக யோசித்துப் பார்ப்பீர்களேயானால் அவர்களுடைய தரத்தை உலகம் ஏற்றுக்கொள்ளாது என்பது உங்களுக்குத் தெரியும். அவர்களுடைய திறமைகள், அவர்களுடைய சவடால்கள் அல்லது சாமர்த்தியங்கள் உள்ளூர்ச் சந்தையில் விலை போகலாம். ஆனால் உலகம் அவர்களை மதிக்காது என்று உள்ளூர நமக்குத் தெரியும்.

நம்முடைய மிகச் சிறந்த எழுத்தாளர்களைத்தான் கலாச்சாரத் தலைவர்கள் என்று நாம் சொல்ல வேண்டும். லட்சக்கணக்கான வாசகர்கள் விரும்பிப் படிக்கும் நம்முடைய எழுத்தாளர்களின் தரத்தை நீங்கள் ஆராய்ந்தால் அவர்களில் பெரும்பான்மையரின் தரத்தை உலகம் ஏற்றுக்கொள்ளாது என்பதை உணர்ந்துகொள்வீர் கள். நுட்பமான ருசி கொண்ட வாசகர்களுக்கு இது நன்றாகவே தெரியும். நம்முடைய திரைப்பட இயக்குநர்கள் எவரையும் உலகத் திரைப்படம் ஏற்றுக் கொள்ளாது என்பது நமக்குத் தெரியும். வங்காளத்தில் ரவீந்தரநாத தாகூர் தோன்றினார். அவர் மறைவுக்கு சில வருடங்களுக்கு உள்ளாகவே சத்யஜித் ரே என்ற திரைப்பட இயக்குநர் தோன்றி உலகப் படங்களுக்கு நிகரான திரைப்படங்களை எடுத்து வங்காள இனம் தன்னுடைய வல்லமையைத் தக்க வைத்துக் கொள்வதற்கான ஒரு சந்தர்ப்பத்தை உருவாக்கிக் கொடுத்திருக் கிறார். இது போன்ற ஒரு நிகழ்வு இன்று வரையிலும் இந்த நூற்றாண்டில் நம்மிடம் நிகழவில்லை. பக்கத்தில் இருக்கக்கூடிய கேரளாவை எடுத்துக்கொள்ளுங்கள். அரசியல் சார்ந்து ஈ.எம்.எஸ். நம்பூதிரிபாடு – இலக்கியம் சார்ந்து சிலர்.

மேற்கத்திய நாகரிகம் என்று சொல்லும்போது ஆடை, அணி கலன்கள் சம்பந்தமான விஷயங்களை நான் சொல்லவில்லை. அவை மேம்போக்கான விஷயங்கள். அடிப்படையாக வாழ்வோடு கொள்ள வேண்டிய உறவுமுறை சம்பந்தமான விஷயங்களில் மேற்கத்திய நாகரிகம் செலுத்தக்கூடிய பாதிப்புகள் நம்மிடம் மிக விரைவாகப் பரவிக் கொண்டிருக்கின்றன. இந்தக் குறுக்கீடு நம்மைக் கண்டுகொள்வதற்கு – நம்மை நாமே கண்டுகொள்வதற்கு – பெரும் தடையாக இருக்கிறது. நம்மைச் சார்ந்த எல்லா விஷயங்களைப் பற்றியும் நமக்கு ஒரு அலட்சியமும், மேல் நாட்டிலிருந்து வரக்கூடிய எல்லா விஷயங்களைப் பற்றி மிகுந்த மோகமும் கொண்டவர்களாக நாம் பொதுவாக இருந்துவருகிறோம். அதற்கு ஒரு உதாரணம் சொல்ல முடியும். இப்போது உலகெங்கும் அலோபதி வைத்தியத் திற்கு எதிரான ஒரு மனோபாவம் உருவாகிவருகிறது. இந்த வைத்தியத்தை உருவாக்கியவர்கள் உண்மையில் வைத்தியத்தை முதன்மைப்படுத்தியவர்கள் அல்லர் என்றும், அவர்கள் மருந்து வியாபாரிகள் என்றும், மருந்து வியாபாரிகளுடைய சுயநலங்களுக்கு ஆட்பட்ட மருத்துவர்கள் என்றும் சொல்லலாம் என்கிறார்கள். நோயிலிருந்து நிவாரணம் தரக்கூடிய மார்க்கங்களையே இந்தத்

துறை சிந்தித்திருக்கிறது. ஆனால் வைத்தியத் துறையின் அடிப்படை யான நோக்கம் மனிதன் ஆரோக்கியமாக வாழ்வது எப்படி என்பது. அந்த அடிப்படை இந்தத் துறைக்கு இல்லை என்பதை எண்ணற்ற மேல்நாட்டுச் சிந்தனையாளர்கள் இப்போது பரப்பிவருகிறார்கள். ஆக உலகத்திற்குப் பொதுவான வைத்தியம் ஒன்று இருக்க முடியாது என்றும், ஒவ்வொரு நாட்டிலும் தொன்றுதொட்டு எந்த வைத்திய முறைகள் உருவாகி வந்திருக்கின்றனவோ அந்த வைத்தியமுறைகள் தான் அந்த மக்களுக்கு உகந்ததாக இருக்க முடியும் என்றும், அந்த வைத்தியத் துறைகளை வளர்த்து எடுப்பதுதான் அந்த மக்களுடைய இலட்சியமாக இருக்க வேண்டுமே ஒழிய பிற நாட்டிலிருந்து வைத்தியத்தை இறக்குமதி செய்வது அவர்கள் நோக்கமாக இருக்கக் கூடாது என்றும் சிறந்த வைத்தியர்கள் கூறிவருகிறார்கள். அவர் களில் ஒருவர் இவான் இலியா எலிவிச் என்கிற ரஷ்ய மருத்துவர். அவர் தன்னுடைய ஒரு புத்தகத்தில் தான் ஆரம்ப நாட்களில் காந்தியினுடைய சிந்தனைகளால் பாதிக்கப்பட்டதாகக் கூறுகின் றார். இந்தச் சிந்தனையைக் காந்தி கிட்டத்தட்ட 50 வருடங்களுக்கு முன்னாலேயே ‘ஹிந்த் ஸ்வராஜ்’ (இந்திய சுயராஜ்யம்) என்ற புத்தகத்தில் மிகத் தெளிவாகச் சொல்லியிருக்கிறார்.

நாம் மேல்நாட்டுச் சிகிச்சைக்கு அதிக அளவு முக்கியத்துவம் கொடுக்கிறோம். நமக்கு உகந்த சிகிச்சை முறைகள் நம்முடைய முன்னோர்கள் நமக்கு உருவாக்கி வைத்திருக்கிறார்கள், அதை நாம் வளர்த்துக்கொண்டுபோக வேண்டும் என்ற கருத்தை இந்த நூற்றாண்டின் ஆரம்பத்திலேயே காந்தி கூறியிருக்கிறார். ஆனால் அந்தக் கருத்துக்களை இங்கிருக்கும் அறிவாளி வர்க்கம் போதிய அளவுக்கு முக்கியம் தந்து எடுத்துக் கொள்ளவில்லை. இதே கருத்துக்கள் மேல் நாட்டிற்குச் சென்று, அந்தக் கருத்துக்கள் அவர்களுடைய சூழ்நிலைக்கேற்ப சிறிது மாற்றப்பட்டுப் புத்தகங்கள் மூலம் சொல்லப்படும் பொழுது, அவை மிகப் பெரிய கருத்துக் களாக நமக்குத் தோன்றி அதைப் பின்பற்றத் தொடங்குகிறோம். இதே மனோபாவத்தில்தான் மோகம் – வாழ்க்கையைப் பற்றிய ஒரு மோகம் – சார்ந்து வாழ்ந்து வருகிறோம்.

இனிமேல் தனித்து நின்று நமது சிந்தனையை வளர்ப்பது என்பது நடைமுறையில் சாத்தியமான விஷயமல்ல. உலகத்தில் தோன்றியுள்ள எல்லாச் சிந்தனைகளையும் நம்முடைய சிந்தனை களைச் சார்ந்த தெளிவுகளுக்கு உரமாக எடுத்துக் கொள்ளும் பயிற்சியை நாம் பெறலாம். ஆனால் நம்முடைய சிந்தனைகளை விட்டுவிட்டு – நமக்குச் சுயமான விஷயங்களை நாம் முற்றாக விட்டுவிட்டு – வேறு சூழ்நிலையில் வேறு காரணங்களுக்காக உருவான கருத்துக்களை நாம் அப்படியே எடுத்துக்கொள்ளுவதன் மூலம் நம்முடைய வாழ்க்கையின் நிதானத்தை மிகுந்த அளவுக்குக் குறைத்துக்கொண்டுவருகிறோம் என்று நான் நினைக்கிறேன்.

முக்கியமாக இன்று நான்கு விஷயங்களை நான் உங்களுடைய

கவனத்திற்குக் கொண்டு வர விரும்பினேன். ஒன்று வாசிப்பு சம்பந்தபட்ட விஷயம்; மற்றொன்று உங்களுக்கு உகந்த துறையை நீங்கள் தேர்ந்தெடுத்துக்கொண்டு அந்தத் துறையில் நீங்கள் போதிய திறமை பெற்று நம்பிக்கையுடன் வாழ்க்கையை எதிர்கொள்ளக் கூடிய விஷயம்; மூன்றாவது தாழ்வு மனப்பான்மை என்று நான் நம்பக்கூடிய நோயிலிருந்து முற்றாக விடுதலை பெறுவதற்கான வழிகள்; நான்காவது இந்திய வாழ்க்கையைச் சார்ந்தோ, தமிழக வாழ்க்கையைச் சார்ந்தோ, தமிழக வாழ்க்கையை எதிர்கொள்ளு வதன் மூலம் நமக்குச் சொந்தமான, சுயமான கண்ணோட்டங்களை நாம் உருவாக்கிகொள்ளக்கூடிய முயற்சி. இந்த நான்கு கருத்துக் களையும் விவாதத்திற்காக உங்கள் முன் வைக்கிறேன்.

தமிழனுக்குத் தாழ்வு மனப்பான்மை இருப்பதாகக் குறிப்பிட்டீர்கள். எந்தக் காரணத்தைக் கருத்தில் கொண்டு இதைக் கூறினீர்கள். விளக்க முடியுமா?

தன்னால் எவற்றைச் செய்ய முடியுமோ, அவற்றைக்கூடத் தொடர்ந்து செய்யாமல் இருப்பது; இது தன்னைப் பற்றிய ஒரு தாழ்வான எண்ணத்தை உருவாக்கக்கூடும். ஆசிரியர்களுக்கும் உங்களுக்கும் புரியக்கூடிய இரண்டு உதாரணங்களை நான் முன் வைக்க முடியும். சமூகம் சார்ந்து எண்ணற்ற கருத்துக்களை நான் சொல்ல முடியும். அல்லது திரைப்படம் சார்ந்து பல கருத்துக்களைச் சொல்ல முடியும். அந்தப் படங்களை நீங்கள் பார்த்திருக்கலாம். அல்லது பார்க்காமல் இருக்கலாம். ஆனால் மாணவர்களும் ஆசிரியர்களும் படிப்பதற்கான வாய்ப்பு மிகுதி என்பதால் புத்தகம் சார்ந்த உதாரணத்தை எடுத்துக்கொள்கிறேன்.

டாக்டர் மு. வரதராசன் ‘இலக்கியத் திறன்’ என்று ஒரு புத்தகம் எழுதியிருக்கிறார். முக்கியமாக, தமிழ்த் துறையைச் சேர்ந்தவர்கள் அந்தப் புத்தகத்தைப் படித்திருக்கக்கூடும். என்னுடைய பெரும் மதிப்பிற்குட்பட்டவர் அவர். தமிழ்ப் புலமையாளர்களில் மு. வ. வை நான் மிகவும் மதிக்கிறேன். அவரை நான் ஒரு சிறந்த படைப்பாளி என்று ஏற்றுக்கொள்ளவில்லை. அவரை ஒரு படைப்பாளி என்றே ஏற்றுக்கொள்ளவில்லை. ஆனால் தன் புலமையை மிக நேர்மையாக, மிகத் தெளிவாக முன்வைத்தவர் அவர் என்ற மதிப்பு எனக்கு உண்டு. ‘இலக்கியத் திறன்’ என்ற புத்தகம் தமிழ்க் கவிதையைப் பற்றி ஆராயக்கூடிய புத்தகம். இரண்டாயிரம் வருடங்களில் நம்முடைய பாவினங்கள் எப்படி ஒவ்வொரு காலத்திலும் மாறிவந்திருக்கின்றன என்பதைப் பற்றி அந்தப் புத்தகத்தில் மிக நேர்மையாக, சுத்தமாக, தெளிவாக, இன்றைய இலக்கியம் சார்ந்த விஞ்ஞானக் கருத்துக்களை முழுமையாக ஏற்றுக்கொண்டு முன்வைக்கிறார் டாக்டர் மு. வ. இந்நூலின் கடைசிப் பக்கங்கள் தமிழில் இன்று வந்துகொண்டிருக் கும் புதுக்கவிதை என்ற இயக்கத்தை மனமார வரவேற்கின்றன. தமிழ்ப் புலவர்கள் புதுக்கவிதைக்கு எதிராக ஒரு தார்மீகமான

கோபம் கொண்டிருந்த காலத்தில், இது தவிர்க்க முடியாத காலத்தின் நியதி என்று உணர்ந்து மு. வ. ஏற்றுக்கொண்டுள்ளார். இந்தப் புத்தகத்தை நீங்கள் படிப்பீர்கள் என்றால் ஒரு விஷயம் உங்களுக்குத் தெரியவரும். மு. வ. அப்புத்தகத்தில் கவிதை சார்ந்த ஒரு கோட்பாட்டை உருவாக்கவில்லை.

கவிதை சார்ந்து மிக எளிமையான கருத்துக்கள் இருக்கின்றன. ஒன்று, கவிதை தெள்ளத்தெளிவாகப் புரிய வேண்டும் என்ற கருத்து. மற்றொன்று கவிஞன் ஒரு குழந்தை உள்ளம் கொண்டவன் என்பது. இவை போன்ற மிக எளிய கருத்துக்களைக் கூட விளக்க மேல்நாட்டு அறிஞர்களான, கவிதை விமர்சகர்களான மாத்யூ அர்னால்டு, ஹட்சன், டி. எஸ். எலியட், டபிள்யூ. ஹெச். ஆடன், ஷெல்லி போன்றோர்களின் பெயர்களைப் பக்கத்துக்குப் பக்கம் மேற்கோள் காட்டி எழுதிக்கொண்டுபோகிறார். பிரிட்டிஷ் இனம் எந்த அளவுக்குக் கவிதைகளுக்குச் சொந்தமான இனமோ, எந்த அளவுக்குக் கவிதை சார்ந்த நெடிய நீண்ட பாரம்பரியம் பிரிட்டிஷ் மக்களுக்கு உண்டோ, அதைவிட அதிகமான கவிதை சார்ந்து தொன்மையான நீண்ட பாரம்பரியம் கொண்ட இனம் தமிழினம். கவிதை பற்றிய கோட்பாட்டைத் தன்னைச் சார்ந்து உருவாக்க முடியாமல் கவிதை சம்பந்தப்பட்ட எளிய கருத்துக்களைக்கூட மற்ற இலக்கிய விமர்சகர்களிடமிருந்து கையேந்தி வாங்கக்கூடிய ஒரு மனோபாவம் தாழ்வு மனப்பான்மை என்று நான் நினைக்கிறேன். இது மிக முக்கியமான ஒரு உதாரணம்.

நான் குறிப்பிட்ட இந்தப் புத்தகத்தைப் படித்துப் பார்த்து அதில் இக்கருத்துக்கள் சரியாக இருக்கின்றனவா அல்லது என்னுடைய வாதத்திற்கு ஏற்ப நான் கருத்துக்களை முன்வைக்கிறேனா என்பதை ஆசிரிய நண்பர்கள் பரிசோதனை செய்து பார்க்க வேண்டும் என்று கேட்டுக்கொள்கிறேன்.

இன்று தமிழகத்தில் எந்தத் துறையைச் சேர்ந்த விஷயங்களையும் எடுத்துக்கொள்ளலாம். முக்கியமாக, நாட்டுப் பாடல்கள், புராதனக் கலைகள் ஆகியவற்றை எடுத்துக்கொள்வோம். சமீப காலங்களில் நாம் அதிக அளவுக்குக் கவனம் செலுத்திவருகின்ற ஒரு துறை இது. இந்தத் துறை சார்ந்து அதிக அளவு பேச்சுக்களும் அத்துடன் சில உண்மையான காரியங்களும் முயற்சிகளும் நடந்துகொண்டிருக்கின்றன. கன்னியாகுமரி மாவட்டத்தில் நிகழ்கின்ற வில்லிசைக் கலை, கணியான் ஆட்டம் போன்ற கலைகளைப் பற்றி அமெரிக்க ஆராய்ச்சி மாணவரான Stuart Blackburn என்பவர் மிகச் சிறந்த ஒரு புத்தகத்தை உருவாக்கி உள்ளார். இவர் தமிழ்நாட்டில் ஐந்தாறு ஆண்டுகள் தங்கித் தமிழைக் கற்றவர். கன்னியாகுமரி மாவட்டத்திலுள்ள ஒரு கிராமத்தில் பல மாதங்கள் தங்கியிருக்கிறார். நாங்கள் நண்பர்கள் நடத்திய கூட்டத்தில் வந்து கலந்துகொண்டிருக்கிறார். நம் மாவட்டத்திலுள்ள பல கிராமத்திற்கும் பயணம் செய்தவர்.

நம்முடைய பழக்க வழக்கங்களை முற்றாகத் தெரிந்து கொண்டவர். எந்த ஜாதியில் எந்தப் பெண் ருதுவானாலும் அதற்காக அந்த வீட்டில் என்னென்ன செய்வார்கள், எப்படிக் கொண்டாடுவார்கள் என்பதெல்லாம் அவருக்கு அத்துப்படியாகத் தெரியும். நம் மக்களுடைய சம்பிரதாயங்கள், நம்பிக்கைகள், விருப்பு வெறுப்புகள் ஆகியவை அவருக்குத் தெரியும். ஒரு வீட்டில் கோலம் போட்டிருந்தால் அதற்கு என்ன அர்த்தம்? எந்தெந்த விசேஷங்களுக்கு என்னென்ன கோலங்கள் போடுவார்கள் என்பதைப் பற்றி எல்லாம் அவர் அறிந்திருக்கிறார். நம்மைப் பற்றி நமக்கு எந்த அளவுக்குத் தெரியுமோ அதைவிடப் பல மடங்கு அவர் தெரிந்துவைத்துக் கொண்டிருக்கிறார். இவர் பின்னால் உருவாக்கிய புத்தகத்தைப் போன்ற ஒன்றை நம்மாலும் உருவாக்கியிருக்க முடியும். நமக்கு உருவாக்குவதற்கான வசதிகள் அதிகம். நமக்கு இந்த மக்கள் பேசக்கூடிய மொழி தெரியும். நம்முடைய ஊர் என்பதால் நமக்கு அதிக அளவுக்குப் பழக்க வழக்கங்கள் தெரியும். நமக்குத் தொடர்புகள் மிகுதி. இருந்தாலும் அந்தப் பணியை நாம் செய்யவில்லை. அது போன்ற ஒரு புத்தகத்தைச் சார்ந்து இந்த நூற்றாண்டின் இறுதிக்குள் குறைந்த பட்சம் பத்துத் தமிழ்ப் புத்தகங்களேனும் வரும். அத்தனை புத்தகங்களிலும் அவருடைய பெயரை மேற்கோள் காட்டி, அவரை மிக உயர்வாகப் போற்றிச் சொல்லுவார்கள். இது போன்ற எண்ணற்ற காரணங்களை முன்வைத்து நாம் நம்பிக்கை பெறாமல் இருப்பதால்தான் இதற்கு ஈடான சாதனைகளைச் செய்யவில்லை என்று நான் நினைக்கிறேன்.

மாணவ நண்பர்களுக்கு இதற்கு மாறான கருத்துக்கள் இருக்கு மென்றால் அது மிக நல்ல விஷயம். மிக உயர்வான விஷயம். ஏதோ ஒரு காரணத்தினால் என்னுடைய வாதங்கள் தவறு என்று ஏற்படுவதை நான் விரும்புகிறேன். நம் இனம் நம்பிக்கை கொண்ட இனம் என்பது உண்மையென்றால் நாம் பல சாதனைகள் செய்து நம்முடைய கண்ணோட்டத்தையும் சாதனையையும் உலகம் பொருட்படுத்தும் அளவுக்குச் செய்ய வேண்டும்.

மு. வ. ஒரு படைப்பாளி இல்லை என்றீர்கள்? அதற்குக் காரணம் கூற முடியுமா? அப்படியென்றால் ஒரு படைப்பாளிக்கு இருக்க வேண்டிய தகுதிகளை மதிப்பீடு செய்யுங்களேன் . . . ?

இதற்கு முன்னால் இல்லாமலிருக்கக்கூடிய ஒன்றைச் செய்து காட்டக்கூடியதுதான் படைப்பு. அதுதான் அதன் அடிப்படையான பொருள். இவர் நாவல் எழுதி இருக்கிறார். நாவல் என்றால் அது முற்றிலும் புதுமையானதாக இருக்க வேண்டும். நம் மொழியில் இருக்கக்கூடிய ஒன்றையோ பிற மொழிகளில் இருக்கக்கூடிய ஒன்றையோ நகல் செய்ததாக இருக்கக்கூடாது. இந்தப் படைப்பு ஒருவன் வாழ்க்கையைச் சுயமாக எதிர்கொள்ளுவதன் மூலம் –

சுந்தர ராமசாமி

அந்த எதிர்கொள்ளுதலிலிருந்து பெறக்கூடிய அனுபவங்களைச் சார்ந்து – அந்த அனுபவங்களின் சாராம்சம் என்ன என்ற agony யிலிருந்து, வேதனையிலிருந்து – படைப்பு தோன்றுகிறது.

மு. வ. அவருடைய நாவல்களில் தமிழ்ச் சமுதாயம் அவருக்கு முன் அறிந்திராத எந்த அனுபவத்தையோ அல்லது கருத்துக் களையோ முன்வைக்கவில்லை என்று கருதுகிறேன். அவர் கூறிய கருத்துக்கள் காலம் காலமாகத் தமிழ்ச் சமுதாயத்தைச் சேர்ந்த அறிஞர்கள் கூறிய – அதிகமும் வள்ளுவர் கூறிய – கருத்துக்களே ஆகும். இந்தக் கருத்துக்களின் கூட்டுத் தொகுப்பு ஒரு படைப்பாகாது. படைப்பும் சமூக இயல் சார்ந்த நூல்களும் அடிப்படையில் வேறானவை. திருக்குறள் ஒரு நாவல் அல்ல. காரணம் அது வாழ்க் கையைப் பற்றி ஒரு கவிஞர் கண்டடைந்த முடிவான கருத்துக் களைக் கூறுகிறது. வாழ்க்கையின் அனுபவங்களைப் பற்றியோ அந்த அனுபவங்களிலிருந்து இந்தக் கருத்து நிலைக்கு வந்து சேர்ந்த பயணங்களைப் பற்றியோ அந்த நூலில் எந்தத் தடயமும் இல்லை.

ஆக, இரண்டு விதமான நூல்கள் இருக்கின்றன. ஒன்று படைப்பு சார்ந்த நூல்கள். மற்றொன்று ஒரு துறை சார்ந்த – விஞ்ஞானம் அல்லது சட்டம் அல்லது மதம் அல்லது அறவியல் போன்ற துறை சார்ந்த – நூல்கள். இவற்றிற்கு அடிப்படையான வேற்றுமை: ஒன்று அனுபவம் சார்ந்து இயங்குகிறது. அதில் முற்றான முடிவான கருத்துக்கள் வற்புறுத்தப்படுவதில்லை. வாழ்க்கையைப் பற்றிய கவனங்கள் கொண்டுவரப்படுகின்றன. வாழ்க்கை சார்ந்த மிக மேலான அனுபவங்கள் தேக்கப்படுகின்றன. மற்றொன்றில் முடிவான கருத்துக்கள் வற்புறுத்தப்படுகின்றன. இந்த முடிவான கருத்துக்களை வற்புறுத்திய ஆசிரியராகத்தான் மு. வ.வை எடுத்துக் கொள்கிறேன். மாறாக வாழ்க்கையைச் சார்ந்த அனுபவங்களை அவர் முன்வைத் தார் என்று என்னால் கூற முடியவில்லை. அதனால் ஒரு படைப் பாளியாக அவரை என்னால் ஏற்றுக்கொள்ள முடியவில்லை.

நோய்களைக் கண்டுபிடிக்கிற, உயிர் காக்கும் மருந்துகளையும் கருவி களையும் கொண்ட அலோபதி வைத்தியத்தின் மீது நாம் ஏன் மோகம் கொள்ளக்கூடாது ?

இது வைத்திய சாஸ்திரம் சம்பந்தப்பட்ட கேள்வி. நான் சொல்ல வந்தது அலோபதி வைத்தியத்தைப் பற்றி இன்று உலகத்தில் வாழும், சமூக அக்கறைகள் கொண்ட வைத்தியர்கள் என்ன கூறிவருகிறார்கள் என்பதைத்தான். அலோபதி என்ற சிகிச்சை முறை, நோயாளிகளின் பிறப்பு, வளர்ப்பு அவர்களுடைய பழக்க வழக்கங்கள், அவர்களுக்கும் அவர்கள் எதிர்கொள்கிற சமூகத்திற்கும் உள்ள உறவுகள், அவர்களுக்கும் அவர்கள் ஆற்றக் கூடிய காரியங்களுக்கும் உள்ள உறவுகள், அவர்களுக்கு இருக்கக் கூடிய வசதிகள் இவற்றைக் கருத்தில் நிறுத்திக்கொண்டு உருவான ஒரு

சிகிச்சை முறை அல்ல. மாறாக ஒரு நோய்க்கு உடனடியாக நிவாரணத்தை ஏற்படுத்தும் நோக்கத்தை அடிப்படையாகக் கொண்டு உருவாக்கப்பட்டது. அது மருந்து விற்பனையாளர்களின் லாபத்தை அடிப்படையாகக் கொண்ட துறை என்று மருத்துவத்தைச் சார்ந்த சிலரே முடிவுக்கு வந்திருக்கிறார்கள். இதே கருத்துக்கள் இந்த நூற்றாண்டின் ஆரம்பத்தில் காந்தியால் முன்வைக்கப்பட்டன. அப்போது அந்தக் கருத்துக்களை முதன்மையாக எடுத்துக்கொள்ளாத இந்தியாவிலுள்ள அறிவு வர்க்கம் இன்று இந்தக் கருத்துக்களுக்கு முதன்மையான இடம் தந்து பேசுகிறது. மேல் நாட்டில்தான் சிறந்த கருத்துக்கள் வர முடியும் என்கிற ஒரு மனோபாவத்தை இது காட்டுகிறது என்பதற்கு ஒரு உதாரணமாக இதைச் சொன்னேன். நாம் ஏற்றுக் கொள்ள வேண்டிய வைத்திய முறைகள் அலோபதியா, ஆயுர்வேதமா, ஹோமியோபதியா என்பதைப் பற்றிப் பேசுவதற்கான அடிப்படைத் தகுதிகள் எவையும் எனக்குக் கிடையாது.

நான் கூற வந்த விஷயம் நாம் கொண்டிருக்கும் மோகம். நம் முன்னோர்கள் கூறிய விஷயங்களை உதாசீனம் செய்துவிட்டு, அதே விஷயங்கள் மேல் நாட்டிலிருந்து வரும்போது அவற்றை மிகப் பெரிய விஷயங்களாக எடுத்துக்கொள்ளும் மனோபாவத்தைச் சொல்லுகிறேன். இதே மனோபாவத்தை நீங்கள் பல்வேறு விஷயங்களில் பார்க்கலாம். ‘சுற்றுப்புறச் சூழல் இயக்கம்’ என்று ஒன்று இன்று மேல்நாட்டில் உருவாகிவருகிறது. உங்களுடைய சுற்றுப்புறங்களை நீங்கள் சுத்தமாக வைத்துக்கொள்ள வேண்டியதன் அவசியத்தை இப்போது மிகப் பெரும் அளவுக்கு வற்புறுத்தி வருகிறார்கள். மரங்களை வெட்டக் கூடாது; நெடுஞ்சாலை ஓரங்களில் குடியிருப்புப் பகுதிகள் அமைக்கக்கூடாது; நதிகளைச் சுத்தமாக வைத்துக்கொள்ள வேண்டும்; எந்த ஜீவராசிகளையும் முற்றாக அழித்துவிடக் கூடாது என்று ஒரு இயக்கத்தை உருவாக்கி வைத்திருக்கிறார்கள். இதே காரியங்களை நம்மைச் சேர்ந்தவர்கள் பல்வேறு சந்தர்ப்பங்களில் வற்புறுத்தியுள்ளார்கள். காந்தி இதைப் பல தடவை வற்புறுத்தியிருக்கிறார். சுற்றுப்புறச் சூழ்நிலைகளைச் சுத்தமாக வைத்துக்கொள்ள வேண்டிய அவசியத்தை அவருடைய எழுத்துக்கள் மீண்டும் மீண்டும் வற்புறுத்துகின்றன. ஆனால், இது இன்று இயக்கமாக மேல்நாட்டிலிருந்து வரும்போது அதை அப்படியே நாம் ஏற்றுக்கொள்கிறோம். அங்கு ஏற்பட்ட பல பிரச்சனைகள் காரணமாக அந்த இயக்கம் சார்ந்து பல்வேறு வகைப்பட்ட அழுத்தங்கள் அங்கு இருக்கின்றன. நம்முடைய சூழ்நிலைக்கு ஏற்ப அந்த இயக்கத்தை மாற்ற வேண்டும் என்று எண்ணாமல் அவர்களுடைய சோகங்களை – அவர்களுடைய மனோபாவத்தை – அப்படியே ஏற்றுக்கொள்கிறோம்.

ஆங்கில மொழியினால் நமக்குச் சில வசதிகள் கிடைக்கின்றன. அந்த மொழியினால் சில அவசியத் தேவைகள் நிறைவேறுகின்றன. அப்படி

யானால் அந்த மொழியின் மீது ஏன் மோகம் கொள்ளக்கூடாது?

ஆங்கிலம் உலகம் முழுவதும் பரவி இருக்கக்கூடிய ஒரு மொழி என்பது உண்மையான விஷயமல்ல. உலகத்தில் மிகச் சிறுபான்மை யான மக்கள் அறிந்த ஒரு மொழிதான் ஆங்கிலம். ஆங்கிலத்தை வைத்துக்கொண்டு உங்களுக்கு பிரிட்டிஷ் தீவுகளில் அல்லது அமெரிக்காவில் நீங்கள் சில காரியங்களைச் செய்ய முடியும். நீங்கள் ஐரோப்பாவிற்குச் சென்றிருந்தால், சீனாவுக்குச் சென்றிருந் தால் அல்லது ருஷ்யாவுக்குச் சென்றிருந்தால் இந்த ஆங்கிலத்தை நீங்கள் காலணாவுக்குக்கூட அங்கெல்லாம் விற்க முடியாது. நீங்கள் ஆங்கிலம் அறிந்தவர்களா இல்லையா என்பது அங்கெல்லாம் பிரச்சனையே அல்ல.

ஆங்கில மொழி சம்பந்தமாக இந்தியர்களுக்கு இருக்கக்கூடிய ஒரு மயக்கம், அதைத் தான் தவறு என்று கூறுகிறேன். ஆங்கில மொழியை மோசமான மொழி என்று நான் சொல்லவில்லை. ஆங்கில மொழியைக் கற்பதால் நாம் அதிகமான பயன்களை அடைய முடியாது என்றும் நான் சொல்லவில்லை. ஆங்கில மக்களுடன் இருநூறு ஆண்டுகளில் நமக்கு ஏற்பட்ட உறவினால் அவர்களிடமிருந்து நமக்கு வந்த கலாச்சாரப் பழக்க வழக்கங்களை நாம் முற்றாக நீக்க வேண்டும் என்று நான் சொல்லவில்லை. இரண்டு இனங்கள் ஒன்றுக்கொன்று கூடி வாழும்போது ஒரு இனம் மற்றொரு இனத்திலிருந்து சில விஷயங்களைக் கற்றுக் கொள்ளும். வசதியைக் கருதிக் கற்றுக்கொள்ளும். அதைத் தக்க வைத்துக்கொள்ளும் என்பது ஒரு சாதாரண விதி. சிலவற்றை வெள்ளையரிடமிருந்து கற்றுக் கொண்டிருக்கிறோம். அவற்றை நாம் தக்கவைத்துக்கொள்ளலாம். அதில் ஒன்றும் தவறில்லை.

அறிவு என்பதை ஆங்கிலத்தின் மூலம்தான் பெற முடியும் என்பது உண்மையான விஷயமல்ல. ஒருக்கால் உங்களுக்கு ஆங் கிலம் தெரியாமல் ஜெர்மன் மொழி தெரிந்திருப்பின் அதன் மூலம் பெற முடியும். இன்று முக்கியமாக ஜெர்மன் மொழியும் பிரஞ்சு மொழியும் ஆங்கிலத்துக்கு இணையாக, ஒரு சமயம் ஆங்கிலத்தைத் தாண்டியும் வளர்ந்துவிட்டன. ஆங்கிலத்துக்கும் நமக்கும் இருக்கக் கூடிய உறவுகளில் நாம் கொண்டிருக்கக்கூடிய ஆரோக்கியத்தைப் பற்றி, நேர்மைகளைப் பற்றி நான் சொல்லவில்லை. அந்த மொழி சார்ந்து நமக்கிருக்கும் மயக்கங்களைப் பற்றிச் சொல்கிறேன். இன்று ஒரு அறிவாளியை அளப்பதற்கு முதன் முதலாக acid test என்று அவருக்கு ஆங்கிலம் தெரியுமா என்பதுதான் பார்க்கப் படுகிறது. இங்கு ஒரு மனிதன் பிழையாக ஆங்கிலம் பேசும்போது அவன் மிகுந்த வெட்கமடைகிறான். ஆனால் அவன் பிழையாகத் தமிழ் பேசும்போது எந்தவிதமான வெட்கத்தையும் அடைவதில்லை. பேசும்போது மட்டுமல்ல எழுதும்போதும் அவன் வெட்கம் அடைவ தில்லை. இன்று நீங்கள் ஒரு தமிழ் அறிஞரை மதிக்கும்போது அவர்

தமிழ் அறிஞர் என்பதற்காக மதிக்கிறீர்களா அல்லது அவர் ஆங்கிலமும் அறிந்த தமிழ் அறிஞர் என்பதற்காக மதிக்கிறீர்களா என்று பார்த்தால் அவர் தமிழ் அறிஞர் என்பதற்கு மேலாக ஆங்கிலமும் அறிந்தவர் என்பதற்காகவே அதிகப்படியான மதிப்பை அவர் பெற முடிகிறது. இந்த மொழி சார்ந்து ஒரு பலகீனம், மயக்கம் நமக்கு இருக்கிறது. சாதாரண மக்களிடம் இந்தப் பலகீனம் இன்னும் அதிகமாக இருக்கிறது.

இன்றையத் திரைப்படங்களை எடுத்துக்கொள்ளுவோம். ஒன்றுக்கும் பிரயோஜனமில்லாத ஒரு கதாநாயகன், ஒன்றுக்கும் உதவாதவன் என்று பெண் வீட்டாரால் கருதக் கூடிய ஒரு கதாநாயகன், அவன் கூலி வேலை செய்யக்கூடியவனாகவோ, டாக்சி ஓட்டக் கூடியவனாகவோ இருக்கலாம். அவன் அந்தத் திரைப்படத்தில் ஒரு குறிப்பிட்ட நேரத்தில் ஆங்கிலத்தில் சில வசனங்கள் பேசும்போது எண்ணற்ற பார்வையாளர்கள் கரகோஷம் செய்வார்கள். அந்தக் கரகோஷத்திற்கு அர்த்தம் ‘அவன் அறிவாளி என்பது நிரூபிக்கப்பட்டுவிட்டது’ என்பதுதான். இவை நாம் மன ரீதியாக எவ்வளவு பெரிய நோயாளிகளாக இருக்கிறோம் என்பதற்கான அடையாளங்கள். இந்த நோயை நாம் தெரிந்துகொண்டால்தான் விமோசனம் பெற முடியும். இந்த நோய்க்கு நாம் ஆளாகியிருப்பது ஒன்று. இந்த நோய் நமக்கு இருக்கும்போதே இருப்பதை மறுப்பது மற்றொன்று. ஆக இரண்டு நோய்களுக்கு நாம் ஆட்படுகிறோம். இது போன்று பல்வேறு உதாரணங்களைச் சொல்லி நம்மிடம் இருக்கும் மோகத்தை நிரூபிக்க முடியும்.

ஆங்கிலம் தெரியாதவர்கள் மிகப் பெரிய அறிஞர்களாக இருந்தும் கூட ஆங்கிலம் தெரியவில்லை என்ற காரணத்தால் உள்ளூர அவர்கள் மிகுந்த வெட்கம் அடைந்திருக்கிறார்கள். அவர்கள் வெட்கம் அடைவதற்காக நாம் வெட்கப்பட வேண்டும். உ. வே. சாமிநாத ஐயரின் பெரிய கவலை தனக்கு ஆங்கிலம் தெரியவில்லை என்பதுதாம். அவருக்கு நிகரான பதிப்பாசிரியர்கள் உலக சரித்திரத்தில் இல்லை என்றுகூடக் கருதுகிறவர்கள் இருக்கிறார்கள். அவர் தமிழ்மீது மிகுந்த காதல் கொண்டவர். மட்டுமல்ல உலக சரித்திரத்தில் மற்றவர்கள் எப்படிப் புத்தகங்ளைப் பதிப்பித்திருக்கிறார்களோ, வளர்ந்த நாடுகளில் புத்தகங்கள் எப்படிப் பதிப்பிக்கப்பட்டிருக்கின்றனவோ அவற்றிற்கு இணையான பதிப்புக்களை உருவாக்கியவர் அவர். பிறரிடம் ஒவ்வொரு விஷயங்களையும் கேட்டுத் தெரிந்து கொண்டு மற்றவர்கள் என்ன செய்கிறார்கள் என்பதை அறிந்து கொண்டு பதிப்பித்தவர் அவர். தனக்கு ஆங்கிலம் தெரியவில்லை என்பதை திரும்பத் திரும்ப தன் நண்பர்களிடம் அவர் சொல்லியிருக்கிறாராம். இந்த அவமானத்தை அவருக்கு நாம் ஏற்படுத்தும் போது அதை எண்ணி அவமானப்பட வேண்டிய நிலையில் நாம் இருக்கிறோம் என்று நினைக்கிறேன். இதுதான் அந்த மொழி சார்ந்த மோகம். இது ஒரு அறிகுறி. இன்னும் எண்ணற்ற அறிகுறிகள்

நம்மிடம் இருக்கின்றன. அதை நாம் இன்னும் கூராகப் பார்த்தோமானால் தாழ்வு மனப்பான்மைக்கான காரணங்களாக அவை இருப்பதை அறிய முடியும். இது ஒரு அபூர்வமான நோயல்ல. உலகத்தில் பல இனங்களுக்கும் இருக்கக் கூடிய தாழ்வு இது. இதைத் தாண்டி வருவதற்கான விஷயங்களைப் பற்றி நாம் யோசிக்க வேண்டும்.

கவிமணி, பாரதி, நாமக்கல்லார் போன்ற கவிஞர்கள் சமுதாயம் சீர்கெட்டுவிடக் கூடாது என்பதில் கவனமாக இருந்தனர். ஆனால் இன்றைய எழுத்தாளர்களோ தன்னலத்தோடு செயல்படுகின்றனர். இவர்கள் பெரிய சிக்கலைக் கருவாக எடுத்துக்கொண்டாலும் அதை ஆபாசமாக்கிவிடுகின்றனரே. காரணம் சொல்ல முடியுமா?

நண்பரோடு எந்தவிதமான கருத்து வேற்றுமையும் எனக்கு இல்லை. அவர் இந்தக் கால எழுத்தாளர்களை இன்னும் காரமாகத் தாக்கியிருக்கலாம் என்பதைத் தவிர. இந்த எழுத்தாளர்கள் ஏன் இந்த மாதிரியான காரியங்களைச் செய்கிறார்கள் என்பதை நீங்களே சொல்லிவிட்டீர்கள். அவர்கள் சுயநலம் சார்ந்து ஈடுபடுகிறார்கள். அவர்களுக்கு இரண்டு விதமான குறிக்கோள்கள் இருக்கின்றன. ஒன்று சமூக அந்தஸ்து. சமூக அந்தஸ்து என்றால் புகழ். மற்றொன்று பணம். இந்த இரண்டு வெற்றிகளைச் சார்ந்து – இந்த வெற்றிகளை எவை ஈட்டித் தருமோ, எந்தவிதமான இயக்கம் உருவாக்கித் தருமோ, அவற்றைச் சார்ந்து – அவர்கள் தொழில் நடத்திக்கொண்டிருக்கிறார்கள். அவர்கள் படைக்கிறார்கள் என்பதைவிட அவர்கள் தொழில் நடத்திக்கொண்டிருக்கிறார்கள் என்று சொல்லலாம். இந்த வெற்றிக்கு அவர்கள் பல்வேறு வகைப்பட்ட துறைகளால் அங்கீகரிக்கப்படுகிறார்கள். உண்மையில் தரமற்ற எழுத்தாளர்கள் அல்லது தரமற்ற கவிஞர்கள் அங்கீகரிக்கப்படும்போது ஒரு தயக்கம் ஏற்படுகிறது. மிகத் தரமற்ற ஒரு நாவலாசிரியர் மிகப் பெரிய பரிசைப் பெறும்போது அவரைத் தரமற்றவர் என்று நிரூபிப்பதில் கஷ்டம் இருக்கிறது.

பெரிய நிகழ்ச்சிகள் நிகழும்போது ஒரு இனம் தனக்குரிய அவநம்பிக்கைகளை அல்லது தாழ்வு மனப்பான்மையை உதறிக்கொண்டு சிலிர்த்து எழுகிறது. அப்படி மற்ற இனங்களுக்குச் சில சாதனைகள் நடந்திருக்கின்றன. ஒரு எழுத்தாளருக்கு நோபல் பரிசு கிடைக்கிறபோது அந்த இனம் வாழ்க்கைமீது ஆழ்ந்த நம்பிக்கை கொள்கிறது. உலகம் பார்த்து மெச்சக்கூடிய எந்தக் காரியத்தையும் நாம் இலக்கியத்திலோ சினிமாவிலோ செய்யவில்லை. அரசியல் சார்ந்த கருத்துக்களையோ சமூக ஆராய்ச்சி சார்ந்த கருத்துக்களையோ குறைந்த பட்சம் நமக்கு இரண்டாயிரம் வருடம் பழக்கம் உள்ள கவிதை சார்ந்த துறையிலோ உலகத்துக்கு இன்று வரையிலும் நாம் எவற்றையும் அளிக்கவில்லை. ஆகவேதான் நாம் தாழ்வு மனப்பான்மை கொண்டுவிட்டோம் என்று நான் சந்தேகப்

படுகிறேன்.

துறையைத் தேர்ந்தெடுப்பதில் பிறரது அறிவுறைகளையோ தாக்கங்களையோ பொருட்படுத்த வேண்டாமா?

ஒரு துறையைத் தேர்ந்தெடுத்த பின் அதில் இயங்குவது விரும்பத் தக்க விஷயம்தான். ஆனால் நம் சமூகப் பின்னணி சார்ந்த ஏதோ ஒரு காரணத்திற்காக சரியான வழிகாட்டல் நமக்குக் கிடைக்காமல் போகலாம். அது குடும்பம் சார்ந்தோ அல்லது உறவினர்கள் சார்ந்தோ அல்லது நண்பர்கள் சார்ந்தோ அல்லது ஆசிரியர்கள் சார்ந்தோ நமக்குக் கிடைக்காமல்போகலாம். அதனால் சில சந்தர்ப்பங்களில் நாம் தவறான துறையைத் தேர்ந்தெடுக்கக்கூடிய வாய்ப்பு இருக்கிறது. இந்த வாய்ப்பினால் நாம் சில பட்டங்களைப் பெற்ற பிறகு ஏதோ ஒரு காரணத்தினால் இருபது, இருபத்திரண்டு வயதில் அதிக வயதை நாம் அடைந்துவிட்டோம் என்றும் இந்தத் துறையை மாற்றிக்கொண்டு மற்றொரு துறையை நாம் தேர்ந்தெடுத்து அதில் திறமை பெறுவது அசாத்தியமான காரியம் என்ற எண்ணம் மாணவர்களுக்கு ஏற்படுவது இயற்கை. இது போன்ற ஒரு எண்ணம் நமக்கு ஏற்பட வேண்டிய அவசியம் இல்லை. கல்லூரியில் நாம் தவறான ஒரு துறையைத் தேர்ந்தெடுத்தாலும்கூட வாழ்க்கையில் நம்முடைய ருசிகளுக்கு ஏற்ற துறைகளைத் தேர்ந்தெடுத்து அதில் பயிலக்கூடிய வாய்ப்பு இன்று இருக்கிறது. அந்த வாய்ப்பு மாணவர் களுக்கு அவசியம் என்றால், விமர்சனங்களுக்கு ஆட்பட்டாலும் கூட – அவர் தனது ருசிக்கு ஏற்பத் துறைகளைத் தேர்ந்தெடுத்துக் கொள்ள பின் வாங்கக் கூடாது என்று நினைக்கிறேன். உங்களைப் பொறுத்த வரையில் நீங்கள் சரியான துறைகளைத்தான் தேர்ந் தெடுத்திருப்பீர்கள் என்றால் நீங்கள் அந்தத் துறையைத் தொடர லாம். ஏதோ ஒரு காரணத்திற்காக நமக்குத் துறை சரியாக அமையவில்லை என்று வாழ்நாள் முழுவதும் விசனப்பட்டுக் கொண்டிருப்பதைவிட நமக்கு நம்மைப் பற்றித் தெரிந்த நேரத்தில் நம்முடைய துறைகளை மாற்றிக்கொள்வது மிக முக்கியமான விஷயமாக எனக்குப்படுகிறது.

இன்று புதுக்கவிதை வளர்ந்த நிலையில்தான் இருக்கிறது. கடந்த சில ஆண்டுகளாகத் தமிழ்நாட்டில் தமிழிற்கு ஒரு சரியான இடம் இல்லாமல் போகவில்லையே?

நான் புதுக்கவிதையைப் பற்றிச் சாதகமாகவோ பாதகமாகவோ எந்தக் கருத்தையும் என்னுடைய பேச்சில் கூறவில்லை. மு. வ. 'இலக்கியத் திறன்' என்ற தனது புத்தகத்தில் புதுக்கவிதையை வரவேற்று எழுதக்கூடிய அளவுக்கு இன்றைய நவீன இலக்கியப் போக்குகளை அறிந்துவைத்திருக்கிறார் என்று பாராட்டினேன்.

பொதுவாக ஒரு மொழி இரண்டாம் பட்சமான படைப்புக் களால், அவை நாவல்களாக இருந்தாலும் சரி, சிறுகதையாக இருந்தாலும் சரி, கவிதையாக இருந்தாலும் சரி, ஒரு மொழி

தன்னுடைய வலிமைகளை இழந்துகொண்டிருக்கும். முதன்மையான படைப்புக்களால், மிகத் தரமான படைப்புக்களால், மொழி வளர்ச்சி அடையும். நம்முடைய மொழி நம்முடைய சிறந்த கவிஞர்களால், சிறந்த நாவலாசிரியர்களால், சிறந்த சிறுகதை ஆசிரியர்களால், சிறந்த கட்டுரை ஆசிரியர்களால் நன்றாக வளர்க்கப்படுகிறது என்று நான் நம்புகிறேன். ஆனால் நம்மிடமோ இரண்டாம் பட்சமான அல்லது மூன்றாம் பட்சமான கவிஞர்களும், நாவலாசிரியர்களும், சிறுகதை ஆசிரியர்களும் எண்ணிக்கையில் அதிக அளவு இருக்கின்றனர். அவர்களுக்கு சமூக அந்தஸ்தும் நிறுவனங்களின் ஆதரவும் கிடைக்கிறது. அவர்கள் மொழியை மலினப்படுத்திக்கொண்டிருக்கிறார்கள். இதுதான் தமிழ் மொழி சம்பந்தமாக நாம் எதிர்கொள்ளக்கூடிய நிலையாக இருக்கிறது.

நமக்கு இருக்கின்ற ஆங்கில மோகத்தால்தான் நாம் தமிழை உண்மையில் மதிக்காமல் இருக்கின்றோமா?

ஆங்கில மோகம் ஏற்படுவதற்கு மாணவர்களை நான் குறை சொல்லவில்லை. மாணவர்கள் இந்த குறைகளுக்கு ஆட்பட்டுவிடக் கூடாது என்ற கவலையினால்தான் உங்களைத் தூண்டக்கூடிய, அல்லது உங்களைத் தொந்தரவு பண்ணக்கூடிய, நீங்கள் முழுமையாக ஏற்றுக்கொள்ள மறுக்கக்கூடிய பல கருத்துக்களை முன்வைத்தேன். மாணவர் சமுதாயம் இன்று இருக்கக்கூடிய பல்வேறு குறைகளுக்குப் பலியாகி விடக் கூடாது என்று நினைக்கிறேன். இன்று ஆங்காங்கே திறக்கப்பட்டுள்ள ஆங்கிலப் பள்ளிகள், ஆங்கிலத்தின்மீது நாம் கொண்ட மோகத்தையே காட்டுகின்றன. வெளியே தமிழின் பெருமை பேசுதல், அதே சமயம் ஆங்கிலத்தை உள்ளூர மதித்தல் – இதுதான் நம்முடைய கலாச்சாரத் தலைமையின் இரட்டைக் குணம். நம்முடைய அரசியல் தலைமையின் இரட்டைக் குணம். இந்த குணத்தைக் கொண்டவர்கள்தான் இந்தச் சமுதாயத்தை உருவாக்கிக்கொண்டிருக்கிறார்கள். இவர்கள் ஆங்கிலக் கல்விக்கு அளிக்கக்கூடிய முக்கியத்துவத்தை நீங்கள் ஆராய்ந்து பார்த்தால் இது தெரியும். இவர்களுடைய மரியாதை தமிழ் சார்ந்து இல்லை என்பதற்கும் ஆங்கிலம் சார்ந்துதான் இருக்கிறது என்பதற்கும் எத்தனையோ உதாரணங்களைச் சொல்ல முடியும். நாம் கடந்த ஐம்பது வருடங்களில் தமிழைப் பற்றி உயர்வாகப் பேசியது உண்மையென்றால் நாம் பல்வேறுபட்ட காரியங்களைச் சாதித்திருக்க வேண்டும். ஆனால் சொல்லும்படியான மிகப் பெரிய காரியங்கள் எவற்றையும் நாம் சாதிக்கவில்லை. தமிழன் பெருமை பேசுவதே சில அரசியல் காரணங்களுக்காக, சில சமூகக் காரணங்களுக்காக. இதை ஒரு தந்திரமாகக் கொண்டிருக்கிறோம். இந்த இனம் தன்னுடைய தாழ்மையைப் பற்றி உள்ளூர வருந்தவில்லை என்பதற்கான தடயங்கள்தான் எனக்கு அதிகமாகக் கிடைத்துக் கொண்டிருக்கின்றன.

இன்றையக் கலாச்சார வீழ்ச்சிக்கு முக்கியமான காரணமாக எதைச்

சொல்ல முடியும்?

முக்கியமான காரணம் தமிழ்நாட்டில் போலிகளுக்குக் கிடைக்கக் கூடிய அங்கீகாரம் என்று சொல்லலாம். ஒரு சமுதாயத்தில் எல்லாத் தரத்தைச் சார்ந்த மக்களும் வாழ்ந்து கொண்டிருப்பார்கள். மிக உயர்ந்த தரத்தைச் சார்ந்த மக்கள் மட்டும் வாழக்கூடிய சமுதாயம் என்று எதுவுமே இல்லை. செயல்பாடுகள் என்று எடுத்துக்கொண்டால் பல்வேறு தரத்தைச் சார்ந்த செயல்பாடுகள் ஒவ்வொரு சமூகத்திலும் நிகழ்ந்து கொண்டிருக்கும். மிக உயர் வானதும் இருக்கும்; நடுத்தரமானதும் இருக்கும்; மிகக் கீழானதும் இருக்கும். ஆனால் ஒரு விவேகமான சமூகம் உயர்வான செயல் பாடுகளை ஏற்றுக்கொள்கிறது. அதைப் போற்றுகிறது. பாராட்டு கிறது. இரண்டாம் பட்சமான செயல்பாடுகளை விமர்சிக்கிறது. மூன்றாம் பட்சமான அல்லது முப்பதாம் பட்சமான செயல்பாடு களைக் கண்டிக்கிறது. இதன் மூலம் மதிப்பீடுகளை ஒரு விவேகமான சமூகம் காப்பாற்றிக்கொண்டுவருகிறது. எனவே இந்தச் செயல்பாடு கள் இருப்பது வீழ்ச்சிக்குக் காரணம் அல்ல. தரக்குறைவான செயல்பாடுகள் இல்லாத ஒரு சமூகம் இந்த உலகத்தில் எதுவுமே இல்லை. தரக்குறைவான காரியத்துக்கு நாம் கொடுக்கக் கூடிய சமூக அங்கீகாரம், சமூக மதிப்பு வீழ்ச்சியினுடைய அறிகுறி என்று நான் கருதுகிறேன்.

மூன்றாம் தர எழுத்தாளரை முதல் தரமான எழுத்தாளராக ஒரு சமூகம் கருதுமென்றால், பல்கலைக்கழகம் கருதுமென்றால், அறிவாளி வர்க்கங்கள் கருதுமென்றால், அரசாங்கம் கருதுமென் றால், அரசியல்வாதிகள் கருதுவார்கள் என்றால் அந்தச் சமூகம் விவேகமான மதிப்பீடுகளை, அளவுகோல்களை இழந்துவிட்டது என்றுதான் அர்த்தம். மிகச் சிறந்த நடிகர்கள் இருக்கக்கூடிய ஒரு சமூகத்தில் மிக மோசமான நடிகர்களை மிகச் சிறந்த நடிகர்களாக ஒரு சமூகம் ஏற்றுக்கொள்ளும் என்றால், அந்தச் சமுதாயத்தைச் சேர்ந்த அறிவாளிகளும் ஏற்றுக்கொள்வார்கள் என்றால், நடிப்பைச் சார்ந்த அளவுகோல் முறிந்துபோகிறது என்று அர்த்தம். இது போன்ற ஒரு வீழ்ச்சி தமிழ்ச் சமூகத்திற்கு ஏற்பட்டுக் கொண்டிருக் கிறது. அரசியல் சார்ந்தும் இலக்கியம் சார்ந்தும் பிற துறைகள் சார்ந்தும் மூன்றாம் தரமானவற்றை முதல் பட்சமாக முன்வைக்கும் காரியம், முதல் பட்சமானவற்றை முற்றாக நிராகரித்துவிடும். இந்த இரண்டு காரியத்தையும் இந்த சமூகம் ஏற்றுக்கொண்டிருக் கிறது. ஆகவே இது ஒரு பெரிய வீழ்ச்சி என்று நம்புகிறேன்.

இன்றைய தரமான எழுத்துக்கள் படிப்பதற்கு எளிமையாக இல்லையே. உங்கள் ‘காலச்சுவடு’ கூடத்தான் . . .

மிகச் சிறப்பான எழுத்து சற்றுக் கடினமாக இருக்கலாம். மிகச் சிறப்பான எழுத்து எளிமையாகக்கூட இருக்கலாம். கடினம் என்பது

இலக்கிய அளவுகோல் அல்ல. இது கடினமாக இருக்கிறது; ஆகவே உயர்வானது என்று சொல்ல முடியாது. இது எளிமையாக இருக்கிறது; ஆகவே இது தள்ளுபடியானது என்று சொல்ல முடியாது. இரண்டு விதமாகவும் படைப்புக்கள் இருக்கலாம். எளிமையாக இருக்கிறதா? அல்லது கடினமாக இருக்கிறதா? என்பதைப் பற்றி முன்கூட்டியே எண்ணங்களைக் கொண்டு அந்த எண்ணங்களின் அடிப்படையில் நான் இலக்கியப் புத்தகங் களை மதிப்பிடுவதில்லை. நம்முடைய இதிகாசங்களான மகாபாரதமும், இராமாயணமும் மிக எளிமையானவை. James Joyce இன் Ulysses மிகக் கடினமான புத்தகம். Franz Kafkaவும் சுலபமான ஆசிரியர் அல்ல. இவை எல்லாமே இலக்கியத் தரமானவை என்றே நான் கருதுகிறேன். மிக எளிமையானவை மட்டும் போதும்; கடினமானவை வேண்டாம், வேண்டவே வேண்டாம் என்கிற மனோபாவத்தை நான் ஏற்றுக் கொள்ளவில்லை.

இந்த நாவலாசிரியர்கள் அல்லது கவிஞர்களின் படைப்புக் களைக் கடினம் என்று வாசகர்களாகிய நாம் கூறுவதற்குச் சில காரணங்கள் இருக்கின்றன. இதற்கு முன் எந்தக் காரியங்கள் சொல்லப்பட்டனவோ அதே விஷயங்கள் இந்த நாவலிலோ கவிதைகளிலோ சொல்லப்படவில்லை. இதுகாறும் சொல்லாத மிகச் சிக்கலான விஷயங்களை அவர்கள் சொல்ல முயற்சி செய் கிறார்கள். அந்த முயற்சிகளில் வெற்றிகள் அடைகிறார்கள். இதன் மூலம் உங்கள் மொழி மிக நுட்பமான ஆற்றல்களை அடைகிறது. இன்று பல நுட்பமான கருத்துக்களை நம் மொழியில் நாம் சொல்கிறோம் என்றால் நம் மொழியை மிகக் கூர்மையாகப் படைப்பாளிகள் வளர்த்துக்கொண்டு வருவதால்தான் நம் மொழியை நாம் பல்வேறு வகைப்பட்ட வளர்ந்துவரும் துறைகளுக்குப் பயன் படுத்த முடிகிறது. மகாபாரத மொழி மட்டுமே நமக்கு இருக்கு மென்றால் இன்று உலகத்தில் தோன்றக்கூடிய பல கருத்தாக்கங் களை நாம் சென்றடைய முடியாது.

காலத்தின் கோலத்திற்கு ஏற்ப, விரிந்துவரக்கூடிய அறிவு வளர்ச்சிக்கு ஏற்ப, புதிய துறைகளின் அறிமுகத்திற்கு ஏற்ப, நம்முடைய புத்தகங்கள் நம்மளவில் கடினமாகிக் கொண்டுபோகக் கூடிய வாய்ப்புகள் மிகுதியாக இருக்கின்றன. இதையும் ஒரு தவிர்க்க முடியாத விதியாகக் கொள்ள வேண்டும். அந்தப் புத்தகங்களிடம் நமக்கு உள்ள உறவை மேலும் செம்மைப்படுத்திக்கொள்ள வேண்டும். அந்த உறவுகளை நல்ல முறையில் நாம் பேண வேண்டும். கடினமான புத்தகங்களை படித்து அதிலுள்ள சாராம்சங்களை நாம் தெரிந்து கொள்ள முடியும் என்றால் இதற்கு முன்னால் நமக்கு இலக்கியத்திலி ருந்து கிடைக்காத ஒருவகை அனுபவம், ஒரு பேரனுபவம், அனுபவத் தின் ஒரு புதிய பரிணாமம் அந்தப் புத்தகங்களிலிருந்து நமக்குக் கிடைக்கும். அந்த வாய்ப்பைக் கடினம் என்று சொல்லி நாம் இழந்துவிடக் கூடாது என்று நான் கேட்டுக் கொள்கிறேன்.

என்னுடைய இதழான 'காலச்சுவடு' உங்களால் போதிய அளவுக்குப் படிக்க முடியாமல் இருக்கிறது என்றால் இரண்டு காரணங்கள் இருக்கலாம். ஒன்று அதை எழுதக்கூடியவர்கள் போதிய அளவுக்கு எளிமையாகச் சொல்லத் தெரியாதவர்களாக இருக்கலாம். அல்லது அவர்கள் சொல்லுகிற விஷயங்களைச் சார்ந்து உங்களுக்கு முன் பரிச்சயம் இல்லாமல் இருக்கலாம். இந்த காரணங் களைச் சார்ந்து அது கடினமாக அமையும். ஏற்கனவே சொல்லப் பட்ட விஷயங்கள் சார்ந்து உங்களுக்குப் பழக்கம் இருக்குமே யென்றால் அதில் வரக்கூடிய கட்டுரைகளை நீங்கள் புரிந்து கொள்வதற்கான ஒரு வாய்ப்பு இருக்கும். அப்படி உங்களுக்குப் பழக்கம் இருந்தும் அந்தக் கட்டுரைகளோ அல்லது கவிதைகளோ உங்களுக்குப் புரியவில்லை என்றால் அது அநேகமாக சொல்லிய வர்களுடைய குறையாகக் கருதலாம். இரண்டு வாய்ப்புக்களும் இருக்கின்றன.

ஒருவன் படிப்பினால்தான் நிறைவான வாழ்க்கையை அடைய முடியுமா? இன்றையக் காலகட்டத்தில் படிப்பிற்கு நேரம் ஒதுக்குவது என்பது முடியாத செயலாக இருக்கிறதே.

வாசிப்பு என்பது முக்கியமான ஒன்று என்று சொன்னேன். ஆனால் அதை ஒரு கட்டாயமான விதியாக நீங்கள் ஏற்றுக்கொள்ள வேண்டும் என்று இல்லை. அது முக்கியமான ஒரு தவிர்க்க முடியாத விதி அல்ல. நீங்கள் படிக்கலாம். படிக்காமல் கூட இருக்கலாம். படிக்காமலேயே நிறைவான வாழ்க்கை வாழ்ந்த பல்வேறு நபர்களை எனக்குத் தெரியும். எந்த ஒரு புத்தகத்தையும் படிக்காமல் – ஒரு தினசரியைக்கூடப் படிக்காமல் – சந்தோஷமான நிறைவான வாழ்க்கையைத் தங்கள் அளவில் வாழ்ந்தவர்களை எனக்குத் தெரியும். ஆனால், இன்றைய வாழ்க்கையை, வாழ்க்கையின் வேறு பரிமாணங்களைப் புத்தகங்களின்றி நாம் எதிர்கொள்ள முடியாதோ என்ற சந்தேகம் எனக்குப் பலமாக இருக்கின்றது.

நேரம் ஒதுக்குவது என்பது உங்கள் ஆர்வங்கள் சம்பந்தப்பட்ட விஷயம். நாம் பல்வேறு துறைகளைப் பற்றிப் படித்துக்கொண்டுதான் இருக்கிறோம். இலக்கியம் என்று எடுத்துக் கொண்டால் நமக்கு நேரம் இல்லாமல்போகலாம். ஆனால் அதைவிட மிக முக்கியத்துவம் குறைந்த பல்வேறுபட்ட விஷயங்களுக்கு நேரம் செலவிட வேண்டிய அவசியம் நமக்கு இருக்கிறது. வாழ்க்கையை எதிர்கொள்ளும்போது அரசாங்கத்துக்கும் உங்களுக்குமான உறவுகள் சார்ந்த காரியங்கள், நீங்கள் பணியாற்றும் நிறுவனங்களின் உறவைச் சார்ந்த காரியங்கள், உங்கள் உறவுகளைத் திருப்திப்படுத்துவதற்காக நீங்கள் செய்ய வேண்டிய காரியங்கள், உங்கள் குடும்பத்தைத் திருப்திப்படுத்துவதற் காக நீங்கள் செய்ய வேண்டிய காரியங்கள், உங்கள் நண்பர்களைத் திருப்திப்படுத்துவதற்காக நீங்கள் செய்ய வேண்டிய காரியங்கள் – இப்படி எண்ணற்ற காரியங்களில் நீங்கள் பொழுதைச் செல வழித்துக் கொண்டிருக்கிறீர்கள். இவற்றில் ஒரு பொழுதை மிச்சப்

படுத்தி நீங்கள் விரும்பக்கூடிய மிக உன்னதமான புத்தகங்களைப் படிக்க முடிந்தால் அந்த அளவுக்கு வாழ்க்கைப் பார்வை விரிவடையும் என்று நம்புகிறேன்.

இந்த நூற்றாண்டில் தமிழில் மிகச் சிறந்த கலைஞர்கள் யாவர்?

இந்த நூற்றாண்டில் மிகச் சிறந்த கலைஞர்களாக நான் இருவரை மதிக்கிறேன். ஒருவர் பாரதி. மற்றொருவர் புதுமைப்பித்தன். இவர்களின் புத்தகங்களையேனும் மாணவர்கள் முழுமையாகப் படிக்க வேண்டும். இந்த அனுபவங்களுக்கு அவர்கள் ஆளானால் அதுவே பெரிய விஷயம். இதை ஆரம்பமாகக் கொண்டு தமிழில் எழுதப்பட்டுள்ள முக்கியமான மற்ற புத்தகங்களைப் படிக்கலாம். சிறந்த புத்தகங்கள் ஏராளமாகத் தமிழில் இருக்கின்றன. அவற்றை நீங்கள் படித்துப் பார்ப்பது அவசியமென்று நம்புகிறேன். இந்த நூற்றாண்டைச் சேர்ந்த நூறு புத்தகங்களையேனும் குறைந்தபட்சம் படிக்க வேண்டிய அவசியம் ஒவ்வொரு மாணவனுக்கும் ஒவ்வொரு மாணவிக்கும் ஒவ்வொரு ஆசிரியருக்கும் இருக்கிறது என்று நினைக்கிறேன். அந்தப் புத்தகங்களை நீங்கள் சுலபமாகப் பெற்றுக்கொள்ள முடியும். பெரும்பான்மையான புத்தகங்கள் உங்கள் நூல் நிலையங்களில் இருக்கக் கூடியவைதான். எந்தவிதமான கஷ்டத்துக்கும் நம்மை ஆட்படுத்தாமல் மிகப் பெரிய செல்வங்கள் நம்மை வந்தடையக்கூடிய ஒரு வாய்ப்பை நாம் பெற்றிருக்கிறோம். அந்த வாய்ப்பை நாம் முழுவதும் பயன்படுத்திக்கொள்ள வேண்டும் என்று கேட்டுக்கொள்கிறேன்.

படைப்பாளிகளில் இரண்டாந்தரப் படைப்பாளியை எந்த அளவுகோலை வைத்து மதிப்பிடுகிறீர்கள்?

இப்போது பல்வேறு வகைப்பட்ட அளவுகோல்கள் இருக்கின்றன. முக்கியமாக ஒரு அளவுகோல் ஒரு படைப்புக்கும் காலத்துக்குமான உறவு. ஒரு எழுத்தாளன் அவனுடைய காலத்தில் வாழ்ந்துகொண்டிருக்க வேண்டும். இருபதாம் நூற்றாண்டு எழுத்தாளன் இருபதாம் நூற்றாண்டைச் சேர்ந்த ஒரு நவீன மனிதனாக இருக்க வேண்டும். அவனது உடல் இன்று வாழ்கிறது என்ற காரணத்திற்காக அவனை இந்த நூற்றாண்டு மனிதனாகக் கருதி, கருத்துலகம் சார்ந்து, அனுபவ உலகம் சார்ந்து கணக்கில் எடுத்துக்கொள்ள முடியாது.

இன்று வந்துகொண்டிருக்கிற பெரும்பான்மையான புத்தகங்களும் படைப்புக்களும் பத்தொன்பதாம் நூற்றாண்டில் இருக்க வேண்டியவை. ஆக, ஒரு படைப்பாளிக்கும் இந்த காலத்திற்கும் இருக்கக்கூடிய உறவு நிலை காலத்தால் அவன் பெற்ற பாதிப்புகள், அந்தப் பாதிப்புகள் மூலம் தன்னை நவீன மனிதனாக அவன் உருவாக்கி வைத்துக் கொண்டிருக்கும் ஒரு நிறைவு, இவைதான் படைப்புக்கு அடிப்படையான கூறுகள் என்று நினைக்கிறேன். இதைச் சார்ந்து பல்வேறுபட்ட கூறுகள் இருக்கின்றன. மொழியை அவன் எப்படிப் பயன்படுத்துகிறான்? சிக்கனமாகப் பயன்படுத்து

இவை என் உரைகள்

கிறானா? மொழியை விரயம் செய்கிறானா? மிகப் பெரிய அனுப வங்களை அவனால் அறிய முடிகிறதா? பல்வேறுபட்ட அர்த்தப் பரிமாணங்களை அந்தப் படைப்புக்களால் தர முடிகிறதா? உண்மையென்று முற்றாக நம்பக்கூடிய, நம்பச் செய்துவிடக்கூடிய ஒரு கற்பனை வளத்தை அவன் கொண்டிருக்கிறானா? மீண்டும் மீண்டும் அந்தப் படைப்பை அணுக வேண்டும் என்ற வற்புறுத்தலை அந்தப் படைப்பு நமக்குத் தருகிறதா? நம்முடைய கவனத்தை முழுமையாக அந்தப் படைப்பு கேட்டு நிற்கிறதா? அல்லது அரைத் தூக்கத்திலேயே அந்தப் படைப்பைப் படிக்கும்படி உருவாக்கப்பட்டி ருக்கிறதா? என்பது போன்ற பல்வேறுபட்ட அளவுகளை வைத்து உயர்ந்த படைப்புக்கும் இரண்டாம் பட்சப் படைப்புக்குமான வேற்றுமைகளைக் கண்டுகொள்ள முடியும் என்று நினைக்கிறேன்.

நாகர்கோவில் தெ. தி. இந்துக் கல்லூரி வணிக இயல் துறை முதுகலை மாணவர் பேரவைத் தொடக்க விழா - 28.10.1988

நவீன எழுத்தாளனின் தலைவிதி

இக் கருத்தரங்கில் பல தலைப்புக்களில் பல்வேறு அறிஞர்கள் கட்டுரைகள் படிக்க இருக்கிறார்கள். கல்வி, வரலாறு, திருக்கோயில்கள், பண்டைய இலக்கியம், தற்கால இலக்கியம், கலைகள், நாட்டார் கலைகள், இதழியல் ஆகிய துறைகளில் தேர்ச்சி பெற்ற புலவர்கள் தங்கள் கருத்துக்களை முன்வைத்து இந்தக் கருத்தரங்கிற்கு வலிமை சேர்ப்பார்கள் என்று நம்புகிறேன். எழுத்தாளர் மாநாட்டைச் சார்ந்து நடக்கும் கருத்தரங்கம் என்பதால் இன்றையத் தமிழ்ப் பின்னணியில் நவீன எழுத்தாளனின் தலைவிதி பற்றி ஒருசில வார்த்தைகள் கூறுவது தவறாக இருக்காது என்று நம்புகிறேன்.

தமிழ்மொழி உலக மொழிகளில் மிக மேலானது என்பது நமக்குத் தெரியும். மேலான மொழி என்றால் என்ன? எந்த மொழியிலும் ஒருவர் பேச அந்த மொழி அறிந்த மற்றொருவருக்குப் புரிகிறது. ஒருவர் எழுத மற்றொருவர் படித்துத் தெரிந்து கொள்கிறார். ஓசையில் மட்டும் உயிர் வாழ்ந்து கொண்டிருக்கும் மொழிகளும் இருக்கின்றன. ஓசையிலும் எழுத்து வடிவிலும் வாழ்ந்துகொண்டிருக்கும் மொழிகளும் இருக்கின்றன. கருத்துப் பரிவர்த்தனை எல்லா மொழிகளிலுமே நிகழ்ந்துகொண்டிருக்கும் போது தமிழின் தனிச் சிறப்பு என்ன? ஏன் அதை வளர்ச்சியடைந்த மொழி என்கிறோம்? அதன் தொன்மையைச் சொல்லி ஏன் பெருமிதம் கொள்கிறோம்?

மொழி மேலானது என்றால் அந்த மொழியில் மேலான இலக்கியங்கள் இருக்கின்றன என்று அர்த்தம். சங்கக் கவிஞர்களும், தொல்காப்பியனும், வள்ளுவனும், கம்பனும், இளங்கோவும், பாரதியும் மேலானவற்றை, உலக இலக்கியங்களோடு ஒப்பிடத் தகுந்தவற்றை எழுதியிருக்கிறார்கள். இவை போன்ற படைப்புக்களைக் கழித்துவிட்டால் பரிமாற்றத்திற்கு மட்டுமே உபயோகப்பட்டு நிற்கும் ஒரு சாதனமாகத் தமிழ் சுருங்கிவிடும்.

நேற்று வாழ்ந்த தரமான படைப்பாளிகள் நம் மொழியையும் கலாச்சாரத்தையும் செழுமைப்படுத்தியிருக்கிறார்கள் என்றால்

அவர்கள் வழியில் தோன்றியிருக்கும் இன்றைய எழுத்தாளர்கள் தங்களால் இயன்ற அளவு தரத்தைக் கூட்டி நம் மொழியையும் கலாச்சாரத்தையும் செழுமைப்படுத்திவருகிறார்கள். உலக இலக்கியங்களுடன் ஒப்பிடத்தகுந்த படைப்புக்கள் தமிழில் குறைவாகவும் இந்திய இலக்கியங்களுடன் ஒப்பிடத்தகுந்த படைப்புக்கள் தமிழில் நிறைவாகவும் வந்துகொண்டிருக்கின்றன.

ஆக, இந்த எழுத்தாளர்கள்தான் நம் மொழியின் வளத்தை, கலாச்சாரத்தின் செழுமையை, சிந்தனைகளின் கூர்மைகளைத் தமிழில் உருவாக்கிவருகிறார்கள். இவர்களை மட்டுமே நான் எழுத்தாளர்கள் என்று அழைக்கிறேன். இவர்கள் எண்ணிக்கையில் மிகக் குறைவானவர்கள். சோரம் போகாமல், சமரசங்களில் சரியாமல், இழிவுகளை ஏற்க மறுத்து, புறக்கணிப்புகளால் மனம் குன்றாமல், உயர்வானவற்றையும் உன்னதமானவற்றையும் இயன்ற வரையிலும் இவர்கள் படைத்துக்கொண்டிருக்கிறார்கள். தங்கள் பார்வை சார்ந்து, ஏற்று நிற்கும் தத்துவங்கள் சார்ந்து, தங்கள் நம்பிக்கைகள் சார்ந்து, இவர்கள் படைத்துக்கொண்டிருக்கிறார்கள்.

மற்றொரு வகையினர் மொழியைத் தங்கள் சுய லாபங்களுக்காக – பணம், புகழ், பரிசு ஆகிய மூன்று சுய லாபங்களுக்காக – பயன்படுத்தி சந்தைக்கு ஏற்ப சரக்குகளைத் தயாரித்து அவற்றை விற்றுத் தங்கள் குறுகிய நோக்கங்களை நிறைவேற்றிக் கொள்ளக்கூடியவர்கள். லட்சக்கணக்கான வாசகர்கள் கொண்ட பிரபல இதழ்கள் மூலம் இவர்களின் தயாரிப்புகள் பொழுதுபோக்கு வாசகனை எட்டுகின்றன. எந்த மேலான விதிகள் சார்ந்தும் இவர்கள் ஒழுகவில்லை. இதழின் விற்பனையை அதிகரிக்கச் செய்யும் வகையில் இவ்விதழ் ஆசிரியர்கள் என்னும் வர்த்தகர்கள் எந்த விதமான சரக்கைக் கொள்முதல் செய்ய விரும்புகிறார்களோ அதற்கேற்ப சரக்கைத் தயாரித்துக் கொடுக்கக்கூடிய வணிக உற்பத்தியாளர்கள் இவர்கள். மறைமுகமான அல்லது நேரடியான ஆபாசம், பாலுணர்வைத் தூண்டும் தந்திரங்கள், தமிழ் வாழ்க்கையில் பார்க்கக் கிடைக்காத காதல் காட்சிகள், நிஜமான வாழ்க்கைக்கு எதிராகப் பொய்யான வாழ்க்கை, உண்மையான பிரச்சனைகளுக்கு எதிராகப் போலியான பிரச்சனைகள், மெய்யான தீர்வுகளுக்கு எதிராகக் கற்பனையான தீர்வுகள் இவையே அவர்களுடைய வழிமுறைகள். இவர்களுக்கு வருமானம் உண்டு, புகழ் உண்டு, அரசியல் செல்வாக்கு உண்டு. வானொலியிலும் டி. வியிலும் சந்தர்ப்பங்கள் உண்டு. பல்கலைக் கழகங்கள் இவர்களை ஆதரிக்கின்றன. ஆராய்ச்சி மாணவர்கள் இவர்களுடைய ஜோடனைகளை ஆராய்ச்சி செய்து பட்டம் பெறுகிறார்கள்.

எழுத்தாளர்கள் தங்களைத் தேடிப் பரிசுகள் வருவதற்காக நெடுங் காலமாகக் காத்துக் கொண்டிருக்கிறார்கள். வணிக எழுத்தாளர்கள்

பரிசுகளுக்குக் கொடுக்க வேண்டிய அரசியல் விலை தந்து உடனுக்குடன் அவற்றைப் பெற்று முந்தியில் சொருகிக்கொண்டு போகிறார்கள். அத்துடன் மூன்றாம் தர வணிகத் தயாரிப்புகள்தான் இன்று நூல் நிலையங்களையும் பெரிதும் ஆக்ரமித்துக்கொண்டிருக்கின்றன.

மேலானவற்றை உருவாக்கிக்கொண்டிருக்கும் எழுத்தாளன் ஐந்நூறு அல்லது ஆயிரம் பிரதிகள் விற்கும் சிறு பத்திரிகைகளில் எழுதிக்கொண்டிருக்கிறான். தமிழ் மக்களின் எண்ணிக்கை 5 கோடிக்கு மேல் என்கிறார்கள். மேடையில் முழங்குகிறவர்கள். இன்னும் அதிகமாகக்கூடச் சொல்கிறார்கள். எனக்கு நிச்சயமாகத் தெரியவில்லை. ஆனால் ஒன்று நிச்சயமாகத் தெரிகிறது. தமிழ் எழுத்தாளன் ஒருவன் மேலானவற்றைப் படைக்க வேண்டும் என்று எண்ணிவிட்டான் என்றால், ஐம்பது வருடம் விடாப்பிடியாக எழுதிய பின்பும் அவனால் இரண்டாயிரம் வாசகர்களைச் சென்றடைய முடியாது. அவன் தனியாகச் சிற்றிதழ்களுக்கு வெளியே நின்று ஒரு புத்தகம் எழுதினால், அதுவும் தரமான புத்தகம் என்றால் ஆயிரம் பிரதிகள் விற்க ஐந்து வருடங்கள் வரையிலும் ஆகும். ஐம்பது வருடங்கள் தொடர்ந்து எழுதிய பின்பும் அவன் ஒரு சமூக சக்தியாக உருவாவது இல்லை. திட்டமிட்டப் புறக்கணிப்புகள் மூலம் அவன் குரல்வளை நெரிகிறது. இருப்பினும் அவன் எழுதிக்கொண்டிருக்கிறான். தரத்தைக் காப்பாற்ற முன்னும் தமிழ் எழுத்தாளனின் சோதனைகள் மிகக் கொடுமையானவை. எனக்குத் தெரிந்து உலக மொழிகள் எவற்றிலும் மதிப்பீடுகளையும் தரங்களையும் போற்றும் எழுத்தாளன் இந்த ஒரே காரணத்திற்காக இவ்வளவு மோசமான சோதனைகளை எதிர்கொள்வதில்லை.

ஆனால், காலம் அவ்வளவு கொடுமையாக இல்லை. எழுத்தாளனின் படைப்புக்கள் காலத்தை எதிர்த்து வெல்லும்போது, பொழுது போக்கு ஜோடனைகள் காலத்தால் சாகடிக்கப்படுகின்றன. ஆனால் காலத்தின் நடவடிக்கைகள் சாவகாசமானவை. எழுத்தாளனின் ஆயுளோ அதிகமாகவும் இல்லை. பாரதியைப் புறக்கணித்த புலவர்கள் இருந்த இடம் இன்று தெரியவில்லை. பாரதி நின்று கொண்டிருக்கிறார். கல்கி தேய்ந்து கொண்டிருக்கிறார். புதுமைப் பித்தன் வளர்ந்துகொண்டிருக்கிறார். தான் வாழ்ந்த காலத்தில் மிக மோசமான புறக்கணிப்புகளுக்கும் வசவுகளுக்கும் ஆளான வையாபுரிப் பிள்ளை மறு அவதாரம் எடுத்திருக்கிறார். அவரைத் தூற்றிய புலவர்களின் வாரிசுகள் வையாபுரிப் பிள்ளைக்கு உரிய மதிப்புத் தந்து அவரை ஆராய்ந்து பார்க்க வேண்டும் என்று இப்போது வேண்டுகோள் விடுக்கும் நிலைக்கு வந்திருக்கிறார்கள். டி.கே.சியின் தமிழ் பற்று, கவிதைப் பற்று, தமிழ் இசைப் பற்று ஆகியவை இன்று தமிழ் வாழ்வின் ஒரு பகுதியாக மலர்ந்துவிட்டன. இக்கருத்துக்களை அவர் கூறிவந்த காலங்களில் அவர் மிக மோசமான விமர்சனங்களுக்கு ஆளாக வேண்டியிருந்தது

ஆனால் தன் ஆயுளுக்குப் பின் நிதி வழங்கப்படும் காலத்தை மட்டுமே நம்பி ஒரு எழுத்தாளன் வாழ நிர்ப்பந்திக்கப்படுவது ஒரு ஆரோக்கியமான சமுதாயத்தின் இருப்பைக் காட்டவில்லை. அரசியல், கல்வித் துறைகள், இலக்கிய அமைப்புகள், திரைப்படங்கள், சமய நிறுவனங்கள் ஆகிய அனைத்தும் வணிக மதிப்பீடுகளை ஏற்றுக்கொண்டு குறுகிய வழிகளில் செயல்படுவதைப் போற்றும் ஒரு சமூகம் நோயுற்ற ஒரு சமூகம் என்பதில் தவறில்லை. இந்த நோயின் காரணமாக மேலான மதிப்பீடுகள் இன்று முற்றாகச் சரிந்துவிட்டன. மட்டுமல்ல, தாழ்ந்து கிடக்கும் மதிப்பீடுகள்தான் நடைமுறை சாத்தியமானவை என்ற நியாயமும் ஓங்கி ஒலிக்கத் தொடங்கிவிட்டது. வணிக சினிமாவின் சீரழிந்த மதிப்பீடுகள்தான், தமிழ் அறிவுவாதிகள் என்று கூறிக்கொண்டு நெளியும் அநேகரை ஆட்டிப் படைத்துக்கொண்டிருக்கிறது. அடிப்படையில் இது நிலவுடைமைச் சமூகத்தின் மதிப்பீடுகள் ஆகும். யார் உண்மையில் அறிவுவாதிகளோ, யார் தரத்திற்காகவும் மேன்மைக்காகவும் நிற்கிறார்களோ அவர்களை மக்களுக்குத் தெரியாது. யார் யாரை மக்களுக்குத் தெரியுமோ அவர்கள் மக்களின் அடிப்படை நாகரிகத்தையே சிதைத்து அந்தச் சிதைவிலேயே தங்கள் குறுகிய நோக்கங்களின் வெற்றிகளில் திளைப்பவர்கள். இப்படிப் பார்க்கும்போது தமிழ் எழுத்தாளனின் தலைவிதியும் தமிழ்ச் சமூகத்தின் தலைவிதியும் ஒன்றுதான். இதுதான் இன்றைய தமிழின் தலையாய பிரச்சனை. இந்தப் பிரச்சனைகளை விரிவாக, மிக ஆழமாக ஆராய்வதுதான் இன்றையத் தமிழ் எழுத்தாளர்களின் முதல்பட்ச வேலை.

கன்னியாகுமரி மாவட்டத் தமிழ் எழுத்தாளர் சங்கத்தின் நான்காவது சிறப்பு மாநாட்டின் தொடக்கவுரை, நாகர்கோவில் - 28.12.1990

இலக்கியச் சந்திப்பு : கனடா

முதலில் ஒரு பதினைந்து நிமிடங்கள் என்னுடைய கருத்துக் களை நான் பேசலாம் என்றும், அதற்குப் பின் நண்பர் மகாலிங் கம் அவர்களின் கவிதைத் தொகுப்பை வெளியிடலாம் என்றும், அதையடுத்து நான் ஆரம்பத்தில் பேசிய கருத்துக்களைப் பற்றி விவாதிக்கலாம் என்றும் நண்பர் மூர்த்தி அவர்கள் சொல்லியிருக்கிறார்கள். அதற்கேற்ப ஒரு பதினைந்து நிமிடங் கள், ஒரு விவாதத்தைத் துவங்கிவைக்கும் முகமாக, ஒரு தூண்டு கோலாக ஒரு சில விஷயங்களைச் சொல்லலாம் என்று நினைக்கிறேன்.

அதற்கு முன்னால் நான் இங்கு வந்து சேர்ந்த விஷயத்தைப் பற்றி ஒருசில வார்த்தைகள் சொல்ல விரும்புகிறேன். சமீபத்தில், வாழ்க்கையில் சற்றும் எதிர்பாராமல் வெளிநாட்டுப் பயணம் ஒன்று – அமெரிக்காவுக்கு வரும்படி – அமைந்தது. அமெரிக்காவில் மருத்துவராக இருக்கும் என் மகளுடன் ஒரு மூன்று மாத காலம் அமைதியாக இருந்துவிட்டு, முடியுமானால் அந்தக் காலத்தைப் படிப்பதற்குப் பயன்படுத்திவிட்டு, வேறு எங்கும் அதிகமாகச் செல்லாமல் திரும்பிப் போக வேண்டும் என்பதே என்னுடைய எண்ணமாக இருந்தது. இந்தியாவைச் சேர்ந்த தமிழ் அன்பர்கள் பலர் அமெரிக்காவில் இருக்கிறார்கள் என்று தெரியும். அவர்களில் சிலர் என்னுடைய நண்பர்களும்கூட. இருந்தும் அமெரிக்காவுக்கு வரும் விஷயத்தை நான் ஒருவருக் கும் தெரிவிக்கவில்லை. அவர்கள் என்னை அழைத்தால் நான் பலவிதமான பயணங்களை மேற்கொள்ள வேண்டிவரும்; என்னுடைய காலம் வீணாகும். மேலும், என்னுடைய நோக்கம் பயணம் செய்வது அல்ல. அமைதியாக ஒரு இடத்தில் ஒதுங்கி யிருந்து என்னுடைய குழந்தைகளுடன் பொழுதைச் செல வழித்து, மிச்சம் கிடைக்கக்கூடிய நேரங்களில் புத்தகங்களைப் படித்துவிட்டு ஊர் திரும்ப வேண்டும் என்ற எண்ணம்தான்.

இந்த யோசனையில் வந்த எனக்குத் தொடர்ந்து ஈழத்து நண்பர்களிடமிருந்து தொலைபேசிகள் வரத்தொடங்கின. இது

நான் சற்றும் எதிர்பாராத ஒரு விஷயமாக இருந்தது. என்னைத் தொலைபேசியில் அழைத்தவர்கள் எவரும் எனக்கு நேரடியாகப் பழக்கம் உள்ளவர்களும் அல்ல. கனடாவைச் சேர்ந்த நண்பர்கள்– முக்கியமாக செல்வம், மகாலிங்கம் போன்றவர்கள் – என்னைத் தொலைபேசியில் அழைத்து, இங்கு வரும்படி கூறியபோது முன்பின் தெரியாத நண்பர்கள், வாசகர்கள் என்றாலும் இந்த அளவுக்கு ஆர்வத்துடன் அழைக்கிறார்களே என்று ஒரு மனநெகிழ்ச்சி ஏற்பட்டது. அவர்களுடைய அழைப்பைத் தட்டுவதற்கான தெம்பு இல்லாமல், 'நான் வருகிறேன்' என்று சம்மதித்தேன். அதன் மூலம் இங்கு வருவதற்கான ஒரு வாய்ப்பும் உங்களைச் சந்திப்பதற்கான ஒரு சந்தர்ப்பமும் எனக்குக் கிடைத்தன. இங்கு வாழும் தமிழர்களின் வாழ்க்கை பற்றித் தொடர்ந்து இரண்டு மூன்று நாட்களாக நண்பர் மகாலிங்கம் அவர்கள் சொல்லிக் கொண்டிருந்தார்கள். ஏற்கனவே தமிழகத்தில் இங்கு இருக்கக்கூடிய ஈழத் தமிழர்களுடைய பிரச்சனைகள் பற்றிப் பரவலாக எங்களுக்குத் தெரியவந்திருக்கின்றன. என்றாலுங்கூட அவர்கள் வாழும் இடத்திற்கே வந்து அவர்களுடைய வாழ்க்கையைப் பார்ப்பதற்கான வாய்ப்புக் கிடைத்தது ஒரு மிகப் பெரிய அனுபவம் என்று நினைக்கிறேன். ஒவ்வொருவரையும் தனித்தனியாகப் பார்ப்பதற்கும் பழகுவதற்கும் சந்தர்ப்பம் இல்லையென்றாலுங்கூட மொத்தமாக எல்லோரையும் அல்லது ஒரு சிறு பகுதியினரை முக்கியமாக இளைஞர்களைப் பார்ப்பது சந்தோஷமாகவும் மனநிறைவாகவும் இருக்கிறது.

தமிழில் நவீன இலக்கியத்தின் நிலை பற்றிச் சில எண்ணங்களைப் பகிர்ந்துகொள்கிறேன். இவை இறுதியான முடிவுகள் அல்ல. இதைப் பற்றிப் பலரும் பல கோணங்களில் சிந்திக்கலாம். இந்தக் கருத்துக்கள் சார்ந்தும் அல்லது மனதில் இருக்கும் வேறு பல கருத்துக்கள் சார்ந்தும் நீங்கள் வெளிப்படையாக விவாதிக்கலாம்.

என்னுடைய சிந்தனைகளில் ஒன்று, முக்கியமாக, இந்த நூற்றாண்டு இலக்கியம் சார்ந்ததாக இருக்கிறது. அதற்கான காரணம் இந்த நூற்றாண்டைத்தான் என்னால் உணர்வுபூர்வமாக உணர முடிகிறது. பத்தொன்பதாம் நூற்றாண்டு இலக்கியம், பதினெட்டாம் நூற்றாண்டு இலக்கியம், அதற்கு முந்தைய காலகட்டங்களைச் சேர்ந்த இலக்கியங்கள் இவற்றையெல்லாம் புத்ததகங்கள் மூலமாகப் படித்துத் தெரிந்துகொள்ள முடிகிறது என்றாலும்கூட, அவை சம்பந்தப்பட்ட தகவல்கள், கருத்துக்கள் என் மனதில் இருக் கின்றனவே தவிர, அவற்றோடு என் அளவில் உணர்வுபூர்வமாக ஒட்ட முடியாத நிலையே இருக்கிறது. பாரதியிலிருந்து இன்று வரையிலான காலகட்டத்தைத்தான் உணர்வுபூர்வமாகப் பார்க்க முடிகிறது. இந்தக் காலகட்டத்தில் நாம் அடைந்திருக்கும் உயர்வு தாழ்வுகளைப் பரிசீலனை செய்து உலகின் பிற நாடுகளில் என்னென்ன மாற்றங்கள் நடந்திருக்கின்றன என்பதைக் கண்டறிந்து, இனிமேல் நாம் செல்ல வேண்டிய பாதை என்ன என்பதைப்

பிரக்ஞைபூர்வமாக வரையறுக்க வேண்டும் என்ற துடிப்போடு நான் இருந்துகொண்டிருக்கிறேன். இந்தக் கோணத்தில்தான் தமிழ் இலக்கியத்தின் இன்றைய நிகழ்வுகளை நான் பார்க்கிறேன்.

இந்த நூற்றாண்டின் ஆரம்பத்திலிருந்து தமிழ் இலக்கியத்தில் இரண்டு விதமான, ஒன்றுக்கொன்று எதிரான போக்குகள் இருந்துவந்திருக்கின்றன. ஒரு போக்கு, வாழ்க்கை சார்ந்து சிந்திக்கும் எழுத்தாளர்களுடைய போக்கு. இன்னொன்று வணிக மனோபாவம் கொண்ட எழுத்தாளர்களுடைய போக்கு.

இந்த நூற்றாண்டில் இதுவரைக்கும் மாபெரும் உந்து சக்தியாக இருந்துகொண்டிருப்பவர் சுப்பிரமணிய பாரதி. அவரைத் தாண்டிய பெரும் கலை வீச்சு, படைப்புத்திறன் தமிழகத்தில் தோன்றிவிட வில்லை என்பது என்னுடைய கணிப்பு. அவர் கொடுத்த உத்வேகம், உந்து சக்திதான் பல்வேறுபட்ட காரியங்கள் இந்த நூற்றாண்டில் தமிழ் இலக்கியத்தில் நடப்பதற்கு அடிகோலியிருக்கின்றன. அவர் முழுக்க முழுக்க இலக்கியத்தை வாழ்க்கையோடு இணைப்பதற்கான ஒரு கண்ணோட்டத்தை உருவாக்கிக்கொண்டவர். பாரதிக்கு முற்பட்ட காலத்தில் 1850 அல்லது 1860 காலகட்டத்தில் இருந்த தமிழ் இலக்கியத்திற்கும் அப்போது இருந்த உலக இலக்கியத்திற்கும் இடையே இருந்த மிகப் பெரிய இடைவெளியானது பாரதி என்ற தனிமனிதனால் வெகுவாகக் குறைந்துவிட்டது.

வசனம் சார்ந்தும், கவிதை சார்ந்தும், சிந்தனை சார்ந்தும், பத்திரிகைத் தொழில் சார்ந்தும், இசை சார்ந்தும், அரசியல் சார்ந்தும், சமூக முன்னேற்றங்கள் சார்ந்தும், பாரதி வெளிப்படுத்திய கருத்துக்கள் ஒரு இருபது ஆண்டுக்குள்ளாகவே தமிழுக்கும் உலகத் தின் படைப்புத்திறன் சார்ந்த தரத்திற்கும் இருந்த இடைவெளியை மிகவும் குறைத்துவிட்டது என்பது ஒரு விந்தையான நிகழ்ச்சியாக இருக்கிறது. அவர் வாழ்ந்திருந்த காலமோ நாற்பதாண்டுகள்தான். செயல்பட்ட காலங்கள் இருபதாண்டுகள். ஊக்கமாகச் செயல்பட் டது பத்தாண்டுகள் என்று சொல்லலாம். இந்தக் காலகட்டத் திற்குள்ளேயே பாரதி மிகப்பெரிய சாதனைகளை நிகழ்த்திவிட்டுப் போயிருக்கிறான். அவனுக்குப் பின்னால் இன்று, 1993 வரையும், அவனுடைய தீவிரமான மனோபாவத்தையொட்டி வாழ்க்கையைப் பற்றி சிந்திக்கிறவர்கள் – இவர்கள் எல்லோருமே ஒரேவிதமான சிந்தனையைக் கொண்டவர்கள் அல்ல; பல்வேறுபட்ட கருத்து வேற்றுமை கொண்டவர்கள்; அடிப்படையில் இலக்கியத்திற்கும் வாழ்க்கைக்குமான உறவைக் கெட்டிப்படுத்த வேண்டும் என்ற நம்பிக்கை கொண்டவர்கள்; வாழ்க்கையின் துக்கங்கள் மறைந்து புதிய வாழ்க்கை ஒன்று தோன்ற வேண்டும் என்ற கனவை மனதில் தக்க வைத்துக்கொண்டிருப்பவர்கள் – தொடர்ந்து தமிழில் இருந்து வந்திருக்கிறார்கள். பாரதிக்குப் பின்னால் வ.வே. சு. ஐயர் தோன்றி முதன்முதலாக நவீன இலக்கிய விமர்சனத்தை உருவாக்கிக் கம்ப

ராமாயணத்தை மதிப்பிட்டுக் காட்டினார். உலகத்தில் இருப்ப திலேயே மிகச் சிறந்த காவியம் கம்ப ராமாயணம்தான் என்று, பழம் பெருமை பேசும் மனோபாவத்தை விட்டுவிட்டுத் தர்க்க ரீதியாகக் காவியத்தின் அடிக்கோடுகள் என்ன, கவிஞனின் பார்வை கள் எந்த அளவுக்கு இதில் வெளிப்பட்டிருக்கின்றன என்பதையெல் லாம் நவீன இலக்கிய விமர்சனக் கருத்துக்களை அடிப்படையாகக் கொண்டு அலசி ஆராய்ந்து, உலகக் காவியங்களுடன் ஒப்பிட்டுக் கம்ப ராமாயணம் மிகப் பெரிய ஒரு காவியம் என்று நிறுவியது, குன்றிக் கிடந்த தமிழ் மனங்கள் நிமிருவதற்கு ஒரு முக்கியமான காரணமாக அமைந்திருக்கிறது.

அதைத் தொடர்ந்து ‘மணிக்கொடி’ என்ற இதழ் 1930 வாக்கில் தமிழில் தோன்றியது. அந்தப் பத்திரிகையின் மூலமாக உருவானவர் களில் மிக முக்கியமானவர் புதுமைப்பித்தன். ஒரு மேதை என்று கருதத்தக்கவர். அதற்குப் பின் அவரையொட்டி மௌனி, பி. எஸ். ராமையா, க. நா. சுப்பிரமணியம், சி. சு. செல்லப்பா, பிச்சமூர்த்தி, கு. ப. ராஜகோபாலன் என்று மிகக் குறுகிய காலப் பகுதியில் – இவ்வளவு சிறந்த எழுத்தாளர்கள் தோன்றுவது உலக இலக்கியங் களில்கூட மிக அபூர்வமான ஒரு நிகழ்ச்சியாகத் தோன்றக்கூடிய அளவுக்கு – தோன்றி வாழ்க்கை சார்ந்த இலக்கியங்களை அதிக அளவுக்கு உறுதிப்படுத்திக்கொண்டு போயிருக்கிறார்கள். அதற்குப் பின்னாலும் இன்று வரையிலும் நீங்கள் பார்த்தீர்கள் என்றால் லா. ச. ராமாமிர்தம், ஆர். சண்முகசுந்தரம், தி. ஜானகிராமன், கு. அழகிரிசாமி, ஜெயகாந்தன், ஜி. நாகராஜன் என்று பலரும் உருவாகி இந்த இயக்கமானது தொடர்ந்து தமிழில் இருந்து கொண்டிருக்கிறது. புதிதாக யார் யார் என்னென்ன எழுதுகிறார்கள், என்னென்ன பணிகள் செய்கிறார்கள் என்பதை விவாதத்தின்போது சந்தர்ப்பம் கிடைத்தால் விரிவாகப் பார்க்கலாம்.

பாரதியால் வலுப்பெற்ற இந்தப் போக்குக்கு எதிர் நிலையில் 1910இலிருந்தே மற்றொரு போக்கு செயல்பட்டுவந்திருக்கிறது. அதை வணிகப் போக்கு, கலாச்சாரச் சீரழிவுப் போக்கு, மனிதர் களை வாழ்க்கையைப் பற்றிச் சிந்திக்க விடாமல் கனவுகளை அவர்கள் மனதில் புகுத்தி, பிரச்சனைகளை மழுங்கடிக்கும் போக்கு என்று சொல்லலாம். இதை முன்னெடுத்துச் சென்றவர்களை பிரக்ஞைபூர்வமாக தமிழ்ச் சமுதாயத்தைக் கெடுக்க நினைத்தவர்கள் என்று நான் சொல்லவில்லை. ஆனால், அவர்கள் உருவாக்கிய இலக்கியம், வாழ்க்கை சார்ந்த நெறிகளுக்கு எதிராக, சுவாரஸ்யமே மிக முக்கியமானதாக, சுவாரஸ்யத்தைத் தூண்டக்கூடிய கனவுகளே மிக முக்கியமானதாகக் கருதக்கூடிய, தமிழ் வாழ்க்கை பற்றிய மிகச் செயற்கையான கற்பனைகளை அப்பட்டமாகச் சொல்லக் கூடிய இலக்கிய நெறியை, ஒரு இலக்கியப் போக்கை உருவாக்கி வந்திருக்கிறது. அப்போக்கை மிக வெற்றிகரமாக வளர்த்தவர் கல்கி என்கிற ரா. கிருஷ்ணமூர்த்தி. நாற்பதில் தோன்றிக் கிட்டதட்ட

ஒரு பதினைந்து வருடங்கள் தமிழ் இலக்கியத்தில் ஒரு புயல் போல் வாழ்ந்துவிட்டுப் போனவர். மிகத் திறமையான ஒரு எழுத்தாளர். எந்த அளவுக்குத் திறமையான எழுத்தாளராக இருந்தாரோ, அந்த அளவுக்கு அதீதமான மனோபாவங்களை உருவாக்குவதற்கான சாத்தியக்கூறுகளும் அவருக்கு இருந்தன.

அவரைத் தொடர்ந்து காலப்போக்கில் பல எழுத்தாளர்கள் வாழ்க்கை சார்ந்த பிரக்ஞை எதுவுமே இல்லாமல், தமிழ் வாழ்வுடைய நிலைமைகள், நெருக்கடிகள் மிக மோசமாக இருக்கக்கூடிய நேரத்திலும்கூட அது பற்றிய எந்த அக்கறையும் இன்றி, உலகின் பிற பகுதிகளில் ஏற்படும் மாற்றங்கள், புதிய போக்குகள் இவற்றைத் தமிழ் வாழ்க்கை பிரதிபலிக்காமல் இருக்கக்கூடிய நிலைமைகளைப் பார்த்து எந்த விதமான வேதனைகளும் இல்லாமல் தமிழ் மக்களை ஒரு கனவுலகில் ஆழ்ந்து கிடப்பதற்கான காரியங்களைத் தொடர்ந்து செய்துகொண்டுவந்திருக்கிறார்கள். இந்த வணிகப் போக்கைப் பற்றியும் வாழ்க்கை நெறி சார்ந்த போக்கைப் பற்றியும் நாம் விவாதத்தில் அதிக அளவுக்குப் பேச முடியும் என்று நம்புகிறேன்.

இந்த இரண்டு போக்குகள் தமிழ் இலக்கியத்தில் மட்டுமல்ல, உலகத்தில் உள்ள எல்லா மொழிகளிலும் இருக்கின்றன. எல்லா முதலாளித்துவ நாடுகளிலும் வாழ்க்கை நெறி சார்ந்த இலக்கியப் போக்கும் வணிகப் போக்கும் இருக்கின்றன. இருந்தும் உலகம் பூராவும் இருக்கக்கூடிய ஒரு பொதுநிலையைத் தாண்டித் தமிழகத்தைப் பற்றிய அதிகப்படியான ஒரு அக்கறையும் கவலையும் நாம் கொள்ள வேண்டியதற்குக் காரணம் அங்கெல்லாம் இந்த இரு போக்குகள் இருந்தும்கூட அவை இரு வேறு பிரிவுகளாக மதிக்கப்படுகின்றன. வணிகப் போக்கு ஒன்றாகவும் வாழ்க்கை நெறி சார்ந்த தீவிர இலக்கியப் போக்கு மற்றொன்றாகவும் இருக்கிறது. விமர்சகர்கள் தெள்ளத் தெளிவாக இரண்டின் வேற்றுமையைச் சொல்லிக் கொண்டு வருகிறார்கள். தேர்ந்த வாசகர்கள் இந்த இரண்டு போக்கையும் தனியாகப் பிரித்துப் பார்க்கிறார்கள். பல்கலைக்கழகங்கள் இந்தப் போக்கைப் பிரித்துப் பார்க்கின்றன. சமூக அங்கீகாரம் என்பது எப்போதுமே இலக்கியப் போக்குக்குத்தான் அளிக்கப்படுகிறது. வியாபாரப் போக்குக்கு அளிக்கப்படுவதில்லை. வேறு முதலாளித்துவ சமுதாயங்களில் இந்த இரு போக்குகளும் மதிப்பீடுகள் சார்ந்த பிரச்சனைகளையோ குழப்பங்களையோ உருவாக்கவில்லை. கீழான எழுத்தாளர்களுக்கு அல்லது வணிக எழுத்தாளர்களுக்குச் சமூகம் சார்ந்து எந்தவிதமான செல்வாக்கும் இல்லை. அவர்கள் புத்தகங்கள் அதிக அளவுக்கு விற்கலாம். அவர்கள் பணக்காரர்களாக இருக்கலாம். அதிகப் புகழ் கொண்டவர்களாக இருக்கலாம். ஆனால் அவர்கள்தான் வாழ்க்கை நெறிகளை மதிப்பீடுகளைத் தீர்மானிக்கக் கூடியவர்கள் என்ற எண்ணம் அங்குள்ள மக்களிடையே கிடையாது.

இவை என் உரைகள்

தமிழ்ச் சமுதாயத்திலோ யார் வெற்றி பெற்றிருக்கிறார்களோ, யார் வணிக நோக்கில் எழுதிக்கொண்டிருக்கிறார்களோ, யார் மிக மோசமான காரியங்களைச் செய்து கொண்டிருக்கிறார்களோ, யார் தரக் குறைவான காரியங்களைச் செய்து கொண்டிருக்கிறார் களோ, யாருக்கு இந்த உலகில் நடந்துகொண்டிருக்கும் காரியங் களைப் பற்றி எந்தவிதமான பிரக்ஞையும் இல்லாமல் பிழைப்பு ஒன்றே பிரதானமாக இருக்கிறதோ அவர்கள்தான் இன்று தமிழ் வாழ்க்கையைத் தீர்மானித்துக்கொண்டிருக்கிறார்கள் என்பதுதான் மற்ற சமுதாயங்களிலிருந்து தமிழ்ச் சமுதாயத்தை முற்றிலும் பிரித்துக் காட்டுகிறது. இதைத்தான் நான் பிரச்சனையின் மையமாக முன் வைக்கிறேன். மற்றபடி வணிகப் போக்கு என்பதும் வாழ்க்கை நெறி சார்ந்த இலக்கியப் போக்கு என்பதும் அமெரிக்கா உட்பட கனடா உட்பட பிரெஞ்சு, இத்தாலி உட்பட எல்லா தேசங்களிலும் இருக்கக் கூடிய ஒன்றுதான். ஆனால் மற்ற தேசங்களில் எல்லாம் இந்தப் போக்குகளை ஒன்றுக்கொன்று குழப்பாமல் மதிப்பீடுகளைத் தெளிவாக வைத்துக்கொண்டிருக்கிறார்கள். தமிழகத்தில் தீவிரமான இலக்கியங்கள் புறக்கணிக்கப்பட்டு வணிக இலக்கியங்கள் கோலோச் சிக்கொண்டிருக்கின்றன என்பதைத்தான் நான் மிக முக்கியமான பிரச்சனையாகச் சொல்கிறேன்.

இந்த விஷயத்தைப் பற்றி நீங்கள் என்ன நினைக்கிறீர்கள்? இது போன்ற சிந்தனைகள் உங்களுக்கு ஏற்பட்டிருக்கின்றனவா? இது போன்ற நிலை தமிழகத்தில் ஏற்படுவதற்கு வேறு ஏதேனும் காரணங்கள் உண்டா? எப்படி அந்த நிலையை மாற்ற முடியும்? அதற்காக நாம் என்ன செய்ய வேண்டும்? இந்தியாவை விட்டு, தமிழகத்தை விட்டு, ஈழத்தை விட்டு வெளியே வந்திருக்கும் தமிழர்கள் இந்த விஷயங்களை மாற்ற, செம்மைப்படுத்த, மேல் நிலைக்குக் கொண்டுவர ஏதேனும் பங்கை ஆற்ற முடியுமா? இது பற்றிய உங்கள் கருத்துக்களை நீங்கள் வெளிப்படுத்த வேண்டும் என்று கேட்டுக்கொள்கிறேன்.

○

என். கே. மகாலிங்கம் (கனடா) அவர்களின் 'உள்ளொளி' கவிதைத் தொகுதி வெளியிடுவதற்கு முன்னால் ஒரு சில வார்த்தைகள் சொல்ல வேண்டும் என்று நினைக்கிறேன். முக்கியமாகச் சொல்ல வேண்டியது மகாலிங்கம் அவர்களுடைய எழுத்துகளைப் படிப்பதற் கான சந்தர்ப்பம் எனக்குக் கிடைக்கவில்லை. அவருடைய ஒரு சிறுகதைத் தொகுதி தமிழகத்தில் வந்திருந்தும்கூட அந்தப் புத்த கத்தைப் படிப்பதற்கான வாய்ப்பை இழந்துவிட்டிருக்கிறேன். பல புத்தகங்களை நான் தேடிப் படிப்பேன் என்று மகாலிங்கம் சொன் னார். அது ஓரளவுக்கு உண்மைதான். ஆனால் அவருடைய புத்தகத்தை நான் படிக்காமல் விட்டிருக்கிறேன் என்பது மகாலிங்கம்

அவர்களை நேரில் சந்தித்த பின்புதான் எனக்குத் தெரியவந்தது. 'பூரணி' என்றொரு இதழைப் பற்றி எனக்கு நன்றாக ஞாபகம் இருக்கிறது. அந்த இதழில் வந்த இலக்கியச் சர்ச்சைகள் – அந்தச் சர்ச்சைகளில் நான் நேரடியாகப் பங்குபெறவில்லை என்றாலுங் கூட – அவை நடந்த காலங்கள், அதில் வந்த விஷயங்கள் எல்லாம் எனக்கு நன்றாக ஞாபகம் இருக்கின்றன. இப்போது இவருடன் நான் தங்கியிருந்தபோது இவரது சில கதைகளையும் கவிதைகளையும் படித்துப் பார்த்தேன். இவரைப் போன்ற கலைஞர்கள் இன்றையச் சூழலில் தங்களுடைய எழுத்துப் பணியைத் தொடராமல் இருப்பது மிகப் பெரிய குற்றம் என்று சொல்லத் தோன்றுகிறது. அந்த அளவுக்கு இவர்களுக்கு விஷயங்கள் தெரிந்திருக்கின்றன. தங்க ளுடைய ஆற்றலை எழுத்தில் வெளிப்படுத்தியிருக்கிறார்கள். நிலை மையோ மிக மோசமாக இருக்கிறது. ஓரளவிற்கு விஷயம் தெரிந்தவர் கள், வெளிநாடுகளுக்குச் சென்று பல அனுபவங்களைப் பெற்றவர் கள், ஆங்கிலம் வாயிலாக உலக இலக்கியத்தை மிக நன்றாகவோ அல்லது ஓரளவுக்கோ படித்தவர்கள் எல்லோருமே பங்காற்ற வேண்டிய சூழ்நிலை இருந்துகொண்டிருக்கிறது. அதை உணர்ந்து அவர் மிகுந்த அளவிற்குத் தன்னைத் தயார்படுத்திக்கொண்டு பல்வேறுபட்ட படைப்புக்களைத் தொடர்ந்து படைக்க வேண்டும் என்று அன்புடன் கேட்டுக்கொண்டு இந்தக் கவிதைத் தொகுதியை வெளியிடுகிறேன்.

○

தலித் இலக்கியம் என்று சொல்கிறார்களே, அது பற்றி என்ன நினைக் கிறீர்கள்?

தலித் இலக்கியம் என்பது இந்திய இலக்கியங்களில் சமீப காலமாக வேகம் பெற்று வரக்கூடிய ஒரு இலக்கியம். இந்தியா விலுள்ள ஜாதிமுறைகளைப் பற்றி உங்களுக்குத் தெரிந்திருக்கும். ஏறத்தாழ அதே ஜாதிக் கட்டுமானந்தான் யாழ்ப்பாணத்திலும் அமைந்திருக்கும் என்று நினைக்கிறேன். இந்தியாவில் மிக முக்கிய மான சமூகப்பணி செய்துகொண்டிருக்கும், வாழ்வுக்கு அடிப்படை யான ஒரு பணி ஆற்றிக்கொண்டிருக்கும் விவசாயிகள் காலங் காலமாக ஒதுக்கப்பட்டுவந்திருக்கிறார்கள். இதற்கெல்லாம் நீண்ட வரலாறு ஒன்று இருக்கிறது. பல்வேறு புரட்சிகளில் அவர்கள் ஈடுபட்டிருக்கிறார்கள். அந்தப் புரட்சிகள் ஒடுக்கப்பட்டிருக்கின்றன. 2000 வருடங்களாக ஒரு நீண்ட போராட்டத்தின் தொடர்ச்சியாக இன்றும் சில காரியங்கள் நடந்துகொண்டிருக்கின்றன. தத்துவப் போக்குகள் உருவாகியிருக்கின்றன. இன்று சமீப காலமாக மராட்டி யில் தலித் இலக்கியம் என்ற ஒரு வகை உருவாகி வந்துள்ளது. தலித் என்கிற சொல் ஒரு மராட்டிய சொல். தலித் என்றால் பஞ்சமர்கள் என்று பொருள். அங்கு சமூக சிந்தனை கொண்ட சில எழுத்தாளர்கள் – அவர்கள் தலித்தாகவும் இருக்கலாம், தலித்தாக

இல்லாமலும் இருக்கலாம் – தலித்துகளுடைய வாழ்க்கை சார்ந்த சில பிரச்சனைகளை முன்னெடுத்துக்கொண்டு வருகிறார்கள்.

இதற்கு முன்னாலும் தலித்துகள் பற்றி நவீன இலக்கியத்தில் வேறு எழுத்தாளர்களால் பேசப்பட்டிருந்தாலும்கூட அவர்கள் தலித்துகளைப் பற்றிப் பேசுவதற்கும் இன்று தலித்துகள் தங்களைப் பற்றிப் பேசிக்கொள்வதற்கும் அடிப்படையில் மிகப் பெரிய வித்தியாசம் இருக்கிறது. இதற்கு முன்னால் பேசிய எழுத்தாளர்கள் அதிகமும் மேல்ஜாதி எழுத்தாளர்கள். தலித் வாழ்க்கையைப் பற்றி நேரடியான அனுபவம் இல்லாதவர்கள். மேல்ஜாதி எழுத்தாளர்கள் ஒருவரையொருவர் புரிந்துகொள்ளக்கூடிய சமூகப் போக்குகள் இருந்தாலும் எப்போதுமே தலித்துகள் ஊரைவிட்டே விலக்கப்பட்டு, பொது வாழ்க்கையில் எந்த முனையிலும் கலந்துகொள்ள முடியாமல், பொது வாழ்க்கையில் எந்த முனையையும் தொட முடியாமல் ஒதுக்கிவைக்கப்பட்டிருந்தார்கள் என்பதால் பெரும்பாலும் மேல் ஜாதி எழுத்தாளர்கள் சொன்ன விஷயங்கள் அனுதாபம் சார்ந்த விஷயங்களாக இருந்திருக்கின்றன. இப்போது தலித்துகள் அந்த அனுதாபம் தங்களுக்குத் தேவையில்லை என்பதைத் தீர்மானித்திருக்கிறார்கள். மேல்ஜாதி எழுத்தாளர்களின் அனுதாபம் தங்களுடைய வாழ்க்கையை மேம்படுத்தாது என்பது தெள்ளத் தெளிவாக இப்போது அவர்களுக்குத் தெரிந்திருக்கிறது. தங்களுடைய வாழ்க்கை எந்த நிலையில் இருக்கிறது என்பதை அவர்கள் மதிப்பிட்டு சுயவிமர்சனம் செய்து கொண்டிருக்கிறார்கள். இந்திய அரசியலில் முப்பது நாற்பது வருடங்களாக சகல கட்சிகளும் தங்களைச் சுரண்டியிருக்கிறார்கள், ஏமாற்றி இருக்கிறார்கள் என்பதெல்லாம் இப்போது தலித்துகளில் எல்லோருக்குமே புரிந்துவிட்டது. இப்போது முதன்முறையாகத் தங்களுடைய வாழ்க்கையைத் தாங்கள்தான் தீர்மானித்துக் கொள்ள வேண்டும்; அரசியலில், கலாச்சாரத்தில், இலக்கியத்தில், கலைகளில் தங்களுடைய ஆற்றல்களைத் தாங்களே தான் உறுதிப்படுத்திக்கொள்ள வேண்டும் என்ற முடிவுக்கு வந்திருக்கிறார்கள்.

தங்களுடைய இயக்கமானது ஒரு போராட்டம் சார்ந்த இயக்கம். அது நீண்ட காலத்திற்குத் தொடர வேண்டிய ஒரு இயக்கம். அந்த இயக்கத்தை விஞ்ஞானபூர்வமாக கோபமின்றி சமூக மாற்றங்களுக்கு உரிய கூறுகளை ஒன்றாகக் கற்றறிந்து செய்ய வேண்டும் என்கிற ஒரு பிரக்ஞை தலித் மக்களிடையே ஏற்பட்டிருக்கிறது. இதன் மூலம் தலித் இலக்கியம் மராட்டியில் ஓரளவிற்குக் கலை வெற்றியோடும் அதே சமயத்தில் முற்போக்கான உள்ளடக்கத்தோடும் வர ஆரம்பித்தது. அதனுடைய பாதிப்புகள் இந்திய மொழிகளில் இப்போது ஏற்பட்டுக்கொண்டிருக்கின்றன. மராட்டிய இலக்கியத்திலிருந்து தலித் இலக்கியத்தைச் சார்ந்த பகுதிகள் தமிழிலும் மற்ற மொழிகளிலும் மொழிபெயர்க்கப்படுகின்றன. தலித் மக்கள் இந்தியாவில் பல மொழிகளிலும் வாழ்ந்து கொண்டிருப்பார்கள். அவர்கள் இந்த

மொழிபெயர்ப்புகளில் இருந்தும் அவர்களுடைய கோட்பாடுகளில் இருந்தும் உத்வேகம் பெற்றுத் தங்களுடைய மொழிகளில் புதிய இலக்கியங்களைப் படைக்க முயன்றுகொண்டிருக்கிறார்கள். அது போல் தமிழ் எழுத்தாளர்களும் படைத்துக்கொண்டிருக்கிறார்கள்.

ஆனால் தமிழில் இன்று கோட்பாடுகள் சார்ந்த பிரக்ஞை எந்த அளவிற்கு வளர்ந்திருக்கின்றதோ அந்த அளவுக்குப் படைப்புக்கள் சார்ந்த பிரக்ஞை இன்னும் தோன்றவில்லை. இனிமேல் தோன்ற லாம். மிகப் பெரிய தலித் படைப்புகள் என்று எதுவும் தமிழில் தோன்றவில்லை. சிறுகதைகள், கவிதைகள் ஒரு சில பார்க்கக் கிடைக்கின்றன. அதிக அளவில் கவிதைகள் வெளிவந்திருக்கின்றன. தலித் பத்திரிகைகள் வெளிவந்து கொண்டிருக்கின்றன. தலித் படைப்புக்கள் போகப்போக வலுப்பெறும் என்று நம்புகிறேன்.

தாங்கள் கூறியது போல் பத்திரிகைத் துறையும் சினிமாத் துறையும் வாழ்க்கை சார்ந்த பார்வையின்றி வணிக இலக்குடன்தான் இயங்கி வருகின்றன. இதைப் பார்க்கும்போது விரக்தியும் அதிருப்தியும்தான் ஏற்படுகிறது. இதே நிலை தொடர்ந்துபோனால் எதிர்காலம் எப்படி இருக்கும்? தங்களைப் போன்ற முதல்தரப் படைப்பாளிகள் ஏதாவது ஆக்கபூர்வமான நடவடிக்கை மேற்கொள்ள உத்தேசித்திருக்கிறீர்களா என அறிய விரும்புகிறேன்.

இதற்கு எதிரான ஒரு போக்கு இந்த நூற்றாண்டில் 93 வருடங் களாகத் தொடர்ந்து நடந்துகொண்டிருக்கிறது என்று நான் சொல் கிறேன். இந்தப் போக்கில் தீவிர எழுத்தாளர்கள் அடைந்திருக்கக் கூடிய வேதனைகள், சங்கடங்கள், அவமானங்கள், பிரச்சனைகள் இவற்றினுடைய கூட்டுத்தொகையை நீங்கள் நினைத்துப்பார்ப்பீர்கள் என்றால் உலகத்தில் எந்த எழுத்தாளர்களும் எந்தக் காலகட்டத் திலும் இந்த அளவு சோதனைக்கு ஆளானதில்லை என்று என் அளவில் கருதுகிறேன். அவ்வளவு மோசமான விஷயங்கள் நடந் திருக்கின்றன. ஏனென்றால் முதன்முதலாக எப்பொழுது நீங்கள் தீவிர இலக்கியத்தில் ஈடுபாடு கொள்கிறீர்களோ அப்போது ஒன்று தீர்மானமாகிவிடுகிறது. உங்களுக்குப் போதுமான அளவுக்கு வாசகர்கள் கிடைக்க மாட்டார்கள். உங்களுடைய படைப்புக்களை வெளியிடப் பத்திரிகைகள் இல்லை. வருமானம் கிடையாது. சமூக அந்தஸ்து கிடையாது. ஊடகங்கள், கல்வித்துறை ஆகியவை உங்களைக் கண்டுகொள்ளாது. நிலைமை இப்படியிருக்க, இதை மீறித்தான் ஒரு எழுத்தாளன் செயல்பட வேண்டும் என்பது மிகவும் வேதனையான விஷயம். இதனால் அந்த எழுத்தாளனுடைய குடும்பத்தில் பல்வேறுபட்ட பிரச்சனைகள் உருவாகின்றன.

எப்பொழுது ஒருவன் தீவிர இலக்கியத்தில் ஈடுபட முடி வெடுக்கிறானோ அப்போது அவன் அதிக நேரம் படிக்க வேண்டிய வனாகிவிடுகிறான். அதிக நேரம் சிந்திக்க வேண்டியவனாகி விடுகிறான். அவன் அதற்கான முயற்சிகளில் ஈடுபடும்பொழுது

அவனுடைய காலமும் நேரமும் வீணாகின்றன என்று குடும்பத்தி னர் கருதுகிறார்கள். இது இயற்கையான ஒரு விஷயம். எழுத்தாளர் கள் திருமணமாவது வரையில் தாய் தந்தையரோடும், திருமணம் முடிந்த பின் மனைவியோடும், பின்னால் குழந்தைகளோடும் தொடர்ந்து போராடிக்கொண்டிருக்கிறார்கள். பதினைந்து வருடம் அல்லது இருபது வருடம் எழுதும் தமிழக எழுத்தாளர்களுக்கு ஐந்நூறு அல்லது ஆயிரம் வாசகர்கள்தான் இருக்கிறார்கள். மலை யாளத்தில் ஒரு சாதாரண எழுத்தாளன் அல்லது ஒரு சுமாரான கவிஞன் ஒருவனை எடுத்துக்கொள்வோம் – மிகச் சிறந்த கவிஞன் அல்ல, ஒரு சுமாரான கவிஞன் – அவன் 23 அல்லது 24 வயதில் எழுத ஆரம்பிக்கலாம். அநேகமாக எழுத ஆரம்பித்த ஒன்றரை அல்லது இரண்டு வருடங்களுக்குள் அவன் இரண்டு லட்சம் வாசகர்களைச் சென்றடைகிறான். ஒரு உதாராணம் சொல்கிறேன். பாலச்சந்திரன் சுள்ளிக்காடு என்றொரு மலையாளக் கவிஞர். அரவிந்தனுடைய ஒரு படத்தில்கூட அவர் நடித்திருக்கிறார். இங்கிருக்கும் ஒரு சிலர் அந்தப் படத்தைப் பார்த்திருக்கலாம். அவர் மிகப் பெரிய கவிஞர் அல்ல. வளர்ந்து வரும் கவிஞர். தமிழ்நாட்டில் அவரைவிட மிகச் சிறந்த கவிஞர்கள் பலர் இருக் கிறார்கள். உதாரணத்திற்கு, அவரோடு ஒப்பிடத் தகுந்த கவிஞர் என்று சுகுமாரன் என்ற தமிழகக் கவிஞரைச் சொல்லலாம். சுகுமாரன் நிறைய வாசிக்கக்கூடியவர். சுய விளம்பரம் தேடிக் கொள்ளாதவர். சுகுமாரனும் மூன்று நான்கு வருடங்களாகத் தொடர்ந்து எழுதிக் கொண்டிருக்கிறார். சுமார் ஆயிரம் வாசகர் களைச் சம்பாதித்திருப்பாரா என்பதே சந்தேகம். பாலச்சந்திரன் சுள்ளிக்காடிற்குக் கிட்டத்தட்ட ஒன்றரை லட்சம் வாசகர்கள் இருப்பார்கள் என்று நினைக்கிறேன்.

சுகுமாரனின் கவிதைத் தொகுப்பு நாற்பது அல்லது ஐம்பது பக்கங்கள் கொண்டதாக இருக்கும். விலை, உங்களுடைய நாணயத் தில் சொன்னால் அரை டாலர். இருந்தும் விற்பனையாவதற்கு சுமார் இரண்டு வருடங்கள் ஆகும். அப்படியே அது விற்பனை யானாலும் அந்தப் பணமும் அவருக்குக் கிடைக்கும் என்பதற்கு எந்த விதமான உத்திரவாதமும் கிடையாது. அவர் வெளியீட்டாளர் களிடம் அந்தப் பணத்தைக் கேட்க முடியாது. ஏனென்றால் வியா பாரத்திற்கான கூறுகள் ஒன்றும் அங்கு உருவாகவில்லை. வெளி யீட்டாளர்கள் இது போன்ற புத்தகங்களை வெளியிடும்போது எந்தப் பொறுப்பும் ஏற்றுக்கொண்டு வெளியிடுவதில்லை. ஒரு உபகாரம், ஒரு உதவி என்ற அளவில்தான் செய்கிறார்கள். தனக்கு உதவி செய்த வெளியீட்டாளர்களிடம் ஒவ்வொரு எழுத்தாளரும் தங்களுடைய பணத்தைக் கேட்பதற்குக் கூச்சப்படுகிறார்கள். இந்த நிலைமைதான் தமிழகத்தில் பொதுவாக இருந்துகொண்டிருக்கிறது.

நான் 1950இல் எழுத ஆரம்பித்தேன். ரொம்பத் தீவிரமாகச் செயல்படவில்லை என்றாலும் தொடர்ந்து இந்தப் பின்னணியில்

இருந்துகொண்டிருக்கிறேன். 1993 வரையிலான இந்த நாற்பத்திமூன்று வருடங்களில் தமிழகத்தை மட்டுமல்ல ஏறத்தாழ உலகம் முழு வதையும் கணக்கிலெடுத்துக்கொண்டால் எனக்கு 5000 வாசகர்கள் இருப்பார்கள். ஆனால் என்னுடைய தரத்திற்கு இணையாக நாற்பத்திமூன்று வருடங்கள் செயல்பட்ட, செயல்படக்கூடிய ஒரு வங்காள எழுத்தாளருக்கு அல்லது ஒரு மலையாள எழுத்தாளருக்கு, ஒரு கன்னட எழுத்தாளருக்கு, ஒரு ஹிந்தி எழுத்தாளருக்கு, ஒரு ஆங்கில எழுத்தாளருக்கு, குறைந்த பட்சம் இரண்டு லட்சம் வாசகர்களேனும் இருப்பார்கள். இதுதான் தமிழுடைய நிலையாக இருந்துகொண்டிருக்கிறது. ஆனால், இதற்கு எதிரான போராட்டங் கள் நூறு வருடங்களாகத் தமிழில் தொடர்ந்து நடந்துகொண்டுதான் வந்திருக்கின்றன.

பிற மொழியைச் சேர்ந்தவர்கள், இந்தப் போராட்டத்தைத் தொடர்ந்து எப்படி நடத்திக்கொண்டிருக்கிறோம் என்று மிகுந்த ஆச்சரியத்திற்கு ஆளாகிறார்கள். தமிழ்நாட்டில் நிலவக்கூடிய இந்த நிலையைப் பற்றியும், எழுத்தாளர்கள் நடத்திக்கொண்டுவரும் போராட்டத்தைப் பற்றியும் மலையாள விமர்சகர்கள் தங்கள் வியப்பைக் கட்டுரைகளில் தெரிவித்திருக்கிறார்கள். ஆக, வணிகப் போக்கிற்கு எதிரான நிலை ஒன்று தமிழில் வலுவாக இருந்து வருகிறது. சிறு பத்திரிகைகள் வெளிவந்துகொண்டிருக்கின்றன. இது போன்ற தீவிர எழுத்தாளர்களுடைய புத்தகங்களை வெளியிடக்கூடிய பதிப்பகங்கள் இருக்கின்றன. எழுத்தாளர்களே தங்களுடைய புத்தகங்களை அச்சிட்டு நண்பர்களுக்கு விற்பனை செய்துகொண்டிருக்கிறார்கள். சிறு பத்திரிகைகள் இது பற்றி விமர்சனங்கள் வெளியிட்டுக்கொண்டிருக்கின்றன. கூட்டங்கள் நடைபெற்றுக்கொண்டிருக்கின்றன. அந்தக் கூட்டங்களில் விவாதங் கள் நடைபெறுகின்றன.

வாழ்க்கை குறித்த தீவிரமான பார்வையுடைய இவர்களுக்குப் பல் கலைக்கழகத்திற்குள்ளோ, ரேடியோவுக்குள்ளோ, டி. வி.க்குள்ளோ, அரசாங்கத்தைச் சார்ந்த நிறுவனங்களுக்குள்ளோ உரிய இடம் தரப்படவில்லை. சினிமாவுக்கு வசனங்கள் எழுதக்கூடிய அல்லது பாடல்கள் எழுதக் கூடிய வாய்ப்புகள் கிடைப்பதில்லை. இருந் தாலும், நிறுவனங்கள் சார்ந்த எல்லாவிதமான புறக்கணிப்பு களையும் எதிர்கொண்டு அது பற்றிக் கவலைப்படாமல் இருக்கக் கூடிய ஒரு விஷயமும் அங்கு இருந்துகொண்டிருக்கிறது.

‘சுபமங்களா’ போன்றவை இந்த வணிகப் போக்கைப் பாதித்திருக் கின்றனவா?

‘சுபமங்களா’வைப் பொறுத்தவரை அது வணிகப் பத்திரிகைகள் மீது ஒரு தாக்கத்தை உண்டாக்கும் என்று நான் எதிர்பார்க்க வில்லை. உண்டாக்கவும் இல்லை. ஆனால் ‘சுபமங்களா’ தன்னள வில் நிற்பதற்கான ஒரு சூழல் உருவாகிக்கொண்டிருக்கிறது. அந்தப்

பத்திரிகையை கோமல் திறமையாக நடத்திக்கொண்டுவருகிறார். 'சூழலில் இருக்கக்கூடிய பல்வேறு போக்குகளைக் கணக்கிலெடுத்துக் கொண்டு, பத்திரிகை தொடர்ந்து வெளிவந்துகொண்டிருந்தால் ஒரு சில நல்ல காரியங்களையேனும் செய்ய முடியும்; ஆகவே சில சமரசங்களை மேற்கொள்வது தவறல்ல' என்ற ஒரு கருத்தை உருவாக்கிக் கொண்டு அவர் இந்தப் பத்திரிகையை நடத்திக் கொண்டுவருகிறார். அது நிலைப்பதற்கான வாய்ப்பு அதிகமாக இருக்கிறது என்று நம்புகிறேன்.

அந்தப் பத்திரிகை, பிரபல பத்திரிகைகள், வணிக பத்திரிகைகள் மீது எந்தவிதமான தாக்கத்தையும் ஏற்படுத்தாது. வணிகப் பத்திரிகை களின் ஒரேவிதமான நோக்கம் எப்படி லாபம் சம்பாதிப்பது என்பதுதான். அதிகபட்சமான லாபத்தை எப்படி சம்பாதிப்பது. அது தொழில் சம்பந்தப்பட்ட விஷயம். அதை நான் குறை சொல்ல வில்லை. ஆனால் வணிகப் பத்திரிகைகள் நடத்தக்கூடியவர்கள், வணிகப் படங்கள் எடுக்கக்கூடியவர்கள், வணிகத்தையே முக்கிய மானதாகக் கருதக்கூடிய அரசியல்வாதிகள், வணிக மனோபாவம் கொண்ட டி.வி.காரர்கள், வணிக மனோபாவம் கொண்ட ரேடியோக்காரர்கள் தமிழ்க் கலாச்சாரம் சார்ந்த மதிப்பீடுகளை மிக மோசமாகப் பாதித்துத் தமிழ் வாழ்க்கை சார்ந்த கீழான நெறிகளை உருவாக்கிக்கொண்டிருக்கிறார்கள். இதைத்தான் முக்கிய மான பிரச்சனையாகக் கொள்ள வேண்டும்.

வியாபாரிகள் லாபம் சார்ந்து செயல்படுவது இயற்கையான விஷயம். ஆனால் அவர்கள் சமுதாயத்தினுடைய மதிப்பீடுகளைக் குழப்பக் கூடாது. வாழ்க்கை நெறிகளை அவர்கள் உருவாக்கக் கூடாது என்று நான் நினைக்கிறேன். அதற்கான ஒரு தடுப்பு, ஒரு பாதுகாப்பு தமிழ்ச் சமுதாயத்தில் இன்று இல்லை. அதுதான் மிக மோசமான பிரச்சனையாக என்னுடையப் பார்வையில் இருந்து கொண்டிருக்கிறது

சிறுபத்திரிகை ஆயிரத்திற்கு மேல் விற்காது. 'சுபமங்களா' அதைத் தாண்டி இருக்கிறதா?

'சுபமங்களா' பல ஆயிரம் பிரதிகள் விற்பனை ஆகலாம் என்று நினைக்கிறேன். இடதுசாரி வாசகர்களின் ஆதரவு அதற்கு இருக்கிறது.

இது வளர்ச்சியா?

நிச்சயமாக வளர்ச்சிதான். குறைந்தபட்சம் 'சுபமங்களா'விற்கான ஒரு பிரதியை மூன்று நான்கு பேர் படிப்பதற்கான வாய்ப்பு உண்டு. மிகச் சிறந்த கவிதைகளையோ, மிகச் சிறந்த சிறுகதை களையோ அதிக அளவு அவர் வெளியிட்டுவிட்டதாக நான் நினைக்கவில்லை. ஆனால் ஓரளவு நல்ல கட்டுரைகளை, கருத்துக் களை, சிந்தனைகளை அவர் வெளியிடுகிறார். நேர்காணல்களை

வாசகர்கள் விரும்பிப் படிக்கிறார்கள். முக்கியமாக நல்ல புத்தகங் களுடைய நல்ல மதிப்புரைகளை அவர் மிகக் கவனமாக வெளியிடு கிறார். குறைந்தபட்சம் நல்ல புத்தகங்கள் வெளியாகிற செய்தியாவது வாசகர்களுக்குப் போய்ச் சேர்கிறது. இந்தப் புத்தகங்களை ஒரு சிலர் படிக்கலாம். அந்தப் புத்தகத்தின் தாக்கங்களை அவர்கள் பெறலாம். இதற்கான வாய்ப்பு இருக்கிறது. இது நல்ல விஷயமாக எனக்குத் தோன்றுகிறது.

எழுத்தாளர்கள் கூட்டு சேர்ந்து ஒரு அமைப்பு உருவாக்கி இன்றைய இளைய தலைமுறையினருக்குச் சிறந்த படைப்புக்களை அறிமுகம் செய்துவைத்தால் அது எந்த அளவுக்கு நல்ல மாற்றத்தை ஏற்படுத்தும்?

வாசகர்களைத் தரமான வாசகர்களாக எப்படி மாற்றுவது என்பதுதான் முக்கியமான பிரச்சனை. தரமான வாசகர்கள் இருந்தால் அவர்களில் ஒரு பகுதி ஆதரவாவது சிறந்த பத்திரிகை களுக்குக் கிடைக்கும். ஆனால் தரமான வாசகர்கள் உருவாவதற்கு எதிரான நடவடிக்கைகள் பரிபூர்ணமாகத் தமிழ்ச் சமுதாயத்தில் செயல்படுகின்றன. தமிழ்க் குடும்பங்களை இன்று வரையிலும் புத்தகங்கள் வாங்கக்கூடிய பழக்கம் கொண்ட குடும்பங்கள் என்று சொல்ல முடியாது. அந்தப் பழக்கம் ஒரு நாற்பது ஐம்பது வருடங் களுக்கு முன்னாலேயே ஒருவிதத்தில் அழிக்கப்பட்டு விட்டது என்று சொல்லலாம். ஆனால் தமிழ்க் குடும்பங்கள் எதை எதையோ படிப்பதற்காக இன்றும் காசு செலவழிக்கின்றன. அத்தனையும் சஞ்சிகைகள். அவற்றை வாங்குகிறார்களே ஒழிய, புத்தகங்களை அவர்கள் வாங்குவதில்லை.

ஆக, ஒவ்வொரு தமிழ்க் குடும்பத்திற்குள்ளும் இன்று ஏதாவது ஒரு வணிகப் பத்திரிகை, ஒன்றல்ல குறைந்தபட்சம் மூன்று அல்லது நான்கு போகும் என்று நினைக்கிறேன். குடும்பங்களில் வயதான வர்கள் படிக்கக்கூடிய பத்திரிகையும் இளைஞர்கள் படிக்கக்கூடிய பத்திரிகையும் வெவ்வேறு ஆகிவிடுகின்றன. இளைஞர்களுக்காக ஒரு சில பத்திரிகைகள், குழந்தைகளுக்காக வேறு பத்திரிகைகள் என்று குடும்பங்களுக்குள் குறைந்தது இரண்டு அல்லது மூன்று பத்திரிகைகள் வருகின்றன. சராசரி ஒரு குடும்பம் மாதம் ஒன்றுக்கு கணிசமான தொகை, ஐம்பதிலிருந்து நூறு ரூபாய் வரையிலும் செலவழிக்கக்கூடிய நிலை இருந்தாலும்கூட அந்தப் பணம் வணிக சஞ்சிகைகளுக்குப் போய்ச் சேருமே ஒழிய தரமான புத்தகங் களுக்கோ, தரமான பத்திரிகைகளுக்கோ போய்ச் சேராது.

குழந்தைகள் தங்களுடைய மூன்று வயது, நான்கு வயது, ஐந்து வயதிலிருந்து தொடர்ந்து ஆரம்பத்தில் வணிகப் பத்திரிகைகள் வெளியிடும் குழந்தைப் பத்திரிகைகளைப் படிக்க ஆரம்பித்துத் தொடர்ந்து அவர்களுடைய வயதிற்கேற்பப் படிக்கும் பத்திரிகை களை மாற்றிக்கொண்டே வருகிறார்கள். கடைசியில் பக்தி இதழ்

களுக்கு வந்து சேருகிறார்கள். ஆனால் ஒன்று : அவர்கள் படித்த பத்திரிகைகள் எல்லாமே வணிகப் பத்திரிகைகள்தான். இதன் மூலம் அவர்களுடைய மதிப்பீடு வெகுவாக நிர்ணயிக்கப்படுகிறது.

ஒரு சிறுகதை என்றால் என்ன? ஒரு நாவல் என்றால் என்ன? ஒரு கட்டுரை என்றால் என்ன? யார் சிறப்பாக எழுதுகிறார்கள்? சமுதாயத்தை எப்படிப் பார்க்க வேண்டும்? அரசியல்வாதிகளைப் பற்றி நாம் எந்தவிதமாகச் சிந்திக்க வேண்டும் என்பது போன்ற பல்வேறு விஷயங்களையும் இந்தப் பத்திரிகைகள் அவர்களுடைய மூளைகளில் உருவாக்கிவிடுகின்றன. இவர்கள் பள்ளிகளுக்குப் போகிறவர்களாக இருக்கிறார்கள். தொடர்ந்து கல்லூரிகளுக்குப் போகிறவர்களாக இருக்கிறார்கள். இதன் மூலம் வேறுவிதமான பாதிப்புக்கள் ஏற்படுவதற்கான வாய்ப்புக்கள் இருந்தும்கூட, சாதாரண வாசகர்கள் எப்படி வணிக பத்திரிகைகளுக்கும் வணிகக் கலாச்சாரத்திற்கும் அடிமைப்பட்டிருக்கிறார்களோ அதே மாதிரி தான் தமிழ் ஆசிரியர்களும் – அவர்கள் ஆரம்பப் பள்ளி ஆசிரியராக இருந்தாலும் சரி, கல்லூரி ஆசிரியராக இருந்தாலும் சரி – முனைவர் பட்டம் பெற்றவர்களாக இருந்தாலும் சரி, வணிகப் பத்திரிகைகளுக்கு தான் ஆட்பட்டிருக்கிறார்கள். ஆக, இந்தக் காலக் கட்டத்தில் இந்தக் கூண்டிலிருந்து வாசகர்கள் வெளியே வந்து, தீவிரமான சிந்தனை களை வெளிப்படுத்தக்கூடிய எழுத்துக்களையோ, சிறுபத்திரிகை களையோ, பத்திரிகைகளையோ, புத்தகங்களையோ, படிப்பதற்கான வாய்ப்பு மிகக் குறைவாக இருக்கிறது.

நூலகங்களை எடுத்துக்கொண்டால் நூல்நிலையங்களில் பெரும் பாலும் வெகுஜன எழுத்தாளர்களுடைய புத்தகங்கள்தான் குவிந்து கிடக்கின்றன. மிகக் குறைவாகவே தீவிரமான எழுத்தாளர்களுடைய புத்தகங்கள் கிடைக்கின்றன. அப்படி ஒரு எழுத்தாளனின் படைப்பைப் படித்தாலும்கூட வாசகர்கள் அதுவரையும் அந்தப் பெயரைக் கேள்விப்படாத காரணத்தினாலும், தொடர்ந்து சிறுவயதி லிருந்தே வணிகப் பத்திரிகைகள் மூலமாக வணிக எழுத்தாளர் களுடைய பெயர்களைக் கேள்விப்பட்டிருக்கிற காரணத்தினாலும், அந்தப் பிரிவைச் சார்ந்த எழுத்தாளர்களின் புத்தகங்களே பாடப் புத்தகங்களாக இருப்பதாலும், அவனுடைய ஆசிரியர்கள் அந்த எழுத்தாளர்களைப் பற்றி உயர்வான எண்ணம் கொண்டிருப்ப தாலும், அரசாங்கம் சார்ந்த பரிசுகளை அவ்வகையான எழுத்தாளர் களே பெற்றிருப்பதாலும், அவர்கள் சினிமாவிற்குக் கதை வசனம், பாடல்கள் எழுதி வருவதாலும் சராசரி வாசகர்களின் தேர்வு எப்போதும் வணிகப் படைப்புக்களாகவே இருக்கின்றன. இது போன்ற எண்ணற்ற அவலங்கள் தமிழகத்தில் இருந்துகொண்டிருக் கின்றன.

தமிழ் இலக்கியத்தை மலையாளத்துடன் ஒப்பிட்டால் இன்றைய நிலை என்ன?

தமிழகத்தில் கல்லூரிகள் கேரளத்தைவிடப் பல மடங்கு அதிகம். இரண்டு மாகாணங்களிலும் கல்வி இன்னும் அதன் உயர்ந்தபட்ச அளவுகளை அடையவில்லை. ஆனால் கேரளாவோடு ஒப்பிட்டு பார்க்கக்கூடிய சமயத்தில் பல விஷயங்களில் தமிழ்நாடு பின்தங்கி இருக்கிறது. வணிக இலக்கியம் என்று நாம் அழைக்கிற இலக்கியம் கேரளாவிலும் இருக்கிறது. தமிழகத்தைவிட மோசமாக இருக்கிறது. ஆபாசமாக, வணிக நோக்கங்களுக்காக, வணிக வெற்றி பெறுவதற் காக, பெயர் பெறுவதற்காக, பணம் பெறுவதற்காக எவ்வளவு கீழ்தரமாக அல்லது பாலியல் சார்ந்து ஒரு தமிழ் எழுத்தாளன் எழுதுவானோ அதைவிடத் துணிவாக எழுதக்கூடிய பல மலையாள எழுத்தாளர்கள் இருந்துகொண்டிருக்கிறார்கள்.

ஆனால் அங்கே அத்தகைய எழுத்தாளர்களுக்கு எழுத்தாளர்கள் என்ற கௌரவமில்லை. அவர்கள் வியாபாரிகளாகத்தான் கருதப் படுகிறார்கள். கேரளக் கலாச்சாரத்தில் மதிப்பீடுகளைத் தீர்மானிக் கும் வாசகர்கள்மீது அவர்களால் எந்த விதமான பாதிப்பையும் செலுத்த முடிவதில்லை. ஒரு தேர்ந்த வாசகனைக் கேட்டால் நான் பல வணிகப் பத்திரிகைகளை படிக்கிறேன்; ஆனால் சிறந்த எழுத்தாளர் என்று எடுத்துக்கொண்டால் தகழி சிவசங்கரன் பிள்ளைதான் சிறந்த எழுத்தாளர், அல்லது கேசவதேவ்தான் சிறந்த எழுத்தாளர், அல்லது வைக்கம் முகம்மது பஷீர்தான் சிறந்த எழுத்தாளர் என்றுதான் சொல்லுவான். வணிக எழுத்தாளர் கள் சிறந்த எழுத்தாளர்கள் இல்லை என்றும், அவர்கள் பொழுது போக்குக்காக எழுதக்கூடியவர்கள் என்றும், அவர்களுக்கும் வாழ்க் கைக்கும் எந்தச் சம்பந்தமும் கிடையாது என்றும் தெளிவாகச் சொல்லுவான்.

ஒரு இலக்கிய மாநாடு நடக்கிறது என்றால் அந்த மாநாட்டில் வணிக எழுத்தாளர்கள் அதிகச் செல்வாக்குச் செலுத்த முடியாது. சமுதாய நன்மை சார்ந்த கருத்துக்களை எல்லாம் அவர்கள் பேசி வேஷம் போட முடியாது. மொழி சார்ந்த கருத்துக்களை எல்லாம் அவர்கள் அவிழ்த்துவிட முடியாது. சமுதாய மாற்றத்திற் காக அவர்கள் துடித்துக்கொண்டிருப்பதாகக் காட்டிக்கொள்ள முடியாது. அரசாங்கம், நிறுவனங்களின் பரிசுகளைப் பெற முடியாது. இவர்களுடைய புத்தகங்களைப் பல்கலைக்கழகங்களில் பாடப் புத்தகங்களாக வைக்கமாட்டார்கள். இப்புத்தகங்கள் பற்றி ஆராய்ச்சி கள் பெரும்பாலும் நடைபெறாது. அங்கு மதிப்பீடு தெளிவாக இருக்கிறது என்று நான் சொல்கிறேன். இந்த நிலை தமிழகத்தில் இல்லை. வணிக எழுத்துத்தான் தமிழ்ச் சமுதாயத்தைப் பாதித்துக் கொண்டிருக்கிறது. வணிக எழுத்தாளர்களைச் சார்ந்துதான் ஆராய்ச்சிகள் நடைபெறுகின்றன. இவைகளைப் புகழ்ந்துதான் கல்லூரித் தமிழ் விரிவுரையாளர்கள் பேசிக்கொண்டிருக்கிறார்கள். மாணவர்கள் அவர்களுடைய எழுத்தைத்தான் படிக்கிறார்கள். இந்த எழுத்துக்கள்தான் சிறந்த எழுத்துக்கள் என்று நினைக்கிறார்

கள். இதன் நீட்சியாக மோசமான சினிமா, மோசமான அரசியல், மக்களை ஏமாற்றும் சமயம் எல்லாம் ஒன்றோடு ஒன்று இணைந்து ஒரு கூட்டு வியாபாரம் செய்துகொண்டிருக்கின்றன.

கேரளா, வங்காளம் ஆகிய இரண்டு இடங்களில் இடதுசாரிகள் ஆட்சி செய்து கொண்டிருக்கிறார்கள். அரசியல் மாற்றங்கள் மூலம், கல்வியின் மூலம் பாதிப்புகள் ஏற்பட்டிருக்கின்றன என்று சொல்லலாமா?

கேரளாவில் இடதுசாரிக் கட்சி ஆட்சிக்கு வந்தது ஒரு முக்கிய மான பாதிப்பு என்று நினைக்கிறேன். வங்காளத்திலும் இடதுசாரிக் கட்சி ஆட்சிக்கு வந்திருக்கிறது. ஆனால் இந்த இடதுசாரிக் கட்சி ஆட்சிக்கு வராத இடங்களிலும் முக்கியமாகக் கன்னடம், மராட்டி, ஹிந்தி மொழிகளிலும் இந்த மதிப்பீடு சார்ந்த தெளிவுகள் ஓரளவேனும் இருக்கின்றன. ஆனால் விஷயங்கள் ஓரளவுக்குக் கூர்மையாக இருப்பதற்கு இடதுசாரிக் கட்சிகள் ஆட்சிக்கு வந்தது காரணமாக இருந்திருக்கலாம். தீவிரமான சிந்தனைகளை அவர்கள் வாசகர்கள் முன் வைத்திருக்கிறார்கள். வாழ்க்கைப் பிரச்சனைகள் சார்ந்து பல கூரான விமர்சனங்கள் நடந்திருக்கின்றன. முக்கியமாக, சமுதாயம் சார்ந்த எண்ணங்களை மக்கள் உணர்வதற்கு இந்தக் கட்சிகளின் செயல்பாடுகள் ஒரு காரணமாக இருந்திருக்கின்றன. ஆனால் வங்காளமும் கேரளாவும் தவிர மராட்டி, கன்னடம், ஹிந்தி இந்த மூன்று மொழிகளிலும் இந்த விஷயங்கள் தெளிவாக இருக்கின்றன. மிக மோசமாக இருப்பது என்னுடைய பார்வையில் தமிழகத்தில்தான் என்று நினைக்கின்றேன். எனக்குத் தெரிந்தவரை யிலும் இந்த மதிப்பீடு சார்ந்த குழப்பம் இந்த அளவுக்கு உலகின் வளர்ந்த மொழிகள் எதிலும் இருப்பதாகத் தெரியவில்லை.

வணிகப் போக்கு திரைப்படத்திலிருந்து வந்ததா? முக்கியமாக, திரைப் படத் துறையிலிருந்துதான் உருவாகியிருக்கிறது என்பது என்னுடைய அபிப்பிராயம்.

திரைப்படத் துறை, தொலைக்காட்சி, வானொலி அல்லது அரசியல் கட்சிகள், பல்கலைக்கழகங்கள், சமய நிறுவனங்கள் என்றெல்லாம் நான் தனித்தனியாகப் பிரித்துப் பார்க்கவில்லை. எல்லாவற்றையும் ஒரே அமைப்பின் பல்வேறுபட்ட முகங்களாகத் தான் நான் பார்க்கிறேன். தமிழகத்தில் கலாச்சார ரீதியான ஒரு விழிப்புணர்வு இருந்தது என்றால் திரைப்படங்கள் பெயரில் தீவிரமான விமர்சனங்கள் வெளிவந்திருக்க முடியும். எந்தத் தீவிர மான விமர்சனமும் இல்லை.

தீவிர எழுத்தாளர்கள், திரைப்படங்கள் மேல் பெரிய விமர்சனங் களைச் சொல்லிக்கொண்டு இருக்கிறார்கள். முப்பது நாற்பது வருஷமாகச் சொல்லிக்கொண்டு இருக்கிறார்கள். அது பொது மக்களுடைய கவனத்திற்குப் போய்ச்சேருவதில்லை. சிறுபான்மை யினருடைய கவனத்திற்குத்தான் வந்திருக்கிறது. அரசாங்கம் எப்

போதுமே மோசமான திரைப்படங்களைத்தான் ஆதரித்துச் செயல் படுகிறது. பரிசும் எப்பொழுதும் மோசமான படங்களுக்குத்தான் கிடைக்கிறது. இந்தச் சூழ்நிலை கேரளாவில் இல்லை. கேரளா வில் சிறந்த படங்களுக்குத்தான் பரிசு கொடுப்பார்கள். ஆகச் சிறந்த படங்களுக்கு அவர்கள் பரிசு கொடுக்காமல் இருக்கலாம். நிச்சய மாக மோசமான படங்களுக்கு அந்தப் பரிசுகள் போய்ச்சேராது.

தமிழில் அரசியல்வாதிகளும் சினிமாத் துறையைச் சேர்ந்தவர் களும் ஒரே நபர்கள்தான். ஒரு சினிமாக்காரர் எந்த நிமிடமும் அரசியல்வாதியாக ஆகிவிடலாம். எந்த அரசியல்வாதியும் எந்த நிமிடமும் ஒரு சினிமாக்காரரும் ஆகலாம். அவர்கள் இரண்டு பேரும் ஒரே குடும்பத்தைச் சேர்ந்தவர்கள்தான். அவர்களுடைய அக்கறைகள், எதிர்பார்ப்புகள், மதிப்பீடுகள் ஒரே விதமானவை என்றுதான் நான் நினைக்கிறேன்.

தமிழ்நாட்டில் அரசியல் விழிப்புணர்வு, சமுதாய மாற்றம் நிகழ்வதற்குக் கலாச்சார ரீதியான ஒரு மறுபார்வையும் புதிய மதிப்பீடுகளும் தோன்ற வேண்டிய கட்டாயம் இருக்கிறது. இன்று இருக்கக்கூடிய கலாச்சாரச் சீரழிவில் அரசியல் மாற்றமோ சமுதாய மாற்றமோ நிகழ்வதற்கான வாய்ப்புக்கள் ஏதுமில்லை. இன்றைய அமைப்பைத் தொடர்ந்து எப்படி நீடித்துக்கொண்டுபோவது என்ற நோக்கில் செயல்படுவது வணிகக் கலாச்சாரத்தின் ஒரு முக்கியமான கூறு. சமுதாய மாற்றத்திற்கெதிரான சக்திகள் சமுதா யத்தை சுரண்டக்கூடிய காரியங்களை வெற்றிகரமாகச் செய்து கொண்டுவருகின்றன. மக்களிடம் ஒரு விழிப்புணர்ச்சியை ஏற்படுத்த வேண்டும் என்பது மிக முக்கியமான விஷயம். நிலைமையை இன்று அவர்கள் பார்க்கக்கூடிய முறையில் விழிப்புணர்ச்சி ஏற்படுவதற்கான வாய்ப்பு இல்லை. அவர்களுடைய கனவுகள் வேறுவிதமாக இருக்கின்றன. மக்களுடைய கனவுகள் சார்ந்துதான் இந்தப் புத்தகங்கள் இன்றைக்கு விற்பனை ஆகின்றன.

வணிக சக்திகள் முதலில் மக்களைச் சீரழிக்கின்றன. மக்களின் பார்வை மிகவும் குறுகிப்போகிறது. யதார்த்தத்தை அவர்களுக்குப் பார்க்க முடியாமல் ஆகிவிடுகிறது. அவர்களுக்கு வாழ்க்கையை நேரடியாக எதிர்கொள்வதில் ஒரு பயமும் அச்சமும் ஏற்படுகின்றன. கனவுகளே அவர்களுக்குச் சந்தோஷத்தைத் தரக்கூடியதாக இருக் கிறது. தங்கள் வாழ்க்கையில் இல்லாத விஷயங்களைப் போராடிப் பெறுவதற்குப் பதிலாகத் தங்கள் வாழ்க்கையில் இல்லாத விஷயங் களைப் பார்த்து, படித்து, ஒருவிதமான சுய இன்பத்தை அவர்கள் அடைந்துகொண்டிருக்கிறார்கள். இப்படி அவர்களைப் பழக்கப் படுத்திய பின் மக்களுடைய தேவையே இதுதான் என்று ஆகிவிடு கிறது. இந்த விதமான படைப்புக்கள் அல்லது கனவு இலக்கியம்தான் அவர்களின் விருப்பமாக இருக்கிறது. எனவே அதை நாங்கள் உற்பத்தி செய்து தருகிறோம் என்று இன்றைக்கு வணிக இலக்கியம்,

வணிகப் பத்திரிகைகள் அல்லது வணிக சினிமாக்கள் எல்லாமே நியாயம் சொல்லிக்கொண்டிருக்கின்றன.

ஜனங்கள் இதைத்தான் விரும்புகிறார்கள் என்று சொல்லிக் கொண்டு இருக்கும் வரையிலும், ஜனங்களைப் பாதிக்கக்கூடிய ஒரு விஷயத்தை உருவாக்காதது வரையிலும், அவர்களிடம் எந்த விதமான விழிப்புணர்வையும் உருவாக்காத வரையிலும், அவர்கள் பார்வைகள் சினிமா சம்பந்தப்பட்டு, தமிழ் அரசியல் சம்பந்தப்பட்டு, தமிழ்ப் பல்கலைக்கழகங்கள் சம்பந்தப்பட்டு, நிறுவனங்கள் சம்பந்தப் பட்டு, ஓரளவேனும் மாறாதவரையிலும் தமிழ்ச் சமுதாயத்தில் எந்த விதமான மாற்றத்தையும் நிகழ்த்த முடியாது.

ஆனால் இன்றைக்குத் தமிழ்நாட்டில் உயிர்த் துடிப்புடன் இருக்கும், மிகவும் சத்தான ஒரு விஷயம் சிறுபத்திரிகை இயக்கம். இந்த இயக்கத்திற்குள் பல்வேறுபட்ட கருத்து வேற்றுமைகள் இருக்கலாம். இந்த இயக்கத்தை விரிவடையச் செய்வதன் மூலம் சமூகத்தில் நாம் எதிர்ப்பார்க்கக்கூடிய விளைவுகளை நிகழ்த்தலாம். நாம் நினைக்கக்கூடியவற்றிற்கு முற்றிலும் வேறுபட்ட மாற்றத்தை ஜனங்கள் விரும்பவும் செய்யலாம் – ஆனால் இங்கு இன்றிருக்கக் கூடிய மிக ஜீவனான அம்சம் இந்தச் சிறுபத்திரிகை அம்சம்தான். இந்த அம்சத்தை வளர்க்காத வரையிலும் எந்தத் தளத்திலிருந்தும் வேறு விதமான சிந்தனைகள் வரக்கூடிய வாய்ப்பு இன்று தமிழ்ச் சமூகத்தில் இல்லை என்று நான் நினைக்கிறேன். சிறுபத்திரிகை வட்டாரத்தில்தான் அதிகப் படியான ஒரு பிரக்ஞை இருக்கிறது. அந்தப் பிரக்ஞைகூட, சிறு பத்திரிகைகள் சார்ந்த பிரக்ஞைகள்கூட, மற்ற தேசங்களில் இருக்கக் கூடிய விஷயங்களுடன் ஒப்பிடக்கூடிய சமயங்களில் மிகவும் பின்தங்கித்தான் இருக்கிறது. தமிழகத்தில் இருக்கக்கூடியவற்றில் ஆகக்கூடிய சிந்தனை கொண்டவையாக சிறுபத்திரிகை சார்ந்த சிந்தனைகள்தான் இருக்கின்றன. எனவே அந்தச் சிந்தனைகளை வளர்த்தெடுப்பதற்கான வழிமுறைகளைப் பற்றித்தான் நடை முறையில் நாம் யோசிக்க முடியும். அதிலிருந்து தான் அரசியல் கட்சிகள் அல்லது சினிமா சம்பந்தப்பட்ட பார்வை கள் எல்லாம், கல்வி சம்பந்தப்பட்ட பார்வைகள் எல்லாமே மாற்றம் பெற முடியும். ஒரு சமுதாய மாற்றம் அப்படியாகத்தான் உருவாக முடியும்.

பாரதியாருடைய படைப்புக்கள் தமிழ்நாட்டில் எப்படி ஏற்றுக்கொள்ளப் பட்டிருக்கின்றன?

பாரதியாருடைய படைப்புக்கள் நிச்சயமாகத் தமிழ்ச் சமூ கத்தைப் பாதித்திருக்கிறது. ஆனால் அந்தப் பாதிப்பெல்லாம் எனக்குத் தெரிந்தவரைக்கும் சிறுபத்திரிகை இயக்கத்திற்குள்தான் நிகழ்ந்திருக்கிறது. வணிக எழுத்தாளர்கள் பாரதியுடைய பெயரைச் சொல்லலாம். ஆனால் அவர்கள் பாரதியை நேர்மையாக எதிர்

கொள்ளுபவர்கள் அல்ல. நேர்மையாக விமர்சிப்பவர்களும் அல்ல. உதட்டளவில் பாராட்டிப் பேசுகிறார்கள். ஒருவரும் அவருடைய கருத்துக்களை ஆழ்ந்து பரிசீலிக்கவில்லை. பாரதியின் கருத்துக்களை ஏற்பது பலவிதமான பிரச்சனைகளை உருவாக்கக்கூடியது. பாரதியை அனுசரிப்பது எளிமையான காரியம் அல்ல. வணிக எழுத்தாளர்கள் பொது மேடைகளில், பிற சமயங்களில் பாரதியைப் பற்றிப் பெருமையாகப் பேசுவார்கள். பாரதி பற்றி ஆழ்ந்த சிந்தனை களோ, விமர்சனங்களோ அவர்கள் இடையில் எழுந்ததில்லை. 1921இலிருந்து இன்று 1993 வரையிலும் பாரதி பற்றி மிகப் பெரிய விமர்சனங்கள் வரவில்லை. அவரைப் பற்றிய சிறந்த வாழ்க்கை வரலாறுகூட வரவில்லை.

ஆனால் இதுவரையிலும் வந்திருக்கக்கூடிய விமர்சனங்களும், வாழ்க்கை வரலாறுகளும் சிறுபத்திரிகை சார்ந்த எழுத்தாளர்களிட மிருந்துதான் வந்திருக்கின்றன. வணிகப் பத்திரிகைகள் சார்ந்த எழுத்தாளர்கள் யாரிடமிருந்தும் பாரதி பற்றி எதுவும் வரவில்லை. அவர்கள் பொதுவாக மேடைகளில் அவரது பாடல்களைப் பயன்படுத்துவார்கள். ஒரு சில பாடல்களை அவர்கள் மனப்பாடம் செய்துவைத்திருப்பார்கள். கிட்டத்தட்ட ஒரு ஐம்பது கவிதைகளைப் படித்திருப்பார்கள். அவை எல்லாச் சந்தர்ப்பத்திலும் பயன்படுத்தக் கூடிய விதமானதாகத்தான் இருக்கும். அந்த வகையில் அது அவர்களுடைய ஒருவிதமான பிழைப்பு என்று நினைக்கிறேன். அந்தப் பிழைப்புக்குத் தேவையான அளவிற்குப் பாரதியைப் படிப்பார்கள். பயன்படுத்துவார்கள். அவ்வளவுதான்.

ஒரு படைப்பாளி தான் எழுதுவதையும் சொல்வதையும் வாழ்க்கையில் கடைப்பிடித்தாக வேண்டுமா? அல்லது அவன் தன்னுடைய வாழ்க்கை யில் ஒருவிதமாகவும் படைப்புக்களில் வேறு விஷயங்களை முக்கியப் படுத்துபவனாகவும் இருக்கலாமா? ஒரு உதாரணத்தைச் சொல் கிறேனே. மாக்சிம் கார்க்கி பல நல்ல நல்ல கருத்துக்களைச் சொல்லி யிருக்கிறார். வாழ்க்கையில் அவற்றைக் கடைப்பிடித்ததாகத் தெரிய வில்லை. இது பற்றிய உங்கள் அபிப்ராயம் என்ன?

கார்க்கி அவர் கூறிய கருத்துக்களை அனுசரிக்கவில்லை என்று நான் நினைக்கவில்லை. நீங்கள் கூறுவது நான் அறியாத விஷயமாக இருக்கிறது. என்னுடைய அபிப்பிராயங்கள் ஒரு பக்கமிருக்க, உலகத்தில் விமர்சகர்கள் பல்வேறுபட்ட சமயங்களில் மாறுபட்ட கருத்துக்களை வெளிப்படுத்தியிருக்கிறார்கள். முதலில் ஒரு எழுத் தாளனுடைய எழுத்தை மட்டும் பார்த்தால் போதும்; அவனுடைய வாழ்க்கையைப் பார்க்க வேண்டியதில்லை என்று சொல்லக்கூடிய போக்கு மிக வலுவானதாக இருந்திருக்கிறது. இந்தக் காலகட்டத்தில் வாழக்கூடிய எழுத்தாளர்களுடைய வாழ்க்கையை நாம் அறிந்து கொள்ள முடியும். முற்காலத்தில் வாழ்ந்த படைப்பாளிகளின் வாழ்க்கையைப் பார்க்க நமக்குச் சந்தர்ப்பம் இல்லை. சமகால

எழுத்தாளனுடைய, ஓவியனுடைய, இசைக் கலைஞனுடைய வாழ்க்கையை அடிப்படையாக வைத்து அதன் அடிப்படையில் அவர்களுடைய கலைகளை விமர்சிக்கக்கூடிய விமர்சனம் தவறான விமர்சனமாக அமைய வாய்ப்பிருக்கிறது.

ஆகவே, ஒரு படைப்பாளி தனது படைப்புக்களில் என்னென்ன விஷயங்களைச் சொல்கிறானோ, அதை அனுசரிக்கிறானா இல் லையா என்பதைப் பார்ப்பதைவிடப் படைப்புக்களில் சொல்ல வந்த விஷயத்தைத் தீவிரமாகச் சொல்லியிருக்கிறானா, அவை மனித மனங்களைப் பாதிக்கக்கூடிய அளவிற்குத் தீவிரமாக இருக் கின்றனவா? இந்தக் கூறுகளை, அவன் அந்தப் படைப்புக்களில் தருவதில் வெற்றி பெற்றிருக்கிறானா என்பதை மட்டும் பார்த்தால் போதும் என்ற அபிப்பிரயம் வலுவாக இருக்கிறது.

எழுத்தாளன் தான் எந்த விஷயங்களை சொல்லுகிறானோ அவற்றை அவன் அனுசரிக்காத வரையிலும் அவன் சொல்லக்கூடிய விஷயங்களுடைய சாராம்சத்தை, வீரியத்தை அவனால் உணர முடியாது. அவனே அதன் சக்தியை உணர வேண்டுமென்றால் அந்த விஷயங்களை அவன் நடைமுறை வாழ்க்கையில் அனுசரித்து அதிலிருக்கக்கூடிய நெருக்கடிகளை அவன் அனுபவித்திருக்க வேண்டும். அவன் அனுபவிக்காத வரையிலும் அவனுடைய கருத்துக்கள் ஒரு ஜீவித இயக்கத்தின் கூறாக மலராது. அது மூளையில் ஒட்டிக்கொண்டு இருக்கக்கூடிய சில கருத்துக்களாக மட்டுமே இருக்கும். அதிலிருந்து மேலான படைப்புக்கள் வர முடியாது என்னும் இன்னொரு விதமான கருத்தும் இருக்கிறது.

நான் இரண்டாவது கருத்தை நம்பக்கூடியவன். ஒரு எழுத்தாளன் சில விஷயங்களைச் சொல்கிறான் என்றால் ஒன்று அவன் முழுமை யாக அதை அனுசரிக்க வேண்டும். அல்லது அதற்கான முயற்சி களைத் தொடர்ந்து மேற்கொள்ள வேண்டும். மனிதன் என்கிற அளவில் அவனிடம் பலகீனங்கள், சறுக்கல்கள் இருக்கலாம். நாம் பரிபூரணத்தை எழுத்தாளனிடம் எதிர்ப்பார்க்க முடியாதுதான். அவன் உணர்ச்சிவசப்பட்டவன். பல்வேறுபட்ட குறைவான வாழ்க்கைப் பின்னணிகளில்தான் அவன் வளர்ந்து வந்திருக்கிறான். ஆகவே, அவனிடம் பல்வேறுபட்ட கோளாறுகள் இருக்கலாம். ஆனால் தான் நம்பக்கூடிய விஷயங்களை, பகிரங்கப்படுத்தக்கூடிய விஷயங்களை அனுசரிக்கக் கூடியதற்கான ஒரு வேட்கை, ஒரு தீவிரமான முனைப்பு அவனிடம் இருந்தாக வேண்டும். அப்படி இருந்தால்தான் அவன் நேர்மையான எழுத்தாளன். அந்த முனைப் பில் இருந்துதான் அவன் ஒரு ஆவேசத்தைப் பெறுகிறான். அந்த ஆவேசம்தான் இலக்கியங்களில் பிரதிபலிக்கிறது. தைரியத்தை உருவாக்குகிறது என்று நான் என்னளவில் நம்பிக்கை கொண்டிருக் கிறேன்.

நான் ஒரு விஷயத்தைப் பின்பற்ற நினைக்கிறேன். ஆனால் பின்பற்ற முடியாமல் போகிறது. அதனால் சங்கடங்கள் ஏற்படுகின்றன. தவறுகிறேன், திரும்பவும் பின்பற்ற முயற்சி செய்கிறேன். திரும்பவும் தவறுகிறேன். இந்த விதமான சங்கடங்கள் ஏற்படுகின்றன. நானே என்னைக் குற்றப்படுத்திக்கொள்கிறேன். நானே என் மீது வருத்தம் கொள்கிறேன்.

படைப்புக்குரிய மதிப்பீடுகளில் நம்பிக்கை இல்லாமல் ஒன்றைச் சொல்லுவது, இன்னொன்றைச் செய்வது என்று வேஷம் போடக்கூடிய எந்த எழுத்தாளன் மீதும் மதிப்பு ஏற்படுவதில்லை. அவர்களுடைய படைப்புக்கள் எல்லாம் அவர்கள் போட்ட வேஷங்களைத்தான் அம்பலப்படுத்திக்கொண்டு இருக்கின்றன. தீவிரமான எழுத்தாளனுடைய புத்தகங்கள் அவன் இறந்துபோன பிறகுதான் பெரும் வாழ்வு கொள்ளத் தொடங்குகின்றன. புதுமைப்பித்தன் இருக்கக்கூடிய காலத்தில் அவருடைய புத்தகங்கள் எதுவுமே பெரிய அளவில் வாழவில்லை. அவர் இறந்துபோனதற்குப் பின்னால் அவருடைய புத்தகங்கள் இப்போது வாழ்ந்துகொண்டிருக்கின்றன. அது புதுமைப்பித்தனுக்குத் தெரியாது. இப்போது அவருடைய படைப்புக்களின் ஜீவித இயக்கம் முன்னைவிட அதிகமாக இருக்கிறது. இன்னும் பதினைந்து ஆண்டுகளில், இருபது ஆண்டுகளில் இன்னும் அதிகமாகத்தான் போய்க்கொண்டிருக்கும். இப்படித்தான் இலக்கியமும் இலக்கிய நியதிகளும் கால அளவில் செயல்படும் என்று நான் என்னளவில் நம்புகிறேன். நம்பிக்கை சார்ந்த விஷயம் தான் இது. இதற்கு எதிர்நிலையில் பலவிதமான வாதங்கள் இருக்கின்றன.

ஈழத்து இலக்கியம் பற்றிய உங்களது கருத்துக்கள் என்ன?

ஈழத்தில் இலக்கிய வளர்ச்சி பற்றி முழுமையாகத் தெரிந்து கொள்ளக்கூடிய வாய்ப்பு இல்லை. இப்போது சமீப காலங்களில் ஈழத்திலிருந்து ஈழத்து எழுத்தாளர்கள் எழுதக்கூடிய இலக்கியங்களில் ஒரு பகுதி ஈழத்தில் வெளிவருகிறது. இன்னொரு பகுதி உலகத்தின் பல நாடுகளில் இருந்து வெளிவரக்கூடிய ஒரு சூழல் உருவாகியிருக்கிறது. இவை தமிழகத்தில் கிடைக்கக்கூடிய வாய்ப்பு மிகக் குறைவு. அதுவும் கடந்த பத்து வருடங்களாக ஈழத்து எழுத்தாளர்கள் எந்தவிதமாகச் செயல்படுகிறார்கள் என்பதைத் தெரிந்துகொள்வதில் சில நடைமுறைச் சங்கடங்கள் இருக்கின்றன. ஆனால் மொத்தத்தில் இருபது அல்லது முப்பது வருஷங்கள் நடந்திருக்கக்கூடிய இலக்கிய வளர்ச்சி, கலாச்சார வளர்ச்சி, கலை சார்ந்த சிந்தனைகள் சம்பந்தமாக எனக்கு ஒரு பாராட்டத் தகுந்த, மனநிறைவு கொள்ளக்கூடிய எண்ணங்கள்தான் என் மனதில் இருக்கின்றன. இதை, நான் ஈழத்திலிருக்கக்கூடிய எழுத்தாளர்கள் மிகப் பெரிய எழுத்துக்களை எழுதியிருக்கிறார்கள் என்று நான் சொல்லுவதாக எடுத்துக்கொள்ள வேண்டாம். அப்படிச் சாதிக்க

வில்லை என்றுதான் நான் நினைக்கிறேன். இந்த நெருக்கடிகள்கூட ஒரு நல்ல இலக்கியத்தை உருவாக்கக்கூடிய சந்தர்ப்பத்தை அவர்களுக்கு ஏன் தரவில்லை என்பது ஒரு கேள்வியாக இருக்கிறது.

தமிழ் வாழ்க்கையை எடுத்துக்கொண்டீர்கள் என்றால் இந்தியாவில் வாழக்கூடிய தமிழர்களின் வாழ்க்கையும் ஈழத்தில் வாழக்கூடிய தமிழர்களின் வாழ்க்கையும் பெருமளவுக்கு வித்தியாசப்பட்டு இருக்கிறது. ஈழத் தமிழர்களுக்கு வாழ்க்கை சார்ந்து மிகப் பெரிய சோதனை இருந்து வருகிறது. கட்டாயத்தின் பேரில் வேறு வேறு தேசங்களுக்குப் போகவும் வேறு கலாச்சாரங்களைச் சார்ந்த ஆட்களுடன் பழகவும் வேறு கலாச்சாரங்களைப் பார்க்கவும் தங்களுடைய பழைய மனோபாவங்களை உதறவும் இது முக்கியமான காரணமாக இருந்திருக்கிறது. இதற்கு முன்னால் வரலாற்றில் எப்போதுமே நிகழாத ஒரு சந்தர்ப்பமாக இது அமைந்திருக்கிறது. மிக மோசமான நிகழ்வு என்று எண்ணும்போதுகூட சிறு அனுகூலமும் அதில் இருக்கிறது. இன்னும் ஆழமான படைப்புக்களை அவர்கள் உருவாக்கியிருக்க வேண்டும்.

தமிழகப் படைப்புக்களில் இருக்கக்கூடிய சராசரித் தன்மையை விட ஈழத்துப் படைப்புக்களில் ஒரு அனுபவபூர்வமான ஒரு தெளிவு, அபத்தமில்லாத நிலை, யதார்த்தம் சார்ந்து வாழ்க்கையை நேரடியாகப் பார்க்கக்கூடிய இயல்பு, எதிர்கொள்ளும் பிரச்சனைகளைச் சரிவர, கனவுகள் இல்லாமல் மதிப்பிடக்கூடிய மனோபாவம் எல்லாக் கவிதைகளிலும் நாவல்களிலும் கட்டுரைகளிலும் வெளிப்பட்டிருக்கின்றன. தமிழகத்தில் இருக்கக்கூடிய கனவு அம்சம் என்பது ஈழத்து இலக்கியத்தில் இல்லை. உயர்ந்த படைப்புக்கள் ஏன் வரவில்லை என்பது ஒரு வியப்பாகவும் இருக்கிறது. ஆனால் அதற்கான சாத்தியக்கூறுகள் இருப்பதாக நம்புகிறேன். மிகச் சிறப்பான இலக்கியங்கள் உருவாவதற்கான சாத்தியங்கள் அங்கு இருக்கின்றன. இன்னும் காலம் அதற்குத் துணை போகவில்லை போலிருக்கிறது. நெருக்கடியிலிருந்து ஈழத் தமிழர்கள் இன்னும் மீளவில்லை. நெருக்கடிக்குள் இருந்துகொண்டிருப்பது ஒரு மனத் தடையாக இருக்கலாம். நெருக்கடியிலிருந்து மீண்டு ஆசுவாசம் பெற்று, காலத்தின் இடைவெளியும் அவர்களுக்குத் தேவையாக இருக்கலாம். ஒரு சுவருக்குப் பக்கத்திலிருந்து சுவரைப் பார்க்க முடியாததைப் போல நெருக்கடிகளைப் பார்ப்பதற்கு அவசியமான இடைவெளியும் தேவைப்படுகிறது போலிருக்கிறது.

ஈழத்துக் கவிதைத் துறையில் நிலைமை சற்று மேலாக இருக்கிறதல்லவா..?

கவிதைத் துறையில் ஈழத்தில் முக்கியக் கவிஞர்கள் எல்லாருமே பொருட்படுத்திப் பேசத் தகுந்த அளவில், மதிக்கத் தகுந்த அளவில், அபத்தம் எதுவுமே இல்லாமல், அனுபவங்களையும் சிந்தனைகளையும் தெளிவாக வெளிப்படுத்துகிறார்கள். அதில் பாவனையில்லை. பொய்யில்லை. கனவில்லை. ஆனால் வளர்ச்சியும் இல்லை.

அதற்கு முக்கியமான காரணம் தமிழனின் இரத்தத்தில் ஊறி இருக்கக்கூடிய romantic மனோபாவம் என்று நினைக்கிறேன். அது தமிழகத்துத் தமிழர்களிடையே இருப்பதில் வியப்பில்லை. ஆனால் இவ்வளவு நெருக்கடிகளுக்கு ஆளான பிறகும், இவ்வளவு வாழ்க்கை நிதர்சனங்களைச் சந்தித்த பிறகும், ஈழத்துத் தமிழர்களிடையே இருப்பதைப் பார்க்கும் போது வியப்பாக இருக்கிறது. சில கவிஞர்களுடைய வரிகள் மிகுந்த சங்கடத்தை ஏற்படுத்து கின்றன.

இரண்டு நாட்களுக்கு முன் ஒரு கவிஞரின் கவிதை ஒன்றைப் படித்தேன். அதில் ஒரு பெண் புல் பறித்துக்கொண்டிருக்கிறாள். அதைப் பற்றிப் பாடுகிறார். எனக்கு அது பற்றி எந்த ஆட்சேபணை யும் இல்லை. அந்தக் காட்சி முக்கியமானதுதான். அவர் பெற்ற அனுபவமாக இருக்கலாம். ஆனால் அந்தப் பெண்ணை ரம்பை, மேனகை என்று சொல்கிறார். அந்தப் புல் பறிக்கும் பெண்ணைப் பார்த்து அவர் அந்த அனுபவத்தைப் பெற்றிருக்கமாட்டார் என்பது நிச்சயம். அவர் தமிழன் என்பதால் அப்படிச் சொல்கிறார் என்று நான் நினைக்கிறேன். அது தவறான கண்ணோட்டம். ஏனெனில் அந்தக் கவிஞர் ரம்பை, மேனகை என்று எழுதிய பெண்களைப் பற்றி எனக்குத் தெரியும், உங்களுக்குத் தெரியும். அந்தப் பெண்களும் தம்மை அவர் அப்படி அழைக்க வேண்டும் என்று எதிர்பார்ப்பதும் கிடையாது. இந்நிலையில் அவர்களுக்கு நம்முடைய வார்த்தைகளால் எந்தவித லஞ்சமும் தர வேண்டிய அவசியமே கிடையாது. நம்முடைய முன்னோர்கள் அப்படிச் செய்திருக்கலாம். அது இன்று காலாவதியாகிவிட்ட பழக்கம். உண்மையாகவே அந்தப் பெண்கள் நம் மனதில் எப்படிப்படுகிறார்களோ அப்படியே சொல்லக்கூடிய நேர்மை நமக்கு இருக்க வேண்டும். அப்போதுதான் அவரை உண்மையான படைப்பாளியாக நாம் மதிக்க முடியும்.

தமிழகக் கவிஞர்களிடையே இந்த அபத்தம் வெகு அதிகமாக இருக்கும். வரிக்கு வரி இது போன்ற அபத்தங்கள் இருந்துகொண்டே இருக்கும். சிறந்த கவிஞர்கள் ரொம்பவும் தெளிவாகப் பேசுவார்கள். நடுத்தரமான கவிஞர்கள் ரொம்ப அளவிற்குச் சமநிலை இல்லாமல் பேசுவார்கள். ஆனால் ஈழத்தில் பரவலாகத் தங்களுடைய விஷயங் களைச் சுருக்கமாகவும் தெளிவாகவும் வெளிப்படுத்துகிறார்கள்.

பாரதிக்கு இணையாகச் சேரன் போன்றவர்களை நீங்கள் சொல்லிக் கொண்டு வருகிறீர்கள் . . .

நான் பாரதிக்கு இணையாகச் சேரனைச் சொன்னதில்லை. அவர் நல்ல கவிஞர்களில் முக்கியமானவர் என்று சொல்லியிருக் கிறேன். மகாகவியின் கவித்துவத்தைவிடச் சேரனுடைய கவித்துவம் தான் என் மனதிற்கு நெருங்கிவருகிறது என்று சொல்லியிருக்கிறேன். சமீபகாலத்தில் அவரது கவிதைகளில் ஒரு தொய்வு ஏற்பட்டிருக் கிறது. அந்தத் தொய்வைக்கூட நான் எதிர்மறையாகப் பார்க்க வில்லை. ஏன் எதிர்மறையாகப் பார்க்கவில்லை என்றால் எனக்குத்

தெரிந்த அளவில் ஈழத்துக் கவிஞர்களில் சேரன், கவிதைப் படைப்பு ஒரு நீண்ட பயணம் என்னும் பிரக்ஞை கொண்டவர். என் எண்ணம், கவிஞன் எழுதிவரும்போது சில வெற்றிகள் சுலபமாகக் கிடைக்கும். மொழி சார்ந்த ஒரு பிடிமானம் கிடைக்கும். சில படிமங்கள் புதிதாகக் கிடைத்துவிடும். உடனே வாசகர்கள் ஆஹா ஓஹோ என்பார்கள். விமர்சகர்கள் இவன்தான் இந்த நூற்றாண்டின் சிறந்த கவிஞன் என்று சொல்லுவார்கள். இதிலே மயங்கிப்போய் முடங்கிப்போன கவிஞர்கள்தான் தமிழ்மொழியில் அதிகம். அங்கேயே உட்கார்ந்துவிடுவார்கள். அங்கேயே படுத்துக்கொண்டும் விடுவார்கள். சின்ன வெற்றிகள் கிடைத்ததும் இதுதான் நம்முடைய இடம் என்று கருதி அதே விஷயத்தையே ஐம்பது வருடங்கள் எழுதிக்கொண்டிருப்பார்கள். இது தமிழ்க் கவிஞனுடைய பொது மனநிலை. இதற்கு, கவிதை என்பது ஒரு பயணம் என்னும் பிரக்ஞையின்மையே காரணம்.

சமீப காலங்களில் அவருடைய தாழ்வுகள்கூட ஏற்கனவே அவர் அடைந்த வெற்றிகளைத் தூக்கியெறிந்துவிட்டுப் புதிய வெற்றிகளைத் தேடுவதால் ஏற்படக்கூடிய தாழ்வு என்று நினைக்கிறேன். நாம் பொறுத்திருந்து பார்க்க வேண்டும். அவசரப்பட்டு எதுவும் சொல்லி விடக் கூடாது என்ற மனோபாவத்தில் இருக்கிறேன். தமிழ்நாட்டுக் கவிஞர்களில் பலருக்கும் காலம் தங்களைத் தாண்டி ஓடிக்கொண்டி ருக்கிறது என்ற விஷயமே தெரியாது. அவர்கள் வீடு இருக்கிற இடத்திலேயே காலத்தைக் கட்டிப்போட்டிருப்பது போல் கற்பனை செய்துகொண்டிருக்கிறார்கள். சேரன் சிறந்த கவிஞராக வர வேண்டும் என்று நான் எதிர்பார்க்கிறேன்.

சில வருடங்களுக்கு முன்னால் தளையசிங்கத்தினுடைய ஏழாண்டு கால இலக்கிய வளர்ச்சி என்று ஒரு புத்தகம் வந்தது. அதில் டானியல் போன்ற எழுத்தாளர்களைக் கொச்சைத்தனமான வார்த்தைகளைப் பயன்படுத்தி அவர் எழுதியிருப்பார். டானியலுடைய கொள்கை யிலிருந்து தளையசிங்கத்தின் கொள்கைகள் மாறுபட்டிருக்கலாம். அதற்காக ஒருவரைக் கொச்சைத்தனமாக விமர்சிப்பது தவறென்று படவில்லையா உங்களுக்கு? தளையசிங்கம் மேல் நீங்கள் மதிப்பு வைத்திருக்கலாம். அவருடைய இலக்கிய விமர்சனம் குறித்து நீங்கள் என்ன கருத்து வைத்திருக்கிறீர்கள்? டானியலின் ‘பஞ்சமர்’ நாவல் பற்றி என்ன நினைக்கிறீர்கள்?

தளையசிங்கத்தை அறிமுகப்படுத்தித் தமிழில் நான் ஒரு கட்டுரை எழுதியிருக்கிறேன். அதில் தளையசிங்கத்திடம் எனக்கு என்ன வகையான ஈடுபாடு இருக்கிறது, எதனால் தளையசிங்கத்தை மதிக்கிறேன் என்பதை நான் சொல்ல முயன்றிருக்கிறேன். அந்தக் கட்டுரையை நீங்கள் படித்திருக்கிறீர்களா என்று எனக்குத் தெரிய வில்லை. அது ஒரு முழுமையான கட்டுரை அல்ல. உண்மையாக

அவர் மேல் எந்த அளவுக்கு மதிப்பு உண்டோ அதைவிடக் குறைவாகத்தான் அந்தக் கட்டுரையில் சொல்லி இருக்கிறேன். தமிழ் வாசகர்கள் தளையசிங்கத்தைச் சுதந்திரமாகப் படிப்பதற்கு என்னுடைய எழுத்து ஒரு தடையாக இருக்கக் கூடாது. அவரைப் பற்றி அதிகமாகச் சொல்வது ஒரு காரணமாக இருந்துவிடக் கூடாது. சுதந்திரமாக அவர்கள் அணுக வேண்டும். அணுகி அவரைப் பற்றித் தங்களுக்கு என்ன அபிப்பிராயம் ஏற்படுகிறது என்பதைப் பார்க்க வேண்டும். ஆனால் பெரும்பான்மையான வாசகர்களுக்கும் தீவிர எழுத்தாளர்களுக்கும் தமிழகத்தில் தளைய சிங்கத்தைப் பற்றித் தெரியாமல் இருக்கிற காரணத்தினால் நான் அவரைப் படித்தபோது – எனக்கும் அவருக்கும் இருக்கக்கூடிய கருத்து ஒற்றுமைகள், கருத்து வேற்றுமைகள் ஒரு பக்கம் இருக்க – தளையசிங்கம் ஒரு முக்கியமான எழுத்தாளன் என்னும் ஒரு தீர்மானம் என் மனதில் ஏற்பட்டதால் அவரை அறிமுகப்படுத்தி ஒரு கட்டுரை எழுதினேன். என்னுடைய கட்டுரையைத் தவிர தளையசிங்கம் சம்பந்தப்பட்ட கட்டுரையோ, குறிப்போ, அறி முகமோ எதுவும் தமிழ்நாட்டில் வந்திருக்கிறதா என்பது தெரிய வில்லை.

டானியல் பற்றி அவர் மிக மோசமாக சில வார்த்தைகளைச் சொல்லியிருக்கிறார் என்று நீங்கள் சொல்கிறீர்கள். தளையசிங்கம் எந்த இடத்திலேயும் எந்த எழுத்தாளனைப் பற்றியும் மோசமாகப் பேசியிருக்கிறார், கீழ்த்தரமாக பேசியிருக்கிறார் என்று நான் கருதவில்லை. அப்படிப்பட்ட வரிகள் எதுவும் என் மனதில் இல்லை. தளையசிங்கம் மிக நேர்மையாகத்தான் செயல்பட்டிருக் கிறார் என்று நம்புகிறேன். அவர் அவருடைய காலத்தில் மிகத் தீவிரமாகச் சிந்தித்த ஒரு தமிழ் எழுத்தாளர். என்னைப் பொறுத்த வரையில் அவருடைய காலத்தில் அவர் அளவுக்குத் தீவிரமாகச் சிந்தித்த தமிழ் எழுத்தாளன் இல்லையென்று என்னுடைய கட்டுரை யில் சொல்லியிருக்கிறேன். பாரதி எப்படி எல்லாக் காலத்தையும் இணைத்துச் சிந்தித்தானோ அதே மாதிரி பாரதிக்குப் பின்னால் தமிழ் இலக்கியம் சார்ந்து, தமிழ்க் கலாச்சாரம் சார்ந்து, உலகம் சார்ந்து சிந்தித்த ஒரு கலைஞன் என்று நான் அந்தக் கட்டுரையில் பட்டவர்த்தனமாகச் சொல்லியிருக்கிறேன். அவ்வாறு சொன்னது இப்போதும் ஞாபகத்தில் இருக்கிறது.

அவர் தரக்குறைவாக எதுவும் சொல்லவில்லை. பொதுவாக தரக்குறைவான காரியங்களுக்கு எதிரான ஒரு மனோபாவத்தை அடிப்படையாகக் கொண்டவர் அவர். டானியல் பற்றி அவர் நல்ல நாவலாசிரியர் இல்லையென்று சொல்லியிருக்கலாம். எனக்கு ஞாபகம் இல்லை. டானியல் நல்ல நாவலாசிரியர் இல்லையென்று தான் நானும் நினைக்கிறேன். அதற்கான காரண காரியங்கள் எனக்கு இருக்கின்றன.

ஒரு நாவலாசிரியன் சமூகத்தை, ஜாதிக் கொடுமையைச் சாடியிருக்கலாம். ஏழைகள் பக்கம் நின்று பேசியிருக்கலாம். தொழிலாளர்கள் பக்கம் நின்று பேசியிருக்கலாம். அல்லது இடதுசாரிக் கட்சிகள் பக்கம் நின்று பேசியிருக்கலாம். இதெல்லாம் நல்ல விஷயங்கள்தான். இதில் கருத்து வேற்றுமை ஒன்றும் இல்லை. ஆனால் ஜாதி சம்பந்தப்பட்ட கூறுகளை அவன் எப்படி அவனுடைய படைப்பில் வெளிப்படுத்துகிறான் என்பது முக்கியமான விஷயம். ஜாதிக் கொடுமை இருக்கிறது என்பதை டானியல் சொல்லித் தெரிந்துகொள்ள வேண்டியதில்லை. டானியல் பிறப்பதற்கு முன்பே தொன்று தொட்டு ஜாதிக் கொடுமை நம் சமுதாயத்தில் தாண்டவமாடிவருகிறது. நாம்தான் ஜாதியைப் பேணிக் கொண்டு வந்திருக்கிறோம். நேற்றைக்கல்ல இன்றைக்கல்ல, மேல் ஜாதிக்காரன் கீழ்ஜாதிப் பெண்ணைக் கெடுக்கும் நம் சமூகத்தில் பலாத்காரங்கள் தொடர்ந்து நடந்து வந்திருக்கின்றன. இதை மட்டும்தான் சொல்லத் தெரியுமென்றால் அவன் எனக்குப் படைப்பாளி இல்லை. அதைத்தான் தளையசிங்கம் சொல்லியிருக்கக் கூடும் என்று நினைக்கிறேன்.

'பஞ்சமர்' நாவலில் முதலில் ஜாதி சார்ந்து கறுப்பு வெள்ளைச் சித்திரங்களை உருவாக்குகிறார். ஜாதி என்ற ஒன்றை அவர் எதிர்க்கிறார் என்பதற்காக அவரை நீங்கள் சிறந்த படைப்பாளி என்று சொல்ல வேண்டாம். எத்தனையோ அரசியல்வாதிகள், சமூக சிந்தனையாளர்கள் ஜாதியை எதிர்க்கிறார்கள். ஓவியர்கள் எதிர்க்கிறார்கள். விஞ்ஞானிகள் எதிர்க்கிறார்கள். இசைக் கலைஞர்கள் எதிர்க்கிறார்கள். ஆனால் படைப்பில் மொழி சார்ந்து பேசக் கூடிய சமயத்தில் ஜாதி சார்ந்து நுட்பமாக என்ன சொல்லியிருக்கிறார் என்பது முக்கியமான விஷயம். ஒன்றுமே சொல்லவில்லை. கீழ்ஜாதிப் பெண்ணை மேல்ஜாதிக்காரன் கெடுக்கிறான். ஏன் கீழ்ஜாதிக்காரனுக்கு சந்தர்ப்பம் கிடைத்தால் மேல்ஜாதிப் பெண்ணைக் கெடுக்க மாட்டானா? மனித மனங்கள் சம்பந்தமாகப் பொய் சொன்னால் அவனைக் கலைஞன் என்று ஒத்துக்கொள்ளக் காரணங்கள் எதுவுமே கிடையாது.

அவர் ஜாதிக்கு எதிராக இருக்கிறார் என்பது முக்கியமான விஷயம். பாராட்டத் தகுந்த விஷயம். இந்த விஷயத்தைக் கறுப்பு வெள்ளை சார்ந்து, சமூகச் சிக்கல்களைக் கணக்கிலெடுத்துக்கொள்ளாமல், மனித மனங்களைக் கணக்கிலெடுத்துக்கொள்ளாமல், வரலாற்றைக் கணக்கிலெடுத்துக் கொள்ளாமல், தன்னுடைய அனுபவங்களுக்கு விசுவாசமாக இல்லாமல், நுட்பமாக இந்த ஜாதியைச் சொல்வதற்கான சந்தர்ப்பங்களோ, சந்தர்ப்பங்களை எப்படி உருவாக்குவது என்பது பற்றிய பார்வைகள் எதுவுமோ இல்லாமல், பொதுச் சிந்தனையிலும் அரசியல் அவதானிப்புகளிலும் இருக்கும் வாசகங்களை ஒரு நாவலில் பிரதிபலித்தால், ஜாதிக்கு எதிராக அவர் இருக்கிறார் என்பது எந்த அளவுக்கு உண்மையோ

அந்த அளவுக்கு அவர் படைப்பாளியாக இல்லை என்பதும் உண்மை.

அவருடைய புத்தகங்களில் பல சிந்தனைகள் இருக்கின்றன. அவருடைய சமூக சிந்தனைகளை நான் கேள்வி கேட்கவில்லை. சமூக இயல் சார்ந்தவர்கள் எவ்வளவோ ஆராய்ச்சிகள் செய்து சாதி சம்பந்தமான புள்ளி விபரங்களைச் சேகரித்து இந்த மனோபாவம் எப்படி வேலை செய்கிறது, எப்படி இயங்குகிறது என்பதைப் பற்றியெல்லாம் ரொம்பவும் விரிவாகச் சொல்லியிருக்கிறார்கள். இந்தக் கருத்துக்களைப் பிரதிபலிப்பதாலேயே ஒரு படைப்பு சிறந்த படைப்பு ஆகிவிடாது. சமூகத்தைப் பற்றி ஒரு கலைஞன் தன்னுடைய புதிய பார்வையை வெளிப்படுத்துகிறான். அவர் ஒரு சோஷியாலஜிஸ்ட்டாகவும் இருக்கலாம். ஒரு சோஷியாலஜிஸ்ட் கலைஞனாக இருக்க முடியாது. நீங்கள் சமூகவியல் சம்மந்தப்பட்ட புஸ்தகத்தை ஏன் ஒரு நாவலாக ஏற்றுக்கொள்வதில்லை. அதில் இவர் சொல்லக்கூடிய கருத்துக்கள், இதைவிட அதிகமாக இருக்கிறதே! நாம் இங்கே கேட்க வேண்டிய பிரச்சனை அவர் ஒரு படைப்பாளியா? அவர் ஒரு படைப்புருவத்தை முன்வைக்கிறாரா? அதன் மூலம் ஒரு மேலான அனுபவத்தைத் தந்திருக்கிறாரா? அப்படியெல்லாம் எனக்கு எதுவுமே ஏற்படவில்லை.

தளையசிங்கம் ஜாதிக்கு எதிராகப் போராடியவர் என்பதையும் நினைவில் வைத்துக்கொள்ளுங்கள். அது முக்கியமான விஷயம். ஜாதிக்கெதிரான பிரச்சனை மொத்தத்தில் டானியல் சம்பந்தப்பட்ட பிரச்சனை மட்டுமல்ல; அது தளையசிங்கமும் சம்பந்தப்பட்ட பிரச்சனைதான். அதை ஒழிப்பதற்கான செயல்பாடுகளில் அவர் இறங்கியிருக்கிறார். அதற்கான வருத்தங்களை அவர் அடைந்திருக் கிறார். அதன் நீட்சியாகத்தான் அவர் இறந்திருக்கிறார். டானியலின் படைப்பின் மீது தளையசிங்கத்திற்கு அவரளவில் ஒரு உறவை உருவாக்கிக் கொள்வது சுலபமானது. ஆனால் அவருடைய கலைக் கோட்பாடு, கலை பற்றிய அவருடைய ஆழ்ந்த நம்பிக்கைகள் அதற்கு எதிராகச் செயல்படுகின்றன.

ஜே. ஜே.யின் குறிக்கோள் என்ன? அதை எழுதியதன் பின்னணி என்ன?

'ஜே.ஜே : சில குறிப்புக'ளை நான் மலையாள இலக்கியப் பின்னணி சார்ந்து எழுதியிருக்கிறேன் என்றாலுங்கூட அது தமிழ்க் கலாச்சாரம் சார்ந்த ஒரு விமர்சனம். தமிழ்க் கலாச்சாரம் சார்ந்த ஒரு விமர்சனத்தைக் கலைப்பூர்வமாகச் செய்ய வேண்டுமென்று ஆசைப்பட்டேன். தமிழ்க் கலாச்சாரம் பற்றிய விமர்சனமானது இயற்கையாகத் தமிழ்க் கலாச்சாரப் பின்னணியில்தான் இருந்திருக்க வேண்டும். தமிழகத்தில் இருந்து கேரளப் பின்னணிக்குத் திசை திருப்பிக் கொண்டுபோனதற்கு ஒரு முக்கிய காரணம் தமிழ்க் கலாச்சாரம் சார்ந்த விமர்சனங்களைத் தமிழர்களை முன்னிறுத்திச் சொல்வதைவிட மற்றொரு மக்களை முன்னிறுத்திச் சொன்னால்

அதைப் பற்றி ஆழ்ந்து யோசிப்பதற்கும், தங்கள் மீது விமர்சனங்கள் வைக்கப்படுகிறது, தாம் கொடுமையாகத் தாக்கப்படுகிறோம், ஈவிரக்கமற்றுத் தாங்கள் எடை போடப்படுகிறோம் என்ற பாதிப்புகளுக்கு ஆளாகாமல் அதைப் பற்றி நிதானமாகச் சிந்திக்கவும் ஒரு வாய்ப்புக் கிடைக்கக்கூடும் என்கிற ஆசையில் அந்தப் பின்னணியைத் தமிழ் இலக்கியத்திலிருந்து மலையாள இலக்கியத்தின் பின்னணிக்கு மாற்றியிருக்கிறேன். சிறு வயதிலிருந்தே தமிழ் நவீன இலக்கியம்போல, மலையாள நவீன இலக்கியத்தையும் படித்துக் கொண்டுவந்திருந்தேன். அங்கு நடைபெறும் இலக்கியச் சர்ச்சைகள், வெளிவரும் புத்தகங்கள், அங்கு எழுத்தாளர்களிடையே இருக்கும் கருத்து ஒற்றுமைகள் அல்லது வேற்றுமைகள், வாசகர்களுடன் எழுத்தாளர்களுக்கு இருக்கும் உறவுகள், எழுத்தாளர்களுக்கும் பத்திரிகை ஆசிரியர்களுக்கும் இடையிலான தொடர்புகள் முதலான எண்ணற்ற ஊடுபாவுகள் பற்றிய உணர்வு இருந்ததால் அவர்களை மையமாக வைத்து எழுதிப்பார்க்கலாம் என்று தோன்றியது.

'ஜே. ஜே : சில குறிப்புக'ளில் வரக்கூடிய கதாபாத்திரமான ஜோசப் ஜேம்ஸ் என்ற கதாபாத்திரமானது மலையாள எழுத்தாளரான சி.ஜே. தாமஸ் என்ற எழுத்தாளரை மனதில் வைத்து, ஓரளவு அவரைச் சார்ந்தும், மிக அதிக அளவுக்கு அவரைச் சாராமலும், உருவாக்கி இருக்கிறேன். அவர் ஒரு தீவிரமான சிந்தனையாளர். சொற்ப வயதிலேயே இறந்துபோனார். அவருடைய எழுத்துக்களை நான் இளைஞனாகப் படித்தபோது மிகத் தீவிரமாகப் பாதிக்கப் பட்டேன். அந்த நாவலில் ஜே. ஜேவுக்கும் பாலுவுக்கும் இடையில் இருந்த உறவானது எனக்கும் சி. ஜே. தாமஸ்க்கும் இடையில் இருந்த உறவோடு ஒப்பிடக்கூடியதுதான். நாவலில் வருவது போலவே நான் அவரை ஒரே ஒரு தடவைதான் சந்தித்திருக்கிறேன். இது போன்ற பல்வேறு விஷயங்கள் அந்த நாவல் எழுதுவதற்கு உதவி புரிந்திருக்கின்றன. ஆனால் அடிப்படையில் அது தமிழ்க் கலாச்சாரத்தின் மேல்வைத்த விமர்சனம்தான். அந்நாவலைப் பற்றித் தீவிரமான விமர்சனங்கள், எதிராகவும் ஆதரவாகவும் தோன்றியிருக்கின்றன.

'ஜே. ஜே : சில குறிப்புக'ளில் ஒருவிதக் கடினமான தன்மை இருப்பதாகத் தோன்றுகிறது. ஈழத்து நண்பர்களிடையே கொடுத்தபோது படிப்பதற்குச் சிரமமாக இருக்கிறதே என்று சொன்னார்கள்...

ஈழம் சார்ந்து மட்டுமல்ல தமிழகத்தில்கூட இது போன்ற விமர்சனங்கள் வந்துள்ளன. என்னளவில் அதை ஒரு கடினமான படைப்பாக நான் பார்க்கவில்லை. அவ்வாறான எண்ணத்துடன் படைக்கவும் இல்லை. ஒரு வாசகன் எந்த விதமான வாசிப்பு மரபைச் சார்ந்தவன்; ஜே. ஜேயைப் படிப்பதற்கு முன் அவன் என்னென்ன இலக்கியப் படைப்புக்களைப் படித்திருக்கிறான்; இலக்கிய உலகத்தில் என்னென்ன அனுபவங்களுக்கு ஆட்பட்டிருக்

கிறான்; இவையெல்லாம் மிகவும் முக்கியமான விஷயங்கள். வணிக இலக்கியங்கள், வணிக சஞ்சிகைகள் இவற்றை மட்டுமே படித்துவந்தவனாக இருந்தால் ஜே.ஜேயைப் படிக்கும்போது ஏற்படும் இடைவெளி, நெருடல், கடினத் தன்மை போன்றவை அந்தப் படைப்பின் குறை அல்ல. அந்தப் படைப்பிற்கும் அவனுக்குமான இடைவெளி அல்ல. அவனுக்கும் இலக்கியத்திற்குமான இடைவெளி. தீவிர இலக்கியத்திற்கும் ஒரு வாசகனுக்கும் உள்ள இடைவெளி அதிகமாக இருக்குமானால் ஜே.ஜே : சில குறிப்புகளுக்கும் அவனுக்குமான இடைவெளி நிச்சயமாக அதிகமாகத்தான் இருக்கும்.

இதற்கு மாறாக நான் சொன்ன தீவிர இலக்கியப் போக்குகளில் பரிச்சயம் கொண்ட அதாவது பாரதியிலிருந்து ஆரம்பித்துப் புதுமைப்பித்தன், ஜெயகாந்தன், ஜானகிராமன், அழகிரிசாமி என்று தொடர்ந்து படித்துக்கொண்டுவந்திருக்கும் ஒருவனுக்கு ஜே.ஜேயைப் படிக்கும்போது சிரமம் இருக்கலாம். கடினமாக இருக்கும் என்று தோன்றவில்லை. அதுதான் நியாயமாகப் பொருட்படுத்தத் தகுந்த அனுபவம். ‘நான் இன்றுவரையிலும் இலக்கியப் புத்தகங்கள் படித்ததேயில்லை. ஆனால் ஜே.ஜே. எனக்கு விளங்கவில்லை, ஏன்’ என்று கேட்க ஒரு வாசகனுக்கு உரிமை இல்லை. தொடர்ந்து இலக்கியப் புத்தகங்கள் படித்திருந்தும் இந்த நாவல் ஏன் எனக்குப் புரியவில்லை என்ற கேள்விதான் நியாயமான கேள்வி.

அந்தக் கேள்விக்குப் பதில் சொல்லக்கூடிய சமயத்தில் எல்லாப் படைப்புக்களும் என்னைப் பொறுத்தவரையில் ஒரு இடைவெளி தந்துதான் உருவாக வேண்டும் என்று நான் நம்புகிறேன். ஒருவிதமான நெருக்கடியை ஒரு படைப்பு முதலில் தர வேண்டும். அதைத் தாண்டித்தான் வாசகன் வர வேண்டும். இலக்கியம் மேலெடுத்துச் செல்லப்படுவது என்பது அதன் மூலம்தான் நடக்க முடியும். புதுமைப்பித்தனை எடுத்துக்கொண்டாலும் சரி, பாரதியை எடுத்துக்கொண்டாலும் சரி, தமிழில் முக்கியமானதாகக் கருதப்படக்கூடிய எந்தப் படைப்பாளியை எடுத்துக்கொண்டாலும் சரி, அது வெளிவந்த சமயத்தில் ஆச்சரியத்தையும் திக்பிரமையையும் ஒரு இடைவெளியையும் உருவாக்கியிருக்கின்றன. பின்னர் காலப் போக்கில் வாசகர்கள் தொடர்ந்து படித்து அது சம்பந்தமான உணர்வுகளைப் பெறத் தொடங்கும்போது கடினமான படைப்பும் புரியத் தொடங்கிவிடும். நெருங்கி வரத் தொடங்கிவிடும். இது போன்ற ஒரு காரியம் ஜே.ஜே. சம்பந்தமாகவும் நிகழும் என்று எதிர்பார்க்கிறேன்.

எந்தப் புள்ளியில் வாசகன் இருக்கிறானோ அதே புள்ளியில்தான் எழுத்தாளனும் தொடர்ந்து செயல்பட வேண்டும் என்பதில்லை. அடுத்த கட்டத்திற்கு நகர்த்திக்கொண்டு போகவும், பயணத்தை விரிக்கவும், புதிய அனுபவங்களை, புதிய தரிசனங்களைத் தமிழ்

இலக்கியத்திற்குள் கொண்டுவரவும் செய்ய வேண்டும். படைப்பு என்றால் இதற்கு முன்னால் இல்லாதது என்றுதான் அர்த்தம். மாதிரியாகச் செய்யக்கூடியது, இருக்கக்கூடிய புத்தகங்களில் இருந்து ஒன்றை உருவாக்குவது அல்லது பழைய இலக்கியத்தின் எதிரொலியாக ஒரு புதினத்தை உருவாக்குவது, பழையதன் தொடர்ச்சியாக இன்னொன்றை எழுதிக் காட்டுவது எல்லாமே படைப்பாற்றலின் கீழ் வராது என்ற நம்பிக்கை எனக்கு இருக்கிறது.

மூன்றாவது பாதை என்று 'ஜே. ஜே : சில குறிப்புக'ளில் எதைக் குறிப்பிடுகிறீர்கள்?

தமிழ்ச் சமூகத்தில் இருக்கக்கூடிய பிரச்சனைகள் – பிரச்சனைகள் என்று சொல்வதை விடத் தாழ்வுகள், பின்தங்கல்கள், குறுகல்கள், நிறுவனங்கள் சார்ந்த இறுக்கங்கள் இதையெல்லாம் தக்கவைத்துக் கொண்டு போகக்கூடிய மனோபாவங்களுக்கு எதிராக, இருக்கக் கூடிய விஷயங்களை மறுபரிசீலனை செய்தோ, உடைத்துக்கொண்டு போகவோ வேண்டிய சுதந்திரம் கட்டாயமாக எழுத்தாளனுக்குத் தேவை என்கிற செய்தியை உங்களுக்கு உணர்த்த முயற்சி செய்கிறேன். தமிழ் மக்களுடைய சிந்தனை ஆற்றலை வலுவடையச் செய்யாமல் பெரும் புரட்சியையோ சிறு மாற்றங்களையோ செய்ய முடியாது. அந்த முயற்சியில் வெற்றி பெற்றுள்ளேனா இல்லையா என்பது வேறு விஷயம்.

மூன்றாவது பாதை என்னும்போது ஒரு படைப்பில் வாழ்க்கை சார்ந்த பிரச்சனைகள் அல்லது அனுபவங்கள் இவற்றைப் பிரதி பலிப்பதில் எந்த அளவுக்கு நம்பிக்கை வைத்திருக்கிறேனோ அந்த அளவுக்குச் சமுதாயம் சார்ந்த தீர்வுகளைப் படைப்பில் சொல்வதில் நான் நம்பிக்கை வைக்கவில்லை. இதற்கு முக்கியமான காரணம் என்னவென்றால் ஜனங்கள் மத்தியில் அந்த விவாதம் உருவாகித் தீர்வுகள் அவர்கள் பக்கத்திலிருந்து எழுத்தாளர்களுடைய பக்கத்திற்கு வர வேண்டும். சிந்தனையாளர்களின் பக்கத்திற்கு வர வேண்டும். உடல் சார்ந்த, மனம் சார்ந்த, இருப்புச் சார்ந்த தேவைகள் எல்லாம் மக்கள் பக்கத்திலிருந்து எழுந்து வர வேண்டும். சமூகத்திலுள்ள படைப்பாளிகள் விஷயங்களைத் தமது படைப்புக்களில் கொண்டு வந்து, கலைகளில் கொண்டுவந்து, கல்வியில் கொண்டு வந்து மக்கள் அதன் பாதிப்பில் திட்டங்களைத் தீட்டும்போதுதான் நிறைவான வாழ்க்கை என்ற ஒன்று மக்களுக்குக் கிடைப்பதற்கான வாய்ப்பு அதிகமாகும் என்று நான் நம்புகிறேன்.

இதுகாறும் நடந்து வந்துள்ளவை எல்லாம், 'எனக்கு உன் பிரச்சனைகள் தெரியும். உன் பிரச்சனைகள் சார்ந்த தீர்வு தெரியும். ஆகவே இந்த விடைகள் சார்ந்து நான் தீட்டும் திட்டத்தை உன் தலையில் வைத்துக்கட்டுகிறேன். அதனை நீ ஏற்றுக் கொள்' என்ற செயல்பாடுதான் உலகம் பூராவும் நடந்துவந்திருக்கிறது என்று நினைக்கிறேன். ஆக, 'முதன் முதலாக இதைச் செய்கிறேன்;

இது கிடைப்பதற்கரிய விஷயம்; இதைப் பெற்றுக்கொண்டு சந்தோஷமாக இரு' என்று சொல்வதைவிட, நான் எதைச் செய்தால் நீ சந்தோஷமாக இருப்பாய் என்று அரசியல்வாதிகளும், எழுத்தாளர்களும், அறிஞர்களும், தத்துவார்த்தவாதிகளும், கலைஞர்களும் சாதாரண மனிதனைப் பார்த்துக் கேட்க வேண்டும். என்னுடைய மூன்றாவது பாதை என்பது, உலகம் பூராவும் இன்று வரையிலும் பல்வேறுபட்ட சோதனைகள் நடந்திருக்கின்றன. இந்தச் சோதனைகள் பெரும்பாலும் தோல்வியடைந்துவிட்டன. இன்றைய நிலையில் இதையெல்லாம் அறிந்துகொண்டு இதுவரை நடந்திருக்கக்கூடிய காரியங்களின் குறைகளை நாம் மக்களுக்குத் தெரிவிக்க வேண்டும். இவ்வாறான பணியை மேற்கொள்ளுவதுதான் எழுத்தாளர்களுடைய கடமை. கலைஞர்களுடைய கடமை. அரசியல்வாதிகளுடைய கடமை. எல்லாருடையவும் கடமை. அந்தச் சூழ்நிலை உருவாக்கும் செயல்பாட்டைத்தான் நான் மூன்றாவது பார்வை என்று சொல்கிறேன்.

ஆனால் அதற்கான சாத்தியக்கூறுகள் பல தேசங்களிலும் இன்றுவரையிலும் உருவாகவில்லை. இந்தியாவில் அந்தக் கண்ணோட்டமே இன்று இல்லை. ஒவ்வொரு எழுத்தாளனுக்கும் வாழ்க்கை சார்ந்த பிரச்சனைகள் தெரிந்திருக்கக்கூடிய அளவுக்கு அவனுக்கு விடைகளும் தெரிந்திருக்கிறது. அந்த விடைகளை அமுல்படுத்திவிட்டால் வாழ்க்கை உன்னதமானதாக இருக்கும்; சந்தோஷமானதாக இருக்கும் என்று சொல்லிக் கொண்டிருக்கிறான். பெரும்பாலும் அது சரியாக இராது என்பது என்னுடைய எண்ணம். மனிதனுடைய பொருளாதாரத் தேவைகளை ஓரளவேனும் புரிந்து கொள்ள முடியும். மனத் தேவைகளைப் புரிந்துகொள்வது அவ்வளவு சுலபமான விஷயம் அல்ல. தேவைகள் காலப்போக்கில் மாறிக் கொண்டு வருகின்றன. அவனுக்குப் பல்வேறுபட்ட எதிர்பார்ப்புகள் வாழ்க்கையில் இருக்கின்றன. அந்த எதிர்பார்ப்புகளை எல்லாம் கணக்கிலெடுத்துக்கொண்டு வாழ்க்கையை மாற்றக்கூடிய முயற்சியால்தான் அவன் ஓரளவுக்கு சந்தோஷத்தையும் சுகத்தையும் அடைய முடியும். எதிர்பார்ப்புகள் காலப்போக்கில் விரிந்து கொண்டே போகின்றன. எனக்குத் தெரிந்தவரையிலும் எப்போதும் அவனுக்கு சுதந்திரம் மிக முக்கியமானதாக இருந்திருக்கிறது. ஆனால் சுதந்திரத்தை மதிப்பிடும் பார்வை விரிந்துகொண்டே போகிறது. உணவுப் பற்றாக்குறையைக்கூட அவனுக்கு சுதந்திரம் இருக்கக்கூடிய காலங்களில் பொறுத்துக்கொள்ள முடிகிறது. இன்று அவன் பெற விரும்பும் சுதந்திரத்தை அவன் பெற்றுவிட்டால், சுதந்திரத்தைப் பற்றிய அவனது மதிப்பீட்டிலேயே ஒரு மாற்றம் நிகழ்ந்து, புதிய சுதந்திரத்தை அவன் கேட்கத் தொடங்குகிறான். ஆக, இந்த விதமான சிந்தனைகள் தமிழ்ச் சமுதாயத்தில் சிந்தனையாளர்கள் மத்தியிலும் சாதாரண மக்கள் மனங்களிலும் உருவாகி வரவேண்டும். அதைத்தான் நான் மூன்றாவது பாதை என்று அழைக்கிறேன்.

இவை என் உரைகள்

படைப்புக்கும் படைப்பாளிக்கும் இருக்கக்கூடிய முரண்பாடுகளைப் பற்றி என்ன நினைக்கிறீர்கள்? யாரால் நீங்கள் பாதிக்கப்பட்டீர்கள்?

படைப்பாளியாக நான் விந்தனாலோ ரகுநாதனாலோ பாதிக்கப் படவில்லை. நான் படைப்பாளியாக ஆரம்ப நிலையில் புதுமைப் பித்தனால் பாதிக்கப்பட்டவன். என்னுடைய கதைகளைப் படிக்கக் கூடிய ஒரு நுட்பமான வாசகன் சுலபமாக அந்தப் பாதிப்புகளைப் புரிந்துகொள்ளலாம். ஆனால் ரகுநாதனும் விந்தனும் இரண்டு பேருமே புதுமைப்பித்தனால் பாதிக்கப்பட்டவர்கள். ஆக, என்னுடைய எழுத்துக்கள் விந்தனாலும் ரகுநாதனாலும் பாதிக்கப்பட்டிருக்கிறது என்று தவறாகச் சொல்வதற்கு ஒரு முகாந்திரம் இருக்கிறது. புதுமைப்பித்தன்தான் மூல காரணம் என்பதை உணராத ஒரு வாசகன் விந்தனாலும் ரகுநாதனாலும் அவர்களைப் போன்ற வேறு எழுத்தாளர்களாலும் நான் பாதிக்கப்பட்டிருக்கிறேன் என்று சொல்லலாம்.

தமிழில் இன்று செயல்பட்டுக்கொண்டிருக்கக்கூடிய தீவிரமான எழுத்தாளர்கள் பலரும் புதுமைப்பித்தனால் பாதிக்கப்பட்டவர்கள் தான். எனது ஆரம்ப காலத்திலிருந்து இன்றுவரைக்கும் பலவிதமான மாற்றங்கள் என் எழுத்தில் நிகழ்ந்திருக்கின்றன என்றுதான் நினைக் கிறேன். அந்த மாற்றங்கள் நிகழ்ந்தது எனக்கு ஒரு மனநிறைவைத் தருகிறது. நான் மொத்தத்தில் இந்தச் சமூகத்தைப் பற்றி, தமிழ் வாழ்க்கையைப் பற்றி, தமிழர்களைப் பற்றிச் சிந்தித்தவை ஒரே மாதிரியாக இல்லை. காலத்துக்குக் காலம் அந்தச் சிந்தனைகளில் பல்வேறுபட்ட மாற்றங்கள் நிகழ்ந்திருக்கின்றன. நான் என்னுடைய அனுபவங்கள் சார்ந்தும், புத்தகப் படிப்பு சார்ந்தும் இந்த வாழ்க் கையை இணைப்பதற்கான முயற்சிகளைச் செய்துபார்த்திருக்கிறேன். கண்டடைந்த முடிவுகள், வெளிப்படுத்திய விதங்கள் எந்த அள விற்குச் சரியாக இருக்கின்றன என்று எனக்குத் தெரியவில்லை. தவறாக இருக்கலாம். குறையாக இருக்கலாம். திருப்தி தராமல் இருக்கலாம். ஆனால் என்றும் எனக்கு ஒரு முனைப்பு, ஒரு வேட்கை இருந்துவந்திருக்கிறது.

பொதுவாகப் போதாமையில் இருக்கக்கூடிய – ஏழைகள் என்று மட்டும் அர்த்தப்படுத்த விரும்பவில்லை – போதாமைகளில் இருக்கக்கூடிய மக்கள் சார்ந்து பேச ஆரம்பித்த நான், அவர்களை விட்டுவிட்டு வேறு சில விஷயங்களைப் பற்றிப் பேசக்கூடியவனாக மாறிவிட்டேன் என்ற ஒரு குற்றச்சாட்டு தமிழ்நாட்டில் ரொம்ப அதிகமாகவே இருக்கிறது. இதற்கு நான் தொடர்ந்து பதில் சொல்ல முயற்சி செய்துகொண்டு இருக்கிறேன். அது அவர்களுக்குக் கேட்க மாட்டேன் என்கிறது. கேட்கவில்லையா அல்லது கேட்காதது மாதிரி பாவனை பண்ண வேண்டிய அவசியமோ கட்டாயமோ அவர்களுக்கு இருக்கிறதா என்பது தெரியவில்லை. ஆனால் நான் தொடர்ந்து அதற்கான முயற்சிகளை மேற்கொண்டிருக்கிறேன்.

இந்தப் போதாமை சார்ந்த மக்கள் பேரில்தான் என்னுடைய கவனம் இன்றைக்கும் இருக்கிறது. ஏனென்றால் இன்றைக்கு இந்திய வாழ்க்கையில் பெரும்பான்மையான மக்கள் அந்தத் தளத்தில்தான் இன்னும் இருந்துகொண்டிருக்கிறார்கள். ஆனால் என் 20, 22 வயசில் போதாமையில் தத்தளித்துக் கொண்டிருக்கும் மக்களுக்கு ஒரு வேலை கொடுத்துவிட்டால், வயிறு நிறைய உணவு தந்து விட்டால், திருப்தி அடைந்துவிடுவார்கள் என்ற எண்ணத்தில்தான் இருந்தேன். இவற்றை நம்ப முடியாத அளவு எனக்கு வாழ்க்கையில் பல்வேறுபட்ட அனுபவங்களும் அவை பற்றிய சிந்தனைகளும், அந்தச் சிந்தனைகளைத் தூண்டக்கூடிய வாசிப்பும் கிடைத்தன.

பொருளாதாரம் சார்ந்த விஷயங்கள் எல்லாம் முக்கியமானதுதான். அதையும் தாண்டி பல விஷயங்கள் இருக்கின்றன. ஆன்மீகம் சார்ந்த, சுதந்திரம் சார்ந்த, ஆளுமை சார்ந்த, அறிவை எல்லையற்ற வெளிக்கு எடுத்துச் செல்வதான பிரச்சனைகள் எவ்வளவோ இருக்கின்றன. அவற்றையும் கணக்கில் எடுத்துக்கொண்டு சிந்திப்பதன் மூலம்தான் மாறுபட்ட, நிறைவான ஒரு சமுதாயத்தை உருவாக்க முடியும். எல்லாருக்கும் சோறு போடுவதும் எல்லாருக்கும் வேலை தருவதும் சாதிக்கக் கூடியவைதான். அதனால் பிரச்சனை கள் தீர்ந்துவிடும் என்று சொல்வதற்கில்லை. இரண்டாயிரம் வருஷங்களாகவோ மூவாயிரம் வருஷங்களாகவோ இந்த மக்கள் தொடர்ந்து சங்கடத்தில் வாழ்ந்துகொண்டு வந்திருக்கிறார்கள். இனிமேலாவது ஒரு நிறைவான, எப்போதும் அவர்களுக்கு ஒரு நிறைவைத் தரக்கூடிய ஒரு நீண்டகாலத் திட்டத்தைப் பற்றி நாம் சிந்திக்க வேண்டும். இந்த எண்ணங்கள் ஏற்பட்டதன் மூலம் என் எழுத்தில் பல மாற்றங்கள் வந்திருக்கின்றன.

நான் நம்பி வந்தவற்றிற்கு மாறாக அதிர்ச்சி தரக்கூடிய பல சம்பவங்கள் நடந்திருக்கின்றன. ஒரு அனுபவத்தை உங்களுடன் பகிர்ந்துகொள்கிறேன். தோட்டி வேலை செய்யக்கூடிய மக்களுக்கு என்னுடைய நண்பரான ஒருவர் – அரசியலில் இருக்கக்கூடிய அபூர்வமான ஆத்மாக்களில் ஒருவர் – வீடு கட்டித் தர வேண்டும் என்பதற்காக ஒரு திட்டத்தை உருவாக்கினார். உங்களுக்குத் தெரியும், இந்திய உத்தியோக வர்க்கத்தின் முட்டுக்கட்டைகள் மித மிஞ்சி நிற்கிற ஒரு அமைப்பில் இது போன்ற விஷயங்களை மேலெடுத்துக் கொண்டுபோய் அதற்கான பணத்தை ஒதுக்கச் சொல்லி ஒப்பந்தங்கள் போட்டுச் சரிவரக் கட்டி முடிப்பது என்பது மிகவும் கஷ்டமான விஷயம் என்பது. மிகவும் கஷ்டப்பட்டு ரொம்ப அற்புதமாக வாழ வசதியான அடுக்குமாடி வீடுகளை உருவாக்கி, கிட்டத்தட்ட 50 குடும்பங்களை அந்தப் ஃபிளாட்ஸுக்கு அவர் மாற்றினார்.

அந்த நாளில் நான் அவருடைய நண்பனாக இருந்தேன். ஆனால் இரண்டு மூன்று நாட்கள் கழிந்த பின்னால் அந்த நண்பர் அந்தக்

குடியிருப்பிற்குப் போய்ப் பார்த்தபோது அவர்கள் வந்து சொன்னதைக் கேட்டு மிகவும் அதிர்ச்சி அடைந்தார். உண்மையில் அவர்கள் எல்லோரும் ஆழ்ந்த வருத்தத்தில் இருந்தார்கள். ஏமாற்றத்தில் இருந்தார்கள். ஒவ்வொருவரும் நிறையக் குறைகள் சொன்னார்கள். இதுவரையிலும் சாதாரணக் குடிசைகளில் வசித்து வந்திருந்தனர். எந்தவிதமான பாதுகாப்பும் அங்கு இருந்ததில்லை. மழைக் காலங்களில் அவர்களது குடிசைகள் அடித்துக்கொண்டுபோய்விடும். திரும்பப் புதிதாகக் கட்டிக்கொள்வார்கள். புறம்போக்கில் குடிசை போட்டுக்கொள்வார்கள். அது சம்பந்தமாக ஆட்கள் புகார் செய்வார்கள். ஏகப்பட்ட பிரச்சனைகள் ஏற்படும். ஆனால் புதிதாகக் கட்டப்பட்ட வீடுகள் மிகக் குறைந்த வாடகையில் மாதம் பத்து ரூபாயோ ஐந்து ரூபாயோ கட்டுவதன் மூலம் இருபது வருடங்களிலோ முப்பது வருடங்களிலோ அந்த வீடுகள் அவர்களுக்கே சொந்தமாகிவிடும்.

அப்படிப்பட்ட ஒரு திட்டத்தை உருவாக்கித் தந்ததில் நாம் எதிர்பார்க்கிற மாதிரி அவர்கள் மனநிறைவை அடைந்துவிடவில்லை. அவர்களுக்கு அந்த வீடுகள் பிடிக்கவேயில்லை. மண்ணே இல்லையே என்றார்கள். என் குழந்தை எங்கே, என் குழந்தையை என்னிடமிருந்து பிரித்து விட்டீர்களே என்று ஒரு தாய் கேட்பது போல் இருந்தது என்று சொன்னார் என் நண்பர். எங்கள் குடிசையில் நாங்கள் கோழி வளர்ப்போம். கோழி வளர்க்க இப்போது இடமில்லையே. இந்த வீடு எங்களுக்குச் சுத்தமாகப் பிடிக்கவில்லை. முன்பு குடிசைகளில் நாங்கள் உட்கார்ந்தோமானால் பக்கத்து வீட்டுக்காரர்களைப் பார்ப்போம், பேசுவோம். கொல்லைப் பக்கம் போவதற்கே இங்கு வழியில்லையே. வாசல் கதவைச் சாத்திவைத்துக் கொள்வது எங்களுக்குப் பிடிக்கவில்லை. தெருவை வேடிக்கை பார்ப்பதோ, உறவினர்கள், தெரிந்தவர்களைப் பார்க்கவோ முடியாமல் ஆகிவிட்டதே.

ஆக நீங்கள் தயாரிக்கக்கூடிய சமுதாயத் திட்டங்களில் அவர்கள் போய்ப் பொருந்திக் கொள்ள வேண்டும் என்று நீங்கள் எதிர்பார்ப்பது நியாயமான விஷயம் அல்ல. இந்த சிந்தனைகள் எல்லாம் வந்தபின் என் எழுத்துக்களில் பல்வேறுபட்ட மாற்றங்கள் ஏற்பட்டிருக்கிறது என்று நினைக்கிறேன். இதில் ஒன்றும் எனக்கு முரண்பாடு இருப்பதாகத் தெரியவில்லை.

டானியலை ஏன் கடுமையாகத் தாக்குகிறீர்கள்?

டானியலைத் தாக்கவில்லை. ஒரு படைப்பாளியாக அவருக்கும் வாசகனாக எனக்கும் இருக்கிற இடைவெளியைப் பற்றித்தான் சொன்னேன். அவர் வாழ்க்கை சார்ந்த சிக்கலைக் கணக்கிலெடுத்துக் கொள்ளவேயில்லை. சிக்கலான பிரச்சனைகளைப் பற்றிய விசாரணை, படைப்பில் அதற்கு உயிரைத் தரக்கூடிய

அம்சம் எதையுமே கணக்கிலெடுத்துக் கொள்ளவில்லை. தெருவில் போகிறவன் ஜாதி ஒழிக என்று கத்துகிறான். அது மாதிரி எழுத் தாளன் கத்த முடியாது. ஜாதி எப்படி ஒழிய வேண்டும்? ஜாதி சார்ந்த சிக்கல்கள் என்ன? ஜாதியை யார் தக்க வைத்துக்கொண்டி ருக்கிறார்கள்? ஜாதி உங்களுக்கு எந்த வகையில் தேவையாக இருக்கிறது? ஜாதி சார்ந்த வேர்கள் நம் மூளைக்குள் பல நூற்றாண்டு கள் வேரோடி, அது மூளையில் ஒரு பகுதியாகவே இயங்கிக் கொண்டிருக்கும். எப்படி அதை அறுக்கப்போகிறோம்?

தமிழ்நாட்டில் ஜாதி பற்றித் தன் மாணவிகளின் உதவியோடு ஒரு பேராசிரியை ஆராய்ச்சியை மேற்கொண்டார். முதலில் ஜாதி தேவையா இல்லையா என்று ஜனங்களிடம் கேட்டார்கள். 77 சதமான பெண்களும் ஆண்களும் ஜாதி எங்களுக்குத் தேவை என்று சொன்னார்கள். வேறு ஜாதியில் மண உறவுகள் கொள்வீர் களா என்று கேட்டதற்கு, நாங்கள் என்ன மானம் மரியாதை இல்லாதவர்களா என்று பலரும் கேட்டிருக்கிறார்கள். 'உங்க பொண்ணு வேற சாதியைச் சேர்ந்த ஒருத்தனைக் காதலிச்சா என்ன பண்ணுவீங்க? அவங்களுக்குக் கல்யாணம் பண்ணி வைக்க மாட்டீங்களா' என்று மாணவிகள் கேட்டதற்கு, 'அதெப்படிக் கட்டுவோம். நாங்க உயர்ந்த ஜாதியில்லையா? நாங்க கட்ட மாட்டோம்' என்று பதில் கூறியிருக்கிறார்கள். 'உங்களைவிட மேல் ஜாதியைச் சேர்ந்த ஒருத்தனுக்குக் கட்டித் தருவீங்களா?' என்று கேட்டபோது அதுவும் மாட்டோம் என்று பதில் சொல்லி யிருக்கின்றனர். 'வரதட்சணை வாங்குவீங்களா?' என்று கேட்டதற்கு 'வரதட்சணை வாங்கலைன்னா குடும்பத்திற்குப் பெருமையே கிடையாதே. நாங்க எங்க பொண்ணுகளுக்கு வரதட்சணை கொடுத்துத்தானே கல்யாணம் பண்ணிக் கொடுக்கிறோம்? எங்க பையனுக்கு மட்டும் வாங்காம இருக்க முடியுமா? எங்க பையன் என்ன பரதேசியா? பி.ஏ. படிச்சிருக்கான், எம்.ஏ. படிச்சிருக்கான், டாக்டரா இருக்கான். அவனுக்கு வரதட்சணை வாங்காமக் கல் யாணம் பண்ணுவோமா என்ன?' என்று சொல்லியிருக்கின்றனர்.

நான் என்ன சொல்லவருகிறேன் என்றால் இவர்களைப் பற்றிப் பேசக்கூடிய தத்துவாதிகள், மக்களின் உண்மையான தளத்திற்குப் போக வேண்டும். அது எவ்வளவு கசப்பானதாக இருந்தாலும் அவன் அதைச் சந்தித்தாக வேண்டும். இதைத்தான் முக்கியமான விஷயமாக நான் கருதுகிறேன். ஜாதியில்லாத சமுதாயத்தை உருவாக்குவோம் என்று ஆசை அல்லது கற்பனை அல்லது தத்துவம் சார்ந்த திட்டம் இவற்றைக் கத்திக்கொண்டிருந்தால் மட்டும் போதாது. ஏன் நம் மக்கள் இப்படி இருக்கிறார்கள் என்று சிந்தித்தாக வேண்டும். இந்தச் சிந்தனை மிகச் சிக்கலானது. ஜாதியின் உருவாக்கத்தின் ஆணிவேரைத் தேடிப் போகக் கூடியது. டானியலிடம் இந்த அம்சங்கள் எதுவுமே இல்லை.

டானியலுடைய முழுமையான படைப்புக்களையும் பற்றியுமா சொல்கிறீர்கள்?

இல்லை. 'பஞ்சமர்' என்ற அந்த ஒரு நாவலைப் பற்றி மட்டும் தான் சொல்கிறேன். எல்லாப் படைப்புக்களையும் படிக்க வேண்டும் என்று ஆசைப்பட்டால்கூட நடைமுறைச் சங்கடங்கள் எனக்கு நிறைய இருக்கின்றன. இந்தப் புத்தகம் அவர் தமிழ்நாட்டில் இருந்த போதுதான் எழுதப்பட்டது என்று கேள்விப்பட்டிருக்கிறேன். அங்கேதான் அவர் நோய்வாய்ப்பட்டார். நண்பர்கள் சிகிச்சை யளித்தார்கள். இந்தப் புத்தகம் தமிழ்நாட்டில்தான் வெளியாயிற்று. இதைப் படிக்கக்கூடிய வாய்ப்பு எனக்குக் கிடைத்தது. தொடர்ந்து அவரைப் படிப்பது மிகுந்த அலுப்பைத் தரும் காரியமாக எனக்கு இருக்கலாம்.

மூன்றாவது பாதை பற்றி மேலும் சொல்ல முடியுமா?

சமூகத்தை மாற்றப் பல சோதனைகள் நடந்திருக்கின்றன. அந்தச் சோதனைகள் தோல்வி அடைந்ததைத் தெரிந்துகொள்ள 25 வருடங்கள் அல்லது 30 வருடங்கள் ஆகியிருக்கிறது. அதே விஷயங் களைத் தமிழகத்தில் வலுக்கட்டாயமாக அமுல்படுத்தித் தோல்வி கண்டு, இன்னும் முப்பது நாற்பது வருடங்கள் கழித்து அதைப் பற்றிச் சிந்திப்பதைவிட இப்போதே உலகத்தில் நிகழ்ந்திருக்கக்கூடிய எல்லாவிதமான சோதனைகளையும் கணக்கிலெடுத்துக்கொண்டு நாம் ஒரு வழியை உருவாக்கலாம். இந்த வழியை உருவாக்குவதற்கு ஆசிரியர்கள், படிப்பாளிகள், அரசியல்வாதிகளைவிட மக்கள்தான் அதற்கு முக்கியமாகப் பங்களிக்க வேண்டும். அந்த மக்கள் பங்களிப் பதற்கு அவர்கள் பிரக்ஞைபூர்வமாக இந்தப் பிரச்சனையைத் தெரிந்து கொள்ள வேண்டும். இந்தப் பிரச்சினைகள் பிரக்ஞைபூர்வ மாக உணரப்படுவதற்கு எழுத்தாளர்களும் கலைஞர்களும் செயல் பட வேண்டும். ஒரு விழிப்பு நிலை மக்களிடையே உருவாக வேண்டும். அந்தப் பிரச்சனைகள் சார்ந்த விடைகளையும் எதிர்ப்பு களையும் அவர்கள் ஓரளவு சொல்லக்கூடும். அதை அடிப்படையாக வைத்துக்கொண்டுதான் சமூக மாற்றங்களை நிகழ்த்த முடியும், வேண்டும் என்பதைத்தான் மூன்றாவது பாதையாகக் குறிப் பிடுகிறேன்.

தமிழ்நாட்டில் இந்துத்துவ உணர்வு புத்துயிர் பெறுமா?

தமிழ்நாட்டைப் பொறுத்தவரையில் இந்து மதத்தினுடைய பழைய மதிப்பீடுகளைத் திரும்பவும் நிலைநாட்டக்கூடிய ஒரு முயற்சி நடந்துகொண்டிருக்கிறது. அந்த முயற்சி இப்போதுதான் தமிழ்நாட்டில் காலூன்றி இருக்கிறது. ஒரு பதினைந்து அல்லது இருபது வருடங்களுக்கு முன்னால் இந்த மாதிரியான முயற்சிகள் தமிழ்நாட்டில் இல்லவே இல்லை. அந்தக் கட்சிகள் காலூன்ற வில்லை. அந்தக் கட்சிகளுக்கு எந்தவிதமான செல்வாக்கும் அங்கு

கிடையாது. ஆனால் இன்று அவர்கள் – பரவலாக இல்லை, ஒரு சில இடங்களில் – தங்களுடைய செல்வாக்கை நிலைநிறுத்தி யிருக்கிறார்கள். ஆனால் என்னளவில் தமிழ்நாட்டில் இந்துத்துவம் என்கிற கோட்பாடு பரவலாக, மக்கள் ஏற்றுக்கொள்ளக்கூடிய ஒரு கோட்பாடாக மாறுவதற்கான வாய்ப்பு மிக மிகக் குறைவு என்று நான் நினைக்கிறேன். அதற்கான சாத்தியக்கூறுகள் இல்லை. ஏனெனில் திராவிடக் கலாச்சாரம் சார்ந்த சில அடிப்படையான கூறுகள் சார்ந்து மக்களிடம் ஒரு உறுதி இருந்துகொண்டிருக்கிறது. அந்த உறுதி இருக்கக்கூடிய மக்களிடம் இந்தப் பிரச்சாரம் சம்பந்தப் பட்ட பல்வேறு விஷயங்கள் செல்லுபடியாவதற்கு வாய்ப்பு இல்லை. ஆகவே இப்போது இந்துத்துவ சக்திகள் சில குறிப்பிட்ட அரசியல் நிலைகள் காரணமாகக் காலூன்றி இருந்தாலுங்கூட பரவலாக அவர்கள் மேலே வர முடியாது என்று நான் நினைக்கிறேன். இதுதான் தமிழ்நாட்டில் இன்று இருக்கக்கூடிய நிலை. அவர் களுக்குப் பெரிய அளவில் அரசியல் எதிர்பார்ப்புகள் சாத்திய மாகாது. அவர்கள் ஒரு கட்சியை உருவாக்கிப் பதவிக்கு வரவோ அல்லது தமிழ் மக்களுடைய வாழ்க்கையை நிர்ணயிக்கக்கூடிய விஷயங்களைச் செய்யவோ வாய்ப்பு இல்லை என்று நினைக்கிறேன்.

உங்கள் மீது நான் மிகுந்த மதிப்பு வைத்திருக்கிறேன். உங்களுடைய எழுத்துக்களை நான் தொடர்ந்து வாசித்துவந்துள்ளேன். டானியலின் மொத்தப் படைப்புக்களையும் படிக்காமல் அவரைப் பற்றி இப்படியான விமர்சனத்தை நீங்கள் வைப்பது தவறு என்று நான் கருதுகிறேன்.

உங்களுக்கும் எனக்கும் இடையில் பெரிய அளவில் கருத்து வேறுபாடு இருப்பதாக நான் நினைக்கவில்லை. டானியல் முதன் முதலாகத் தமிழ்நாட்டில் 'சரஸ்வதி' என்னும் பத்திரிகையில்தான் எழுதினார். கே. டானியல் 'சரஸ்வதி'யில் எழுதுவதற்கு முன்னால் தமிழக இதழ்கள் வேறு எவற்றிலும் அவர் எழுதியதாகத் தெரிய வில்லை. 'சரஸ்வதி' பத்திரிகையில் அப்போது நான்கு பேர் ஆசிரியர் குழுவில் இருந்தோம். விஜயபாஸ்கரன், ரகுநாதன், எஸ். ராமகிருஷ்ணன், நான். நினைவிலிருந்து இந்தத் தகவல்களைக் கூறுகிறேன். அந்தக் காலத்தில்தான் என்னுடைய ஞாபகத்தில் கே. டானியலுடைய சிறுகதை தமிழ்நாட்டில் முதன்முதலாக வெளிவருகிறது. 'சரஸ்வதி' முன் அட்டையில் அவர் புகைப்படம் வெளிவந்தது. அந்தக் காலகட்டத்தில்தான் விஜயபாஸ்கரனும் ஸ்ரீலங்காவுக்குச் சென்று ஈழத்துப் பகுதிகளில் பயணம் செய்து கொண்டுவந்தார். அப்போது தான் முதன்முதலாக ஈழத்து இலக்கியங்களைப் பற்றி எங்களுக்குத் தெரிய வர ஒரு சந்தர்ப்பம் வாய்த்தது.

டானியலைப் பற்றி, நான் படிக்காத புத்தகங்களையும் சேர்த்துச் சொல்லி அவர் பற்றித் தவறான அபிப்பிராயத்தை ஏற்படுத்த வேண்டும் என்ற எண்ணம் எனக்குள் இல்லை. டானியல் ஒரு முற்போக்கு எழுத்தாளர் என்னும் அளவில்தான் அவர் கதைகளை

வெளியிட்டிருக்கிறோம். எனக்கு இன்றைக்கும் அவர் முற்போக்கு எழுத்தாளராக இருக்கிறார். சமூகம் சார்ந்த பல சிந்தனைகளில் அவருக்கு முற்போக்கான சிந்தனைகள் இருக்கிறது. இது பற்றி எனக்கு முரண்பாடு எதுவும் இல்லை. நண்பர் கேட்ட கேள்வி டானியலுடைய மொத்த இலக்கியம் சம்பந்தப்பட்ட கேள்வி அல்ல. டானியலுடைய 'பஞ்சமர்' என்கிற நாவல் சம்பந்தப்பட்ட கேள்விதான்.

ஒரு எழுத்தாளன் எவ்வாறு உருவாக்கப்படுகிறான்?

எவ்வாறு உருவாக்கப்படுகிறான் என்று சொல்வதைவிட எவ்வாறு உருவாகிறான் என்று சொல்லவே விரும்புகிறேன். ஆரம்ப நிலையில் ஒரு எழுத்தாளன் உருவாகி வரக்கூடிய காலத்தில் அவன் தூண்டுதல் பெறப் பல்வேறுபட்ட காரணங்கள் இருக்கலாம். குடும்பத்திற்கும் அவனுக்கும் இருக்கக்கூடிய மோதல்கள் – குடும்பத்தில் இருக்கக்கூடிய பெரியவர்கள் அவன் கருத்துக்களை ஏற்றுக் கொள்ளாத நிலை. நாம் எழுதுவதன் மூலம் சமுதாயத்தில் நம்மை யொத்த சிந்தனையாளர்களுடன் ஒரு உறவை ஏற்படுத்திக் கொள்ள முடியும் என்று நம்பி அவன் செயல்படத் தொடங்கலாம். தாழ்வு மனப்பான்மை காரணமாகவும் அவன் எழுதத் தொடங்கலாம். தாழ்வு மனப்பான்மையை வெல்ல வேண்டும் என்ற எண்ணம் சில செயல்பாடுகளை நோக்கி இழுத்துச் செல்லும். அல்லது ஓரளவுக்குப் புகழடைய வேண்டும், ஒரு அங்கீகாரம் வேண்டும், எந்த துறையிலும் நாம் வெற்றி பெறவில்லை, இந்தத் துறையிலாவது வெற்றி பெற வேண்டும் என்பதற்காகவும் அவன் எழுதத் தொடங்கலாம். ஒரு எழுத்தாளனை எடுத்துக்கொண்டால் பல்வேறுபட்ட காரணங்களுக்காக அவன் எழுதத் தொடங்கலாம். சமூகத்தின் பேரில் தான் கொள்ளும் கோபத்தின் வெளிப்பாடாகவும் எழுதும் முயற்சி தோன்றலாம். எழுதி வளர்ச்சி பெறக் கூடிய சமயத்தில் அவனுக்குப் பல்வேறுபட்ட பார்வைகள் ஏற்படுகின்றன. சமுதாயம் என்னும் பார்வை, சமுதாயத்தை மாற்ற வேண்டும் என்கிற பார்வை, சில பிற்போக்கான அம்சங்களைச் சாட வேண்டும் என்கிற பார்வை, சில புதிய சிந்தனைகளை வரவேற்க வேண்டும் என்னும் பார்வை இவையெல்லாம் காலப்போக்கில் உருவாகி வருகின்றன.

சூழ்நிலையால்தான் எழுத்தாளன் உருவாகிறான் என்று சொல்ல முடியுமா?

சூழ்நிலை எழுத்தாளனை உருவாக்குகிறது என்பது ஓரளவிற்கு உண்மைதான். ஆனால் அவனுக்கும் அதில் ஒரு பங்கு இருக்கிறது. அதே சூழ்நிலைதான் அவனுடைய தம்பிக்கோ அண்ணனுக்கோ இருக்கிறது. இருந்தாலும் அந்தத் தம்பியோ, அண்ணனோ எழுத்தாளனாக உருவாகாமல் இவன் மட்டும் உருவாகுவதால் சூழ்நிலைக்கு ஒரு பங்கு இருக்கிறது என்றாலும் அவனுக்கும் ஒரு பங்கு இருக்கிறது என்று நினைக்கிறேன்.

ஒவ்வொரு எழுத்தாளனும் எந்தச் சமுதாயச் சூழ்நிலையில் வாழ் கிறானோ அந்தச் சமுதாய பொருளாதார, அரசியல் சூழ்நிலையால் தான் உருவாக்கப்படுகிறான். நீங்கள் என்ன நினைக்கிறீர்கள்?

அப்படி இயந்திர ரீதியாகச் சொல்ல முடியும் என்று தோன்ற வில்லை. இந்தக் கணிப்புகள் எல்லாம் தவறு என்ற எண்ணம் இந்த எண்ணங்களை முன்நிறுத்தியவர்களுக்கு ஏற்பட்டாயிற்று. ஒரு குறிப்பிட்ட பொருளாதார அடிப்படையிலேயே மாறுபட்ட சிந்தனைகள் இருக்கின்றன. ஒரே குறிப்பிட்ட இடத்திலேயே மாறுபட்ட சிந்தனைகள் இருக்கின்றன. ஒரு குடும்பத்தில் ஏறத்தாழ ஒரேவிதமாக நிலைமைகள் இருந்தும்கூட இரண்டு நபர்கள் இரண்டு விதமாகச் சிந்திக்கத்தான் செய்கிறார்கள். சூழல் பாதிக்கும் என்பது மிகவும் உண்மை. ஆனால் அது மட்டுமே பாதிக்கவில்லை என்பதை இப்போது கணக்கிலெடுத்துக்கொண்டு யோசிக்கிறார்கள். இதை ஒரு நல்ல வளர்ச்சி என்று நான் நினைக்கிறேன்.

தலித் இலக்கியம் அதே சமூகத்தைச் சார்ந்தவர்கள் அல்லது பாதிக்கப் பட்டவர்களால் உருவாக்கப்படுகிறபோது இருப்பதற்கும், பிறர் எழுதும் போது இருப்பதற்கும் பெரிய அளவுக்கு வித்தியாசம் ஏற்படுகிறது இல்லையா . . .?

தலித்துகளுக்கு இப்போது ஒரு புதிய பார்வை கிடைத்திருக்கிறது. தலித் வாழ்க்கையைப் பற்றித் தலித்துகள் எழுதுவதுதான் சிறப்பாக அமையும் என்று நினைக்கிறேன். தலித் வாழ்க்கை தரும் கஷ்டங்கள், மன நெருக்கடிகள், முக்கியமாக அவர்கள் அடைந்துவரும் அவ மானம் இவையெல்லாம் அவர்களிடம்தான் வாழ்க்கை தந்த அனுபவங்களாக இருக்கின்றன.

தமிழ் எழுத்தாளனின் நிலை தமிழ்நாட்டில் எப்படி இருக்கிறது?

தமிழ்நாட்டில் எழுத்தாளன் எழுத்தை அடிப்படையாக வைத்து வாழக்கூடிய சூழல் இல்லை. நமக்குத் தெரிந்தவரையிலும் சுமார் நூறு வருஷங்களாக இப்படித்தான் இருக்கிறது. யாராவது ஒரு எழுத்தாளன் தன் முழு நேரத்தையும் படைப்பிற்குச் செலவிடும் சந்தர்ப்பத்தில் அவன் பல்வேறுபட்ட இன்னல்களையும் கஷ்டங் களையும் அனுபவிக்கிறான். எழுத்தாளன் தனிமனிதனாக மட்டுமே இல்லாமல் ஒரு குடும்பம் சார்ந்தவனாகவும் இருக்கிறான். அவ னுக்கு மனைவி குழந்தைகள் இருக்கிறார்கள். வருமானம் இல்லாத, லட்சிய பூர்வமான, மிகத் தீவிரமான, சமுதாயத்திற்கு மேன்மைத் தரக்கூடிய ஒரு செயல்பாட்டை நான் செய்து கொண்டிருக்கிறேன்; அந்தச் செயல்பாடுகளை முழுச் சமூகத்திற்கும் என்னால் எடுத்துச் செல்ல முடியவில்லை; ஆகவே பலவிதமான இன்னல்களையும் கஷ்டங்களையும் நான் அனுபவிக்கிறேன் என்று ஒரு எழுத்தாளன் தனக்குத் தானே சமாதானம் தேடிக்கொள்கிறான். நான் லட்சிய பூர்வமாக, உன்னதமான ஒரு காரியத்தைச் செய்கிறேன், ஆகவே

நீங்கள் சமுதாயத்தில் ஏழைகளாகவும் கஷ்டப்படுகிறவர்களாகவும் வாழ்ந்துவாருங்கள் என்று ஒரு எழுத்தாளனுக்குத் தன் மனைவி, குழந்தைகளைப் பார்த்துக் கூற எந்த உரிமையும் இல்லை. என்னுடைய லட்சியபூர்வமான காரியங்கள் என்னோடு வாழ்ந்துகொண்டிருக்கக்கூடிய வேறு ஜீவன்களைப் பாதிக்க வைக்கக்கூடாது என்பதை புதுமைப்பித்தன், கு. ப. ராஜகோபாலன் ஆகியோரின் அனுபவங்களை முன்வைத்து நான் கற்றுக்கொண்டேன்.

'காலம்' இதழ் சார்பில் டொரொன்டோ பல்கலைக் கழக அரங்கில் நடைபெற்ற கூட்டம் - செப். 1993.

பொன்னீலன் – சாகித்ய அகாடமி பரிசு

அண்மையில் சாகித்ய அகாடமி பரிசு பெற்றுள்ள நண்பர் பொன்னீலன் அவர்களை நாம் மனந்திறந்து பாராட்டக் கடமைப்பட்டிருக்கிறோம். பொன்னீலன் 'புதிய தரிசனங்கள்' முதல் பாகம் மட்டும் நான் படித்து முடித்திருக்கிறேன். ஆகவே அப்படைப்புப் பற்றி நான் பேசுவது முறையான காரியமல்ல என்று என்னை இக்கூட்டத்திற்கு அழைக்க வந்த ஆசிரியர்களிடம் கூறினேன். அவர்கள் பொன்னீலனைப் பற்றி நான் பேசினால் போதும் என்றார்கள்.

இந்தப் பரிசு, படைப்பைச் சார்ந்த குறிக்கோள்கள் எதுவுமில்லாத, கலையாற்றல்கள் இல்லாத மூன்றாந்தரத் தமிழ் எழுத்தாளர்களுக்குப் பல வருடங்கள் போய்ச் சேர்ந்திருக்கிறது. சாகித்ய அகாடமியின் அணுகுமுறைக்கு எதிராகக் கடந்த முப்பது வருடங்களாக தமிழ் எழுத்தாளர்களிடையே விமர்சனமும் இருந்துவருகிறது. சாகித்ய அகாடமி பரிசு ராஜாஜி எழுதிய 'வியாசர் விருந்து' என்ற மகாபாரதக் சுருக்கத்திற்கு அளிக்கப்பட்டபோது அதைக் கண்டித்து 'சரஸ்வதி' சிற்றிதழில் க. நா. சுப்பிரமணியம், தொ. மு. சி. ரகுநாதன், டாக்டர் எஸ். ராமகிருஷ்ணன் ஆகியோர் தங்கள் விமர்சனங்களைத் தொடுத்த காலத்திலிருந்து சாகித்ய அகாடமியின் தேர்வுகள் குறித்து மாறுபட்ட கருத்துக்கள் இருந்துவருகின்றன. சாகித்ய அகாடமியின் தவறான அணுகுமுறைகளை நான் என் கட்டுரைகளில் கடுமையாக விமர்சித்தும் வந்திருக்கிறேன். அவர்களது தவறான தேர்வுகள் மூலம் தரமற்ற படைப்புக்கள் பிற இந்திய மொழிகளில் மொழிபெயர்க்க நேரும்போது தமிழுக்குத் தலைக்குனிவு ஏற்பட்டுவருவதைச் சுட்டிக்காட்டி இனி வரவிருக்கும் 25 வருட காலம் சாகித்ய அகாடமி பரிசை ஏற்க மறுத்து ஐம்பது முக்கிய எழுத்தாளர்கள் ஒன்றாக இணைந்து அறிக்கை விட வேண்டும் என்றும் என் கட்டுரையில் குறிப்பிட்டிருந்தேன். இவற்றைத் தவறான அணுகுமுறைக்கு எதிரான தார்மீகக் கோபம் என்று எடுத்துக் கொள்ளவேண்டும்.

பொன்னீலனை நான் சம்பிரதாயமாகப் பாராட்ட விரும்ப வில்லை. எழுத்தாளர்கள் ஒருவரையொருவர் சம்பிரதாயமாகப் பாராட்டிக்கொள்வது பண்பாட்டைத் தகர்ப்பதாகும். கலாச் சாரத்தைச் சீரழித்து உண்மைக்குப் பெரும் ஊறு விளைவிப்பதாகும். ஒரு எழுத்தாளனின் படைப்புக்களைப் படிக்காமலே மற்றொரு எழுத்தாளன் பாராட்ட முற்பட்டால் அந்தப் போலியின் முகத்தை, பாராட்டைப் பெறும் எழுத்தாளன் அந்த இடத்திலேயே கிழித்து விட வேண்டும். மாறாகத் தன் படைப்புக்களைப் படிக்காமலேயே ஒருவன் பாராட்டும்போது எழுத்தாளனுக்கு அது மகிழ்ச்சியைத் தரும் என்றால் படிக்க அவசியமில்லை என்று அவனே நம்பும் எழுத்தை, அவன் எழுதுவதை விட்டுவிடலாம். ஆனால் இந்தச் சீரழிவுகள் எல்லாம் இன்றைய வாழ்க்கையில் வழக்கங்கள் ஆகிவிட் டன. இவற்றை இனங்கண்டு கொதிக்கும் அளவுக்கு எழுத்தாளனின் உணர்வுகள் கூர்மையாகவும் இல்லை. கலாச்சாரச் சீரழிவின் ஒரு பகுதியாக எழுத்தாளனே மாறிக்கொண்டிருக்கும்போது தன் விமர்சனத்தை யாருக்கு எதிராக அவன் தொடுக்கப்போகிறான்?

வணிக முயற்சிகளால் தமிழ் நாகரிகமே அழிக்கப்பட்டுவருகிறது. முக்கியமான வணிக முயற்சிகளாகப் பிரபலமான தமிழ் இதழ்களை யும் திரைப்படங்களையும் சொல்லலாம். அத்துடன் அரசியலையும் ஒரு வணிகம் என்று சேர்த்துச் சொல்ல வேண்டும். அது முதலீடு இல்லாத வணிகம். லாபம் அதிகம் தரும் வணிகம். இந்த மூன்று வணிகங்களும் தமிழ் வாழ்வைச் சீரழித்துவருகின்றன. இவற்றை ஊக்குவிக்கும் துணை வணிகங்களெனச் சகல மத நிறுவனங்களை யும் சொல்லலாம். சகல ஜாதிச் சங்கங்களையும் சொல்லலாம். வீட்டுக்குள் புகுந்து பண்பாட்டைக் கொள்ளையடிக்கும் டி. வி. யைச் சொல்லலாம். கல்வி என்பது இன்று மிகப் பெரிய வணிகமாகி விட்டதால் பல்கலைக்கழகங்களையும் வணிக நிறுவனங்கள் என்று சொல்லலாம். இன்று இந்த வணிகக் கலாச்சாரத்திற்கு வெளியே நிற்பவர்கள் என்று சிற்றிதழ் மரபைச் சேர்ந்தவர்களை மட்டுமே சொல்ல முடியும். சில எழுத்தாளர்களையும் சில தீவிர வாசகர் களையும் சில தீவிர சிந்தனையாளர்களையும் சேர்த்துக் கொள்ளலாம்.

வணிகக் கலாச்சாரம் என்றால் என்ன? மக்களின் உணர்ச்சி களைத் தூண்டி சுய லாபத்தைத் தேடிக்கொள்ளும் முயற்சிதான் வணிகம். இதைத்தான் பெரிய பத்திரிகைகள் இன்று செய்து வருகின்றன. பாலுணர்வைத் தூண்டும் கதைகள், அற்பத் துணுக்கு கள், பெண்மையை இழிவுபடுத்தும் படங்கள், ஆழம் சார்ந்து நின்று அறிவு பூர்வமாக எதையும் ஆராயாமல் நுனிப்புல் மேயும் கட்டுரைகள் போன்றவற்றை நாம் நினைவுபடுத்திக் கொள்ளலாம். இந்தச் சீரழிவுதான் டி. வி. யையும் ஆட்டிப் படைத்துக்கொண்டி ருக்கிறது.

இந்தச் சீரழிந்த கலாச்சாரத்திற்கு எதிரானவர் பொன்னீலன். அவர் ஆத்மார்த்தமானவர். கடுமையான உழைப்பாளி. சக மனிதனை நேசிப்பவர். ஜாதி, மதம் போன்ற சகல பிரிவுகளுக்கும் எதிரானவர். ஏற்றத் தாழ்வற்ற, குறைந்த பட்சம் ஏற்றத்தாழ்வு மிகுதியாக இல்லாத வாழ்வு இந்த மண்ணில் இறங்கி வர வேண்டும் என்ற லட்சியம் கொண்டவர். அந்த லட்சியத்தை அடைய வேண்டும் என்பதற்காக எழுதிவருகிறார். எழுத்தைத் தாண்டிய செயல்பாடுகளிலும் ஈடுபட்டுவருகிறார். அவரிடம் விமர்சனம் உண்டு. ஆனால் வெறுப்பு இல்லை. வெறுப்பு, வன்முறை ஆகிய இழிவுகளை முற்றாக அகற்றிச் சமூக மாற்றத்திற்கான பணிகளில் ஈடுபட்டவர்கள்தான் சிறிய அளவிலேனும் மாற்றத்தை நிகழ்த்திக் காட்டியிருக்கிறார்கள். பொன்னீலன் மார்க்சியத் தத்துவத்தில் நம்பிக்கை கொண்டவர் என்று சொல்கிறார்கள். இருக்கலாம். மார்க்சியம் அவரைப் பாதித்திருக்கலாம். ஆனால் நான் அவரை நாராயணகுருவின் சீடர் என்று மதிப்பிடவே விரும்புவேன். அப்படிச் சொல்வதுதான் என் பார்வைக்குப் பொருத்தமானதாகத் தெரிகிறது. இவ்வளவு காரணங்களுக்காகவும் நான் பொன்னீலனை மனப்பூர்வமாகப் பாராட்டுகிறேன். சாகித்ய அகாடமி பரிசு பெற்றதன் மூலம் ஏதோ பெரிய கௌரவம் அவருக்குக் கிடைத்து விட்டதென்று நான் நினைக்கவில்லை. கிடைத்த பரிசைவிடப் பொன்னீலனின் ஆளுமை பெரியது.

பொன்னீலன் எடுத்தாளும் விஷயங்கள் சார்ந்து எனக்கும் அவருக்கும் எந்தவிதமான கருத்து வேற்றுமையும் இல்லை. இருப்பதாகக் கற்பனை செய்துகொள்ள விரும்புபவர்கள் அவருக்கும் எனக்கும் இடையில் இருக்கிறார்கள். கருத்துக்களை முன் வைக்கும் முறை சார்ந்த தமிழ் இடதுசாரிப் படைப்புகளை நான் விமர்சித்திருக்கிறேன். சுய அனுபவங்கள் சார்ந்தே ஒரு எழுத்தாளன் படைக்க முடியும் என்பது என் அடிப்படையான நம்பிக்கைகளில் மிக முக்கியமானது. இந்த நம்பிக்கையை நான் கொண்டிருப்பதால் சுய அனுபவங்களைச் சார்ந்து பொன்னீலன் எடுத்தாளும் விஷயங்களை நான் வரவேற்கலாம்; மதிப்பிடலாம்; நிராகரிக்க முடியாது. படைப்பு என்பது மிக மிகக் கூரான ஆயுதம் என்பது என்னுடைய மற்றொரு அடிப்படையான நம்பிக்கை. படைப்பை மிகக் கூரான ஆயுதமாக மாற்ற நாம் முயற்சிகள் எடுத்துக்கொண்டோம் என்றால் நம் படைப்புகளே நம் முயற்சிகளைக் கட்டாயம் வெளிப்படுத்தும்.

அரசியல்வாதிகளைப் போல் எழுத்தாளர்களும் இன்று 'மக்கள்' என்ற சொல்லைச் சர்வ சாதாரணமாகப் பயன்படுத்திவருகிறார்கள். மக்களுக்காகத் தான் எழுதிவருவதாகப் பிரகடனம் செய்யாத இடதுசாரி எழுத்தாளனே இல்லை. நான் சுமார் 45 வருடங்களாக எழுதிவருகிறேன். இவ்வளவு நீண்ட காலம் எழுதிய பின்பும் நான் தமிழில் ஐயாயிரம் பேர்களைத்தான் எட்டியிருக்கிறேன் என்று சொல்லலாம். மிகையாகச் சொல்ல ஆசைப்பட்டுப் பத்

தாயிரம் பேரை எட்டியிருக்கிறேன் என்று சொல்லலாம். மிகையாகக் கூட அதற்கு மேல் சொல்ல முடியாது. பொன்னீலன் என்னை விடவும் பிரபலமான எழுத்தாளர் என்பதால் இருபத்தையாயிரம் பேரை எட்டியிருக்கக்கூடும் என்று சொல்லலாம். ஏழு கோடித் தமிழர்களில் பத்தாயிரத்திலிருந்து இருபத்தையாயிரம் பேர் வரையிலும்தான் எங்கள் எழுத்துக்களை இன்று படித்துவருகிறார்கள் என்பது வெளிப்படையான விஷயம். இது பத்தாயிரம் பேருக்கு மூன்று பேர் என்ற கணக்கில் அமையும். இப்படிப் பார்க்கும்போது நாங்கள் மக்களுக்காக எழுதிக்கொண்டிருக்கிறோம் என்று கூறுவது யதார்த்தம் இல்லாத அவகாசம் என்றுதான் எனக்குத் தோன்றுகிறது. வாசகர்களுக்காகதான் நாங்கள் இன்று எழுதிக்கொண்டிருக்கிறோம். மக்களில் ஒரு பகுதியினரையேனும் பாதிக்க வேண்டும் என்றால் எங்கள் வாசகர் தொகையைப் பல மடங்கு பெருக்க வேண்டும். எங்கள் எழுத்துக்கள் மூலம் சிறுபான்மையினரான வாசகர்கள் கடுமையான பாதிப்பைப் பெற்றால்தான் கடலென விரிந்து கிடக்கும் மக்களை நோக்கி நாங்கள் நகர முடியும். கலையாற்றலின்றி வாசகர்களைப் பாதிக்க முடியுமா? மிகக் கூர்மையான பாதிப்பை நிகழ்த்த முடியுமா? மூளைக்குள் காலங்காலமாக உறைந்து கிடக்கும் பழமையின் பாசி படிந்த பாறைகளைத் தகர்க்க வேண்டுமென்றால் கலை எவ்வளவு பெரிய ஆயுதமாக மாறவேண்டும்?

கலையாற்றல் என்றால் என்ன? எனக்கு ஒரு அனுபவம் ஏற்படுகிறது. இந்த அனுபவம் ஆழமானது. தீவிரமானது. அதைப் பற்றி நான் எழுதுகிறேன். கதையாகவோ சிறுகதையாகவோ நாவலாகவோ நான் எழுதுகிறேன். என் படைப்பை ஒருவன் படிக்க நேரும்போது அவன் அந்த அனுபவத்தின் தீவிரத்தை, கடுமையை ஆழத்தை உணருகிறான். இந்த அனுபவப் பரிமாற்றத்தை நிகழ்த்தும் ஆற்றல்தான் கலையாற்றல். இன்று கண்முன் காணக் கிடைப்பது முற்றிலும் சீரழிந்துபோன ஒரு வாழ்க்கை. இந்தச் சீரழிவைச் சிறுபான்மையினரான வாசகர்களுக்கு நீங்கள் இன்று உணர்த்த வேண்டும். அவர்கள் பெறும் கடுமையான பாதிப்பு அவர்களைத் தாண்டிச் சமூக நீரோட்டங்களில் பரவ வேண்டும். இது சாத்தியப்பட மிக ஆழமான படைப்புக்களைத்தான் இன்று படைக்க வேண்டியிருக்கிறது. ஆழமற்ற படைப்புகள் தற்காலிகக் கூட்டங்களைக் கூட்டும். கலாச்சாரம் சார்ந்த பாதிப்புகளை நிகழ்த்தாது. அத்துடன் கலை என்பது ஒரு தனிப்பெரும் ஆற்றல். மேடைப்பேச்சு சார்ந்த திறன் வேறு; கலையாற்றல் வேறு. துண்டுப் பிரசுரம் எழுதும் திறன் ஒன்று; நாவல் எழுதும் திறன் மற்றொன்று. கருத்துக்களை நேரடியாக முன் வைப்பது சுலபம். அனுபவப் பரிமாற்றங்களை நிகழ்த்திக்காட்டுவது மிகக் கடினம். கூட்டம் சேர்ப்பது சுலபம். வாழ்க்கை சார்ந்த மிக மேலான, மிக நுட்பமான, ஈவிரக்கமற்ற முழுமையான புரிதல்களை உருவாக்குவது மிகப் பெரிய கலையாற்றலுக்கே உரித்தான மிகப் பெரிய சவால். அந்தக் கலை

யாற்றலை நம் எழுத்தாளர்கள் தேடிக்கொள்ள வேண்டும் என்று நான் விரும்புகிறேன்.

பொன்னீலனின் சமூகப் பார்வையை நான் வரவேற்கிறேன். சமூக மாற்றத்தின் மூலம் மன மாற்றம் நிகழ்வதும் மன மாற்றத்தின் மூலம் சமூக மாற்றம் விரைவு பெறுவதும் பிரிக்க இயலாத கண்ணிகளாகும். மனத்தைச் செழுமைப்படுத்தும் மிகப் பெரிய ஆற்றல் கலைக்கு உண்டு. பெரும் மாற்றத்தை நிகழ்த்த விரும்பும் எழுத்தாளன் கலையாற்றல் மிகுந்த படைப்புகள் மூலம்தான் அந்த மாற்றத்தை நிகழ்த்த முடியும். பொன்னீலன் கலையாற்றல் மிகுந்த பல படைப்புக்களைத் தந்து தமிழ்க் கலாச்சாரத்தை செழுமைப்படுத்த வேண்டும். அவருடைய நம்பிக்கைகளில் அவர் உறுதியாக நின்றுவருகிறார். என் மனப்பூர்வமான பாராட்டுக்களை அவருக்கு மீண்டும் தெரிவித்துக்கொள்கிறேன்.

சாகித்ய அகாடமி பரிசு பெற்ற பொன்னீலனுக்கு பாராட்டுக் கூட்டம், அரசு உயர்நிலைப்பள்ளி, தக்கலை - ஏப்ரல் - 1994

சிறுகதை – அதன் அகமும் புறமும்

சிறுகதை என்பது ஒரு தனியான கலை உருவம். அதை எல்லோரும் எழுதிப்பார்க்கலாம். ஆனால் எல்லோரும் எழுத வேண்டும் என்ற அவசியம் கிடையாது. ஆர்வம் இருந்தால் எழுதலாம். எல்லோரும் அதைப் படித்துத்தான் ஆக வேண்டும் என்ற அவசியமும் கிடையாது. அப்படியொரு கட்டாயம், சமூகத் தேவை எதுவுமே இல்லை. சிறுகதை எழுதாமல் சிறந்த பிரஜையாக வாழ முடியும். சிறுகதை எழுதுபவர்களைவிட, படிப்பவர்களைவிட உயர்ந்த மனிதர்களாக அவர்கள் இருக்கவும் கூடும். சிலர் சிறுகதைகள் படிக்காமல் வேறு அற்புதமான நூல்களைப் படித்திருப்பார்கள். சிலர் திருக்குறள் படித்திருப்பார் கள். சிலர் சிலப்பதிகாரம் படித்திருப்பார்கள். கம்ப ராமாயணம் படித்திருப்பார்கள். நமது தலைவர் திரு. ஹமீத் அவர்களின் தகப்பனாரான செய்க்குத்தம்பிப் பாவலர் இருக்கிறார். மிகப் பெரிய புலவர். ஆனால் அவர் சிறுகதையை விரும்பிப் படித்திருப்பாரா என்பது சந்தேகம்தான். எனவே அதை வைத்து ஒருவரை நாம் மதிப்பிட முடியாது.

சிறுகதையைப் படைக்க வேண்டும் என்ற அவா இருந்தால் யாரும் அந்தத் திறனை வளர்த்துக்கொள்ளலாம். அதற்கான வழிமுறைகளை, சந்தர்ப்பங்களை உருவாக்கிக் கொள்ளலாம். சிறுகதையையே படிக்காமல் யாராலும் சிறுகதையை உருவாக்கி விட முடியாது. அநேகமாக எனக்குத் தெரிந்தவரை சிறந்த சிறுகதை எழுத்தாளர்கள் எல்லாரும் சிறந்த சிறுகதை வாசகர் களும்கூட. அது போல் சிறுகதை எழுதுபவர்கள் சிறுகதையை மட்டுமே படிக்க வேண்டும் என்றும் கிடையாது. நாவல்கள் படிக்க வேண்டும். கவிதைகள் படிக்க வேண்டும். ஆராய்ச்சி நூல்களைப் படிக்க வேண்டும். சினிமா பற்றிப் படிக்க வேண்டும். வாழ்க்கைக்குச் சம்பந்தமான எல்லா விஷயங்களையும் தெரிந்து கொள்ள வேண்டிய அவசியமிருக்கிறது. எது சாத்தியமோ, எது அவனது அறிவிற்கு எட்டுமோ, அந்த விஷயங்கள் எல்லாம் படிக்க வேண்டிய ஒரு கட்டாயம் உருவாகிவிட்டது. நாம் படைக்கப்போவது சிறுகதைதானே, எனவே சிறுகதைகளை

மட்டும் படித்து வந்தால் போதும் என்று நம் படிப்பைச் சுருக்கிக் கொண்டால் காலத்தை ஒட்டிய படைப்புக்களைத் தர முடியாமல் தேய்ந்துபோவதற்கு வழிவகுக்கும். இன்னொரு முக்கியமான விஷயம், கதைகள் வேறு சிறுகதைகள் வேறு. இது என் தனிப்பட்ட நம்பிக்கை. கதைகளை எழுதிக்கொண்டிருப்பவர்களைக் கதாசிரியர் என்று ஏற்றுக் கொள்வேனே தவிர சிறுகதை ஆசிரியர் என்று ஏற்றுக்கொள்ள மாட்டேன். சிறுகதை பற்றி நான் ஒரு கட்டுரை எழுதியிருக்கிறேன். அதில் சிறுகதை பற்றிய என் அபிப்ராயங்களை விரிவாகத் தெரிவித்திருக்கிறேன். 1930இலிருந்து 1990 வரையிலான 60 வருடங்களில் மிகச் சிறந்த சிறுகதை ஆசிரியர்களின் சிறந்த கதைகளை மட்டும் தொகுக்க வேண்டும் என்ற எண்ணம் எனக்கு இருந்தது. அது மிகவும் கடினமாக காரியம். ஆனால் இந்தக் கட்டுரையில் என்னை நானே தயார்ப்படுத்திக்கொள்ளும் வகையில் சில விஷயங்களைச் சொல்லியிருந்தேன். அதில் 60 வருட காலத்தில் வெளிவந்திருக்கக்கூடியவற்றை மூன்று பிரிவுகளாகப் பிரிக்கிறேன். முதலாவது கலைப்படைப்பு, இரண்டாவது சிறுகதை, மூன்றாவது கதை என்று பிரிக்கிறேன். கலையாற்றல் கொண்ட சிறுகதைகள்தான் என்னுடைய அபிப்ராயத்தில் மிக முக்கியமான படைப்புக்கள். இரண்டாவது, சிறுகதையாக இருக்கிறது. ஆனால் கலையாற்றல் கொண்டிருக்கவில்லை. இதைச் சிறுகதை என்கிறேன். சிறுகதையாக வில்லை, வெறும் கதையாக மட்டுமே இருப்பதைக் கதை என்று சொல்கிறேன்.

சிறுகதை என்பது வெகு சமீப காலத்தில் உருவாகி வந்த இலக்கிய உருவம். உலகத்திலே உள்ள எல்லா மொழிகளிலும் முதன்முதலாக உருவாகி வருவது கவிதையாகத்தான் இருக்கிறது. இது மிகவும் ஆச்சரியமான விஷயம். இதற்கு ஆராய்ச்சியாளர்கள் பலவிதமான காரணங்களைச் சொல்கிறார்கள். அவற்றைப் படித்து விட்டு நீங்கள் அவர்கள் சொல்வது சரிதானா என்று சிந்தித்துப் பார்க்கலாம். எனவேதான் ஜோசியம், தத்துவம், தச்சுக்கலை, மருத்துவம், வானவியல் என எந்தத் துறை பற்றியதாக இருந்தாலும் அது கவிதை வழியாகத்தான் சொல்லப்பட்டிருக்கிறது. 16ஆம் நூற்றாண்டு 17ஆம் நூற்றாண்டுக்குப் பிறகு தொழில் புரட்சி உலகில் ஏற்பட்ட பின்னர்தான், அச்சுக்கலை தோன்றிய பிறகுதான் உரைநடை, வசனம் உருவாக ஆரம்பிக்கிறது. அது தோன்றிய பிறகுதான் சிறுகதை என்னும் இலக்கிய உருவம் தோன்ற ஆரம்பிக் கிறது. இது அநேகமாக 200 வருஷத்துக்குள்ளேதான்.

எல்லா மொழிகளிலும் சிறுகதை தோன்றியிருக்கிறது. எல்லா மொழிகளிலும் சிறுகதைகள் தோன்றுவதற்கு முன்னால் நாவல் தோன்றியிருக்கிறது. 18ஆம் நூற்றாண்டிலேயும் 19ஆம் நூற்றாண்டிலே யும் அடைந்த நாவலின் சிகரங்களை 20ஆம் நூற்றாண்டிலோ அதற்குப் பிந்தைய காலகட்டத்திலோ யாரும் தாண்டிவிடவில்லை. அந்த அளவிற்குப் பிரம்மாண்டமான நாவல்கள் எல்லாம் 19ஆம்

நூற்றாண்டிலேயே வெளிவந்திருக்கின்றன. இவையெல்லாவற்றுக்குப் பின்னால்தான் சிறுகதை என்ற இலக்கிய உருவம் உருவாகிவருகிறது. இது ஏன் என்பதை நீங்கள் யோசித்துப் பார்க்க வேண்டும். புறச்சூழல் மாறும்போது வாழ்க்கையிலுள்ள பழைய நம்பிக்கைகளெல்லாம் தகர்ந்துபோகிறது. இதன் மூலம் ஒரு மிகப் பெரிய நெருக்கடி வாழ்க்கையில் ஏற்படுகிறது. அந்த நெருக்கடியை மொழியில் சொல்வது அவ்வளவு சுலபமானதல்ல. அதை அவர்கள் உணருகிறார்கள். கடவுள் சம்பந்தப்பட்ட விஷயங்கள், மதம் சம்பந்தப்பட்ட விஷயங்கள், ஜாதி சம்பந்தப்பட்ட விஷயங்கள், சமூகப் பழக்க வழக்கங்கள் முதலானவை கேள்விக்குட்படுத்தப்படுகின்றன. விதவையை மணம் செய்து கொடுக்கலாமா, கூடாதா? பெண்ணிற்குத் திருமணம் செய்து கொடுக்க வேண்டிய வயது ஏழா, ஒன்பதா, பதிமூன்றா, இருபத்தியொன்றா? இப்படிப் பல விஷயங்களில் பல நூற்றாண்டுகளாகப் பின்பற்றி வந்த பழக்க வழக்கங்கள் மீது ஒரு அவநம்பிக்கை புதுச் சமுதாயத்திற்கு வருகிறது. இந்த அவநம்பிக்கைக்கும் சிறுகதை என்னும் கலைக்கும் இடையில் மிக நெருக்கமான தொடர்பு இருக்கிறது.

இதுபோல் புதிய கலை வடிவங்கள் உருவாகி வரக்கூடிய சமயத்தில் நம் சமூகத்தில் இருக்கும் சிலர் – நம் சமூகத்தில் மட்டுமல்ல அவர்கள் எல்லா சமூகங்களிலும் இருக்கிறார்கள் – அது போன்ற கலை வடிவமானது அவர்களது மொழியில் முன்பே இருப்பதாகச் சொல்ல ஆசைப்படுவார்கள். சிறுகதை என்பது புதிய வடிவம் ஒன்றும் அல்ல. கதைகள் பைபிளில் ஏற்கனவே சொல்லப்பட்டிருக்கின்றன. உப நிஷத்துக்களில் இது போன்ற கதைகள் ஏற்கனவே சொல்லப்பட்டிருக்கின்றன. மகாபாரதத்தில் ஏகப்பட்ட உபகதைகள் இருக்கின்றன. அவை சிறுகதைகள்தானே என்று சொல்லுவார்கள். மகாபாரதத்தில் ஏகப்பட்ட உப கதைகள் இருக்கின்றன என்பது உண்மைதான். ஆனால் அவை ஒரே ஆசிரியரால் எழுதப்பட்டவை அல்ல.

முன் காலத்தில் ஏதாவது ஒரு விஷயத்தை நீங்கள் எழுதுகிறீர்கள் என்று வைத்துக் கொள்வோம். அதன் ஆயுளைக் கூட்ட வேண்டுமென்றால், காலத்தின் சோதனைகளைக் கடந்து அது நீடித்து நிற்க வேண்டுமென்றால் அப்போது பரவலாக, பிரபலமாக இருக்கும் ஏதாவது காவியத்திற்குள் நாம் எழுதுவதைத் திணித்து விடக்கூடிய போக்கு இருந்துவந்திருக்கிறது. உதாரணமாக ஒருவர் மரங்களைப் பற்றி ஆராய்ச்சி செய்து பல விஷயங்களைக் கண்டடைந்திருக்கிறார் என்று வைத்துக்கொள்ளுங்கள். அதை அவரால் தனி ஏட்டில் எழுதி வைத்துப் பாதுகாத்து வர முடியாது. அழிந்து போய்விடும். எனவே அவர் என்ன செய்வார் என்றால், மகாபாரதத்தில் ஒரு முனிவர் தனது சிஷ்யனைப் பார்த்து ஒரு கேள்வி கேட்பதாக எழுதுவார். 'உன்னை ஐந்தாறு மாதங்களாகக் காணவில்லையே? எங்கே போயிருந்தாய்? காட்டுக்குப் போயிருந்ததாகக் கேள்விப்பட்

சுந்தர ராமசாமி

டேன். அங்கே என்னென்ன மரங்களைப் பார்த்தாய்?' என்று கேட்பார். சிஷ்யன் எண்ணற்ற மரங்களின் பெயர்களைச் சொல்வான். உண்மையில் இது இடைச்செருகல். மரங்களைப் பற்றி ஆராய்ந்த ஒருவர் தனது ஆராய்ச்சி காலத்தால் அழிந்து விடக்கூடாது என்பதற்காக அந்தந்த தகவல்களை மகாபாரதத்திற்குள் சேர்த்து விட்டிருக்கிறார். இப்படிச் செருகப்பட்ட விஷயங்களைத் தாங்கியபடி மகாபாரதம் காலத்தைத் தாண்டி வந்துகொண்டிருக்கிறது.

யாராவது ஒரு இளைஞன் பெண்கள் பற்றி ஆராய்ச்சி செய்திருப்பான். இளைஞர்கள் பெண்கள் பற்றி ஆராய்ச்சி செய்வது என்பது மிகவும் இயற்கையான விஷயம் தானே... எந்தெந்த விதமான பெண்கள் இருக்கிறார்கள்? என்னென்ன தோற்றங்கள் கொண்டிருக்கிறார்கள்? அவர்களது தோற்றத்திற்கும் குணத்திற்கும் இடையிலான ஒற்றுமைகள் என்னென்ன? அவர்களது அவயவங்கள் எப்படி இருக்கின்றன? அது எந்த குணத்தைக் காட்டுகிறது? என்று இளைஞன் யோசித்து சில விஷயங்களைக் கண்டுபிடித்துவைத்திருக்கலாம். இதைத் தனியாக ஒரு ஏடு ஒன்றில் எழுதிவைத்து அதைக் காப்பாற்ற முடியாது. மகாபாரதத்தில் ஒரு முனிவர் 'நீ வெளியூர் போயிருந்தாயாமே. பெண்களைப் பற்றி ஆராய்ச்சி செய்ததாகக் கேள்விப்பட்டேன். என்ன பண்ணினாய் சொல்லு' என்று கேட்பது போல் ஒரு சந்தர்ப்பத்தை உருவாக்கிக்கொள்கிறான். உடனே இளைஞன் பெண்களைப் பற்றிச் சொல்லுவான். எத்தனையோ உப கதைகள் மகாபாரதத்திற்குள் இருக்கின்றன. பைபிளில் உள்ள கதைகள், உபநிஷத்துக்களில் உள்ள கதைகள், காலங்காலமாக வழங்கிவரும் பஞ்சதந்திரக் கதைகள், அரேபியக் கதைகள், ஈசாப் கதைகள் இவற்றிற்கும் சிறுகதை என்னும் தனிப்பெரும் கலை வடிவத்திற்கும் சம்பந்தம் கிடையாது. சிறுகதை படிக்க ஆரம்பிப்பவன் இதை முதலில் புரிந்துகொள்ள வேண்டும். கதை எழுதி அதைச் சிறுகதை என்று சொல்லக்கூடாது. இந்திய மொழிகளில் இந்த உருவம் முன்பு கிடையாது. அது இல்லாமல் இருந்ததில் குறை ஒன்றும் இல்லை. வெளிப்படையாக ஒப்புக்கொள்வது கௌரவமான விஷயம்தான். அதுதான் பெருமையான விஷயமும்கூட.

ஆங்கில எழுத்தாளர்கள் மூலமாக அல்லது ஆங்கிலத்தில் மொழிபெயர்க்கப்பட்ட படைப்புக்கள் வழி நாம் அறிய நேர்ந்த கலை வடிவம்தான் சிறுகதை. அங்கு அது முதலில் உருவானதற்கான காரணம், வாழ்க்கை சம்பந்தமான நெருக்கடிகள் நமக்கு வருவதற்கு முன்பே அவர்களுக்கு வந்துவிட்டதுதான். முக்கியமான நெருக்கடி நேரமின்மை. மிகக் குறைந்த காலத்திலேயே பல முக்கியமான விஷயங்களைத் தெரிந்துகொள்ள வேண்டும் என்ற அவசரம். ஒரே காலகட்டத்திலேயே பொழுது என்பது நமக்கு ஒன்றாகவும் அவர்களுக்கு வேறொன்றாகவும் இருக்கிறது. நமக்குப் பொழுது

எப்போது தீரும் என்பது பிரச்சனை. அதே நேரத்தில் அவர்களுக்குப் பொழுது போதவில்லையே என்ற பிரச்சனை. குறுகிய வடிவங்களுக்குள்ளேயே ஆழ்ந்த அனுபவங்களை வெளிப்படுத்த வேண்டும் என்ற ஒரு கட்டாயமானது மேற்கத்திய வாழ்க்கையில்தான் முதன்முதலில் ஏற்பட்டது. அதற்குச் சிறுகதை வடிவம் தேவையான ஒன்றாக, முக்கியமான ஒன்றாக இருந்தது.

சஞ்சிகைகள் வரத் தொடங்கிய ஆரம்ப காலத்தில் 100, 120 பக்கங்கள் கொண்டதாக வெளிவந்திருக்கின்றன. டால்ஸ்டாய், தாஸ்தாயேவ்ஸ்கி போன்றோர் எழுதிய நாவல்கள் தொடராக 30, 40 பக்கங்கள் சஞ்சிகைகளில் வெளிவந்திருக்கின்றன. பின்னால் சஞ்சிகைகளின் பக்கங்கள் குறைய ஆரம்பித்தது. சஞ்சிகைகளில் பல்வேறுபட்ட விஷயங்கள் இடம் பெற்றதால் சிறுகதைக்கு 10 அல்லது 20 பக்கங்களே ஒதுக்கினார்கள். குறைந்த பக்கங்களில் சொல்லப்பட வேண்டும்; அதே சமயம் வாசகனைப் பாதிக்கக்கூடிய தாகவும், சிந்தனையைக் கிளறக்கூடியதாகவும் ஆழ்ந்த அனுபவத்தைத் தரக்கூடியதாகவும் இருக்க வேண்டும் என்ற சமுதாயத் தேவை அப்போதுதான் எழுகிறது. அத்தகைய தேவை வந்ததற்குப் பின்னால் தான் சிறுகதை என்ற வடிவம் உருவாகிறது. அது போன்ற ஒரு நெருக்கடி நமது சமுதாயத்தில் வந்தபோதுதான் நம்மிடையேயும் சிறுகதை என்ற வடிவம் உருவாக்கப்பட்டது.

இங்கே வ.வே.சு.ஐயர் என்ற ஒருவர். பாரதியின் நண்பர். மிகப் பெரிய புலவர். கம்ப ராமாயணம் உலகத்திலேயே மிகப் பெரிய காவியம் என்று யார் வேண்டுமானாலும் சொல்லலாம். ஆனால் இலக்கிய விமர்சனம் சார்ந்து தர்க்கப்பூர்வமாக நிறுவியவர் அவர் ஒருவர்தான். அவர் ஒரு சுதந்திரப் போராட்டத் தியாகி. மேற்கத்திய இலக்கியத்தை நன்கு கற்றறிந்தவர். அவர்தான் தமிழ்ச் சிறுகதையின் தந்தை என்று சொல்வது ஒரு இலக்கிய விமர்சன மரபு. அவர் பல கதைகள் எழுதியிருக்கிறார். ஆனால் 1919இல் வெளிவந்த 'மங்கையர்க்கரசியின் காதல்' என்ற தொகுதியில் இடம் பெற்ற அவரது 'குளத்தங்கரை அரசமரம்' என்பதுதான் தமிழில் எழுதப்பட்ட முதல் சிறுகதை என்று பல விமர்சகர்கள் ஏற்றுக் கொண்டிருக்கிறார்கள். 'குளத்தங்கரை அரசமரம்' எழுதப்பட்ட காலத்திற்கு ஏறத்தாழப் பத்தாண்டுகளுக்குப் பின்னால் பி.எஸ். ராமையா என்பவர் 'நட்சத்திரக் குழந்தை' என்றொரு சிறுகதை எழுதியிருக்கிறார். அதுதான் தமிழில் எழுதப்பட்ட முதல் சிறுகதை என்று ஒருவர் சொன்னார். அதில் தான் சிறுகதைக்குரிய லட்சணங்கள், அதற்குரிய தனிக்குணங்கள் இருக்கின்றன என்று சொன்னார். அது ராமையாவின் சொந்தப் பார்வையில் தோன்றிய கதை. தமிழ்நாட்டு வாழ்க்கையிலிருந்து பெற்ற அனுபவத்தில் தோன்றிய கதை. அது போன்ற சில காரணங்களை முன்னிட்டு அதுதான் தமிழில் தோன்றிய முதல் கதை என்று அவர் சொன்னார்.

சிறுகதை என்பது சமூக மதிப்பீடுகளை ஆதரிக்க மறுக்கிற ஒரு இலக்கிய உருவம். அது சமூக விமர்சனம் சார்ந்தது. அது அப்படித்தான் இருக்கும். உண்மை வெல்லும் என்பதை வலியுறுத்தும் ஒரு கதையாக இருக்கும்போதுகூட அது ஒரு சிறுகதையாக இருப்பதில்லை. இது அறவியல் சார்ந்த ஒரு கதை. ஆனால் சிறுகதை அறவியலை வற்புறுத்தாது. நேற்றைய நம்பிக்கைகளை அது வற்புறுத்தவில்லை. வாழ்க்கை சம்பந்தமான போதாமைகளைச் சொல்கிறது அது. நெருக்கடிகளைச் சொல்கிறது அது. உண்மையைச் சொல்லியும் தோற்றுப்போனேனே என்று முடிவடைவது ஒரு சிறுகதையாக இருக்க முடியும். ஆனால் உண்மை இறுதியில் வெல்லும் என்று முடிவடைவது பெரும்பாலும் சிறுகதையாக இராது. கதையின் முடிவாக அது இருக்கலாம். சிறுகதையினுடைய முடிவாக அது இருக்க முடியாது. பழைய சம்பிரதாயங்கள், பழைய மரபுகள் இவற்றை யார் மறுபரிசீலனைக்கு உட்படுத்துகிறாரோ, யார் எல்லாவற்றையும் கேள்விக்கு உட்படுத்துகிறார்களோ, இதுவரை நாம் சரி என்று நம்பிய ஒன்றை, இதுக்கு மேல் உண்மை கிடையாது என்று சொல்லப்பட்டு வந்த ஒன்றை, மேலானது என்று சொல்ல பட்டு வந்ததை இன்றைய வாழ்க்கை ஏற்கவில்லை என்ற உண்மையை யார் வெளிப்படுத்துகிறார்களோ அவர்கள் சிறந்த சிறுகதை என்ற உருவத்தை அறிந்தவர்கள்.

அடுத்ததாக, என்ன விஷயங்களைச் சிறுகதையின் கருவாக நீங்கள் தேர்ந்தெடுத்துக் கொள்ளப் போகிறீர்கள் என்பது முக்கியமான விஷயம். அதற்கு எந்தவிதமான கட்டுப்பாடும் கிடையாது. ஒருவன் அவனது வாழ்க்கை அனுபவங்கள் சார்ந்து, அவனுக்கு எது முக்கியமானதாகத் தோன்றுகிறதோ, எந்த நெருக்கடி அவனுக்கு முக்கியமானதாக இருக்கிறதோ, எந்தத் துக்கம் அவனை ஓயாது வாட்டிக்கொண்டிருக்கிறதோ அதைப் பற்றி அவன் கதை எழுதலாம். ஜாதியைப் பற்றி எழுதியிருக்கிறாய், ஒழுக்கத்தைக் கேள்விக்குட்படுத்தியிருக்கிறாய், அதற்கு உனக்கு உரிமை கிடையாது என்று யாரும் சொல்ல முடியாது. அந்த விஷயங்களை அவன் என்ன விதமாக எழுதியிருக்கிறான், அவன் எழுதியவை வாசகர்களால் எந்தவிதமாகப் பகிர்ந்துகொள்ள முடியக்கூடியதாக இருக்கிறது, என்ன பாதிப்புக்களை ஏற்படுத்துகிறது, இவை பற்றிப் பேச வேண்டுமே தவிர உன் தனிப்பட்ட அனுபவத்தை வைத்து நீ எப்படி எழுதலாம் என்று யாரும் கேட்க முடியாது. உன்னுடைய அனுபவம் உன்னுடைய அனுபவம்தான். அதை சுதந்திரமாக எழுதுவதற்கு உனக்குப் பரிபூரண அதிகாரம் இருக்கிறது. இதை ஏற்றுக் கொண்டுதான் இலக்கிய விமர்சனம் செய்ய வேண்டும். சிறுகதையை விமர்சிக்க வேண்டும். உன்னுடைய பிரச்சனை ஜாதிப் பிரச்சனையாக இருக்கலாம். பொருளாதாரப் பிரச்சனையாக இருக்கலாம். வேலையில்லாத் திண்டாட்டமாக இருக்கலாம். ஒரு பெண்ணைக் காதலித்துவிட்டு, அவளைக் கல்யாணம் செய்து

கொள்ள முடியாமல் போன துக்கமாக இருக்கலாம். இதைப் பற்றி நீ சொல்லலாம். அதற்கான உரிமை உனக்கு இருக்கிறது. அதே சமயம் ஒரு விஷயத்தை முற்போக்கான பார்வையில் சொல்லியிருக்கிறேன். அப்படிச் சொன்ன காரணத்தினாலேயே அது சிறந்த கதை என்ற வாதத்தை இலக்கிய விமர்சனம் ஏற்றுக் கொள்ளாது. அந்தக் கதை எப்படி அமைந்திருக்கிறது? அந்த விஷயம் குறித்து உங்களுடைய பார்வை என்ன? கதையின் கூறுகள் அதில் எப்படி இயங்கியிருக்கின்றன? இது போன்ற விஷயங்களை யும் நாம் கணக்கிலெடுத்துக்கொள்ள வேண்டும்.

ஒரு விஷயத்தை எத்தனையோ கோணத்தில் எழுதலாம். ஜாதியை ஆதரித்து எழுதலாம். ஜாதி இன்னும் அதிக காலத்திற்கு இருக்கப் போகிறது என்று அவநம்பிக்கை கொண்டு அதைக் கதையாக எழுதலாம். ஜாதியை உடனடியாகக் கொல்ல வேண்டும் என்று நினைக்கிறேன், ஆனால் அது சாகும் என்று தோன்றவில்லை என்ற கோணத்தில் எழுதலாம். எந்தப் பார்வையில் கதை எழுதலாம் என்பது உன் சொந்த முடிவு சார்ந்தது. படைப்பு மனிதனை வெகுவாகப் பாதிக்கிறது. இலக்கியத்தோடு எனக்கு ஏற்பட்ட அனுபவத்தால் ஜாதி பற்றி, பெண்கள் பற்றி, மதத்தைப் பற்றி, கடவுளைப் பற்றி என்னிடம் இருந்த எல்லா அபிப்ராயங்களும் உடைந்தன. தாயின் மூலமோ, தந்தையின் மூலமோ, சகோதர சகோதரி மூலமோ உடையவில்லை. ஆனால் சிறுகதைகள் பெரும் அளவுக்கு மனிதனுடைய பார்வையை மாற்றியிருக்கின்றன. கலை வடிவங்கள் மனித மனதிற்குள்ளே மிக நுட்பமான மாற்றங்களை உருவாக்கும் வலிமை கொண்டவை என்று நம்புகிறேன். அத்தகைய வலிமை கொண்டவைதான் கலைப்படைப்புக்கள் என்றும் நம்புகிறேன்.

இந்த விளைவுகளை உருவாக்குவதற்கு நீங்கள் மொழியை எப்படிக் கையாள வேண்டும் என்பது முக்கியமான விஷயம். நான் தமிழ் எம். ஏ. படித்திருக்கிறேன், தமிழ் பி. ஏ. படித்திருக்கிறேன், தமிழில் முனைவர் பட்டம் வாங்கியிருக்கிறேன் என்பதெல்லாம் சிறுகதைகள் எழுதுவதற்கான தகுதிகள் அல்ல. நிறையப் புத்தகங்கள் படித்திருப்பதும் கூட ஒரு தகுதியாக ஆக முடியாது. பொதுவாக, சிறுகதை எழுதுவதற்கு அவனுக்குச் சொந்தமான ஒரு படைப்பு மொழி உருவாக வேண்டும். அந்தப் படைப்பு மொழி தமிழ் என்னும் பொது மொழி அல்ல. ஒருவனுடைய குணங்கள், இயல்பு கள், வருத்தங்கள், விமர்சனங்கள், மனோபாவங்கள் ஏறிவிட்ட நுட்பமான மொழி. ஒருவன் கூடுமானவரை அத்தகைய ஒரு மொழியை வைத்துத்தான் சிறுகதை என்னும் நுட்பமான கலை வடிவத்தை உருவாக்க முடியும். அந்த மொழி உன்னுடைய தனிப்பட்ட குரல். உன்னுடைய குரல் என் காதில் விழுகிறது. 'நான் அன்று நிலாவைப் பார்க்கத் தெருவழியாகப் போய்க் கொண்டிருந்தேன்.' அப்படிக் கதையை ஆரம்பித்த உடனேயே உன்னுடைய குரல் என் காதில் கேட்கிறது. ஏதோ முக்கியமான

விஷயத்தை, அந்தரங்கமாகச் சொல்லப் போகிறாய் என்ற ஆவல் பிறக்கிறது. ஒரு கூட்டத்தின் முன் பகிரங்கமாக ஒலிபெருக்கி முன்னால் நின்றுகொண்டு சொல்வது மாதிரி இல்லை. தனிப்பட்ட முறையில் அந்தரங்கமாகச் சொல்வது. அவனும் நானும் மட்டும் தான் அந்த இடத்தில் இருக்கிறோம் என்பது போல் அந்தக் கதை சொல்லப்படுகிறது. இந்த அந்தரங்க மொழி கூடாத வரையில் சிறுகதையை உருவாக்குவது கடினம் என்றே நினைக்கிறேன். ஆனால் தனிமொழி கூடிவருவது சிரமமான விஷயம். முதலில் சிறுகதை எழுதுவது கடினமானது என்று நம்ப வேண்டும். ஏனோ தானோ என்று கதையை எழுதினால் கதையும் அந்த லட்சணத்தில் தான் இருக்கும். இன்னொரு முக்கியமான விஷயம் சிக்கனம். சிக்கனமாகத்தான் கதையைச் சொல்ல வேண்டும். ஒரு வார்த்தை கூட அதிகப்படியாக இருக்கக்கூடாது என்கிறார்கள் சிறுகதை விமர்சகர்கள். ஒரு வார்த்தையை எடுத்தால் கதை மூளியாகிவிட வேண்டும் என்பார்கள்.

உதாரணமாக, மனிதனுக்குக் காது இருக்கிறது. அதை வெட்டி எடுத்துவிட்டால் அவனுடைய குறை எப்படித் தெரியாமல் இருக்கும். சிறுகதையில் அப்படி ஒவ்வொரு விஷயமும் கச்சிதமாக இருக்க வேண்டும். ஏன் இவ்வளவு இறுக்கமாக இருக்க வேண்டும்? நாலு வார்த்தையை எடுத்தாலும் ஒன்றும் குறைவுபடாத மாதிரி யாகக் கொஞ்சம் வள வளவென்று இருந்தால் என்ன என்று சிலர் கேட்கக்கூடும். அது என்ன நோக்கத்தில் ஒருவன் சிறுகதை எழுத முற்படுகிறான் என்பதைப் பொறுத்தது. பலர் நம் சிறுகதைகள் நீண்ட காலம் வாழ வேண்டும் என்று ஆசைப்படுகிறார்கள். என் கவிதையை, என் சிறுகதைகளை அதற்கான முனைப்போடு தான் எழுதுவேன் என்பதில் பிடிவாதத்துடன் இருக்கிறார்கள். தனக்கு இறப்பு உண்டு. தன் படைப்புகளுக்கு இல்லையென்று படைப்பாளி நம்ப ஆசைப்படுகிறான். உலகத்தில் எல்லாச் சிறந்த எழுத்தாளர்களுடையவும் அடிப்படை நம்பிக்கை இதுதான். அப்படி யான உத்வேகத்துடன் தான் சிறுகதைகளை உருவாக்க வேண்டும்.

தமிழாலயமும் அகில இந்திய வானொலி நிலையமும் இணைந்து நடத்திய சிறுகதைப் பயிலரங்கு, மார்த்தாண்டம் பனைத் தொழிலாளர் முன்னேற்ற சங்கம் - 25.03.1995

என்னைக் கவர்ந்த என் படைப்பு

என்னைக் கவர்ந்த என் படைப்பு என்று நான் எழுதியுள்ளவற்றில் எதைச் சொல்வேன்? ஒன்றை மட்டும் குறிப்பிட்டுச் சொன்னால் என் மற்ற படைப்புக்களுக்கும் எனக்குமான உறவு என்ன? அவை என்னைக் கவராத படைப்புக்களா?

நான் நாற்பத்தைந்து வருடங்களாகத் தமிழில் எழுதிக் கொண்டிருக்கிறேன். கவிதைகளும் சிறுகதைகளும் நாவல்களும் கட்டுரைகளும் எழுதியிருக்கிறேன். கட்டுரைகளில் அதிகமும் இலக்கிய விமர்சனத் துறையைச் சார்ந்தவை. பிற மொழிகளிலிருந்து தமிழில் மொழிபெயர்ப்பும் சிறிது செய்திருக்கிறேன். நீண்ட கால எழுத்துப் பணி என்று பார்க்கும் போது படைப்பின் அளவு மிகக் குறைவாகவே இருக்கிறது. இரண்டு நாவல்களும் சுமார் ஐம்பது சிறுகதைகளும் ஐம்பது கட்டுரைகளும் நூறு கவிதைகளும் எழுதியிருக்கிறேன்.

குறைவாக எழுதியிருக்கும் நிலையிலும் எனக்கு மன நிறைவைத் தரும் சில விஷயங்களும் உள்ளன. என் எழுத்தின் உருவம் எதுவாக இருந்தாலும் சரி, எழுதும் காலத்தில் எனக்கிருந்த ஆற்றலையும் அறிவையும் மனத்தையும் முழுமையாகச் செலுத்தியே எழுதியிருக்கிறேன். அத்துடன் ஒவ்வொரு படைப்பையும் செம்மை செய்யவும் செப்பனிடவும் என்னால் இயன்ற அளவு முயன்றிருக்கிறேன். அவசரமாகவோ கவனக்குறைவாகவோ எதையும் எழுதிய நினைவு இல்லை. இந்தப் பின்னணியில் எனக்கும் என் படைப்புக்களுக்குமான உறவு சற்று நெருக்கமானது. இந்த நெருக்கமான உறவு கொண்டுள்ள படைப்புக்களிலிருந்து ஒன்றை மட்டும் குறிப்பிட்டு அது என்னைக் கவர்ந்துள்ளதாகக் கூறுவதற்குச் சிறிது மனத்தடை இருக்கிறது.

எனக்குத் தரப்பட்டுள்ள தலைப்பை 'என்னை அதிகம் கவர்ந்த என் படைப்பு எது' என்ற கேள்வியாக இப்போது மாற்றிக்கொள்கிறேன். 'ஜே.ஜே : சில குறிப்புகள்' என்ற தலைப்புக் கொண்ட என் இரண்டாவது நாவல்தான் என் மனதில் சற்றுச் சிறப்பான இடத்தைப் பிடித்துக்கொண்டிருப்பது போல் தோன்றுகிறது.

புதுமை மீது எனக்குத் தீராத கவர்ச்சி உண்டு. புதுமை என்று மொழி சார்ந்து நிற்கும் வடிவத்தை மட்டுமே நான் குறிப்பிட வில்லை. புதுமை என்பது முக்கியமாக எனக்கு விஷயம் சார்ந்த விமர்சனம் ஆகும். அது வாழ்க்கை சார்ந்த புதிய பார்வையும் ஆகும். இன்றைய வாழ்க்கை சார்ந்த தாழ்வுகளை விவாதித்துக் குறைகளை இனம் கண்டு அவற்றை நீக்கும் வழிவகையாகும். இந்த வேட்கை சார்ந்ததுதான் என்னுடைய புதுமை. புதிய படைப்பு, இன்று வரையிலும் படைப்பாளிகள் போயிராத வாழ்க்கையின் புதிய பிராந்தியத்திற்குள் போயிருக்க வேண்டும். புதிய அனுபவங் களைக் கொண்டு வந்து வாழ்க்கை சார்ந்த பார்வைகளை விரிவு படுத்தியிருக்க வேண்டும். புதிய கண்டுபிடிப்புக்களை நிகழ்த்தி நம் சிந்தனைகளைக் கூர்மைப்படுத்தியிருக்க வேண்டும். பழைய மொழியை வைத்து இந்த லட்சியங்களை நிறைவேற்ற முடியாது. வாழ்க்கையின் விமர்சனம் தரும் புதிய மொழிதான் புதிய அனுபவங் களையும் சிந்தனைகளையும் படைத்துக் காட்டும். மொழி கூடி வந்த வகையிலும் விமர்சனம் கூர்மை கொண்ட விதத்திலும் வாழ்க்கை சார்ந்த என் கவலைகள் வெளிப்பட்ட முறையிலும் 'ஜே.ஜே : சில குறிப்புகள்' மீது எனக்குத் தனியான மதிப்பு இருக்கிறது.

உலகச் சிந்தனையுடன் ஒப்பிட்டுப் பார்க்கும்போது நம் நிலை இன்று பல விதங்களிலும் தாழ்ந்து கிடக்கிறது. இந்திய மொழிகளில் கூட நவீன கலைகளும் நவீனச் சிந்தனைகளும் நம்மைத் தாண்டிப் போய்க்கொண்டிருக்கின்றன. நமக்குப் பண்டை இலக்கியச் செல்வம் நிறைய இருக்கிறது. அதன் இருப்பை உணர்ந்து நாம் பெருமிதம் கொள்வது மிகவும் இயற்கையான காரியம். ஆனால் இன்றைய வாழ்வை எதிர்கொள்ள இன்றையக் காலத்திற்கு உரித்தான அறிவியல் பார்வையும் நவீனச் சிந்தனைகளும் நவீனப் படைப்பு களும் நமக்குத் தேவை. சென்ற கால இலக்கியச் சாதனைகளான சங்ககாலக் கவிதைகள், தொல்காப்பியம், சிலப்பதிகாரம், கம்ப ராமாயணம் போன்றவற்றிற்கு நிகரான சிகரச் சாதனைகளை நாம் இன்றும் உருவாக்கினால்தான் இந்தியாவிலுள்ள பிற மாநிலத் தினர் நம்மை மதிப்பார்கள். உலகம் நம்மை மதிக்கும். இன்றைய நம் தமிழ் வாழ்வை மறு பரிசீலனை செய்யும் ஆக்கங்கள் நம்மிடம் இல்லையென்றால் நேற்று இருந்தவற்றைப் பற்றி மட்டுமே பேசுவது பழம் பெருமை பேசுவதாகிவிடும்.

இன்றையத் தமிழ் வாழ்வின் நிலை எவ்வாறு உள்ளது? தமிழன் இன்றையக் காலத்திற்குரிய பார்வையைக் கொண்டிருக்கிறானா? அரசியல் சார்ந்தும் கலைகள் சார்ந்தும் அவனுடைய விழிப்பு நிலை எவ்வாறு இருக்கிறது? நேற்றைய இலக்கியச் செல்வங்களையும் வரலாற்றையும் இன்றைய வாழ்க்கையைச் செம்மை செய்யும் லட்சியத்தை முன் வைத்து அவனால் மறு பரிசீலனை செய்ய முடிகிறதா? தமிழனுடைய ஈடுபாடுகள், பழக்க வழக்கங்கள் எந்த நிலையில் இருக்கின்றன? தமிழன் விரும்பிப் பார்க்கும் திரைப்

படங்களின் தரம் என்ன? அவன் படிக்கும் பத்திரிகைகளும் அவன் பேசும் அரசியலும் நாள் முழுக்க அவன் பார்த்துக்கொண்டிருக்கும் தொலைக்காட்சி நிகழ்ச்சிகளும் எந்த அழகில் இருந்துகொண்டிருக்கின்றன? அவன் விரும்பிப் படிக்கும் புத்தகங்களின் உள்ளடக்கம் என்ன? மக்களுக்குத் தொண்டாற்றும் நிறுவனங்களையும் அமைப்புக்களையும் கல்வித் துறைகளையும் அவன் வாழ்வுக்குகந்த அரசையும் அவனால் உருவாக்க முடிந்திருக்கிறதா? இன்றையத் தமிழ்ச் சமுதாயத்தில் தத்துவப் பிரச்சனைகள் எவை? நெருக்கடிகள் எவை? உலகத் தளத்திலிருந்தும் இந்தியத் தளத்திலிருந்தும் தமிழ்ச் சமுதாயம் தன் வளர்ச்சியை முன் வைத்து எவற்றைப் பெற்றுக்கொண்டிருக்கிறது? இந்தியக் கலாச்சாரத்திற்கும் உலகக் கலாச்சாரத்திற்கும் தமிழ்ச் சமுதாயம் எதைக் கொடுத்துப் பெருமை தேடித்தந்திருக்கிறது?

நான் எழுத ஆரம்பித்த 1950ஆம் ஆண்டிலிருந்து 'ஜே.ஜே : சில குறிப்புகள்' எழுதி முடித்த 1980ஆம் ஆண்டு வரையிலும் எனக்கு முக்கியமாக இருந்த கேள்விகள் இவைதாம். இந்தக் கேள்விகளைத் தமிழ் அறிஞர்களும் ஆசிரியர்களும் மாணவர்களும் எழுத்தாளர்களும் உரக்கக் கேட்க வேண்டும் என்று நான் ஆசைப்பட்டேன். அதாவது இந்தக் கேள்விகள் சார்ந்த விவாதங்கள் தமிழ்ச் சமூகத்தில் நடைபெற வேண்டும் என்று விரும்பினேன். 'ஜே.ஜே : சில குறிப்புகள்' என்ற நாவலின் படைப்பாக்கத்திற்குப் பின்னால் நின்ற குறிக்கோள் இதுதான்.

'ஜே.ஜே : சில குறிப்புகள்' தொடராக வெளியிடப்பட்டதல்ல. அது புத்தக உருவத்திலேயே வாசகர்களைச் சந்தித்தது. இப்படிப் பார்க்கும்போது அதைக் கணிசமான வாசகர்கள் படித்தார்கள் என்றே சொல்வேன்.

ஆனால் துரதிருஷ்டவசமாகத் தமிழகத்தில் இன்று தீவிரமான வாசகர்கள் எண்ணிக்கையில் குறைவாகவே இருக்கிறார்கள். அந்தத் தீவிரமான வாசகர்களிலும் எழுத்தாளர்களாக இருப்பவர்களின் எண்ணிக்கையைக் கழித்துவிட்டால் வாசகர்களாக இருப்பவர்கள் மிகக் குறைவு. தமிழகத்தில் ஒரு தீவிர எழுத்தாளன் வாசகனுக்காக எழுதிக்கொண்டிருக்கிறானா அல்லது சக எழுத்தாளனுக்காக எழுதிக்கொண்டிருக்கிறானா என்று கேட்கும் நிலையில்தான் சூழல் இருந்துகொண்டிருக்கிறது. இதனால் எழுத்தாளர்கள் ஒருவருக்கொருவர் கொண்டிருக்கும் உறவு நிலை ஒரு படைப்பைச் சாதகமாகவோ அல்லது பாதகமாகவோ பாதித்து விடுகிறது. படைப்பைச் சார்ந்த வாசக மதிப்பீடு ஒரு பாதிப்புச் சக்தியாகப் பெரும்பாலும் உருவாகிவருவதில்லை.

தமிழகத்தில் ஒவ்வொரு துறையும் அந்தந்தத் துறைகளில் நுட்பமான தேர்ச்சி பெறாதவர்கள் கைகளிலேயே இருந்துகொண்டிருக்கிறது. துறை சார்ந்த தேர்ச்சிகள் பெற்று அரிய காரியங்களைச்

சாதிப்பதைப் பார்க்கிலும் குறுகிய நோக்கங்களை முன் வைத்து மேலோட்டமான காரியங்களைச் செய்து புகழும் பணமும் தேடிக் கொள்வதே ஒரு வாழ்க்கை முறையாக இன்று உருவாகிவிட்டது. தமிழ் வாழ்வின் கலை விமர்சனங்களாகத் தமிழ்த் திரைப்படங்கள் இல்லை. அவை வெறும் கேளிக்கைகளாகவே இருக்கின்றன. அதிக விற்பனை கொண்ட பத்திரிகைகள் தமிழ் வாசகனுக்கு எதுவும் கற்றுத் தருவதில்லை. நுனிப்புல் மேய்பவர்களாக அவர்களை மாற்றிக்கொண்டிருக்கிறது. சகல வணிகக் கலைகளின் நோக்கமும் வாசகர்களை அல்லது பார்வையாளர்களின் பாலுணர்ச்சிகளை வெளிப்படையாகவோ அல்லது மறைமுகமாகவோ சுரண்டு வதாகவே இருக்கிறது. மக்கள் விரும்பிப் பார்க்கும் தொலைக்காட்சி நிகழ்ச்சிகள் அவர்களுடைய சிந்தனைகளையும் உணர்ச்சிகளையும் மழுங்கடிக்கக்கூடியதாக இருக்கின்றன. உழைப்பு, சாதனை, தொண்டு, உண்மை, மனித நேயம் போன்ற அரிய சொற்களுக்கு இன்று தமிழ் வாழ்வில் இடமில்லை. சீரழிந்த அரசியலைப் பந்தாடத் தெரிந்தவர்கள் சகல வெற்றிகளையும் இன்று தம் காலடிகளில் போட்டு மிதித்துவிட முடியும்.

தமிழ் வாழ்வில் இன்றையச் சீரழிந்த நிலையை 'ஜே. ஜே : சில குறிப்புகள்' ஒரு விவாதப் பொருளாக்குகிறது. விருப்பு வெறுப்பற்ற தீவிரமான வாசகர்கள்தான் 'ஜே. ஜே : சில குறிப்புக'ளை ஒரு விவாதப் பொருளாக மாற்ற முடியும். சீரழிந்த தமிழ் வாழ்வு பல துறைகளையும் சீரழித்து நிற்பது போல் தமிழில் தீவிர வாசகர் களையும் முடிந்த வரையிலும் சீரழித்திருக்கிறது. இந்தச் சூழலில் அப்படைப்பை உருவாக்கிய நோக்கம் போதிய அளவு நிறைவேற வில்லை. காலத்தின் மாற்றத்தில் புதிய வாசகர்கள் உருவாகி வருகிறார்கள். அவர்களுடைய வருகைக்காகக் காத்துக்கொண்டி ருக்கிறது 'ஜே. ஜே : சில குறிப்புகள்'.

அகில இந்திய வானொலி அயல் நாட்டு ஒலிபரப்பு, தில்லி - 15.6.1995

தமிழ்ப் படைப்புலகம்

தமிழ்ப் படைப்புலகம் பற்றி ஒருசில கருத்துக்களை உங்களுடன் பகிர்ந்துகொள்ளலாம் என்று நினைக்கிறேன். முற்றாகவோ முடிவாகவோ சொல்ல எனக்கு அதிகம் இல்லை. நான் இக் கருத்துக்களை முன்வைப்பதனாலேயே நீங்கள் அவற்றை ஏற்றுக் கொண்டுவிட வேண்டும் என்ற எதிர்பார்ப்பு எனக்கு இல்லை. என் கருத்துக்களை நீங்கள் பரிசீலனை செய்துபார்க்க வேண்டும் என்ற விருப்பம் மட்டுமே கொண்டிருக்கிறேன். ஏற்கும் கருத்துக் களை ஏற்று, மறுக்கும் கருத்துக்களை நீங்கள் மறந்துவிடலாம். ஏற்கும் கருத்துக்களைப் பற்றி நீங்கள் தொடர்ந்து சிந்தித்து அவற்றையேனும் உங்களால் இயன்ற அளவு தமிழ்ச் சமூகத்தில் பரப்பலாம்.

இலக்கியம், கலைகள், திரைப்படம், தொலைக்காட்சி, கல்வித் துறை இவை சார்ந்து நாம் வெகுவாகப் பின்தங்கி நிற்கிறோம் என்ற எண்ணம் எனக்கு இருக்கிறது. இந்தப் பின்தங்கலுக்கான காரணங்கள் பற்றி யோசித்துவருகிறேன். சில காரணங்கள் தட்டுப் படுகின்றன. ஒவ்வொரு துறை சார்ந்தும் நாம் பெற்றிருக்கும் அறிவு குறைவு. இத்துறைகள் பற்றி என்னைவிடவும் அதிகம் அறிந்தவர்கள் தமிழ்நாட்டில் பலர் இருக்கிறார்கள். ஆனால் அவர்கள் தங்கள் துறை சார்ந்த சீரழிவுகளை வெளிப்படுத்தாமல் இருக்கிறார்கள். அவ்வாறு பகிரங்கப்படுத்துவது, பணிகள் சார்ந்து அவர்களுக்குப் பிரச்சனைகளை உருவாக்கக்கூடும். துறையி லிருந்து ஓய்வு பெற்றவர்கள் தத்தம் துறைகளில் உள்ள பிரச்சனை களைச் சொல்லலாமே என்று தோன்றுகிறது. சொல்லலாம். ஆனால் சொல்வதில்லை என்பது நமக்குத் தெரியும். விமர்சனம் என்பது வம்பு என்றும், தமிழ் ஜென்டில்மேன் விமர்சனத்தை முன் வைக்காதவன் என்றும் நமக்குள் ஒரு எண்ணம் இருக்கிறது. ஜென்டில்மேன்கள் அழித்த கலாச்சாரத்தைத்தான் இப்போது நாம் எதிர்கொண்டுவருகிறோம்.

ஒரு உதாரணம் சொல்கிறேன். நாகர்கோவிலை அடுத்திருக் கும் பாம்பன்விளை என்ற இடத்தில் எழுத்தாள நண்பர்கள்

வருடத்திற்கு ஒரு முறை அல்லது இரு முறை கூடிப் பேசுகிறோம். மிக சமீபத்தில் மூன்று நாட்கள் அங்கு தங்கியிருந்தோம். நிகழ்ச்சி நிரல் என்று திட்டவட்டமாக எதுவுமில்லை. கல்வித்துறையைப் பற்றிய விவாதம் இயற்கையாக வந்தது. கல்வித்துறை பற்றி எனக்கு உயர்வான எண்ணம் ஒன்றுமில்லை. வளர்ந்த சமூகங்களில் கல்வித் துறைகள் எவ்வாறு இயங்கிவருகின்றனவோ அந்த அளவுக்கு நம்மால் இயங்க முடியாவிட்டாலும் அவர்கள் நிறுவியிருக்கும் தரத்தின் முக்கால் பங்கை அல்லது அரைப் பங்கை நாம் எட்டி விட்டாலே நம் சமூகத்தில் பெரும் மாற்றங்கள் நிகழும். பாம்பன் விளையில் கல்வியின் சீரழிவைப் பற்றிப் பேசியவர்கள் ஆசிரியர்கள். மேல்நிலைப் படிப்புகளில் தங்களை ஈடுபடுத்திக்கொண்டிருப்பவர் கள். அவர்கள் முன்வைக்கும் செய்திகள் ஒவ்வொன்றுமே மிகப் பெரிய அதிர்ச்சியை எனக்கு அளித்தன. அதாவது கல்வித்துறைப் பணிகள் செம்மையாக நடைபெறவில்லை என்ற எண்ணத்தில் இருந்துகொண்டிருக்கும் எனக்கே அவை அதிர்ச்சியாக இருந்தன. பேராசிரியர் ஜேசுதாசன் அவர்கள், மதிப்பிற்குரிய ஹெப்சிபா ஜேசுதாசன் அவர்கள் போன்ற நேற்றைய லட்சியவாதிகளான ஆசிரியர்கள் பாம்பன்விளையில் கல்வித்துறையைச் சேர்ந்தவர்கள் முன்வைத்த விமர்சனங்களைக் கேட்டிருந்தால் தாங்கிக்கொள்ள இயலாத வேதனையை அடைந்திருப்பார்கள். அந்த ஆசிரியர்கள் முன்வைத்த செய்திகளை நான் இங்கு சொல்லவில்லை. அவை என் பேச்சின் மையம் அல்ல. தமிழ்ச் சமூகத்தை முன்னின்று வளர்க்க வேண்டிய துறை வெகுவாகப் பின்தங்கிச் சிறுமைக்கும் சீரழிவுக்கும் ஆளாகிவிட்டது என்பதை மட்டுமே நினைவுபடுத்து கிறேன்.

தமிழில் எண்ணற்ற இதழ்கள் வெளிவருகின்றன. ஒரு லட்சம், இரண்டு லட்சம், மூன்று லட்சம், நான்கு லட்சம் என்று அவை விற்பனையாகின்றன. எல்லா இதழ்களின் மொத்த விற்பனையையும் கூட்டிப்பார்த்தால் மாதம் ஒன்றுக்கு விற்பனையாகிற இதழ்கள் ஒரு கோடிக்கு மேலேயே இருக்கும். மாதம் ஒன்றுக்குத் தமிழர்கள் இந்தச் சஞ்சிகைகளை வாங்குவதற்காகச் செலவிடும் தொகை ஒரு சில கோடிகள் இருக்கும். அத்தனை இதழ்களின் பக்கங்களும் சீரான புத்தகங்களாக மறு அச்சாக்கம் பெற்றால் ஆயிரம் பக்கங்கள் கொண்ட எத்தனை தொகுதிகள் வரும் என்பதை எனக்குக் கணக்கிட்டுச் சொல்லத் தெரியவில்லை. இதற்குப் பயன்பட்ட காகிதங்களுக்காக எத்தனை மரங்கள் வெட்டப்பட்டிருக்கும் என்பதையும் எனக்குக் கணக்கிட்டுச் சொல்லத் தெரியவில்லை. ஆனால் ஒன்று எனக்குத் தெரியும். இத்தனை பக்கங்களில் தமிழ் வாழ்வைப் பற்றித் தமிழனைச் சிந்திக்க வைக்கிற அல்லது மிக முக்கியமான அனுபவத்துக்கு அவனை ஆளாக்குகிற அல்லது கூரான புதிய மொழியுடன் அவனை இணைக்கின்ற ஒரு பக்கம் கூடக் கிடையாது என்பதை உறுதியாகச் சொல்ல முடியும்.

இவை என் உரைகள்

லாபத்திற்காகக் கலாச்சாரத்தைச் சீரழிப்பவர்கள் இவர்கள். லாபத்திற்காக மதிப்பீடுகளை அழிப்பவர்கள். பாலியல் வக்கிரங் களைத் தூண்டிக்கொண்டிருப்பவர்கள். பெண்மையை இழிவு படுத்திக்கொண்டிருப்பவர்கள். சமூகத்திலுள்ள பெரிய மனிதர் களுக்கு எதிராகவோ அல்லது அரசியல்வாதிகளுக்கு எதிராகவோ இவர்களில் சிலர் முன்வைக்கும் செய்திகள் உங்கள் நினைவுக்கு வரலாம். பரபரப்பான செய்திகள் இதழின் விற்பனையைக் கூட்டும் என்ற நியதியில் நம்பிக்கை வைத்துச் செய்யப்படும் காரியங்கள் இவை. அவற்றின் நம்பகத்தன்மை கேள்விக்குரியது. இச்செய்திகளை வெளியிட அவர்கள் பயன்படுத்தும் மொழி உண்மையைத் தொடு வதற்கே வலுவற்றது.

தமிழில் நல்ல சிறுகதைகள் எழுத இன்றும் சிலர் முயன்று கொண்டிருக்கிறார்கள். சிலர் நல்ல நாவல்கள் எழுத முயன்று கொண்டிருக்கிறார்கள். அறிவியல், வரலாறு, இலக்கியம் சார்ந்து தரமான கட்டுரைகளை எழுத முயன்றுகொண்டிருக்கிறார்கள். இவர்களுடைய எழுத்தை எந்தப் பிரபல பத்திரிகையும் வெளி யிடாது. பல மொழிகளிலும் பிரபல பத்திரிகைகள் நடுத்தரமான எழுத்துக்களுக்கு ஒருசில பக்கங்களையும் தீவிரமான எழுத்துக் களுக்கு ஒருசில பக்கங்களையும் ஒதுக்கிவருகின்றன. தமிழ் இதழ் களிலோ தீவிர எழுத்துக்கோ நடுத்தர எழுத்துக்கோ இடமில்லை. கேளிக்கை எழுத்துக்களுக்கு மட்டுமே இடம் தரப்படுகிறது. மிகச் சிறந்த நூல் ஒன்று தமிழில் வெளிவந்திருக்கும் தகவலைக்கூடப் பிரபலமான பத்திரிகைகள் மூலம் நாம் தெரிந்துகொள்ள முடியாது. தமிழில் பொருட்படுத்தத் தகுந்த எழுத்துக்கள் எல்லாம் பெரும் பாலும் சிற்றிதழ்களில்தான் வந்துகொண்டிருக்கின்றன. அதனால் அதிகபட்சம் ஐயாயிரம் வாசகர்களைச் சென்றடையும் வாய்ப் பையே தீவிர எழுத்தாளர்கள் பெறும் நிலை உள்ளது. பிரபல கேளிக்கை எழுத்தாளர்கள் வளைத்துப்போட்டிருக்கும் வாசகர் களின் எண்ணிக்கை பத்து லட்சமாகக் கூட இருக்கலாம். இவ்வளவு மோசமான ஒடுக்குமுறையிலும் தமிழ் இலக்கியம் உயிரைத் தன் குரல் வளையில் தக்கவைத்துக்கொண்டிருப்பது உலக அதிசயங் களில் ஒன்று.

தமிழில் சிறுகதைகள், நாவல்கள், நாடகங்கள், கவிதைகள் எல்லாமே பொதுவாக இன்று பலவீனமாகத்தான் இருக்கின்றன. உண்மையான படைப்பாளிகளை ஒரு சமூகம் அங்கீகரிக்க மறுத்து ஒதுக்கித் தள்ளும்போது இவ்வாறு நிகழ்ந்துவிடுவது இயற்கையான காரியம்தான். சிறுகதைகளைவிடவும் நாவல்களை விடவும் கவிதை கள் பலவீனமாக இருக்கின்றன. கடந்த நாலைந்து வருடங்களில் சற்றே வலுப்பெற்றிருப்பது கட்டுரை இலக்கியம் மட்டுமே. கட்டுரை இலக்கியம் இந்த அளவுக்கு இதற்கு முன் எப்போதும் வலுப் பெற்றிருந்ததில்லை என்றுகூடச் சொல்லலாம். இவ்வாறு நான்

சொல்வதில் சற்று மிகை உண்டு. ஒரு உண்மையை அழுத்திச் சொல்ல அந்த மிகை தேவையாக இருக்கிறது.

இந்தக் கட்டுரைகளை இரண்டு விதமாகப் பிரிக்கலாம். சுய சிந்தனை சார்ந்த கட்டுரைகள் என்றும் தகவல்களைத் தொகுத்துத் தரும் கட்டுரைகள் என்றும் பிரிக்கலாம். நாம் அறிந்திராத சிந்தனை ஒன்றை அறிந்து அது நம் வாழ்வுக்கு ஊட்டம் தரும் என்று நம்பி அதனைத் தன்னளவில் செரித்துக்கொண்டு அச் சிந்தனைகளைத் தமிழ் வாழ்வோடு இணைக்கும் விவேகத்தை வெளிப்படுத்தும் கட்டுரைகளையே சுயசிந்தனை சார்ந்த கட்டுரைகள் என்று கூறுகிறேன். இங்கு கட்டுரையாளரின் குறிக்கோள் தமிழ் வாழ்வின் மேன்மை. மற்றொரு வகை நாம் அறிந்திராத சிந்தனைகளை, அந்தச் சிந்தனைகளின் புதுமைக்காகவே திரட்டித் தருவது. இங்கு குறிக்கோள், எழுத்தாளர் தன்னை அறிவாளி என்று காட்டிக் கொள்வது. ஆக, ஒட்டுமொத்தமாகப் பார்க்கிறபோது கவிதை, சிறுகதை, நாவல், நாடகம், கட்டுரை ஆகிய இலக்கிய வடிவங்களில் சுயசிந்தனைகள் சார்ந்த கட்டுரைகள் மட்டுமே ஆறுதல் தரும் அளவில் வெளிவந்துகொண்டிருக்கின்றன.

இன்றையப் படைப்புக்களில் சற்று வலுவானவற்றை ஒருவர் சுட்டிக்காட்டி என் வாதத்தை மறுக்க முன்வரலாம். அது போன்ற மறுப்பு தோன்றுவதை நான் வரவேற்கிறேன். ஏனெனில் அப்போது இன்றைய இலக்கியப் படைப்புக்களை ஏன் பலவீனமானவையாகக் கருதுகிறேன் என்பதை விளக்க எனக்குக் கூடுதல் சந்தர்ப்பம் கிடைக்கும். மேலும் எந்த இலக்கிய உருவங்கள் சார்ந்தும் வெளிப்படும் விதிவிலக்குகளை வைத்து இலக்கியத்தின் பொதுக் குணத்தையோ வலுவையோ நிர்ணயிக்க முடியாது. நல்ல படைப்புக்கள் விதிவிலக் காக இருப்பதே படைப்புக்கள் பலவீனமானதாக இருக்கின்றன என்பதைத்தான் காட்டுகிறது.

மேலும் சாதனைகளை அளக்கத் துல்லியமான அளவுகோல்கள் இல்லை. நடுத்தரமான படைப்புக்களை மீண்டும் மீண்டும் படித்து ஒருவன் அனுபவம் பெறும்போது நடுத்தரமான எழுத்தே அவனது அதிகபட்ச எல்லையாகிவிடும். கேளிக்கை எழுத்தில் ஒருவன் முங்கி முங்கி எழுந்துகொண்டிருந்தால் அவனிடம் ஒரு சிறந்த படைப்பைத் தரும்போது அப்படைப்பில் கேளிக்கை இல்லை யென்று சொல்லி அவன் அதை உதறிவிடுவான். தமிழன் அவனு டைய நடுத்தரமான படைப்புக்களுக்கு ஏற்ப அவனுடைய பார் வையைச் சுருக்கிக்கொண்டுவருகிறான். நடுத்தரமான படைப்புக் களை மேலான படைப்புக்கள் என்று சாதிக்கத் தங்கள் பார்வை களை எந்த அளவுக்குச் சுருக்கிக்கொள்ள வேண்டுமோ அந்த அளவிற்குப் படைப்பாளிகள் சுருக்கிக்கொண்டிருக்கிறார்கள். இந்தப் படைப்பாளிகளை ஊக்குவித்து உரம்போட இலக்கிய விமர்சனத்தின் ஆனா ஆவன்னா கூடத் தெரியாத விமர்சகப் பெருந்தகைகளும் இருக்கிறார்கள். மேலான படைப்புக்கள் வரும்போது அவை

தங்கள் நடுத்தரமான படைப்புக்களைப் பின்னகர்த்திவிடும் என்று அவர்கள் பயப்படுகிறார்கள். இவர்களைத் தூக்கிப்பிடிக்கும் விமர்சகர்களுக்கும் இவ்வகையான படைப்பாளிக்கும் தனியான வாழ்வு இல்லாததால் இருவரும் ஒருவரை ஒருவர் அணைத்துக் கொண்டு தங்களுக்கு ஒரு இடத்தைப் பிடித்துக்கொள்ள அலை கிறார்கள்.

ஒரு படைப்பாளிக்கு நேற்றையத் தமிழ் சார்ந்த சவால் மனதில் இல்லாவிட்டால் அவனைப் படைப்பாளி என்றே சொல்ல முடியாது. தொல்காப்பியன் வரையறுத்த மொழி இது. நுட்பமான கருத்துக்களை மிகச் சுருக்கமாகவும் தெளிவாகவும் வேகமாகவும் சொன்ன வள்ளுவன் வளர்த்த மொழி. கம்பனும் இளங்கோவும் சாதனைகள் புரிந்த மொழி. இந்த நூற்றாண்டில் மட்டும் சிந்தனை கள் சார்ந்தும் சிறுகதைகள் சார்ந்தும் கவிதைகள் சார்ந்தும் பல கலைஞர்கள் சாதனை புரிந்த மொழி. உலக மொழிகளில் மிகத் தொன்மையான மொழி. நம் மக்கள் தொகை, உலக இனங்கள் பல வற்றையும் தாண்டி நிற்பது. இந்தப் பின்னணிகள் எல்லாம் படைப் பாளியின் மனதில் இருந்தால்தான் அவனுக்குச் சவால் இருக்கும்.

நான் உருவாக்கும் விமர்சனக் கருத்துக்கள் என்னுடைய நடுத் தரமான படைப்புக்களின் ஆயுளைக் கூட்டுவதற்காக உருவாக்கப் படுபவை அல்ல. என் விமர்சனக் கருத்துக்களை என் வாசகன் சரிவரப் புரிந்துகொள்கிறபோது அவனிடமிருந்து முதல் ஆபத்து எனக்கு வருகிறது. என் விமர்சனக் கருத்துக்களை அறியாத நிலையில் மிகச் சிறப்பாக நாவல்கள் எழுதியிருக்கிறீர்கள் என்று அவன் என்னைப் பாராட்டுகிறான். என் விமர்சனக் கருத்துக்களைத் தெரிந்துகொண்ட நிலையில் சிறந்த உலக நாவல்கள் போலவோ, சிறந்த இந்திய நாவல்கள் போலவோ ஒன்றை ஏன் உங்களால் படைக்க இயலவில்லை என்று அவன் என்னிடம் கேட்கிறான். என்னை நிராகரிக்க நான் அவனுக்குக் கற்றுத் தந்து, நான் எழுதவிருக்கும் படைப்புக்கள் மூலம் என்னை அவனால் நிராகரிக்க முடியாமல் ஆக்குவதே நான் ஏற்றுக்கொண்டிருக்கும் சவால்.

எல்லா மொழிகளிலும் கவிதைகளும் சிறுகதைகளும் நாவல் களும் நாடகங்களும் இலக்கிய விமர்சனங்களும் வந்துகொண்டி ருக்கின்றன. இவற்றை வைத்து அம்மொழி சார்ந்த இலக்கியம் மதிப்பிடப்படுகிறது. பொதுவான உண்மை இது என்றாலுங்கூட இன்று உலக மொழிகளில் அம்மொழி சார்ந்த இலக்கியம் உறுதிப் பட, அம்மொழியில் வெளிவந்துள்ள நாவல்கள்தான் அதிகப் பங்காற்றியிருக்கின்றன. கவிதையைவிட, சிறுகதையைவிட, நாடகங் களைவிட அதிகப் பங்காற்றக்கூடியவையாக நாவல்கள் இருக் கின்றன.

இன்றைய உலகில் நாடுகளின் எல்லைகள் மங்கிப்போய்விட்டன. மொழிபெயர்ப்புகள் மூலம் மொழிகளின் எல்லைகள் மங்கிப்போய்

விட்டன. கடல்கள் தாண்டிப் பறக்க மனிதன் கற்றுக்கொண்ட பின் தேசங்கள் மிகவும் நெருங்கிவந்துவிட்டன. மனித உறவுக்கு உலகத் தளம் உறுதியாகிவிட்டது. வாசிப்பு மூலம் உறுதிப்படும் உறவு இது. மனிதனுடைய பல அடிப்படையான பிரச்சனைகள் உலகம் சார்ந்த பிரச்சனைகளாக இருக்கின்றன. எதற்காக வாழ்ந்து கொண்டிருக்கிறேன் என்ற கேள்வி இன்று உலக மனிதனின் பொதுக் கேள்வியாகிவிட்டது. இந்தக் கேள்விக்கு பின்னால் நிற்கும் கேள்வி எதற்காகச் சீரழிந்துகொண்டிருக்கிறேன் என்பதுதான். அதற்கும் பின்னால் நிற்கும் கேள்வி சீரழிவிற்கு நான் ஏன் துணை நிற்கிறேன் என்பதுதான். மற்றொரு கேள்வி நான் யார் என்பது. என் அடையாளம் என்ன என்பது. என் முகம் எங்கே என்பது. மிகப் பெரிய சந்தையில் மிகப் பெரிய சந்தடியில் பணம் சார்ந்த போட்டாபோட்டியில், புகழ் சார்ந்த போட்டா போட்டியில், பொருட்களை வாங்கிக் குவிக்கும் போட்டாபோட்டியில், நான் என்னை இழந்துகொண்டிருக்கிறேனா என்பது.

தமிழனைப் பொறுத்தவரையில் இந்தக் கேள்விகள் அவனிடம் இல்லையென்றும் அவன் துருத்தியில் சோற்றை அடைத்து அவன் இடுப்பில் கௌபீனத்தைக் கட்டிவிட்டால் நுகத்தடியை ஒருபோதும் அவன் கழற்ற மாட்டான் என்றும் பலர் கற்பனை செய்து கொண்டிருக்கலாம். உலக மக்களுக்கு இருக்கக்கூடிய சகல பிரச்சனைகளும் தமிழனுக்கும் இருக்கின்றன. ஆனால் அந்தப் பிரச்சனைகள் இங்கு முன்னிலைப்படுத்தப்படவில்லை. அந்தப் பிரச்சனைகளுக்கு இன்று மொழி உருவம் இல்லை. ஒரு பிரச்சனைக்கு மொழி உருவம் இல்லையென்றால் அந்தப் பிரச்சனையில் அழுந்திக்கிடப்பவனால்கூட அவன் பிரச்சனையைத் தெரிந்துகொள்ள இயலாது. பிரச்சனைகளுக்கு மொழி உருவம் ஏற்படாத நிலையில் அவற்றுக்குப் பரிகாரம் காண முடியாது. தான் போக வேண்டிய திசையும் அவனுக்குத் தட்டுப்படாது. துன்பத்தைத் துல்லியமாக வரையறுக்கும் மொழியற்ற நிலையில் எதார்த்தத்தை எதிர்கொள்ள முடியாதவனாக ஆகிவிட்டான் தமிழன். இந்த நெருக்கடியிலிருந்து உருவாகும் மனக் கலக்கத்திலிருந்து தப்பித்துக்கொள்ள அவன் போதை வஸ்துக்களைத் தழுவிக்கொள்கிறான். போதை வஸ்து ரசாயனத்திடப் பொருளாகத்தான் இருக்க வேண்டுமென்பதில்லை. போதை வஸ்து திரவமாக இருக்க வேண்டுமென்பதுமில்லை. திரைப்படங்களில் வெளிப்படும் பெண்ணுடல், உடலுறவு சமிக்ஞைகள், வன்முறை, இதழ்கள் தரும் கிளுகிளுப்பு, மேடையில் முழங்கும் மொழி அலங்காரம், லாட்டரிச் சீட்டு, அரசியல், திரையுலகக் கிசுகிசுப்புகள், வம்புகளில் கொள்ளும் ஆர்வம், மனதில் கற்பனை எதிரிகளை உருவாக்கிக்கொள்ள வேண்டிய அவசியம் எல்லாமே எதார்த்தத்தை எதிர்கொள்ள முடியாத மலட்டுத்தனம் உருவாக்கித் தரும் போதை வஸ்துக்களே. இந்தப் போதை வஸ்துக்களில் ஏதேனும் ஒன்றைப் பயன்படுத்தாத தமிழ் ஜென்டில்மேன் ஒருவன் கூட

இன்று தமிழகத்தில் இல்லை. பலவற்றையும் ஏக காலத்தில் பயன்படுத்திவருபவர்கள் எங்கும் நீக்கமறக் காண முடிகிறது.

தமிழ் வாழ்வு நமக்கு இரண்டு முகங்களைத் தந்திருக்கிறது. ஒருசில உதாரணங்களைப் பார்ப்போம். மேடையில், சமூகக் கண்களின் முன், ஜாதியை முற்றாகத் தாண்டிவிட்டதான பாவனையை நாம் கொள்கிறோம். இங்கு ஜாதியைத் தாண்ட முயன்று கொண்டிருப்பதாகக் கூறும் நேர்மையாளர்களைக்கூட அவ்வளவாகப் பார்க்கக் கிடைப்பதில்லை. ஆனால் நம் குடும்பங்கள் ஜாதியில் அழுந்திக்கிடப்பது நமக்குத் தெரியும். நம் உறவும் சுற்றமும் ஜாதியைத் தக்கவைத்துக்கொள்ளப் பிரயாசை மேற்கொண்டுவருவது நமக்குத் தெரியும். குடும்பத்திற்காக முகமும் குடும்பத்திற்கு வெளியே முகமூடியும் நமக்கு இருக்கின்றன. ஜாதியை விட்டு மதத்தை உதாரணமாக எடுத்துக்கொண்டாலும் இதே கதைதான். படைப்பாளியாக நாம் போற்றுவது வள்ளுவனை, கம்பனை, இளங்கோவை, பாரதியை, பாரதிதாசனை. நாம் படிப்பது வணிக இதழ்களில் வரும் தொடர்கதைகளை. கிளுகிளுப்பூட்டும் எழுத்துக்களை. இலக்கியத்தைப் போற்றுபவர்கள் உண்மையாகவே சிறந்த நவீனப் படைப்புக்களை வாங்கத் தொடங்கினால் நல்ல புத்தகங்களின் முதல் பதிப்பு இருபத்தையாயிரம் பிரதிகள் ஆகிவிடும். இப்போது நல்ல புத்தகங்கள் ஆயிரம் பிரதிகள் அச்சேற்றப்பட்டு இரண்டு மூன்று வருடங்களில் அவை விற்றுமுடிகின்றன. இங்கும் முகமும், முகமூடியும் இருப்பதை நாம் உணரலாம்.

ஒழுக்கம், பண்பாடு ஆகியவற்றுக்கு நாம் அளிக்கும் முக்கியத்துவம் ஒரு பக்கம் மிக அதிகம். கற்பைக் கடைத்தேற்றத் தன் உயிரை மாய்த்துக்கொள்ளும் பெண் இன்றும் நம் மனங்களில் இலட்சிய உருவமாகவே நிற்கிறாள். ஆனால் நாம் எப்போதும் பார்த்துக் கொண்டிருப்பது, தொலைக்காட்சி திரைப்படங்களில் வெளிப்படும், நம் பண்பாட்டுக்கு எதிரானவை என்று நாம் நம்பும் காட்சிகளையே. நம் பண்பாட்டை மீறுபவை என்று நாம் கருதும் சொற்களை எழுத்துருவமாகக் கண்டால் பதறித் துடிக்கும் நாம், நம் பண்பாட்டை மீறும் காட்சிகளைக் குடும்பமாகக் கூடியமர்ந்து ரசித்து மகிழ்கிறோம். இங்கும் முகமும் முகமூடியும் வெளிப்படுகின்றன. இவ்வாறு வாழ்வின் தளத்தில் ஒவ்வொரு நிமிடமும் முகமும் முகமூடியும் இணைந்து அவற்றிற்குரிய காரியங்களை மாறிமாறிச் செய்து கொண்டிருக்கிறபோது, எது முகம் எது முகமூடி என்பதில் நமக்கு மிகுந்த குழப்பம் ஏற்படுகிறது. நான் உறங்கும்போது முகமூடி இல்லாமல் உறங்குகிறோம் என்று கற்பனை செய்துகொள்ள எனக்கு ஆசையாக இருந்தாலும் முகமூடிகளை உற்பத்தி செய்யும் ஆழ்மனம், விழித்திருக்கும் நிலையைப் பார்க்கிலும் உறக்கத்தில் அதிகச் சுறுசுறுப்புக் கொள்வதால், அந்த ஆழ்மனங்கள் உருவாக்கும் கனவுகளில் எண்ணற்ற முகமூடிகளை நான் அணிந்திருக்கும் துரதிர்ஷ்டத்தைப் பார்க்க வேண்டியவனாகிறேன்.

தமிழனின் சுய அடையாளம் சார்ந்த பிரச்சனையை அவன் தாய்மொழியை வைத்துப் புரிந்துகொள்ள முயலலாம். தாய்மொழிக்கும் தமிழனுக்குமான உறவு என்ன? தன் எண்ணங்களைத் தெளிவாகச் சொல்லவும் பிறருடைய எண்ணங்களைத் தெளிவாகப் புரிந்துகொள்ளவும் அவசியமான அளவுக்கு ஒருவன் தாய்மொழியில் பயிற்சி பெற்றிருந்த சமூகத்தை, மொழி சார்ந்து அவன் நிம்மதியாக எதிர்கொள்ள வேண்டும். இந்த நிம்மதி தமிழனுக்கு இன்றில்லை. வரலாற்றில் எந்தக் காலகட்டத்திலேனும் அவன் இந்த நிம்மதியைப் பெற்றிருக்கிறானா என்பதும் சந்தேகமாகவே இருக்கிறது. தமிழ்மொழியின் பயிற்சி தராத நிம்மதியை, கௌரவத்தை மற்றொரு மொழியின் பயிற்சி தரும் என்ற நிலை, அந்த நிலை உருவாக்கும் அமைதியின்மை வரலாற்றில் எப்போதும் அவனிடம் இருந்திருக்குமா? ஒரு சந்தர்ப்பத்தில் அம்மொழி சமஸ்கிருதமாக இருக்கிறது. மற்றொரு சந்தர்ப்பத்தில் தெலுங்காகவோ, கன்னடமாகவோ, மராட்டியாகவோ இருக்கிறது. இப்போது நெடுங்காலமாக அது ஆங்கிலமாக இருக்கிறது.

தமிழ் மட்டுமே கற்றவர்கள் அடைந்திருக்கும் அவமானங்கள், இன்றும் அடைந்துவரும் அவமானங்கள் ரகசியமானவை. கற்றிருக்க வேண்டிய ஆங்கிலத்தைக் கற்காமல் போனது தன்னுடைய குறை என்று தமிழன் நம்புவதால் ஆங்கில மொழி சார்ந்து அவன் பட்ட அவமானங்களை அவன் பகிரங்கப்படுத்த விரும்பவில்லை. அலுவலகங்களில், நீதிமன்றங்களில், மருத்துவமனைகளில் ஆங்கிலம் அவனை அவமானப்படுத்துகிறது. சிறுநீர் என்ற சொல்லைப் பயன்படுத்தும் தமிழனான அலோபதி டாக்டர் ஒருவரைக்கூட நான் இன்று வரையிலும் பார்த்ததில்லை. மிகப் பெரிய தமிழ்ப் புலவர்கள், தங்கள் புலமையின் காரணமாகத் தமிழுக்குப் பெரும் தொண்டாற்றியவர்கள், ஆங்கிலம் தெரியாத ஒரே காரணத்திற்காக உள்ளூரக் கூசிக் குறுகிக்கொண்டிருக்கிறார்கள்.

உலக அரங்கில், இந்திய அரங்கில் தமிழனைத் தாழ்வு மனப்பான்மைக்குள் தள்ளப் பல நியாயங்கள் இருக்கின்றன. தமிழ் மண்ணிலேயே தமிழனைத் தாழ்வு மனப்பான்மைக்குள் தள்ளிக் கொண்டிருக்கிறது ஆங்கிலம். தமிழும் ஆங்கிலமும் சார்ந்தும் தமிழனுடைய நெருக்கடியை நாம் பார்க்கலாம். தமிழனுடைய அடிப்படைப் பிரச்சனைகளில் மிக முக்கியமானது சுய அடையாளம் சார்ந்த பிரச்சனையே. 'ஐடென்ட்டி கிரைஸிஸ்' என்று ஆங்கிலத்தில் சொல்லும் பிரச்சனை. மற்றொன்று வாழ்வியல் நெருக்கடி சார்ந்த பிரச்சனை –'எக்ஸிஸ்டென்சியல் கிரைசிஸ்.'

தமிழன் தன்னுடைய நெருக்கடிகளைப் பகிரங்கமாக விவாதிக்க வேண்டிய வரலாற்றுக் கட்டாயத்தில் இருக்கிறான். இந்த விவாதத்தின் பல்வேறு முகங்கள், மிகப் பெரிய சவாலை ஏற்றுக்கொள்ளும் நாவலாசிரியர்களைச் சார்ந்து இருக்கிறது. நம் வாழ்க்கை சார்ந்த

அடிப்படைகளை இதற்கு முன் எவரும் விவாதிக்கவில்லையா? முதன் முதலாக விவாதிக்கப்போவது நாவலாசிரியர்கள்தானா என்ற கேள்வி எழலாம். விவாதங்கள் நடந்திருக்கின்றன என்றும், நடக்க வேண்டிய தளத்தில் விவாதங்கள் நடக்கவில்லை என்றும் சொல்லலாம். அரசியல், சமூகவியல், வரலாற்றியல் சார்ந்த விமர்சனங்கள் பார்வையில் ஒருமையை வற்புறுத்துபவை. அதாவது ஒரு குரலின் நீட்சியாக நிற்பவை. இத்துறைகள் சார்ந்த விவாதங்கள் மூலம் பிரச்சனையின் முழுமையைத் தேடி நாம் போக முடிவதில்லை. அரசியல், விவாதம் எப்போதும் அரைகுறையானது. அதிகாரத்தைக் கைப்பற்ற அவசியமான கண்டுபிடிப்புகளை மட்டுமே அது முன்வைக்கிறது. அதிகாரத்திற்கு இட்டுச் செல்லத் தடையாக நிற்கும் எதிர்நிலைக் கருத்துக்கள் எப்போதும் அரசியலில் மறைக்கப்படுகின்றன.

மேலும் வரலாற்றாய்வு, சமூகவியல் ஆய்வு எல்லாம் இன்று நிறுவனங்கள் சார்ந்தவை. நிறுவனங்கள் அரசாங்கத்தின் அங்கமாகச் செயல்படுகின்றன. அவை வாழ்வியல் சார்ந்த சிந்தனைகளை முழுமைப்படுத்தும் என்று எதிர்பார்க்க முடியாது.

படைப்பாளி, அவன் உண்மையான படைப்பாளி என்றால் அதிகாரத்திற்கு வெளியே நிற்கிறான். நிறுவனத்திற்கு வெளியே நிற்கிறான். அறியாத உண்மைகளைத் தொகுத்து நம் பார்வையை விரிவுபடுத்த முன்னுகிறான். அவனிடம் மகத்தான நவீனக் கலைச் சாதனம் ஒன்று இருக்கிறது. அந்தக் கலைச் சாதனமான நாவலில் எதிரும் புதிருமான எண்ணற்ற குரல்களைஅவன் எழுப்பிக்கொண்டு போக முடியும். புறமனதைத் தாண்டி அக மனதிற்குள் அவன் நுழைய முடியும். சருமத்தைத் தாண்டிச் சாரத்திற்கு அவன் போக முடியும். கண்ணுக்குத் தெரியாமல் வாழ்க்கையைத் தீர்மானித்துக் கொண்டிருக்கும் அடிமனங்களின் ஆழங்களை அவன் தோண்ட முடியும். இதுதான் நவீன நாவலாசிரியனின் செயல். நாவல் பெரிய கலை உருவமாகத் தமிழில் நிறுவுவதற்கு ஏற்ற சூழலைத்தான் நாம் உருவாக்க முடியும். பெரிய நாவலை உருவாக்குவது பெரிய நாவலாசிரியனின் செயல்பாடு.

முதலில் நம் வாழ்வு சார்ந்து மறைக்கப்பட்ட உண்மைகளை நாம் பகிரங்கப்படுத்த முயல வேண்டும். இவ்வாறு பகிரங்கப்படுத்துவதன் மூலம் படைப்பாளி அவனுக்குரிய சுதந்திரத்தையும் அவன் முன் அடிவானம் வரையிலும் விரிந்து கிடக்கும் வெளியையும் உணரலாம். உலக மொழிகளில் தோன்றியுள்ள பெரிய நாவல்களின் குறிக்கோள்களைச் சூட்சுமமாக வகைப்படுத்தி அந்த வகைப்படுத்தலின் முன் நாம் படைத்துள்ள நாவல்களின் சோகை தட்டிய தன்மையை, சோனித் தன்மையை அனுபவ ரீதியாக ஏற்றுக்கொள்ளும் பக்குவத்திற்கு நாம் வர வேண்டும்.

சமூகத்தின் மீது நாவல் கொண்டுள்ள ஆட்சியை நாம் மிகைப்படுத்த வேண்டியதில்லை. குறைத்து மதிப்பிட வேண்டியதுமில்லை.

புதிய சமூகத்தைப் புதிய நாவல்கள் மூலமே உருவாக்கிவிட முடியாது. இன்றையச் சமூகத்தை அதன் மறைக்கப்பட்ட ஆழம் சார்ந்து புரிந்துகொள்ளாத வரையிலும் புதிய சமூகத்தை உருவாக்க முடியாது. இன்றையச் சமூகத்தின் சூட்சுமங்களை உணர நாவல் மிகப் பெரிய கருவியாகச் செயல்பட முடியும்.

மனித சூட்சுமங்களை முன்னிறுத்தி சமூகத்தைப் புரிந்துகொள்ள வழிவகை செய்கிறது நாவல். நம் அடிப்படைப் பிரச்சனைகளை நாவல்களுக்குள் பல்வேறு நோக்கில் கண்டு நாம் தெளிவடைய முடியும். நம் பிரச்சனைகளுக்கு மொழி உருவம் கிடைக்கும். பல்வேறுபட்ட பின்னணிகள் கொண்ட படைப்பாளிகள் உரு வாக்கும் பெரிய நாவல்கள் மூலம் மொத்த வாழ்வின் பெரும் பகுதி துலக்கம் பெற வாய்ப்புண்டு. மொழி மிகப் பெரிய ஆற்றல் பெறும். மொழி பெறும் ஆற்றல்கள் மூலம் இன்று நாம் வெளிப் படுத்தத் திக்கித்திணறிக்கொண்டிருக்கும் எண்ணற்ற விஷயங்களைக் கூர்மையாக முன்வைத்துவிட முடியும். நம்மை நாம் அறிந்துகொள்ள விழையும் திசையை நோக்கித் தள்ளுகின்றன பெரிய நாவல்கள். பெரிய நாவலாசிரியர்களின் வருகைக்காகத் தமிழ் காத்துக் கொண்டிருக்கிறது.

தமிழாலயம் சார்பில் நடைபெற்ற 'சுந்தர ராமசாமி படைப்புக் கள்' பற்றிய ஆய்வுக் கருத்தரங்கு, நாகர்கோவில் - 31.5.1996

தொண்ணூறுகளில் தமிழ் இலக்கியம்

மிக முக்கியமான ஒரு சந்தர்ப்பத்தில் இங்கு ஒன்றாகக் கூடியிருக் கிறோம் என்று நினைக்கிறேன். ஜேசுதாசன் தம்பதியர் திருமண வாழ்க்கையில் 50 ஆண்டுகள் இணைந்து வாழ்ந்ததைப் பல்வேறு முறைகளில் கொண்டாடலாம் என்றாலும்கூட, தங்களுடைய பழைய நண்பர்கள் எல்லோரையும் அழைத்து இலக்கியத்தைப் பற்றிப் பேச வேண்டும் என்று அவருக்கும் அவருடைய துணைவி யாருக்கும் தோன்றியிருப்பது மிக முக்கியமான விஷயம். இது போன்ற சந்தர்ப்பத்தில் என்னைப் பேசும்படி அழைத்திருப்பது எனக்கு இன்று வரையிலும் கிடைத்திருக்கக்கூடிய அங்கீகாரத் தில் மிக முக்கியமானது என்று நினைக்கிறேன்.

அவர் எனக்கு எழுதியிருந்த கடிதத்தில் 90களில் உள்ள தமிழ் இலக்கியத்தைப் பற்றிப் பேசும்படி கேட்டுக்கொண்டார். நானும் இசைவு தெரிவித்துக் கடிதம் எழுதியிருந்தேன். எனக்கும் அவருக் கும் அவருடைய துணைவியாருக்குமான உறவு கிட்டத்தட்ட 40 வருடங்களாக நீடித்துவருகிறது. என்னைச் சந்தித்தது பற்றி அவருக்கு இருக்கக்கூடிய நினைவுகளுக்கும் அவர்கள் இருவரை யும் சந்தித்தது பற்றி எனக்கு இருக்கும் நினைவுகளுக்கும் நிறைய முரண்பாடுகள் இருக்கின்றன. 1950க்களின் ஆரம்பத்தில் எந்த வருடம் என்று எனக்கு நினைவில்லை. 1951இல் நான் ‘புதுமைப் பித்தன் நினைவு மலர்’ என்ற என்னுடைய முதல் முயற்சியைச் செய்தேன். அதற்குப் பின்னால்தான் நான் தொ.மு.சி. ரகு நாதனைச் சந்தித்தேன். மலர் வெளிவரும் காலத்தில் எனக்கு அவரைத் தெரியாது. அதற்குப் பின்னர் ஒருமுறை நானும் தொ. மு. சி. ரகுநாதனும் திருவனந்தபுரத்திற்குப் போயிருந்தோம். தொ.மு.சி. ரகு நாதனை ஜேசுதாசன் திருவனந்தபுரம் பல்கலைக் கழகத்தில் பேச அழைத்திருந்தார். அப்போது என்னைக் கிட்டத்தட்ட தொ.மு.சி.யின் சிஷ்யன் என்று சொல்லலாம்.

தொ. மு. சி., புதுமைப்பித்தனின் சிஷ்யன் என்பதாலும் புதுமைப்பித்தனை நான் நேரில் பார்க்கவில்லை என்பதாலும் புதுமைப்பித்தன் இலக்கியத்தில் நான் மிகுந்த ஈடுபாடு கொண்டு

அவர் எதைத் தமிழுக்குச் செய்திருக்கிறாரோ ஏறத்தாழ அது போன்ற ஒரு காரியத்தைச் செய்ய வேண்டும் என்ற கனவு கண்டு கொண்டிருந்ததாலும் புதுமைப்பித்தனுடைய பிரதிநிதியாக தொ. மு. சி.யைக் கண்டு அவருடன் மிக இணக்கமாகப் பழகி அதன் மூலம் ஒரு உத்வேகத்தைப் பெறலாம் என்று நினைத்துக் கொண்டிருந்த காலகட்டத்தில் நானும் தொ. மு. சி. ரகுநாதனும் திருவனந்தபுரத்திற்குச் சென்றோம்.

அன்று ஜேசுதாசன் அவர்கள் கம்பராமாயணத்தைப் பற்றிப் பேசினார். அன்றுதான் முதன்முதலாக அவரைப் பார்த்ததாக நினைவு. அல்லது என்னுடைய நண்பரான டி. எஸ். நாராயணனுடன் திருவனந்தபுரம் சென்றபோது பார்த்திருப்பேன். திருவனந்தபுரத்தில் மருத்துவக் கல்லூரி ஆரம்பித்திருந்த நாட்கள் அவை; கட்டடங்கள் கூடப் பூர்த்தியாகவில்லை; முன் பக்கத்தில் ஒரே ஒரு பிளாக்தான் பூர்த்தியாகியிருந்தது; அந்தக் கட்டடத்திற்கு டி. எஸ். நாராயணன் என்னை அழைத்துச் சென்றார். டி. எஸ். நாராயணன், ஜேசுதாசனுடைய மாணவர். அது மட்டுமல்ல அவர் மீது மிகுந்த மதிப்புக் கொண்டவர். ஜேசுதாசன் ஒரு அறுவைச் சிகிச்சைக்காகத் தங்கியிருக்கிறார். அன்று அவரையும் அவருடைய துணைவியாரையும் பார்த்தேன். எது முதலில் என்பது எனக்குக் குழப்பம். தொ. மு. சி. ரகுநாதனுடன் சென்று பார்த்ததற்குப் பின்னால் டி. எஸ். நாராயணனுடன் போய் அவரையும் மனைவியாரையும் பார்த்தேனா அல்லது மருத்துவக் கல்லூரியில் இருவரையும் பார்த்ததற்குப் பின்னால் திருவனந்தபுரம் பல்கலைக்கழகத்தில் தொ. மு. சி. பேசிய கூட்டத்தின் போது சந்தித்தேனா என்பது குழப்பமாக இருக்கிறது. அதற்கு வெகுநாட்களுக்குப் பின்னால்தான் துரைசாமியுடன் (நகுலன்) எனக்குப் பழக்கம் ஏற்பட்டது. அந்தச் சமயத்தில் ஜேசுதாசன் துரைசாமியுடன் (நகுலன்) எங்கள் வீட்டிற்கு வந்ததாகக் கூறுகிறார். அந்த விஷயம் என் நினைவில் இல்லை.

இப்படியெல்லாம் பார்க்கும்போது வரலாறு என்பது எவ்வளவு குழப்பமான விஷயம்; ஐம்பது வருடங்களுக்குள்ளேயே இவ்வளவு குளறுபடிகள் இருக்குமென்றால் வரலாற்றில் எவ்வளவு குளறுபடிகள், எவ்வளவு கற்பனைகள் இருக்கும். அந்தக் குளறுபடிகளுக்கும் கற்பனைகளுக்கும் எவ்வளவு முக்கியத்துவம் தந்து நாம் அதைப் படிக்கிறோம். எப்படி அதில் இருக்கும் ஒவ்வொரு வரியும் உண்மையானது என்று நம்புகிறோம். அதற்காகப் பெரிய பூசலை உருவாக்குகிறோம். சண்டைகள் போடுகிறோம். அதையெல்லாம் நினைத்துப் பார்க்கும்போது வேடிக்கையாக இருக்கிறது.

ஐம்பது வருடங்கள் தம்பதிகளாக வாழ்ந்தவர்கள் நம்முடைய நாட்டில் இருக்கத்தான் செய்கிறார்கள். இதில் ஒருவர் படைப்பாளி. மற்றவர் விமர்சகர். மனைவி படைப்பாளியாகவும் கணவர் விமர்சகராகவும் இருப்பது என்பது மிக மோசமான இணைப்பு. படைப்

பாளிக்கும் விமர்சகருக்கும் உள்ள இணைப்பு, பார்த்த மாத்திரத்தில் சண்டை வரக்கூடிய ஒரு இணைப்பு. எந்தக் காலத்திலும் இலக்கியத் தில் அது அப்படித்தான் இருந்திருக்கிறது. ஓரளவுக்காவது இலக்கியத் தைப் பற்றித் தெரிந்திருப்பவர்கள், இது ஆகவே ஆகாது என்று சொல்லியிருப்பார்கள். ஆனால் எந்தக் காரணத்தினாலேயோ இந்த உறவு நன்றாக இயங்கியிருக்கிறது. வாழ்க்கையிலுள்ள மேடுபள் ளங்களையெல்லாம் நன்றாகவே எதிர்கொண்டிருக்கிறார்கள். அந்த மேடு பள்ளங்களைப் பார்த்துக் கவலைப்படாமல் இருவரும் அந்த வாழ்க்கையை எதிர்கொண்ட முறை என்னைப் போன்ற பலருக்கு ஆச்சரியமாக இருந்திருக்கிறது. அவரிடம், வாழ்க்கையை அவர் எதிர்கொண்ட விதத்தில் உள்ள பலத்தைத்தான் மிக முக்கிய மாக நினைக்கிறேன்.

தமிழ்நாட்டில் பல எழுத்தாளர்கள் இவர்கள் இரண்டு பேரை யுமே நன்றாக அறிவார்கள். ஒரு வரலாற்று ஆசிரியராக இவரையும் நாவலாசிரியராக இவருடைய துணைவியாரையும் அறிவார்கள். நேரில் சந்திக்காத பலரும் அவர்கள் மீது மிகுந்த மதிப்பு வைத்திருக் கிறார்கள். அவர்கள் எல்லாருமே இங்கு இருப்பதாகக் கற்பனை செய்துகொண்டு அவர்களுடைய சார்பிலும் என்னுடைய சார் பிலும் வணக்கத்தையும் வாழ்த்துக்களையும் தெரிவித்துக் கொள் கிறேன்.

இன்று தமிழ் இலக்கியத்தில் இருக்கக்கூடிய சில முக்கியமான போக்குகளைப் பற்றி நினைவுபடுத்திக்கொள்ள வேண்டும் என்று ஜேசுதாசன் விரும்புகிறார். அந்தப் போக்குகள் ஏகதேசமாகத் தெரிந்தால் தான் நம்மைச் சுற்றி என்ன காரியம் நடந்துகொண்டிருக் கிறது என்பதில் நமக்குத் தெளிவு ஏற்படும். இந்தப் போக்குகளைப் பற்றி நினைக்கும்போது திட்டவட்டமான ஒரு போக்கு, வேறு எந்தப் போக்குடனும் சம்பந்தமில்லாத ஒரு போக்கு என்று எதுவுமில்லை. ஒன்றோடொன்று உறவு கொண்டு, ஒன்றின் பாதிப்பை மற்றொன்று பெற்றுத்தான் வந்துகொண்டிருக்கிறது. தமிழ் இலக் கியத்திலும் அப்படித்தான் இருந்திருக்கிறது. இருந்தாலும் இந்தப் போக்குகளை வகைப்படுத்துவது ஒருவகையில் செயற்கையான தவறான எண்ணங்களை ஏற்படுத்தக்கூடிய ஒரு நீட்சியாக இருந் தாலும் கூட, மொத்தத்தில் இருக்கக்கூடிய ஒரு விஷயத்தை ஓரளவு புரிந்துகொள்வதற்காக நாம் அதைப் பிரித்துப் பார்க்க வேண்டி யிருக்கிறது. ஒரு போக்கு இந்த நூற்றாண்டில் பாரதியிலிருந்து தோன்றி புதுமைப்பித்தன் வழியாக, மணிக்கொடி வழியாக, மணிக்கொடி காலத்தில் எழுதிய பல்வேறுபட்ட எழுத்தாளர்கள் வழியாக, பின்னால் வந்த சண்முக சுந்தரம், தி. ஜானகிராமன் போன்ற எழுத்தாளர்கள் வழியாக, அழகிரிசாமி வழியாக இன்று வரையிலும் வந்துகொண்டிருக்கக்கூடிய இலட்சியவாதிகளின் போக்கு. இந்தப் போக்குகளின் கூறுகளை ஏகதேசமாக நாம் ஆராய்ந்து பார்க்கும்போது எல்லோருமே படைப்புக்கு ஆதாரமாக

அனுபவங்களை எடுத்துக்கொள்கிறவர்கள். அனுபவம்தான் படைப் பிற்கு ஆதாரமானது என்ற நம்பிக்கையைக் கொண்டிருப்பவர்கள். அவர்களுடைய படைப்பைப் பார்க்கும்போது அவர்களுக்கு நேரடியாக அனுபவம் இல்லாத சில விஷயங்களும் இருக்கக்கூடும் என்ற எண்ணம் ஏற்பட்டாலும்கூட, குறைந்தபட்சம் அவர்களுடைய படைப்பிற்கு அடிப்படையாக அனுபவத்தை வைத்துக் கொண்டிருக் கிறார்கள் என்றேனும் நாம் சொல்லலாம். மற்றொரு சிந்தனை, இந்த அனுபவம் தன்னளவில் படைப்பாகிவிடாது என்பது. அதாவது அனுபவம் எல்லாருக்கும் பொதுவாக உள்ளது. எப்போதும் இருந்துகொண்டிருப்பது. நாம் விரும்பியோ விரும்பாமலோ அனுபவத்தைப் பெற்றுக்கொண்டே இருக்கிறோம். அந்த அனுபவத் தின் மேல் நமக்கு 'கண்ட்ரோல்' எதுவும் கிடையாது. இந்த நிமிஷத்திற்கு அடுத்த நிமிஷம் என்ன நடக்கப்போகிறது என்பது பற்றி ஓரளவுக்கு நாம் அனுமானிக்கலாமே தவிர அதுதான் நடக்கும் என்று நாம் திட்டவட்டமாகச் சொல்ல முடியாது. அந்த அனுபவங் கள் தொடர்ந்து பதிவாகிக்கொண்டிருக்கின்றன. தூக்கத்தில் கனவு காணும்போதுகூட அந்த அனுபவங்கள் பதிவாகிக்கொண்டிருக்கின் றன. கனவற்ற தூக்கம் நீங்கலாக எப்போதும் ஏதேனும் ஒருவிதத்தில் அனுபவம் பதிவாகிக்கொண்டிருக்கிறது. காட்சிப் பரிமாணத்தில் அல்லது கேள்விப் பரிமாணத்தில் அல்லது ஸ்பரிசத்தில் அல்லது நுகர்வு வழியாக நடந்துகொண்டிருக்கிறது. ஆனால் இது தன்னள வில் படைப்பாகிவிடாது. அனுபவத்திற்கும் படைப்புக்கும் இடையே நிறைய இடைவெளி இருக்கிறது. அனுபவத்தைப் படைப்பாக மாற்ற வேண்டிய ஒரு சவால் படைப்பாளிக்கு இருந்துகொண்டிருக் கிறது. என்ன நிகழ்கிறது என்றால், அனுபவத்தின் சாராம்சங்கள் தொகுக்கப்பட்டு மொழி சார்ந்து, உத்தி சார்ந்து, இன்னும் பல்வேறு பட்ட கூறுகள் அதனுடன் இணைந்து படைப்பாக முன்வைக்கப் படுகின்றன.

அனுபவம் படைப்பாகாது. ஆனால் படைப்புக்கு அனுபவம் முக்கியமான விஷயம். அதுதான் வடிவத்தைத் தீர்மானிக்கிறது. மொழி கூர்மையாக இருந்தால்தான் படைக்க முடியும். படைப்பில் தெளிவு இருக்க வேண்டும். படைப்பு, மனத்தைப் பாதிப்பதுதான் படைப்பின் வெற்றி. அப்படி மனதைப் பாதித்து ஒரு மனதிலிருந்து இன்னொரு மனதிற்கு அது கடந்து செல்கிறது. காலத்தின் வழியாகப் படைப்பு கொள்ளும் பயணம். பொருள், வடிவம், உத்தி இந்த மூன்றும் இணைந்ததுதான் படைப்பு என்பது பொதுவாக உள்ள நம்பிக்கை.

பாரதி, படைப்பின் உருவத்தைத் தொட்டுப் பேசும்போது, "எனக்கு சிறுகதை எழுதத் தெரியவில்லை, என்னுடைய பிரசார புத்தி நடுவிலே வந்து புகுந்துவிடுகிறது" என்ற பொருளில் கூறியிருக் கிறார். வடிவம் சம்பந்தமான பிரக்ஞை இருந்தால்தான் இந்த வார்த்தையைச் சொல்ல முடியும். மிகச் சிறந்த சிறுகதையை

உருவாக்க ஆசைப்பட்டவர்; அந்தக் காலத்திலேயே தாகூருடைய சிறுகதைகளைத் தமிழுக்குக் கொண்டு வந்தவர் பாரதி. தான் தாகூருக்கு நிகரான கவிஞன் என்ற சுய நம்பிக்கையும் மதிப்பீடும் கொண்டவர். தாகூருக்குக் கிடைத்த அங்கீகாரம் தனக்குக் கிடைக்க வில்லை; தமிழ்ச் சூழல் போதுமான அளவுக்குத் தன்னைப் போற்றவில்லை என்ற குறை இருக்கிறபோதே தாகூருக்கு நிகரான சிறுகதைகள் தன்னால் எழுத முடியவில்லை என்று ஒத்துக் கொள்வதானது, வடிவத்தின் மீது அவருக்கு இருக்கக்கூடிய அக் கறையைக் காட்டக்கூடியதாகும். மாடர்னிசம் சார்ந்த பல கூறுகள் கூட பாரதி காலத்திலிருந்து இருக்கக்கூடிய ஒரு போக்குதான் என்று வரையறுக்கிறார்கள். மேல்நாட்டில் போன நூற்றாண்டில் கடைசிப் பத்தில் தோன்றி அதனுடைய உச்சக்கட்ட நிலைகளை யெல்லாம் 1930, 35க்குள் அடைந்து அதன் பின் சிறுகச் சிறுகத் தேயத் தொடங்கிய ஒரு போக்கு என்று சொல்லக் கூடியது அது. தமிழில் நவீனத்துவம் 1950க்குப் பின்னால் தோன்றி அதனு டைய சிறப்பான ஒரு காலகட்டத்தைத் தமிழில் கொண்டிருக்கிறது. நவீனத்துவக் கூறுகளையுடைய பல படைப்புகள், பல கவிதைகள், சிறுகதைகள், கட்டுரைகள் தமிழில் வெளிவந்திருக்கின்றன.

அதற்குப் பின்னால் ஸ்ட்ரக்சுரலிசம், போஸ்ட் ஸ்ட்ரக்சுரலிசம், போஸ்ட் மாடர்னிசம் என்று பல்வேறுபட்ட போக்குகள் தோன்றி யிருக்கின்றன. இந்தப் போக்குகளைப் பற்றி இன்னும் தமிழ் வாசகர்களுக்கு ஒரு தெளிவு ஏற்படவில்லை. புதியது என்ற காரணத்தால் அதைக் குறைகூறுபவர்கள் இருப்பார்கள். புதிய விஷயம் என்று நம்பி அதன் மூலம் ஏதாவது பயன் பெற முடியுமா என்று எதிர்பார்க்கக்கூடிய, எந்த ஒரு புதிய விஷயத்தையும் வரவேற்கக்கூடிய மனநிலையில் இருக்கும், திறந்த மனம் உள்ள வர்களுக்குக்கூட, இந்தப் போக்குகள் இன்னும் சரிவரப் பிடிபட வில்லை. தத்துவ ரீதியாகப் பிடிபட்ட அளவிற்குக் கூடப் படைப்பு ரீதியாகப் பிடிபடவில்லை. படைப்பு ரீதியான வெற்றிகளை இந்தப் போக்குகள் இன்னும் அடையவில்லை. யதார்த்தம், நவீனத்து வம் போன்ற போக்குகள் தன்னளவில் ஒரு கோட்பாடு ரீதியாக இருப்பது மட்டுமல்ல, படைப்பு ரீதியாகவும் அந்தப் போக்குகள் தங்களை உறுதிப்படுத்திக்கொண்டிருக்கின்றன.

எந்த இலக்கியப் போக்கு என்றாலும் அந்தப் போக்குக்கு ஒரு மதிப்பு ஏற்பட வேண்டுமென்றால், அதற்கு ஓர் அங்கீகாரம் கிடைக்க வேண்டுமென்றால், அந்தப் போக்கில் உறுதியான படைப்புகள் – கவிதையோ சிறுகதையோ நாவலோ நாடகங்களோ – தோன்றி அதிலிருந்து உருவாகக்கூடிய ஒரு வாழ்க்கைப் பார்வை என்பது தமிழ் வாழ்க்கைப் பார்வையோடு இசைவு கூடி வர வேண்டும்; அவ்வாறு வராத வரையிலும் அந்தப் போக்கு தமிழில் உறுதியான இடத்தைப் பிடித்துக்கொள்வது கடினமான விஷயம். இன்னும் அந்தக் காலகட்டங்கள் உருவாகவில்லை.

இந்த ஸ்ட்ரக்சுரலிசம், மாடர்னிசம், போஸ்ட் மாடர்னிசம் போன்ற கூறுகள் ஏற்படுவதற்கு முன்னாலேயே மார்க்சியம் சார்ந்த பார்வை தமிழில் முக்கியமாக இருந்துவந்திருக்கிறது. பல எழுத் தாளர்கள் அதனால் பாதிக்கப்பட்டிருக்கிறார்கள். நான் சிறுவயதில் அந்தக் கருத்துக்களால் பாதிக்கப்பட்டவன். அக்கருத்துக்களால் பாதிக்கப்பட்டவர்கள் பல்வேறுபட்ட படைப்புக்களைத் தமிழுக்குத் தந்திருக்கிறார்கள். நாவல்கள், சிறுகதைகள் என்ற இரண்டு இலக்கிய வடிவங்களில் அவர்களுடைய பாதிப்பைக் கணிசமாக உணரலாம். இப்போது உலக அரங்கில் ஏற்பட்டுள்ள மாற்றங்கள் காரணமாக அந்தத் தத்துவம் வீழ்ந்துவிட்டதா அல்லது வாழ்ந்துகொண்டிருக் கிறதா என்பது ஒரு புறமிருக்க, அந்தத் தத்துவத்தை வரவேற்று வளர்க்கும் மனநிலை சமூகத்தில் மிகவும் குறைந்துவிட்டது. இது தவிர தமிழர் வாழ்க்கை சார்ந்து தலித்தியம், பெண்ணியம் என்ற போக்குகளையும் பல எழுத்தாளர்கள் உருவாக்கிவருகிறார்கள்.

இப்போது நம்முடைய முக்கியமான பிரச்சனை என்ன வென்றால் இந்தவிதமான போக்குகள் சார்ந்து எந்தவிதமான மனோபாவத்தை நாம் கொள்ளப்போகிறோம்? இதைக் கண்மூடித் தனமாக எதிர்க்கிறோமா? அல்லது கண்மூடித்தனமாக வரவேற் கிறோமா? முக்கியமான ஒரு வாதம் என்னவென்றால், இந்தச் சிந்தனைகளையெல்லாம் மேற்கத்திய சிந்தனைகள். மார்க்சியம் என்று சொன்னாலும் சரிதான் மாடர்னிசம் என்று சொன்னாலும் சரிதான். இறக்குமதி செய்யப்பட்ட சிந்தனைகள். அந்தச் சிந்தனை களெல்லாம் இங்கு செல்லுபடியாகாது என்கிற வாதம் இருக்கிறது. நான் அந்த வாதத்தை அப்படியே ஏற்றுக்கொள்ளவில்லை. ஏனென் றால் இந்த நூற்றாண்டில் நம் சமூகத்தில் நடந்திருக்கக்கூடிய எல்லா முக்கியமான மாற்றங்களையும் நீங்கள் விருப்பு வெறுப்பு இல்லாமல் பார்த்தீர்களென்றால் மேற்கத்திய சிந்தனைகளின் பாதிப்புதான் பெரும் அளவுக்கு அதற்குக் காரணமாக இருந்திருப் பது தெரியவரும். இந்தியாவில் ஆங்கிலேயர்கள் முதன்முதலாகக் காலூன்றிக் கொண்டது வங்காளத்தில்தான். அங்கிருந்து பல இந்தி யர்கள் மேல்படிப்புக்காகவோ அல்லது வேலையை முன்னிட்டோ இங்கிலாந்து சென்று அங்கு இலக்கியம் சார்ந்த, தத்துவம் சார்ந்த, சமூகவியல் சார்ந்த, அறிவியல் சார்ந்த சிந்தனைகளைத் தெரிந்து கொண்டதன் மூலமே ஒருவகையான விழிப்புணர்வு ஏற்பட்டது. வெள்ளைக்காரன் வருவதற்கு முன்னால் இந்தியா தத்துவ ரீதியாகத் தூங்கிக் கொண்டிருந்திருக்கிறது. சொல்லும்படியாக எதுவுமே நிகழவில்லை. இங்கு இருக்கும் சிந்தனைக்கு மாறுபட்ட சிந்தனை ஒன்று இருக்கலாம் என்றுகூட யோசித்துப் பார்க்க முடிந்திருக்க வில்லை. மாறுபட்ட குடும்ப வாழ்க்கை இருக்கலாம் என்றுகூட யோசித்துப் பார்க்க முடிந்திருக்கவில்லை. தாங்கள் உருவாக்கி வைத்திருப்பதுதான் வாழ்க்கையின் கடைசிப்புள்ளி என்று நினைத்துக்கொண்டிருந்திருக்கிறார்கள்.

மேற்கத்திய வாழ்க்கை முறை நம்முடைய பார்வையில் காட்டு மிராண்டித்தனமானதாக இருந்துவந்திருக்கிறது. ஆனால் வெளி நாட்டிற்குப் போய்வந்த அறிவாளிகளுக்கு அங்கு நிகழ்ந்திருக்கும் மாற்றங்களோடு ஒப்பிடுகையில் நமது நிலை மிகவும் கீழாக இருப்பது தெரிந்தது. இந்தியாவில் இந்த நூற்றாண்டில் ஏற்பட்ட கலாச்சாரப் புரட்சி, ஆன்மிகப் புரட்சி முதலானவற்றுக்குக்கூட மேற்கத்திய சிந்தனைகள் காரணமாக இருந்திருக்கின்றன. ராம கிருஷ்ண பரமஹம்சருக்கு ஆங்கிலம் தெரியுமா தெரியாதா என்பது பிரச்சனை அல்ல. மேற்கத்திய பாதிப்புக்கு உள்ளாக ஒருவனுக்கு ஆங்கிலம் தெரிந்துதான் இருக்க வேண்டும் என்ற கட்டாயமில்லை. பாதிப்பு, ஒன்றிலிருந்து இன்னொன்றுக்குத் தாவி ஊடுருவிச் சென்று கொண்டிருக்கக்கூடியது. அது சூழலைப் பாதிக்கிறது. சூழலினால் பலர் பாதிக்கப்படுகிறார்கள். அதன் வழியாகச் சில முடிவுகளுக்கு வருகிறார்கள்.

எழுதுவதிலிருந்து ராமகிருஷ்ண பரமஹம்சர் தப்பித்துக் கொள் கிறார். 'நான் தனி மனிதன். நான் இந்துவாக இருப்பேன். முஸ்லீமா கவும் இருப்பேன். கிறித்துவனாகவும் இருப்பேன். எல்லா வாழ்க்கை யையும் மேற்கொள்வேன்' என்கிறார். இதெல்லாம் அதற்கு முன்னர் இந்தியாவில் நடந்தது கிடையாது. ராமகிருஷ்ண பரமஹம்சர் ஒரு கவிஞர். அவர் ஆன்மிகம் சார்ந்து சொல்லியிருப்பது எல்லாமே ஒரு கவிஞனுக்குரிய வார்த்தைகள். எப்படி இயேசு ஒரு கவிஞரோ அது போல் ராமகிருஷ்ணரும் ஒரு கவிஞர். வங்காளச் சூழலில் இருந்துதான் அவர் அன்று தோன்றியிருக்க முடியும். வேறு சூழலி ருந்து அவர் தோன்றியிருக்க முடியாது. அதற்கு அடுத்தபடியாக விவேகானந்தருடைய தோற்றமும் மேற்கத்திய பாதிப்பின் விளைவுதான்.

அப்படிப் பார்க்கும்பொழுது சிறுகதையின் வடிவம், நாவலின் வடிவம், நாவலின் தோற்றம் உரைநடை எல்லாமே நூறு வருடங்கள், நூற்றைம்பது வருடங்களுக்குள் மேற்கத்திய இலக்கியப் பாதிப்பால் ஏற்பட்டவைதான். இந்த விளைவுகளை வரவேற்று அதன் மூலம், பயன் அடைந்தவர்கள் இன்று மேற்கத்தியப் பாதிப்புகளினால் வந்து கொண்டிருக்கும் விளைவுகளைச் சந்தேகக் கண்கொண்டோ, அல்லது குறுகிய பார்வையுடனோ பார்ப்பது நியாயமான விஷய மல்ல. அதைத் திறந்த மனதுடன் பார்ப்பதுதான் விவேகமான, வரலாறுக்கு நியாயம் செய்யக்கூடிய விஷயமாக இருக்கும். ஆங்கி லேயர்கள் தங்களிடமிருந்து உலகத்திற்குத் தர வேண்டியதைத் தந்துவிட்டார்கள் என்றுகூடச் சொல்லலாம். நாம் தொடர்ந்து ஜெர்மன் மொழியிலிருந்து பாதிப்புப் பெற்றிருக்கலாம். பிரெஞ் சிலிருந்து பாதிப்புப் பெற்றிருக்கலாம். இது போல் பிற சமூகத்தின் பாதிப்புக்களைப் பெற்றுக்கொண்டுவருகிறோமே தவிர நாம் எந்தச் சமூகத்தையும் பாதிக்கவேயில்லை. இது ஒரு முக்கியமான விஷயம்.

இராமலிங்க சுவாமிகளும் கார்ல் மார்க்ஸூம் சம காலத்தவர்கள். இராமலிங்க சுவாமிகள் பிறக்கிறபோது கார்ல் மார்க்ஸூக்கு 5 வயது. இருவரும் சேர்ந்து வாழ்ந்த காலம் 51 வருடங்கள். மார்க்ஸூம் உலகத்தைப் பாதித்திருக்கிறார். எந்த வகையில் பாதித்திருக்கிறார், அதன் வீச்சு என்ன, விரிவென்ன, ஆழமென்ன? ராமலிங்க சுவாமிகளும் தமிழைப் பாதித்திருக்கிறார். அதனுடைய விரிவென்ன, வீச்சு என்ன என்பதையும் நீங்கள் ஒப்பிட்டுபார்த்துக்கொள்ளலாம். இது கவிஞனுடையது, ஆகவே இது வேறு விதமானது; அது அங்கிருக்கும் தத்துவவாதியின் பாதிப்பு, அது வேறு விதமானது என்று சொல்லிக்கொண்டிருக்கலாம். அப்படித்தான் பலரும் சொல்லிக்கொண்டிருக்கிறார்கள். ஆனால் சமத்துவம் என்பது அல்லது சமத்துவத்தைப் பார்த்துப் போகும் பயணம் உங்களது நோக்கமாக இருக்குமென்றால் கார்ல் மார்க்ஸ் உலகத்தைப் பாதித்த விதத்திற்கும் ராமலிங்க சுவாமிகள் உலகைப் பாதித்த விதத்திற்கும் உள்ள வித்தியாசத்தை ஒப்பிட்டுப் பார்க்கலாம். உலகத்தை நம்மால் பாதிக்கவே முடிவதில்லை.

தமிழ் வாழ்க்கை மிகச் சிக்கலான வாழ்க்கை. தமிழனுடைய வாழ்க்கை மிக மோசமான நோய்களைக் கொண்டிருப்பதும் மிக ஆரோக்கியமான கூறுகளைக் கொண்டிருப்பதும் இந்தக் கால கட்டத்தில்தான் என்று சொல்லலாம். இது முரண்பாடான கூற்றாகத் தோன்றலாம். ஆனால் இன்று நமக்கு இருக்கக்கூடிய நோய்களுக்கு முன்னுரிமை தந்து சிந்திக்கக்கூடிய நிலையில் இருக்கிறோம். நோய்களை எப்படி மாற்ற முடியும்? அதை ஒரு போராட்டத்தின் மூலம் மாற்ற முடியுமா? எந்தத் தத்துவத்தின் மூலம் ஒரு சமத்துவமான வாழ்க்கையை – சமத்துவம் என்று சொல்வது ஏகதேசமான சமத்துவம், அதுதான் சாத்தியம் என்று நான் நினைக்கிறேன், முழுமையான சமத்துவம் என்பது எப்போதும் சாத்தியமில்லை – வடிவமைக்க முடியும்? எப்போதும் வாழ்க்கையில் அனைத்தையும் மாற்றிய பின்பும் சில சிக்கல்கள் பாக்கி இருந்து கொண்டிருக்கின்றன. ஆனால் அதற்கும் இன்று நாம் வாழ்ந்து கொண்டிருக்கும் வாழ்க்கைக்கும் சம்பந்தம் கிடையாது. அதைச் சொல்லி இன்றைய வாழ்க்கையை நியாயப்படுத்த முடியாது. இன்று இருக்கக்கூடிய இடைவெளிகள் மிக மோசமானவை. ஒன்று பொருளாதாரம் சார்ந்தது. மற்றொன்று சாதி சார்ந்தது. இந்த இரண்டு இடைவெளியும் தொடர்ந்து இருந்துகொண்டிருக்கின்றன. இந்த இடைவெளியைத் தமிழன் மிக மோசமாக அனுபவித்துக் கொண்டிருக்கிறான் என்பதுதான் அவனுடைய நோய். இந்த நோயைப் புரிந்துகொள்ள முயல்கிறான் என்பதுதான் அவனுடைய ஆரோக்கியம். அதுதான் ஒரே காலகட்டத்தில் மனிதன் நோயுற்ற வனாகவும் ஆரோக்கியம் கொண்டவனாகவும் இருக்கிறான் என்ற முரண்பாடு.

மார்க்சியம் இரண்டு விஷயங்களைக் கணக்கில் எடுத்துக் கொள்ளத் தவறிவிட்டது என்று அறிஞர்கள் சொல்கிறார்கள். அவற்றை நாம் கணக்கில் எடுத்துக்கொள்ள வேண்டும். மார்க்சியத்தில் அக்கறை கொண்ட, மார்க்சியத்தைக் கற்றுக்கொண்டிருக்கிற பல அறிஞர்களும் இந்திய வாழ்க்கைக்கு ஏற்ப மார்க்சியத்தைக் கட்டமைப்பதில் இரண்டு பெரிய விடுதலுக்கு ஆளாகிவிட்டோம் என்கிறார்கள். ஒன்று இந்தியாவில் ஆழ ஊன்றியிருக்கும் மதம். அதனுடைய வேர்கள். அந்த வேர்கள் மனிதனுடைய மூளைக்குள் எந்த அளவுக்கு ஆழமாக இறங்கியிருக்கின்றன. அதைக் கணக்கிலெடுத்துக்கொள்ளாமல் இந்திய வாழ்க்கையை மாற்றவே முடியாது. உங்களுக்குப் பிடித்திருக்கிறதோ இல்லையோ முரட்டுத்தனமான அடிகளின் மூலம் மத வாழ்க்கையை மாற்ற முடியாது. மதச் சிந்தனைகளை மாற்றவே முடியாது. மனிதனுக்கும் மதத்திற்குமான இன்றையப் பிணைப்பைப் புரிந்துகொள்வதன் மூலம்தான் மனிதனுடைய குறைபாட்டை மாற்ற முடியும். புற உலகத்திலிருந்து அவனுடைய தேவைகள் என்ன, அவனுடைய உணர்ச்சிகள் என்ன, வரலாற்றில் தொடர்ந்து அவன் ஏன் மதம் சார்ந்த நம்பிக்கைகளை வைத்துக் கொண்டிருக்கிறான் – இது போன்ற விஷயங்களை நீங்கள் ஆராய்ந்து அறியாதவரையிலும் புறஉலகத்திலிருந்து கொடுக்கக் கூடிய தண்டனை மூலமோ அதிகாரத்தின் மூலமோ அல்லது அதட்டல் மூலமோ ஒடுக்குதல் மூலமோ இந்தச் சிந்தனைகளை மனிதனுடைய மூளையிலிருந்து வெளியே எடுக்க முடியாது. மார்க்சியம் இந்த விஷயத்தைப் போதுமான அளவிற்குக் கணக்கிலெடுத்துக்கொள்ளவில்லை. நாளை பொருளாதார ரீதியான மாற்றங்கள் வருகிறபோது இந்த மதச் சிந்தனைகள் தன்னளவில் இயற்கையாகவே மாறிப்போய்விடும் என்று அவர்கள் நினைத்தது வரலாற்று ரீதியாக அவர்கள் செய்த தவறு என்று அறிஞர்கள் கருதுகிறார்கள்.

மற்றொன்று, பொருளாதார உயர்வு தாழ்வுகளைக் கணக்கிலெடுத்துக் கொண்ட அளவுக்கு ஜாதி சார்ந்த வேற்றுமைகளை அவர்கள் கணக்கிலெடுத்துக் கொள்ளவில்லை. இந்திய வாழ்க்கையின் அடிப்படையே ஜாதி சார்ந்ததுதான். பொருளாதார வேற்றுமை என்பது கணிசமான அளவு இருக்கிறது. அதைவிடவும் மனிதனுக்கு அதிக அளவுக்கு அவமானம், ஏற்றத்தாழ்வுகள், ஒடுக்குதல்கள் ஆகியவை முக்கியமான விஷயங்கள். பொருளாதாரத் தாழ்வினால் ஏற்படக்கூடிய ஒரு அவமானத்தைவிட ஜாதிசார்ந்த அவமானங்கள் இன்னும் இந்திய வாழ்க்கையில் ஆழமாகப் பாய்ந்திருக்கின்றன. இதை எல்லாம் கணக்கிலெடுத்துக்கொள்ளாததினால் அவர்களுடைய தத்துவம் தமிழகத்திலும் சரி, இந்தியாவிலும் சரி, போதுமான அளவிற்குப் பரவவில்லை.

தமிழக வாழ்க்கையிலும் சரி, இந்திய வாழ்க்கையிலும் சரி 100க்கு 90 பேருக்குப் பொருளாதார ரீதியாகவோ, ஜாதி ரீதியாகவோ

வாழ்க்கை மறுக்கப்பட்டிருக்கிறது. மார்க்சியத் தத்துவமானது நம்பிக்கை சார்ந்து, அறிவு சார்ந்து வாழ்க்கையை மாற்ற முடியும் என்ற முடிவுக்கு வந்திருக்கிறது. ஆராய்ச்சியின் பயனாக இந்த முடிவை அடைந்திருக்கிறது. அந்தத் தத்துவத்திற்கு இருந்த வலு வானது அதற்கு முன்னால் இருந்த எந்தத் தத்துவத்திற்கும் இல்லை. இருந்தும்கூட காட்டுத்தீ போல் பரவியிருக்க வேண்டிய ஒரு தத்துவமானது இங்கு ஏன் பலவீனப்பட்டு ஒதுங்கிப்போனது என்று ஆராய்ந்தால் இந்த இரண்டு கூறுகளைக் கணக்கில் எடுத்துக் கொள்ளவில்லை என்பதால்தான்.

இதே மாதிரிதான் ஸ்ட்ரக்சுரலிசம், போஸ்ட் மாடர்னிசம் போன்ற விஷயங்களை வரவேற்கும்போதே நம்முடைய வாழ்க்கை யில் அவை ஏதாவது ஒரு மாற்றத்தை நிகழ்த்துமா என்றும் நாம் யோசிக்கிறோம். தமிழ் வாழ்க்கைக்கு ஏற்ப அவற்றைக் கட்டமைக்க வேண்டிய பொறுப்பும் நமக்கு இருக்கிறது.

தத்துவம் சார்ந்த பயிற்சி தமிழ் அறிவாளி வர்க்கத்திற்குப் போதுமான அளவிற்கு இல்லை. தமிழனுக்கு எப்போதும் அவனது பெருமைகள் ஞாபகத்தில் இருக்கின்றனவே தவிர அவனுடைய குறைகள் ஞாபகத்தில் இருப்பதில்லை. இப்போது ஒரு 40, 50 வருடங்களாக அரசியல் பார்வை காரணமாக அவனுடைய பெருமைகளைப் பற்றியே எப்போதும் சிந்திக்கக்கூடிய ஒரு சூழல் ஏற்பட்டுவிட்டது. தத்துவ ரீதியாக நாம் மிகவும் பலவீனப்பட்டுப் போயிருக்கிறோம். இதில் பலம் பெற்றால்தான் மேலைத் தத்துவங்க ளுடைய போக்குகளை நாம் புரிந்து கொள்ள முடியும். அப்படிப் புரிந்துகொண்டு தமிழ் வாழ்க்கைக்கு ஏற்றாற்போல் தத்துவங்களை நம்மால் கட்டமைக்க முடியுமென்றால் பல்வேறுபட்ட நல்ல காரியங்கள் விளையலாம். விளையக்கூடும். அத்தத்துவங்கள் வரக் கூடிய நேரத்திலேயே அவற்றின்மீது சந்தேகப்படுவது — அது வர வேண்டாம் என்று முன்கூட்டியே தீர்மானித்துக் கொள்வது — சரியில்லை. நம்முடைய சமூகத்தில் முக்கியமான பிரச்சனைகளைத் தீர்ப்பதற்கு ஏதாவது ஒரு வழி முறை நமக்குக் கிடைக்குமா என்ற ஏக்கம் நமக்கு மிக முக்கியமாக இருக்க வேண்டிய ஒரு குணம் என்று நினைக்கிறேன்.

இன்று பொருளாதார ரீதியிலான ஏற்றத் தாழ்வுகள், ஜாதி சார்ந்த அவமானங்கள், ஒடுக்குமுறைகள் இவை பற்றியெல்லாம் இலக்கியத்தில் வெளிப்பட்டுக்கொண்டிருக்கிறது. இது மிகவும் நல்ல விஷயம். இலக்கியத்தின் பரப்பு மிக வேகமான அளவுக்கு விரிவு பெறுகிறது. ஒரு குறிப்பிட்ட மக்களுடைய, குழுவுடைய இலக்கியம் அல்லது மேல்தட்டு மக்களுடைய குரலை மட்டுமே வெளிப்படுத்திக் கொண்டிருந்த இலக்கியம் அல்லது மேல்தட்டு மக்களுடைய, நடுத்தர மக்களுடைய வாழ்க்கையை மட்டுமே

சொல்லிக்கொண்டிருந்த இலக்கியம் இன்று அடித்தட்டு மக்களுடைய வாழ்க்கை வரையிலும் சொல்லிக்கொண்டு போகிற ஒரு திசையைப் பார்த்துச் சென்றுகொண்டிருப்பது மிகவும் நல்ல விஷயம். இப்படிச் செய்யக் கூடிய சந்தர்ப்பத்திலேயே இந்த உணர்ச்சிகளை வெளிப் படுத்தக் கூடிய முறையானது இலக்கியத்தினுடைய வடிவங்கள் சார்ந்து அமைய வேண்டும் என்பதில் போதிய கவனம் செலுத்தப் படும் என்றால் இன்று வரக்கூடிய இளைஞர்கள் பல்வேறுபட்ட உயர்ந்த விஷயங்களைத் தமிழுக்குத் தரக்கூடும். ஆனால் துரதிருஷ்ட வசமாக புதிய படைப்பாளிகளைப் பாராட்டிப் பேசக்கூடிய விமர்சகர்கள் அவர்கள் எடுத்துக்கொண்டு பேசக்கூடிய விஷயங் களுக்கு எந்த அளவுக்கு முக்கியத்துவம் தருகிறார்களோ அந்த அளவிற்கு முக்கியத்துவம் வடிவத்திற்குத் தருவதில்லை என்பதால் விஷயத்தைச் சொல்வதே படைப்பு என்கிற எண்ணம் படைப்பாளி களுக்கு வந்திருக்கிறது. அதாவது இன்று அவர்களுடைய வாழ்க்கை யின் பிரதிபலிப்பாகத்தான் இலக்கியம் இருக்கிறதே தவிர அவர் களுடைய வாழ்க்கையை மறுபடைப்பு செய்யக்கூடிய ஒரு க்ரியேட்டி வான செயல்பாடாக அவர்களுடைய அனுபவங்கள் இன்னும் வரவில்லை. போகப்போக அந்த விஷயங்கள் தமிழில் நடக்கும்.

இன்று நம் பார்வைகளில் முக்கியமாக கவனம் கொள்ள வேண்டியவர்கள் 90களில் கவனம் பெற்றவர்கள். நம்பிக்கையைத் தரக்கூடிய, ஓரளவுக்குப் பொருட்படுத்தக்கூடிய விஷயங்களைச் செய்தவர்களுடைய படைப்புக்களை நாம் தெரிந்து வைத்துக் கொள்ள வேண்டும். என் நினைவுக்கு இப்போது வரும் எழுத்தாளர் களைப் பற்றி மட்டும் ஒருசில வார்த்தைகள் சொல்கிறேன். பழைய பெரியவர்கள் 90களில் பெரிய சாதனைகள் எதுவும் நிகழ்த்தியது மாதிரி எனக்குத் தோன்றவில்லை. தமிழ்ப் படைப்பாளிகளின் பெரிய துரதிர்ஷ்டம் என்னவென்றால் வயதாக வயதாக எழுத் தாளர்கள் பலவீனமாகிக்கொண்டிருப்பதுதான். ஆனால் எழுத் தாளர்கள் வயது ஆக ஆக அதிக ஆழம் கொண்ட சிறப்பான படைப்புக்களை உருவாக்கக்கூடிய தகுதிகளைப் பெறுகிறார்கள் என்று நாம் நம்புகிறோம். நீங்கள் தொடர்ந்து வாழ்க்கையில் பெறும் அனுபவங்கள் மூலம் உங்களுடைய கோபதாபங்கள், மன வேற்றுமைகள் அடங்கி வாழ்க்கை பற்றிய ஒரு தெளிவான பார்வை ஏற்பட்டு அந்தப் பார்வை மூலம் சிறப்பான படைப்புக்கள் பெற வேண்டிய காலகட்டங்களில் பெரும்பாலும் பலவீனமான படைப்புக்களைத்தான் பழைய பெரியவர்கள் தந்துகொண்டிருக் கிறார்கள். எந்த எழுத்தாளருடைய சிறந்த படைப்பை எடுத்தாலும் அவர்கள் சின்ன வயதில் எழுதிய படைப்புத்தான் சிறப்பாக இருப்பது தமிழில் ஒரு வித்தியாசமான, வருந்தத்தக்க விஷயம்.

இலக்கியத்தை மூன்று பிரிவுகளாக பிரித்துக்கொண்டிருக்கிறேன். ஒன்று சிறுகதை, மற்றொன்று நாவல், அடுத்தது கவிதை. நாடகம் என்ற பிரிவை நான் எடுத்துக் கொள்ளவில்லை. அதற்கு முக்கிய

காரணம் இந்த ஆறு, ஏழு வருடங்களில் மேடையேறிய பல நாடகங் களைப் பார்க்க எனக்குச் சந்தர்ப்பம் கிடைக்கவில்லை. ஆரம்ப காலத்தில் எனக்கு நாடகத்தைவிட அதன் புத்தக வடிவமே முக்கிய மானதாக இருந்தது. பின்னர் அந்த எண்ணம் குறைந்து நாடகத்தின் புத்தக வடிவம், நாடகம் இரண்டுமே முக்கியம் என்ற எண்ணம் ஏற்பட்டுவிட்டது. மேடையேற்றங்களைப் பார்க்காத நிலையில் நாடகங்களைப் பற்றி அபிப்ராயம் சொல்வது நன்றாக இராது. பெருவாரியான நாடகங்கள் புத்தகமாக வரவும் இல்லை. எனவே சிறுகதை, நாவல், கவிதை என்ற மூன்றிலும் 90களில் பொருட் படுத்தும்படி ஒன்றிரண்டு கதையாவது எழுதியிருப்பவர்கள், ஒன்றி ரண்டு கவிதையாவது எழுதியிருப்பவர்கள், ஒரு நாவல் – அந்த நாவலை முழுமையாக அவரால் நன்றாகச் செய்திருக்க முடியா விட்டாலும் சில பக்கங்களில், சில அத்தியாயங்களில் நம்பிக்கை தரும்படி எழுதியிருப்பவர்கள் – எல்லோரையும் – பின்னால் அவர் களால் நன்றாகச் செய்ய முடியும் என்று நம்பிக்கை தரக்கூடியவர் கள் எல்லோரையும் – மனதிற்குள் வைத்துக்கொண்டிருக்கிறேன். நான் சொல்வதில் நிறையப் பேர்கள் விடுபட்டுப் போய்விடலாம். பல்வேறு நபர்கள் சேர்ந்து தயாரித்தால் பொருட்படுத்தப்பட வேண்டியவர்களின் பட்டியல் பூர்த்தியடைய முடியும். எனக்குச் சில புத்தகங்கள் கிடைக்கின்றன. சில புத்தகங்கள் கிடைப்பதில்லை. கிடைத்தும் படித்துப் பார்க்கப் போதுமான அவகாசம் சில சமயம் இல்லாமல் போய்விடும். தனிப்பட்ட எழுத்தாளர்கள்மீது எனக்குச் சில கோபதாபங்கள் இருக்கும். ஆகவே நான் அவர்களைப் படிக்காமல் இருந்துகொண்டிருப்பேன். இப்படிப்பட்ட பல்வேறு கோளாறுகளையும் கொண்ட பட்டியல்தான் என்னுடையது.

சிறுகதைகளை எடுத்துக்கொள்ளும்போது முக்கியமான எழுத் தாளர் என்று தோன்றுவது கோணங்கிதான். அவர் அடிப்படையில் ஒரு கவிஞர் – ஆனால் கவிதை எழுதாமல் சிறந்த சிறுகதைகளைத் தந்திருக்கிறார் – கவித்துவம் கொண்டவர்கள்தான் சிறந்த சிறுகதை களை உருவாக்கியிருக்கிறார்கள் – மேலும் சிறந்த கதைகளை எழுதக் கூடியவர் என்ற நம்பிக்கையையும் தந்தவர். சமீப காலமாக, அவருடைய எழுத்தின் போக்கில் ஒரு அடிப்படையான மாற்றம் நிகழ்ந்திருக்கிறது. அந்த மாற்றம் பல்வேறு இலக்கியக் கோட்பாடு களின் தாக்கத்தில் ஏற்பட்ட புறம் சார்ந்த மாற்றமா அல்லது தன்னளவில் யோசித்துத் தன்னுடைய இலக்கியக் கோட்பாட்டை மாற்றிக்கொண்ட அகம் சார்ந்த மாற்றமா என்ற பிரச்சனைக்கு நான் வரவில்லை. ஆனால் இப்போது நாலைந்து வருடங்களாக அவர் எழுதிவரும் கதைகள் எனக்குச் சுத்தமாக ஒத்துவரவில்லை. அந்தப் போக்கில் அவர் எழுதியிருக்கும் எந்தக் கதையையும் என்னால் புரிந்துகொள்ளவும் முடியவில்லை. அவரிடம் ஏற்பட்ட மாற்றம் வாசகன் என்ற முறையில் எனக்கு ஒரு நஷ்டமாக இருக்கிறது.

என்னுடைய முடிவை மட்டுமே முக்கியமானதாக எடுத்துக் கொள்வதற்குக் காரணங்கள் எதுவும் இல்லை. முப்பது நாற்பது வருடங்களுக்கு முன்னால் புதுமைப்பித்தன் எழுதிய சில சிறுகதைகள், அதே போல் மௌனியின் அத்தனை கதைகளும் பல வாசகர்களுக் குப் புரியாமல்தான் இருந்திருக்கின்றன. ஆனால் போகப்போக வாசகர்கள் ஓரளவுக்கு அதைப் புரிந்துகொண்டுவிட்டிருக்கிறார்கள். இன்று ஓர் இளம் எழுத்தாளன்கூட சகஜமாகப் புதுமைப்பித்தனின் சிரமமான கதைகளைப் படித்துப் புரிந்துகொண்டுவிடுகிறான். பல ஆரம்ப எழுத்தாளர்கள்கூட மௌனியின் கதைகளையும் படித்துப் புரிந்து கொண்டுவிடுகிறார்கள். அப்படியாக, காலத்திற்கும் கடின மான படைப்பிற்கும் ஓர் உறவு முறை, ஓர் இணக்கம் கூடிவருகிறது.

அது போல் கோணங்கியின் கதைகளையும் எல்லோரும் சாதார ணமாகப் படித்துப் புரிந்து கொள்ளக்கூடிய காலம் வரக்கூடும். அந்த வாய்ப்பை நான் பெறுகிறேனோ இல்லையோ, தமிழ் வாசகர்கள் அத்தகைய வாய்ப்பைப் பெறுவதற்கான சாத்தியம் இல்லை என்று சொல்ல முடியாது. ஆனால் இன்று புரியாத நிலையிலும்கூட அந்தக் கதைகளில் இருக்கக்கூடிய கவித்துவ பாவம், இமேஜஸ் முதலானவை – அவருக்கு எந்த வாழ்க்கையைப் பற்றித் தெரியுமோ அந்த வாழ்க்கை பற்றிய பிடிமானம் எல்லாம் அந்தப் படைப்புக்களில் இருந்தாலும்கூட என்னால் அதற்குள் ஊடுருவிச் செல்ல முடியவில்லை. அவருடைய படைப்புக்களை விரும்பிப் படிக்கக்கூடியவர்கள் 'பொம்மைகள் உடைபடும் நகரம்' தொகுப்பை, இன்றைய அவரது போக்கிற்கு உதாரணமாகவும் 'மதினிமார்கள் கதை' தொகுப்பை – அது எனக்கு மிகவும் பிடித்த தொகுப்பு – இன்னொரு உதாரணமாகவும் எடுத்துக்கொண்டு நான் சொல்வதைச் சோதித்துப் பார்த்துக்கொள்ளலாம்.

மற்றொருவர் எஸ். ராமகிருஷ்ணன். அவரும் நவீனப் போக்குக் கொண்டவர்தான். அவரையும் ஒரு அர்த்தத்தில் வழக்கமான கதை சொல்லலைப் பின்பற்றாதவர் என்று சொல்லலாம். அவருடைய கதைகள் ஆரம்ப வாசகனுக்குச் சில சிரமங்களைத் தந்தாலும் அவற்றுக்குள் ஊடுருவிப் போக ஒரு வெளியும் அந்தக் கதைகளுக் குள் இருக்கிறது. அவரது பத்துக் கதைகளைப் படித்தால் ஐந்தாறு கதைகளேனும் நன்றாக இருப்பதாகப் படுகிறது. முக்கியமான சிறுகதை எழுத்தாளர் என்று நினைக்கிறேன். நான் பார்த்த அவரது தொகுப்புகள் 'காட்டின் உருவம்', 'வெளியில் ஒருவன்' இரண்டும்.

மற்றொரு எழுத்தாளர், இன்று எழுதிக்கொண்டிருப்பவர்களில் ஓரளவுக்குப் பிரபலமானவர், சர்ச்சைக்குரியவராக இருப்பவர் ஜெயமோகன். ஒரு எழுத்தாளன் மிகப் பெரிய கனவைத் தன் மனதில் கொண்டிருக்க வேண்டும் என்பது என் ஓர் எதிர்பார்ப்பு. கனவு என்று நான் சொல்வதை ஆங்கிலத்தில் challenge என்று சொல்லலாம். Ambition என்றும் சொல்லலாம். 'மிகப் பெரிய

மொழியின் வாரிசாக நான் இருந்துகொண்டிருக்கிறேன். இரண்டாயிரம் வருடப் பாரம்பரியம் உள்ள மொழிக்கு வாரிசாக இருந்துகொண்டிருக்கிறேன். என்னுடைய மொழியில் வள்ளுவர் இருந்திருக்கிறார். என்னுடைய மொழியில் தொல்காப்பியர் இருந்திருக்கிறார். கம்பன், பாரதி, இளங்கோ எல்லோரும் இருந்திருக்கிறார்கள். மிகப் பெரிய காரியங்களைச் செய்து என்னுடைய இலக்கியத்தை உலக அரங்கிற்குக் கொண்டுசெல்ல வேண்டும். எனக்கு இருப்பதைவிட, பின் தங்கி நிற்கும் மொழியைக் கொண்டவர்கூட மிகுந்த மதிப்புப் பெறுகிறார்கள். தாங்கள் எழுதும் மொழிக்கும், நாட்டிற்கும் கலாச்சாரத்திற்கும் பெருமை சேர்க்கிறார்கள். நோபல் பரிசு பெறுகிறார்கள். உலக அளவில் கவனிக்கப்படுகிறார்கள். அதற்கு எத்தனையோ உதாரணங்கள் கூறலாம். நம்முடன் ஒப்பிடுகையில் ஜனத்தொகையில் கால் பங்கு கூட இல்லாத மக்கள், கலாச்சார ரீதியாகக் கால் பங்குகூட மரபில்லாத மக்கள் எல்லாம் பெரிய காரியங்களைச் செய்திருக்கிறார்கள். ஆகவே நானும் மிகப் பெரிய காரியத்தையே செய்ய வேண்டும்' என்ற பெரிய சவாலை, பெரிய கனவுகளைக் கொண்டிருக்கக்கூடிய எழுத்தாளர்கள் மேல் எனக்குத் தனியான மதிப்பு உண்டு. அத்தகைய மதிப்பு ஜெயமோகன் மீது இருக்கிறது.

அவருடைய வாசிப்பு, சர்ச்சைக்குரிய கருத்துக்களை அவர் வெளியிடும் விதம் இதிலெல்லாம் எனக்கு எவ்வளவோ கருத்து வேற்றுமைகள் இருக்கின்றன. அவர் தன் ஆசைகளை இன்று வெளிப்படுத்திக்கொண்டிருக்கிறாரே தவிரப் பெரிதாகச் சொல்லக்கூடிய காரியங்கள் எதையும் அவர் இன்னும் செய்துவிடவில்லை என்றாலும் அவருடைய அந்த ஆசையே எனக்கு முக்கியமான ஒன்றாகப் படுகிறது. அவருடைய தொகுப்புகள் 'திசைகளின் நடுவே', 'மண்' இரண்டுமே மிக முக்கியமானவை. அவருடைய ஊர், அங்கிருக்கக்கூடிய மக்கள், தொன்றுதொட்டு வரக்கூடிய நாட்டுப்புறக் கலைகள் பற்றி இன்றைய மக்களின் மனங்களில் தங்கியிருக்கக்கூடிய ஞாபகங்கள் இவையெல்லாம் சார்ந்து அவர் எழுதிக்கொண்டிருக்கிறார். பின்னால் பல சிறப்பான சாதனைகள் அவர் நிகழ்த்தக்கூடும்.

மற்றொரு எழுத்தாளர் பெருமாள் முருகன். 'திருச்செங்கோடு' என்ற தொகுப்பைத் தந்திருக்கிறார். வாழ்க்கை பற்றியும், தன்னுடைய மக்களின் வாழ்க்கை பற்றியும், ஆழ்ந்த பற்று அவருக்கு இருக்கிறது. தடுமாற்றம் இல்லாமல் சொல்லக்கூடிய இயல்பு உள்ளவர். ஆனால் எனக்கு, வாசகனாக அவர் மீது இருக்கும் விமர்சனம் என்னவென்றால் அளவுக்கு மீறி விபரங்களைக் கதைகளில் கொட்டுகிறார் என்பதுதான். இது அவர் சம்பந்தப்பட்டது மட்டுமல்ல; தமிழ் இலக்கியத்தில் நவீனப் படைப்பாளர்கள், இளைஞர்கள் பலரது கதைகளிலும் இந்தக் குறை இருப்பதைக் கவனித்திருக்கிறேன். ஒருவருக்குப் பல விஷயங்கள் தெரிந்திருக்கலாம். படைப்பாகப்

படைக்கப்படும்போது எந்த அளவுக்கு விஷயங்களைச் சொல்ல வேண்டும், எதைச் சொல்லத் தேவையில்லை; எந்த விஷயங்களைச் சொல்வதன் மூலம் சொல்லாத விஷயங்களையும் உணர்த்த முடியும் என்பதெல்லாம் முக்கியமான விஷயங்கள். முழு விவரங்களின் கூட்டுத்தொகைதான் சாராம்சம் என்பது தவறான எண்ணம். ஓர் ஓவியத்தை எடுத்துக்கொண்டால் அதில் இரண்டு மூன்று கோடுகள் வரையப்பட்டிருக்கின்றன. அதிலிருந்து ஒரு சாயல் வருகிறது. ஒரு கண்ணாடி மட்டும் போட்டுக் காந்தியினுடைய படத்தை ஒருவர் காட்டிவிடுகிறார். முழு உருவம் கலைக்கு வேண்டியதில்லை. அதுதான் வாழ்க்கைக்கும் கலைக்கும் இருக்கும் வித்தியாசம். கல்லூரிப் பேராசிரியர்கள், தகவல்களை அள்ளித் தருவதை வரவேற்றுக்கொண்டிருக்கிறார்கள்.

நாட்டுப்புறக் கலைகள் சார்ந்த விஷயங்களை ஒரு சிறுகதை எழுத்தாளன் என்ன முயற்சி செய்தாலும், அ. கா. பெருமாள் சொல்லக்கூடிய அளவுக்குச் சொல்ல முடியாது. அ. கா. பெருமாளின் ஒரு புத்தகத்தைப் படிப்பதன் மூலம் நூறு சிறுகதைகளில் இருந்து தெரிந்துகொள்ள முடிந்த விஷயங்களைத் தெரிந்துகொண்டு விடலாம். நாட்டுப்புறக் கலைகள் சார்ந்த துணுக்குகளை, விவரங் களைச் சொல்வதற்கோ, சோஷியாலஜி சார்ந்த விவரங்களைச் சொல்வதற்கோ, சைக்காலஜி சார்ந்த விஷயங்களைச் சொல்வ தற்கோ ஓர் எழுத்தாளன் தேவையில்லை. அது எழுத்தாளனுடைய சவாலே அல்ல. உளவியல் சம்பந்தமாக நூற்றுக்கணக்கான புத்தகங் கள் இருக்கின்றன. மருத்துவத்திற்கென ஆயிரக்கணக்கான புத்தகங் கள் இருக்கின்றன. அதையெல்லாம் ஓர் எழுத்தாளர் தன்னுடைய நாவல் மூலமோ சிறுகதைகள் மூலமோ வெளிப்படுத்த முடியாது. தேவைக்கு ஏற்ப, பின்னணிக்கு ஏற்ப, சில அம்சங்களைக் காட்டிக் கொண்டுபோகலாம். கதையில் குறிப்பிடப்படும் பாத்திரங்களுடன் நீங்கள் ஒன்றிப்போகிறீர்கள். கதாபாத்திரங்களின் ஏற்றத்தாழ்வுகளில் நீங்கள் பங்கெடுத்துக்கொள்கிறீர்கள். அங்கு நிகழும் மரணத்திற்கு நீங்கள் வருந்துகிறீர்கள். இவையெல்லாம் நிகழ வேண்டுமானால் அந்தக் கதை உண்மையென்று உங்களை நம்பவைக்க வேண்டும். அப்படி உங்களை நம்பவைக்க அவன் கைக்கொள்ளும் ஆயிரக் கணக்கான உத்திகளில் விபரங்கள் தருவதும் ஒன்று; அவ்வளவுதான்.

கவனத்திற்குரிய இன்னொரு எழுத்தாளர் குமார செல்வா. இதற்கு முன் தமிழ்க் கதையினுடைய மரபில் வராத சில விஷயங்கள் அவருடைய கதைகளில் இருந்து நமக்குக் கிடைக்கின்றன. எந்த வாழ்க்கை பற்றி எழுதுகிறாரோ அந்த வாழ்க்கை மேலானது என்ற உறுதிப்பாட்டோடு, நம்பிக்கையோடு போலி கௌரவங்கள் இன்றி அந்த வாழ்க்கையைத் திறந்து காட்டுவதில் மனக் கூச்சங்கள் இன்றி எழுதியிருக்கிறார். அதே சமயம் கதைக்குத் தேவையான கம்யூனி கேஷன் பற்றிப் போதுமான கவனம் செலுத்தவில்லையோ என்று நாம் எண்ணக்கூடிய கதைகள் சிலவற்றையும் எழுதியிருக்கிறார்.

தேவிபாரதியை ஒருவிதத்தில் தலித் மனோபாவம் கொண்டவர் என்று சொல்லலாம். அத்தகைய மனோபாவம்தான் கதைகளில் வெளிப்படுகிறது. தலித் ஆதரவாளர்களுக்குத் தலித் பற்றி மட்டுமே சொல்ல வேண்டியிருக்கும் என்று இல்லை. மொத்த வாழ்க்கை பற்றியும், தங்களது வாழ்க்கைக்கு அப்பாற்பட்ட வாழ்க்கை பற்றியும் அவர்களுக்குக் கவலையும் அக்கறைகளும் இருக்கும்.

அடுத்ததாக, சில்வியா எனப்படும் எம். டி. முத்துகுமாரசுவாமி. 'பிரம்மனைத் தேடி' என்னும் தொகுப்பு வெளியிட்டிருக்கிறார். இவரைப் பொதுவாகத் தமிழில் உள்ள விமர்சகர்கள், நான் – லீனியர் கதைகள் எழுதுபவராகச் சொல்கிறார்கள். அத்தகைய கதைகளை வெற்றிகரமாக எழுதியவராக அவர் நம்பப்படுகிறார். வாழ்க்கையில் ஏற்பட்ட மாற்றம் காரணமாகப் படைப்பாளியாக அவர் தொடர்ந்து செயல்படவில்லை. பின்னால் அவர் படைப்புக் குத் திரும்பிவரலாம். அவர் எழுதிய கதைகளில் இரண்டு கூறுகள் இருக்கின்றன. ஒன்று அவை புதுவகையான கதைகள். இரண்டாவது அந்த விதமான கதைகளுடன் பரிச்சயம் இல்லாதவர்கள்கூட அவரது கதைகளைப் படித்துப் புரிந்து கொள்ள முடியும். அந்தக் கதைகளில் வெளிப்படும் நூதனத்தை, புதுமையை நாம் உணர்ந்து கொள்ளும் விதத்தில் அந்தக் கதைகள் எழுதப்பட்டிருக்கின்றன.

சுரேஷ்குமார இந்திரஜித் 'மறைந்து திரியும் கிழவன்' என்று ஒரு தொகுப்பு கொண்டு வந்திருக்கிறார். வித்தியாசமான கதைகள். முக்கியமாக மனநிலைகள் சார்ந்த, புகை மூட்டமாக இருக்கும் நெருக்கடிகளுக்கு முக்கியத்துவம் தருகிறார்.

அடுத்ததாக, தமிழ்ச் செல்வன். தமிழ்நாட்டில் மார்க்சியத்தால் பாதிக்கப்பட்ட எழுத்தாளருக்குச் சிறந்த உதாரணம் என்று அவரைச் சொல்லலாம். முழு வாழ்க்கை பற்றி அவருக்குத் தெரியும். அவருடைய உணர்ச்சிகள் எப்போதுமே ஏழைகள் பக்கத்தில், கஷ்டப்படுபவர்கள் பக்கத்தில் இருக்கிறது. அதைப் பிரச்சாரத் தொனியில்லாமல் மிக நன்றாகச் சொல்லக்கூடியவர். தனக்கு எந்தெந்த விஷயங்கள் தெரியும், எவை தெரியாது என்ற வரையறை பற்றி அவருக்கு நன்றாகத் தெரிந்திருக்கிறது. தெரியாத விஷயங் களைச் சொல்லப்போய், கையைக் காலைப் போட்டு அடித்துக் கொண்டிருக்கக்கூடிய இயல்பு அவருக்குக் கிடையாது.

விமலாதித்த மாமல்லன், அசோகமித்திரனால் மிகவும் பாதிக்கப் பட்டவர். அசோகமித்திரனின் வடிவம் என்பது தமிழில் மிக முக்கியமான கூறு. அந்தத் தன்மையால் பாதிக்கப்பட்டு ஆரம்பத்தில் நம்பிக்கையளிக்கும்படியான பல கதைகளை விமலாதித்த மாமல் லன் எழுதியிருக்கிறார். அவருடைய கதைகளில் நான் விரும்பிய தொகுதியாக 'அறியாத முகங்கள்' தொகுப்பைச் சொல்லலாம்.

அடுத்ததாக, இரா. முருகன் என்ற எழுத்தாளர். நான் இப்போது சொல்லிக்கொண்டு வரும் பட்டியலில் இருந்து சற்று விலகி,

வெகுஜனப் பத்திரிகை எழுத்தின் திறன்களில் சாய்வு கொண்டவர். சமீப காலத்தில் பல இளம் எழுத்தாளர்கள் அசட்டை செய்துவிட்ட விஷயம் சிறுகதையின் வடிவம். முக்கியமாக எடிட்டிங் சம்பந்தப் பட்ட விஷயம். இரா.முருகன் ஒரு நல்ல எடிட்டர் என்று சொல்ல வேண்டும். சுஜாதாவால் பாதிக்கப்பட்டவர்.

அடுத்ததாக நாவல்.

நான் படித்தவற்றில் மிக முக்கியமானது என்று கருதுவது இமையம் எழுதிய 'கோவேறு கழுதைகள்'. அதற்கீடான நாவல் இந்த 90களில் இதுவரையிலும் புதிய எழுத்தாளர்களாலும் எழுதப் படவில்லை; பழைய எழுத்தாளர்களாலும் எழுதப்படவில்லை. ஒடுக்கப்பட்ட மக்களின் வாழ்க்கை சார்ந்த துன்பத்தை நன்றாகச் சொல்லியிருக்கிறார். பல காட்சிகள் நன்றாக அமைந்திருக்கின்றன. கவித்துவத்தில் நம்பிக்கையில்லாமல் வசனத்தின் வலுவை மட்டும் நம்பி நிற்பவர்.

அதே போல் முக்கியமான இன்னொரு நாவல் ஜெய மோகனுடைய 'ரப்பர்'. அது குமரி மாவட்டத்தின் பின்னணியில் எழுதப்பட்ட நாவல். அந்த நாவலைப் படிக்கிறவர்களுக்கு மிகச் சிறந்த பல நாவல்களை அவரால் உருவாக்க முடியும் என்ற நம்பிக்கை ஏற்படக்கூடிய அளவுக்கு அந்த நாவலை எழுதியிருக் கிறார். தனக்குச் சொந்தமான படைப்புத் தமிழை நோக்கி அவர் விரைவதையும் நாம் இந்நாவலில் உணர முடியும். பாத்திரங்கள் தத்ரூபமாக எழுந்து உயிர்ப்புடன் இருக்கின்றன.

மற்றொரு நாவலாசிரியர் தோப்பில் முகமது மீரான். இந்தக் காலகட்டத்தில் அதிகமாகப் படிக்கப்பட்ட நாவலாசிரியர் என்று அவரைச் சொல்லலாம். எனக்குத் தெரிந்து அவர் நான்கு நாவல்கள் எழுதியிருக்கிறார். 'ஒரு கடலோர கிராமத்தின் கதை', 'கூனன் தோப்பு', 'சாய்வு நாற்காலி', 'துறைமுகம்'. முக்கியமாக முஸ்லீம் மக்களுடைய வாழ்க்கை பற்றி, அந்த வாழ்க்கையில் காணக் கிடைக்கும் அவலங்கள் பற்றிச் சொல்லியிருக்கிறார். அவருக்குக் கலை நேர்த்தி முக்கியமான ஒரு குறிக்கோள். அதைச் சென்றடைகிற போதிலும் சென்றடைய முடியாத நேரத்திலும் அந்தக் குறிக்கோள் அவரிடம் இருந்துகொண்டிருக்கிறது. அவர் எழுதும் வாழ்க்கை குறித்து அவருக்கு நன்றாகத் தெரிந்திருக்கிறது.

பெருமாள்முருகன் 'ஏறு வெயில்', 'நிழல் முற்றம்' என இரண்டு நாவல்கள் எழுதியிருக்கிறார். இரண்டுமே முக்கியமானவை. எந்த விதமான வசதிகளும் வாய்ப்புகளும் தராமல் ஒதுக்கப்பட்ட மக்களுடைய வாழ்க்கையைப் பற்றி இந்த நாவல்களில் மிக நன்றாகச் சொல்லியிருக்கிறார். அவருடைய சிறுகதைகளில் எப்படி அதிகமான விவரங்கள் இருக்கின்றனவோ அதே மாதிரி அதிகப் படியான விவரங்கள் இந்த நாவல்களிலும் இருக்கின்றன. அவரை ஒருவிதத்தில் realist என்று சொல்வதை விட naturalist என்று சொல்லலாம்.

சிவகாமி 'பழையன கழிதலும்', 'ஆனந்தாயி' என இரண்டு நாவல்களை எழுதியிருக்கிறார். அவை இரண்டுமே முக்கியமான நாவல்கள்தான். அதிலும் குறிப்பாக 'ஆனந்தாயி' நாவல், வடிவத்தில் இருக்கக்கூடிய நம்பிக்கையைக் காட்டக்கூடிய அளவுக்கு வீச்சும் வீரியமும் கொண்டதாக இருக்கிறது. 'பழையன கழிதலும்' நாவலில் அவருடைய வாழ்க்கையை முக்கால் பங்கு நன்றாகச் சொல்லிக் கொண்டுவந்திருக்கிறார். அதன் பின்னால் அதை முற்போக்காக முடிக்க வேண்டும் என்று ஒரு பதற்றம் ஏற்பட்டுப் பல்வேறுபட்ட காட்சிகள் நாவலின் முடிவில் வருகின்றன. அவை நாவலோடு இணைந்து போகாமல் சிறு அளவுக்கு ஒரு சரிவு ஏற்பட்டிருக்கிறது.

அடுத்ததாக, பாமா. அவர் ஒரு தலித் எழுத்தாளர். தங்களுடைய வாழ்க்கையைப் பற்றி மிக நேர்மையாக ஒளிவு மறைவில்லாமல் சொல்கிறார். சிறந்த நாவல்களாக வெற்றி பெற இன்னும் பல குணங்கள் அவருக்குக் கைகூடிவர வேண்டும். இது போன்ற கூறுகள் தமிழில் போதுமான அளவுக்கு விவாதிக்கப்படாமல் இருப்பதால் படைப்பாளிகள் குறுகிய காலகட்டத்தில் அறிந்து கொள்ள வேண்டிய விஷயத்தைக்கூட அறிந்துகொள்ள முடியாமல் போகிறது.

ஜி. சித்தார்த்தன் என்பவர் 'மின்மினிகளின் கனவுக்காலம்' என்ற ரொம்பவும் சோதனையான முயற்சி செய்திருக்கிறார். சமீபத்தில் வந்த நாவல்களில் பார்த்தீர்களென்றால் யாருடைய நாவலின் சோதனையும் சொல்லும்படியாக இல்லை. சித்தார்த்தன், குறுநாவல் என்று சொல்லக்கூடிய ஒன்றைப் படைத்திருக்கிறார். அது போதுமான அளவுக்குக் கவனிப்புப் பெறவில்லை. அது அவருடைய சொந்த சோதனை முயற்சி என்று சொல்லலாம்.

தமிழவன், ரமேஷ் பிரேம் இவர்கள் எழுதிய நாவல்கள் எல்லாம் எனக்கு ரொம்பப் பிரச்சனைகளைத் தருகின்றன. அதிலும் முக்கிய மாக, தமிழவனின் இரண்டு நாவல்களும் என்னால் நாவலாக முழுமையாக வாங்கிக்கொள்ள முடியவில்லை. சில பகுதிகள் புரிகிறது. சில பகுதிகளில் இதைத்தான் சொல்லவருகிறார் என்பதை அனுமானிக்க முடிகிறது. இதெல்லாமே நாவலைப் பற்றி ஒரு முழுமையான அபிப்ராயம் உருவாக்கிக் கொள்ளப் போதுமானதாக இல்லை. தமிழ் வாழ்க்கை சார்ந்த ஒரு எள்ளல், விமர்சனம், கேலி எல்லாம் இருப்பது போல் தெரிகிறது. ஆனால் நாவலாக அவை எனக்கு திருப்தியளிக்கவில்லை.

தங்கர் பச்சான் படத்துறையில் முக்கியமான பொறுப்பில் சிறப்பாகப் பணிபுரிந்து கொண்டிருப்பவர். 'ஒன்பது ரூபாய் நோட்டு' என்னும் நாவல் நன்றாகவே வந்திருக்கிறது. மிகையில்லாத உண்மையான எழுத்து.

அடுத்ததாக, கவிதை.

முக்கியமாக தேவதேவன், ஆனந்த், உமாபதி, விக்ரமாதித்யன், மனுஷ்யபுத்திரன், த. பழமலய், யுவன், ஷாஅ, தேவிபாரதி, கால. சுப்பிரமணியம், யூமா வாசுகி, கனிமொழி, சுகந்தி சுப்பிரமணியன், சமயவேல், என். டி. ராஜ்குமார், எஸ்தர், இந்திரன், நஞ்சுண்டன், அப்பாஸ் போன்றவர்களின் கவிதைகளை நீங்கள் அவசியம் படித்துப்பார்க்க வேண்டும். ஒரு சில கவிஞர்களைப் பற்றிச் சில வார்த்தைகள் சொல்லலாம் என்று நினைக்கிறேன்.

தேவதேவன், இன்று தமிழில் எழுதிக்கொண்டிருக்கக்கூடிய கவிஞர்களில் வடிவத்தில் ஆழ்ந்த நம்பிக்கை கொண்ட, சமூக அக்கறையுள்ள, நான் என்ன நினைப்பேனோ அதைத்தான் சொல்வேன் என்கிற பிடிவாத எண்ணங் கொண்ட, consistency கொண்ட ஒரு கவிஞர். கவிதை மீது அவர் வைத்திருக்கும் ஈடுபாடு மிகவும் முக்கியமானது என்று நம்புகிறேன். பல கவிதைகள் மிகச் சிறப்பாக அமைந்திருக்கின்றன.

ஆனந்த், தத்துவ மனப்போக்குக் கொண்டவர். அவர் ‘காலடியில் ஆகாயம்’ என்ற கவிதைத் தொகுப்பு வெளியிட்டிருக்கிறார். கவிதையின் வடிவத்தைப் பற்றி ஆழ்ந்த சிந்தனை உள்ளவர். ரொம்ப நூதனமான அனுபவத்தைத் தரக்கூடிய கவிதைகளை எழுதியிருக்கிறார்.

உமாபதி சிறந்த கவிஞர். ஆனால் சமீப காலமாகச் செயல்படுவதேயில்லை. அவருடைய கவிதைகள் மாடர்னிசம் என்று சொல்லக்கூடிய பார்வையைக் கொண்டவை.

விக்ரமாதித்தியன் தொடர்ந்து எழுதிக்கொண்டிருப்பவர். மிக அதிகமாகப் படைத்துக் கொண்டிருக்கிறார். எல்லாச் சிறுபத்திரிகையிலும் அவரது கவிதைகள் வெளிவந்து கொண்டிருக்கின்றன. அவர் கவிதையில் எப்போதும் ஒரு spontaneity இருக்கும். தன்னைத் துலக்கும் உண்மை உணர்வு கொண்டவர். அவருக்குக் கவிதை என்பது சுலப சாத்தியமாக இருக்கிறது. அந்தச் சுலப சாத்தியம் பல சமயம் அவரை ஏமாற்றியும்விடுகிறது.

அடுத்ததாக 90களில் மிக அதிக அளவிற்கு முக்கியத்துவம் பெற்ற கவிஞர் த. பழமலய். எனக்கு அவருடைய கவிதைகளில் பெரிய ஈடுபாடு ஏற்படவில்லை. ஒரு வாழ்க்கைச் சித்திரம், ஒரு சிறுகதைக் கூறு, ஏற்றத்தாழ்வுகள் சார்ந்த விமர்சனம் – குறிப்பாக சாதி சார்ந்த ஏற்றத்தாழ்வுகள் – இவற்றையெல்லாம் சொல்வதற்குக் கவிதை மூலம் தொடர்ந்து முயற்சி செய்துகொண்டிருக்கிறார். அவருடைய கவிதைகள், வசனமே அவருக்குப் போதும் என்ற செய்தியைத் தருகின்றன. கவிதை தவிர்க்க முடியாததாக அவரிடம் உருவாகவில்லை.

யுவன் சந்திரசேகரின் கவிதைகள் பற்றிக் ‘காலச்சுவ’டில் ஒரு விமர்சனம் எழுதியிருக்கிறேன். மோதிரம் அல்லது மூக்குத்தி போன்ற

சிறு நகைகள் செய்யக்கூடியவர்கள் எவ்வளவு கவனமாக அந்தக் காரியங்களைச் செய்வார்களோ அந்த அளவுக்குக் கவனமாக தன்னுடைய கவிதைகளை உருவாக்கக்கூடியவர். தத்துவ அடையாளமில்லாத தத்துவத்தில் சுதந்திரப் போக்குடன் சஞ்சரிப் பவர். கவிதை பற்றி அவர் சிந்தித்துவருவதை அவருடைய கவிதை கள் வெளிப்படுத்துகின்றன. அவர் கவிதைகள், பயணங்களில் ஆசை கொண்டவை. அவர் கவிதைகள் எந்த விதமான விமர்சனத் தையும் ஏற்க மறுப்பது என்னளவில் ஏமாற்றத்தைத் தரக்கூடியது. இன்னொரு கவிஞர் ஷாஅ. 'வானிலே ஒரு பள்ளத்தாக்கு' என்ற ஒரு கவிதைத் தொகுப்பை வெளியிட்டிருக்கிறார். தேவிபாரதி 'கண் விழித்த மறுநாள்' என்ற தொகுப்பை வெளியிட்டிருக்கிறார். இவர்கள் எல்லோரும் தீவிர மனோபாவம் கொண்ட கவிஞர்கள். கால சுப்பிரமணியம் பிரமிளின் சிந்தனைகளால் அதிக அளவு பாதிக்கப்பட்டவர். ஆனால் அவருடைய கவிதைகளில் பிரமிளின் பாதிப்பு இல்லை. மிக எளிமையாக இயற்கை மீதான தன்னுடைய ஈடுபாட்டை– அந்த ஈடுபாடு தேவதேவனுக்கும் உண்டு – தொடர்ந்து கவிதைகளில் சொல்ல முயற்சி செய்துவருகிறார். யூமா வாசுகியின் கவிதைகளில் ஒரு சில எனக்குப் புரியாவிட்டாலுங்கூட முக்கிய மாகப் பல கவிதைகளைச் சிறப்பாக எழுதியிருக்கிறார். இன்றைய இளம் கவிஞர்களில் முக்கியமானவர். அவருடைய கவிதைகள், கவிதை சார்ந்த பழக்கங்களை உதறிப் படைப்பில் சிரத்தை கொள்கின்றன.

அடுத்தாக என் கவனத்தைக் கவர்ந்த ஒரே பெண் கவிஞரான கனிமொழி ரொம்பவும் personal தன்மை கொண்ட கவிஞர். பெர்சனலான வாழ்க்கையில் இருக்கக்கூடிய சங்கடங்களை மிக எளிமையாகச் சொல்ல முற்படுகிறார். அவரது கவிதை மொழியின் அழகும் மென்மையும் நம்மைக் கவர்ந்துவிடுகின்றன. பின்னால் அவருடைய செயல்பாடு எப்படி அமையும் என்பதை வைத்து நாம் அவரை வரையறுக்க முடியும்.

சமயவேலின் கவிதைகள் ரொம்ப plain கவிதைகள் என்று சொல்லக் கூடிய, உண்மை மனோபாவங்களை வெளியிடக்கூடிய கவிதைகள்.

என். டி. ராஜ்குமார் வெகு சமீபத்தில் 'தெறி' என்று ஒரு தொகுப்பு வெளியிட்டிருக்கிறார். ஒரு பாதிக் கவிதைகள் மிக நன்றாக வந்திருக்கின்றன. மறு பாதி என்னால் ஏற்க முடியவில்லை. அவருடைய கவிதைகள் பற்றி ஜேசுதாசன் சொன்னார், கெட்ட வார்த்தைகள் எல்லாம் பயன்படுத்தாமல் எழுத வேண்டும் என்று. எனக்கு அந்த எண்ணம் கிடையாது. கலகம் செய்வதுதான் முக்கியமான விஷயம் என்று நான் நினைக்கிறேன். வைதீக மனங்கள் 'போக்கிரி' என்று தூற்றுபவர்களை நாம் உடனடியாக கவனிக்க வேண்டும். அவர்கள் தான் சிறந்த படைப்புக்களை உருவாக்குவார் கள். அப்படிப் பார்க்கையில் இன்று தமிழில் இருக்கக்கூடிய மிகச்

சிறந்த 'போக்கிரி' இந்த ராஜ்குமார்தான். ரொம்பக் கோபமாக இருக்கிறார். அந்தக் கோபம் பெரிய விஷயமல்ல. அந்தக் கோபத்திலும் பல கவிதைகளில் வடிவம் கைகூடிவந்து நிறைவு தருகிறது. அது முக்கிய விஷயம்.

நஞ்சுண்டன் ஒரு போஸ்ட் மாடர்னிஸ்ட் கவிஞர் என்று நான் சொன்னால் உடனே நமது மனதில் தோன்றும் எண்ணம் அந்தக் கவிதைகளைப் படித்தால் நமக்குப் புரியாது என்பதுதான். ஆனால் அப்படி அல்ல. அவருடைய கவிதைகள் நமக்கு நன்கு புரிந்துகொள்ளும் விதமாக இருக்கின்றன. கவிதைகளைப் பகிர்ந்துகொள்ளும் முறையில் எழுதியிருக்கிறார். அப்பாஸ், 'வரைபடம் மீறி' என்ற தொகுப்பு வெளியிட்டிருக்கிறார். மிகவும் நம்பிக்கை தந்த கவிஞர். ஆனால் கடந்த சில வருடங்களாக அவர் கவிதைகளில் செயல்படுவது போல் எனக்குத் தெரியவில்லை.

இவ்வளவு பேரைச் சொல்லக்கூடிய நான் தமிழ் இலக்கியத்தில் ஆழ்ந்த நம்பிக்கையோடு இருக்கிறேன் என்று அர்த்தமில்லை. நான் தமிழ் இலக்கியத்தைப் பற்றிச் சோர்வான, உற்சாகமில்லாத மன நிலையில்தான் இருக்கிறேன். இவ்வளவு விரிவாக நான் சொல்வதற்குக் காரணம், நான் படித்த வரையிலும் ஏதாவது ஒரு சாதகமான அம்சம் ஒரு எழுத்தாளரிடம் இருந்தால் அதை மற்றவர்களின் கவனத்திற்குக் கொண்டுவர வேண்டும் என்ற நோக்கத்தினால்தான். நமது அபிப்ராயங்களை நாம் வெளிப்படையாக வைத்துக்கொள்ள வேண்டும் என்று விரும்புகிறேன். மனந்திறந்து பேசலாமே என்ற நம்பிக்கையில் இவற்றைச் சொல்கிறேன்.

இன்றைய இளைஞர்களுக்கு – எல்லோரையும் நான் சொல்லவில்லை – பொதுவாகவே இளைய தலைமுறை எழுத்தாளர்களுக்கு வாசிப்பில் நம்பிக்கை குறைவு. அதை முக்கியமான குறையாக நான் கருதுகிறேன். நாம் எந்த வடிவத்தைச் சார்ந்து சிந்திக்கிறோமோ அதில் இதற்கு முன்னால் என்னென்ன நிகழ்த்தப்பட்டிருக்கின்றன என்பது பற்றித் தெரிந்துகொள்வது அவசியம் என்று கருதுகிறேன். பலர் ஆங்கிலம் தெரியவில்லை என்பதைப் பெரிய பிரச்சனையாகச் சொல்கிறார்கள். அது உண்மையில் ஒரு பிரச்சனையே அல்ல. ஓரளவுக்கு ஆங்கிலம் தெரிந்தவர்கள்கூட தொடர்ந்து ஆங்கிலத்தைப் படித்துவரு வதன் மூலம் விஷயங்களைத் தெரிந்துகொள்ள முடியும். வியாபாரிகள் ஆங்கிலம் பேசுகிறார்களே, அது போல் செய்ய முடியும். போதுமான ஆர்வம் இல்லாததால் ஆங்கிலப் புத்தகங்களைப் படிப்பதில்லை. தமிழில் மொழிபெயர்க்கப்பட்டு வெளிவருபவை மிகவும் குறைந்துவிட்டன. உலகத்தில் உள்ள பிற விஷயங்களைப் பார்க்க வேண்டியதில்லை, தமிழ் மட்டுமே போதும் என்ற மனோபாவத்திற்கு நாம் வந்துவிட்டோம்.

இவற்றிற்கும் நடுவில் இப்போது வெளிவந்திருக்கக்கூடிய முக்கியமான நாவல் 'விசாரணை'. ஃப்ரன்ஸ் காஃப்கா எழுதியது.

ஜெர்மனிலிருந்து நேரடியாகத் தமிழுக்கு மொழிபெயர்க்கப்பட்டிருக் கிறது. எந்த எழுத்தாளர் படித்தாலும் அவரை ரொம்பவும் தொந்தர வுக்கு ஆளாக்கக்கூடிய நாவல். பல இளம் எழுத்தாளர்கள் அதைப் படிப்பதற்கு ஆசை காட்டவில்லை. இரண்டாவதாக, தங்களுடைய படைப்பு மொழியைச் செப்பனிட்டுக் கொள்ள வேண்டும் என்ற எண்ணம் அவர்களுக்கு இல்லை.

அது போல் இந்தியாவில் இருக்கும் பிற மொழிகளுக்கு நிகராக ஒரு சாதனை செய்தால் அதை நான் பெரிய சாதனை என்று சொல்ல மாட்டேன். இம்மொழிகளில் எல்லாம் செய்யப்பட்டிருப்ப வற்றிற்கும் மிக அதிகமான சாதனை ஒன்றைச் செய்தால்தான் தமிழனுடைய சாதனையாக அதைச் சொல்ல முடியும். தமிழுக்கு அது போன்றதொரு பாரம்பரியம் இருக்கிறது. இருந்தும்கூடப் பெரிய கனவுகள் இல்லாமல் சின்னச் சின்னக் காரியங்களில் திருப்திப்பட்டுக்கொண்டு இருக்கிறோம். சின்னச் சின்னக் காரியங் கள் செய்பவரை நாம் தட்டிக்கொடுத்தால் பதிலுக்கு அவரும் நாம் செய்யும் சின்னக் காரியத்தைத் தட்டிக்கொடுப்பார். இந்த மாதிரி யான ஏற்பாடுகள் நம்மிடம் சர்வ சாதாரணமாக இருந்துகொண்டி ருக்கின்றன.

இவற்றை நான் சொல்வதற்குக் காரணம் நீங்கள் இவை பற்றி யோசித்து உங்களுடைய சொந்த அபிப்ராயத்தை உருவாக்கிக் கொள்ள வேண்டும் என்ற நோக்கத்தில்தான். என்னுடைய பார்வை மட்டுமே முழுமையானது என்று சொல்ல முடியாது. பல்வேறுபட்ட பார்வைகள் தேவை. நான் குறிப்பிடாத பல எழுத்தாளர்கள் இருக்கிறார்கள். எனக்கு ஞாபகத்தில் இப்போது வராமல் போயிருக் கலாம். இப்போது என் மனம் வேறொரு படைப்பில் இருந்து கொண்டிருக்கிறது. இந்திய ஜனாதிபதி என்னைப் பேசும்படியாகக் கேட்டால்கூடப் போய்ப் பேசக்கூடிய மனநிலையில் நான் இல்லை. பேராசிரியர் அழைத்தார்கள். அது எனக்குக் கிடைக்கக்கூடிய பெரிய அங்கீகாரம். இந்தப் பட்டியலில் உள்ள குறைகளை நீங்கள் பெரிதாக எடுத்துக்கொள்ளக்கூடாது. கூடுமானவரை நீங்களே படித்து அந்த விஷயங்களைப் பற்றிய ஒரு முடிவுக்கு வந்து கொள்ள வேண்டும்.

இன்னொரு முக்கியமான விஷயம், இந்த மே மாதத்தில் நம்முடைய எழுத்தாளர்கள் ஒவ்வொரு வருடமும் ஓர் இலக்கியக் கூட்டம் நடத்த வேண்டும். கன்னியாகுமரியில்தான் இருக்க வேண்டும் என்று இல்லை. எங்கு வேண்டுமானாலும் இருக்கலாம். நாம் எல்லாரும் கூடி ஒவ்வொரு வருடமும் இலக்கியத்தைப் பற்றி, நாவலைப் பற்றி அவரவர் பார்வையில் பேசுவது, மாறுபட்ட கருத்துக்களைப் பகிர்ந்துகொள்வது முதலியவற்றைச் செய்ய வேண் டும். நாகரிகமாக நமக்குப் பேசத் தெரியும். நாகரிகமாகக் கருத்துக் களைப் பரிமாறிக்கொள்ளத் தெரியும் என்று நமக்கே தீர்மானமாகிக் கொள்வதற்காக இது போன்ற கூட்டங்களை நடத்திவர வேண்டும்.

பேராசிரியரின் இருப்பு நமக்கு ஒரு தார்மீக பலத்தைத் தரக்கூடிய விஷயம். இவரும் இவரது துணைவியாரும் இது போன்ற கூட்டங்களை நடத்த வேண்டும். நமக்கு அந்த அளவுக்கு விவேகம் இருக்குமென்றால் அந்த அளவுக்கு ஆசை இருக்குமென்றால் நாம் அதைப் பற்றி யோசித்து ஒரு குறிப்பிட்ட தேதியைத் தேர்வு செய்து இலக்கியக் கூட்டங்களை நடத்தலாம். சர்ச்சைகள், விவாதங்கள் செய்வதற்கான ஒரு சந்தர்ப்பமாகத் தொடர்ந்து செய்து வர வேண்டும் என்ற வேண்டுகோளை உங்கள் முன்வைக்கிறேன்.

பேராசிரியர் ஜேசுதாசன் இல்லம், புலிப்புனம் - 8.5.1997

உலக அரங்கில் தமிழ் இலக்கியம்

தமிழை, தமிழ் இலக்கியத்தைத் தேசிய அரங்கில் ஏற்ற வேண்டும் என்று ஆசைப்படுகிறோம். தமிழ் இலக்கியத்தை உலக அரங்குக்கு எடுத்துச் செல்ல வேண்டும் என்றும் முழங்கிக்கொண்டுவருகி றோம். இப்படிச் சொல்லிக்கொள்வதற்கான தகுதி நமக்கு இருக்கிறது. நம் மொழி இரண்டாயிரம் வருடப் பாரம்பரியம் கொண்டது. கவிதைப் படைப்புக்களும் பெரிய இடைவெளிகள் இன்றி நமக்குத் தொடர்ந்து இருந்துவந்திருக்கின்றன. படைப்பில் சில சிகரங்களையும் அடைந்திருக்கிறோம். புலமை மனத்தையும் அமைப்பியல்வாதம் வரையிலும் வந்துவிட்ட நவீன மனத்தையும் ஒருங்கே கவரும் தொல்காப்பியம், அதன்பின் திருக்குறள், சங்க காலப் பாடல்கள், சிலப்பதிகாரம், கம்பராமாயணம். இந்த நூற்றாண்டில் பாரதியும், பாரதிக்குப் பின் தொடர்ந்து வந்து கொண்டிருக்கும் தரமான இலக்கியங்களும். நாம் இந்த அளவுக்கு இலக்கியச் செல்வம் கொண்டிருப்பவர்கள்.

தமிழர்கள் தங்கள் இலக்கியத்தின் மேலான பகுதிகளை இந்தியாவிலுள்ள பிற மொழிகளுக்கும், உலக அரங்கில் உள்ள மொழிகளுக்கும் கொண்டுபோக வேண்டும் என்று ஆசைப் படுவது மிக இயற்கையான காரியம். இந்த அடிப்படையில் தொடர்ந்து மொழிபெயர்ப்பு முயற்சிகளிலும் ஈடுபட்டுவந்திருக் கிறோம். ஆங்கிலமொழி வழியாக இந்திய இலக்கிய அரங்கையும் உலக இலக்கிய அரங்கையும் அடைந்துவிடலாம் என்ற நம்பிக் கையில், வரலாற்றுக் காரணங்களால் நமக்குக் கூடிவந்திருக்கும் ஆங்கில மொழியில் நம் இலக்கியங்களை மொழிபெயர்த்துக் கொண்டிருக்கிறோம். திருக்குறள், சங்ககாலப் பாடல்களின் பகுதிகள், கம்பராமாயணத்தின் பகுதிகள், சிலப்பதிகாரம், பாரதி பாடல்கள் ஆகியவை ஆங்கிலத்தில் வந்திருக்கின்றன. இந்திய அரங்கைப் பிடித்துவிட்டதாகவும் உலக அரங்கில் கொடிநாட்டிக்கொண்டிருப்பதாகவும் கற்பனையான பேச்சுகள் மேடை முழக்கங்களில் வெளிப்பட்டுக்கொண்டிருக்கின்றன. தமிழ்மொழி, தமிழ்க் கலாச்சாரம் என்று பேசத் தொடங்கும் போது எப்போதுமே யதார்த்தப் பார்வையைக் கைவிட்டு

விடுகிறோம். கற்பனைத் தளங்களில் நின்று நிகழாதவற்றையெல்லாம் நிகழ்ந்ததாகப் பேசி நம்மை நாமே ஏமாற்றிக்கொள்கிறோம்.

நாம் கற்பனை செய்துகொள்வது போல் நம் இலக்கியங்கள் உலக அரங்கில் பரவி விடவில்லை. தேசிய அரங்கிலும் பரவி விடவில்லை.

இந்திய மொழிகளைச் சேர்ந்த பலருக்கும் நம் இலக்கியம் பற்றித் தெரியவில்லை. படித்தவர்களிடையேகூட நம் இலக்கியம் பற்றிய அறிவு மிகக் குறைவாக இருக்கிறது. பிற இந்திய மொழிகளைச் சார்ந்த ஆசிரியர்களுக்குக்கூட நம் இலக்கியம் பற்றி அதிகம் தெரியவில்லை. திருவள்ளுவரின் பெயரையோ, அல்லது பாரதியின் பெயரையோ மேடைப்பேச்சு என்ற சமூக நிகழ்வுக்காக ஒருவர் தெரிந்துவைத்திருப்பதில் நாம் அதிக மகிழ்ச்சி கொள்ள வேண்டிய தில்லை. திருக்குறள் பற்றியும் பாரதி பாடல் பற்றியும் சாராம்சமாகப் பலருக்கும் தெரியாமல் இருப்பதில்தான் நாம் ஏமாற்றம் கொள்ள வேண்டும். இந்திய மொழிகளிலே நம் இலக்கியம் போய்ச்சேர வில்லை என்றால் உலக அரங்கிலுள்ள மொழிகளில் நாம் போய்ச் சேராததில் வியப்பில்லை.

மொழிபெயர்ப்புகள் மூலம் இந்திய மொழிகளிலும் உலக மொழிகளிலும் நம் இலக்கியம் பரவ முடியும். இதில் நாம் வெற்றி பெற வேண்டுமென்றால் இன்று வரையிலும் நாம் செய்திருக்கும் மொழிபெயர்ப்புகளை மறு பரிசீலனை செய்து பார்க்க வேண்டும். இவ்வாறாக மூலத்துடன் ஒப்பிட்டு மறு பரிசீலனையிலிருந்து பல உண்மைகள் நமக்குத் தெரிய வரலாம்.

எனக்குத் தெரிந்தவரையில் ஒரு சில உண்மைகளை வரிசைப் படுத்திக்கொண்டு போகிறேன். ஒரு நூலை ஆங்கிலத்தில் மொழி பெயர்த்து அச்சேற்றிவிட்டால் அதை ஒரு வெற்றி என்று கருது கிறோம். இவ்வாறான முயற்சிகள் அமைச்சர்களுக்குத் தங்கள் சாதனைகளின் புள்ளி விபரங்களை முன்வைக்கும்போது பயன்பட லாம். அரசியல்வாதிகளுக்குப் பயன்படலாம். நிறுவனங்களைச் சேர்ந்தவர்களுக்கும் பயன்படலாம். ஆனால் மொழிபெயர்ப்பு அச்சேறிவிட்டதாலேயே வெற்றி எனக் குறிப்பது கலாச்சாரப் பார்வை அல்ல. எத்தனை வாசகர்கள், எத்தனை படிப்பாளிகள், எத்தனை விமர்சகர்கள், நம் படைப்பைப் புதிதாகத் தெரிந்து கொள்ளக் காரணமாக நம் மொழிபெயர்ப்பு அமைந்தது என்பது பற்றி நாம் யோசிக்க வேண்டும். இந்த யோசனை நமக்கு இன்று வரையிலும் இல்லை.

மொழிபெயர்ப்பு எந்த அளவுக்கு ஏற்றுக்கொள்ளப்பட்டது. அதன் மூலம் கூடுதலாக இலக்கிய வீச்சை எந்த அளவுக்குப் பெற்றோம், மொழிபெயர்ப்பில் மூலம் பெற்ற விமர்சனங்கள் என்ன, நம் மொழிபெயர்ப்பில் நேர்ந்து விட்ட குறைகள் என்ன, குறைகள் இருப்பின் மேற்கொண்டு நாம் செய்யவிருக்கும் மொழி

பெயர்ப்புகளில் அதை எப்படித் தவிர்க்கலாம் போன்ற சிந்தனைகள் ஏதுவும் தமிழ்க் கலாச்சாரச் சூழலில் இன்று வரையிலும் உருவாக வில்லை. மொழிபெயர்த்து அச்சேற்றுவதையே ஒரு சாதனை என்று சொல்லிக்கொண்டிருப்பதில் நம் உற்சாகம் கரை புரண்டு ஓடிக்கொண்டிருக்கிறது. வேறு ஒரு விதத்தில் சொன்னால் நுட்ப மான, உண்மையான தளத்தில் நிகழ வேண்டியக் காரியங்களைப் பிரச்சாரத் தளத்தில் நிகழ்த்திக்கொண்டிருக்கிறோம். போதிய வெற்றி கிடைக்காத நேரத்திலும், வெற்றி பெற்றுவிட்டதாகக் கற்பனை செய்து மகிழ்ந்து கொள்கிறோம்.

உலக அரங்கிலும் இந்திய அரங்கிலும் நமக்குத் தகுதியிருக்கும் அளவுக்குக்கூட நாம் செல்வாக்குப் பெறாத இந்த நேரத்தில், லத்தீன் அமெரிக்காவைச் சேர்ந்த பல தேசத்து இலக்கியங்களும் வெற்றிகரமாக உலக இலக்கியத்தில் ஏறி அமர்ந்துகொண்டிருக் கின்றன. அர்ஜென்டினா, பிரேசில், சிலி, க்யூபா, கொய்டிமாலா, மெக்சிகோ, நிகராகுவே, பராகுவே, பெரு, உருகுவே, வெனிசூலா போன்ற தேசங்களின் இலக்கியங்கள் உலக அரங்கில் ஏறிவிட்டன. அளவில் மிகச் சிறிய தேசங்கள் இவை. ஒருசில தேசங்கள் தமிழ் நாட்டில் பெரிய மாவட்டங்களை விடச் சிறியவை.

தமிழைத் தாய்மொழியாகக் கொண்டவர்கள் ஆங்கில மொழி பெயர்ப்பைச் செய்யும் போது பெரும்பாலும் அது ஆங்கில வாசகர்களின் திருப்திக்கு ஏற்ப அமைவதில்லை. இதைச் சொன் னால் பூரணலிங்கம் பிள்ளை, வ. வே. சு. ஐயர், ராஜாஜி, பேரா. கே. சுவாமிநாதன், க. நா. சு. இவர்களுக்கெல்லாம் ஆங்கிலம் தெரி யாதா என்று கேட்பார்கள். சண்டைக்கு வருவார்கள். விருப்பு வெறுப்பின்றி விஷயங்களைப் பார்க்கத் தெரியாத வரையிலும் சண்டைகளை நடத்திக்கொண்டிருக்கலாம். சாதனைகளை நிகழ்த்த முடியாது.

எல்லா மொழிகளையும் போல் ஆங்கிலமும் பல கூறுகளும், பல வண்ணங்களும், பல அடுக்குகளும், அலகுகளும், அழகுகளும் கொண்டது. எல்லா மொழிகளையும் போல் ஆங்கிலத்திலும் படைப்புமொழிக்கும் பொதுமொழிக்குமான வித்தியாசம் அதிக மானது. பொதுமொழியின் தேர்ச்சியைச் சார்ந்து ஒரு படைப்பை மொழிபெயர்க்க முடியாது. படைப்பை மொழிபெயர்க்கப் படைப்புமொழியில் பிடிப்பு இருக்க வேண்டும். படைப்பு மொழியைப் புத்தக அறிவு மூலம் கற்றுக்கொள்வதும் கடினம். அம்மொழி பேசும் இடங்களில் வாழ்ந்து அம்மொழியைத் தாய் மொழியாக மக்கள் பயன்படுத்தும் விதங்களை உணர்ந்து அதன் நளினங்களையும், அதன் அழகுகளின் ஓசைகளையும் அனுபவித்துத் தன்னுள் அம்மொழியை முழுமையாக வாங்கிக்கொண்ட நிலையில் தான் படைப்புமொழியில் பிடிப்பு ஏற்படும். ஒரு எளிய ஆங்கில வாக்கியத்தை நாம் அமைக்கும் விதத்திற்கும் ஆங்கிலத்தைத்

தாய்மொழியாகக் கொண்டவர்கள் அமைக்கும் விதத்திற்கும் இருக்கும் வேற்றுமையை நினைத்துப் பார்க்க வேண்டும். கல்வி மூலம் ஆங்கிலம் கற்று ஆனால் வாழ்நிலையில் ஆங்கிலமொழியில் திளைக்காதவர்கள் செய்யும் மொழிபெயர்ப்புகள், ஆங்கிலத்தைத் தாய்மொழியாகக் கொண்ட வாசகர்களுக்குப் பெரும்பாலும் அந்நியமாகவே இருக்கின்றன.

நம் படைப்புக்குள் நுழைந்து படைப்பின் சாராம்சங்களைக் கண்டறிய, நாம் பயன்படுத்தி வரும் ஆங்கிலம், அவர்களுக்குத் தடையாகவே இருந்துவருகிறது. இன்று வரையிலும் நாம் செய்திருக்கும் மொழிபெயர்ப்புகளில் சங்கப் பாடல்களையும் ஆழ்வார் பாடல்களையும் மொழிபெயர்த்திருக்கும் ஏ.கே. ராமானுஜம் தான், அதிக வெற்றி பெற்றிருக்கிறார். அவர் மீதும் விமர்சனங்கள் உள்ளன. மொழிபெயர்ப்புத் திறன் பற்றி விமர்சனம் இல்லை. மொழி பற்றி விமர்சனம் இல்லை. உலக அரங்கில் ஆங்கிலத்தைத் தாய்மொழியாகக் கொண்டவர்களும் இடைவெளியின்றி அவரது மொழி பெயர்ப்பைப் படிக்க முடிகிற காரணத்தால், படைப்பு மொழியில் அது இருப்பதால், நம் படைப்பு உலகத் தளத்திற்கு சென்றுவிட்டது. மூன்றாம் உலகக் கவிஞர்களைப் பற்றி இன்றைய உலகக் கவிஞர்கள் பேசுவதைப் போன்று 21ஆம் நூற்றாண்டில் சங்கக் கவிஞர்களைப் பற்றியும் அவர்கள் பேசலாம்.

ஏ.கே. ராமானுஜம் கண்டிருக்கும் சாதனையின் கூறுகளை நாம் ஆராய்ந்துகொண்டு போனால் என் வாதங்கள் மேலும் சிறிது வலுப்படலாம். ஏ. கே. ராமானுஜம் ஆங்கில இந்தியக் கவி ஆவார். அதனால் ஆங்கிலத்தைப் படைப்புமொழியில் பயன்படுத்த வேண் டிய கட்டாயத்தில் அவர் இருந்தார். தமிழைத் தாய்மொழியாகக் கொண்டவர். உலக அறிவுகள் உலக இலக்கியங்கள், சார்ந்த தேர்ச்சிகள் கொண்டவர். தொடர்ந்து பல ஆண்டுகள் ஆங்கிலம் வாழ்க்கை மொழியாக இருக்கும் ஒரு தேசத்தில் வாழ்ந்த காரணத் தால், ஆங்கில மொழியின் ஓசைகள் மூலம் அம்மொழியின் படைப்புக் குணங்களைத் தன்னளவில் வாங்கிக்கொள்ளக்கூடிய அரிய சந்தர்ப்பம் அவருக்குக் கிடைத்தது.

இந்திய அரங்குக்கும் உலக அரங்குக்கும் நாம் நம் இலக்கியங் களைக் கொண்டு போகும்போது பதிப்பின் வடிவ நேர்த்தி என்பது மிக முக்கியமானது. நவீன வடிவ நேர்த்தியில் தோற்றுப் போய்விட்டோம் என்றால் உள்ளடக்கம் மேலாக இருந்தாலும் இன்று அதை வாசகர்களிடம் எடுத்துக்கொண்டுபோக முடியாது. எனவே பதிப்பு நவீனப் பார்வை கொண்டிருக்க வேண்டும். இன்றையப் பார்வையில் நேற்றையப் புத்தகங்களைப் பார்க்கத் தெரிய வேண்டும். நாம் நம் புத்தகங்களுக்கு எழுதும் முன்னுரைகள் சாராம்சமில்லாதவைகளாக, தற்பெருமை பேசுபவையாக உலக மொழியில் உள்ளவர்கள் பார்க்கிறார்கள் என்ற கசப்பான உண்மை

நமக்குத் தெரிய வேண்டும். மொழிபெயர்ப்பைப் படிக்க நேரும் புதிய வாசகர்கள் நூலின் தரத்தை உணர வேண்டும். இந்த விளைவு ஏற்பட வேண்டுமென்றால் நம்முடைய படைப்பு சார்ந்த பார்வைகள் எப்படி உருவாக வேண்டும் என்றும் நாம் யோசிக்க வேண்டும். இந்திய அரங்குக்கும் உலக அரங்குக்கும் போக நாம் இன்று வரையிலும் செய்திருக்கும் காரியங்கள் பற்றிய தீவிரமான மறுபரிசீலனையும் நவீனப் பார்வையும் நமக்குத் தேவை.

குமரிக் கலைக்கழகம், நாகர்கோவில் - 27.10.1998

கலையும் படைப்பு மனமும்

நண்பர் கள்ளழகர் அவர்கள் 'கலையும் படைப்பு மனமும்' என்ற தலைப்பில் பேசும்படி கேட்டுக்கொண்டிருக்கிறார். விரிந்த பரப்பைத் தலைப்பு கொண்டிருந்தால் பேச்சாளர் உல்லாசமாகத் துள்ளித் திரியலாம் என்று அவர் நினைத்திருக்கலாம். பலவற்றை யும் உள்வாங்கிக்கொள்ளும் அளவுக்குத் தலைப்பு விசாலமான தாக இருந்தால் நெருக்கடி இல்லை என்றும் அவர் எண்ணி யிருக்கலாம். தலைப்பு எதுவாக இருந்தாலும் சரி; நான்கு பேர் முன்னிலையில் பேசுவதே ஒரு நெருக்கடி சார்ந்த விஷயம் தான். தொழில்முறைப் பேச்சு, பழக்கத்திற்கு வந்து, மொழி எந்திரமயமாகி, பேச்சாளனை அது ஒரு கருவியாக ஆக்கிக் கொண்டு, நன்கு அறிந்த தண்டவாளத்தில் வழக்கமான கூச்சல் களை எழுப்பியவாறு ஓடத் தொடங்கும்போது பேச்சாளருக்கு நெருக்கடி என்பது இல்லை. மரபில் பதிவாகிவிட்ட கருத்துக் களை நினைவாற்றலின் வலுவில் தொகுத்து மேற்கோள் காட்டி வின்னியாசம் புரிகிறபோதும் நெருக்கடி என்பதில்லை. ஆனால் பேசுகிறவன் தலைப்புடன் ஒரு தீவிரமான உறவை ஏற்படுத்திக் கொண்டு தலைப்புக்குத் தன் மனம் கற்பிக்கும் பொருள் என்ன என்று சிந்திக்கத் தொடங்கினால் – அது பரந்த பலவற்றையும் ஏற்றுக்கொள்கிற தலைப்பாக இருந்தாலும் கூட – நெருக்கடி தவிர்க்க முடியாததுதான்.

படைப்பாளியோ – பேச முற்படும்போது மட்டுமல்ல – எப் போதும் உள்ளூர நெருக்கடியுடன் இருக்கிறான் என்பது என் எண்ணம். காலம், பிரக்ஞை சார்ந்த நெருக்கடி இது. நான் மதிக்கும் படைப்பாளிகளுடன் நெருங்கிப் பழகிய நேரங்களில் அவர்களது நெருக்கடியை அநேக சந்தர்ப்பங்களில் உணர்ந்திருக் கிறேன். அவர்கள் உல்லாசமாக இருப்பது போன்ற பாவ னையைக் காட்டிக்கொண்டிருக்கும்போது கூட மனதின் அடி ஆழத்தில் நெருக்கடி அலைமோதிக்கொண்டிருக்கும். இந்த அவதானிப்பு உண்மை என்றால் படைப்பாளி ஏன் நிம்மதி இல்லாமல் இருக்கிறான் என்ற கேள்வி முக்கியத்துவம் பெறுகிறது.

இப்போது கலை என்றால் என்ன? படைப்பு மனம் என்றால் என்ன? இவை பற்றி என் மனதிலிருக்கும் பிம்பங்களை முதலில் உங்களுடன் பகிர்ந்துகொள்ள விரும்புகிறேன். இங்கு நான் பயன் படுத்தும் 'பிம்பங்கள்' என்ற சொல் முக்கியமானது. நான் பயன் படுத்தியிருக்க வேண்டிய சொல் 'சிந்தனைகள்' என்பது. இந்த இரண்டு சொற்களுக்கான வேற்றுமையைப் பற்றி நாம் யோசிக்கலாம்.

சிந்தனையின் தளத்துக்குள் நுழைய முடியாமல் தொடர்ந்து நாம் வெளியே வழுக்கி விழுந்துகொண்டிருக்கிறோம் என்று நினைக் கிறேன். கலை என்றால் என்ன என்ற கேள்வி எழுந்ததும் ஆங்கில மொழி மூலமாகத்தான் அதற்கு விடை கிடைக்கும் என்றே தொடர்ந்து நம்பி வந்திருக்கிறோம். படைப்பு மனம் என்றால் என்ன என்ற கேள்வி சார்ந்தும் இதே நம்பிக்கைதான் வெளிப்பட்டிருக்கிறது. நம் உப்பு, புளி பிரச்சனைகளைப் பற்றி நாமே சிந்தித்து முடிவெடுக்க வேண்டும். வாழ்க்கை சார்ந்த அடிப்படை பிரச்சனைகளைப் பற்றி நமக்காகவும் மேற்கத்திய உலகம் சிந்தித்துவருகிறது என்று நம்ப ஆசைப்படுகிறோம்.

இருபதாம் நூற்றாண்டுக்குரிய சிந்தனைத் தளம் பற்றிய கற்பனை ஒன்று நம் மனத்தில் இருக்கிறது. இந்தக் கற்பனை, வாசிப்பு சார்ந்த பிம்பங்களால் உருவாக்கப்பட்டது. ஆங்கில வாசிப்பின் மூலம் தெளிவின்றியும் இடறி விழுந்தும் திரட்டிக்கொண்ட சிந்தனைகள் பலவும் இந்த வாசிப்பு சார்ந்த வெளிப்பாடுகள் – பேச்சு அல்லது எழுத்து அல்லது இரண்டுமே – ஆங்கிலமொழி அறியாதவர்களுக்கும் சிந்தனை சார்ந்த கற்பனைத் தளத்தை உருவாக்கித் தந்திருக்கின்றன. நம் வாழ்வு சார்ந்தும் நம் இலக்கிய மரபு சார்ந்தும் ஒரு சிந்தனைத் தளத்தை உருவாக்க நம்மால் இன்று வரையிலும் முடிந்ததில்லை. இன்றைய நம் வாழ்க்கையை மேற்கத்திய சிந்தனை சதா கசக்கிக் கொண்டிருக்கிறது. இதை ஒரு அவஸ்தை என்று சொல்லலாம். சிந்தனைத் தளத்திற்குள் நுழைய முடியாமல் நாம் சறுக்கி விழுந்து கொண்டிருப்பதால் நம் மனங்களில் வாழ்க்கையைத் தீர்மானிக்கும் தத்துவங்களைச் சார்ந்த தெறிப்புக்களைப் பிம்பங்கள் என்றுதான் சொல்ல முடியும். கலை பற்றியும் படைப்பு மனம் பற்றியும் நம் மனங்களில் இருக்கக்கூடிய பிம்பங்களை நாம் ஒருவருக்கொருவர் ஒப்பிட்டுப் பார்த்துக்கொள்ளலாம். அல்லது இரவல் சிந்தனைக்குள் போய் இரவல் சிந்தனைதான் என்பதைக் காட்டிக்கொள்ளும் வகையிலோ அல்லது காட்டிக்கொள்ளாத வகையிலோ சில வித்தைகள் செய்து காட்ட முடியும். வெட்கப்பட வேண்டிய இந்த வித்தைகளை வெட்கப்படாமல் பலரும் காட்டிக்கொண்டிருக் கிறார்கள். நம் வாழ்க்கை சார்ந்து சிந்திக்க முடியாமல்போன வெட்கம் நம் மீது கவியாமல்போனது, நாம் வாழ்க்கை சார்ந்து சிந்திக்க முடியாமல்போனதற்கு மிக முக்கிய காரணம்.

கலை ஒரு வலுவான பொருள் என்பது ஒரு பிம்பம். ஒரு பொருள் அதன் உள்ளார்ந்த சக்தியின் எழுச்சியில் சுவாசிக்கத்

தொடங்கிவிடுகிறது. 'கல்லும் பிராணன் எடுத்து மேலெழுந்து பறந்தது' என்று தொடங்குகிறது என் கவிதை ஒன்று. கல் பறவையாக மாறும் கதைதான் கலையின் கதை. இது மிக விந்தையானது. ஆனால் இந்த விந்தைதான் பரிணாமத்தில் நிகழ்ந்தது. ஜடத்திலிருந்து மனிதன் தோன்றியது போல் ஜடப்பொருளுக்கு உயிர் தருகிறான் மனிதன். கலையில் ஒளிரும் இந்த உயிரம்சம்தான் முக்கியம். அந்த அம்சம்தான் மனத்தைத் தொடுகிறது. தொடர்ந்து மனித மனங்களை ஸ்பரிசித்துக் கொண்டேபோகிறது. இந்த ஸ்பரிசம் காலத்தின் மீதான ஒரு பயணத்தைக் கலைக்குச் சாத்தியப் படுத்துகிறது. மனித உறவு நிகழவில்லையென்றால் கலை ஜடமாகிவிடும். மனித உறவு நிகழும்போது கலை உயிர்ப்புக் கொள்ளும். நான் கண்ட கனவு ஒன்றில் உறங்கிக் கொண்டேயிருக்கும் ஒருவனின் கட்டிலருகே மற்றொருவன் வந்து கூர்ந்து பார்க்கும் போது அவன் விழித்துக்கொள்கிறான். பார்ப்பவன் விலகி மறைந்ததும் மீண்டும் தூக்கத்தில் அவன் ஆழ்ந்துவிடுகிறான். இது விட்டுவிட்டு நிகழ்ந்துகொண்டிருக்கிறது. ஓவியத்தை ஒருவன் பார்க்கும்போது அது உயிர் பெறுகிறது. நாவலை ஒருவன் படிக்கும்போது அது உயிர்ப்புக் கொள்கிறது. மனித உறவை நம்பித்தான் கலை உயிர்வாழ முடிகிறது.

இப்போது கலை என்ற சொல்லை விட்டுவிட்டுப் படைப்பு என்ற சொல்லை எடுத்துக் கொள்ளலாம். அதாவது இலக்கியப் படைப்பை. படைப்பில் மனித உறவை சாத்தியப்படுத்தும் கூறு எப்படிக் கூடுகிறது? நான் போற்றும் படைப்புக்கு என் மனம் தரும் பொருள் என்ன? ஒரு உதாரணத்தை முன்வைத்துப் பார்க்கலாம். நான் என் 25 வயதிற்கு மேல் 30 வயதிற்குள்ளான ஐந்தாண்டு காலத்தில் லியோ தோல்ஸ்த்தாயின் 'போரும் வாழ்வும்' நாவலை இருமுறை படித்தேன். இப்போது அந்த நாவலைப் பற்றிய என் அனுபவத்தை என் மனத்தில் மறு உருவாக்கம் செய்வது, அந்த ஐந்தாண்டு காலத்தில் என் வாழ்க்கையில் நடந்த நிகழ்வுகளை மறு உருவாக்கம் செய்வதைவிடச் சுலபமாகப் படுகிறது. அப்படியென்றால் எது ஆழமான பாதிப்பை நிகழ்த்தியிருக்கிறது. வாழ்க்கையா? படைப்பா? கடந்த நாற்பது வருடங்களில் 'போரும் வாழ்வும்' தந்த அனுபவம் பெரிய அளவுக்குப் பின்னகர்ந்துவிடவில்லை என்பதும் தெரிகிறது. அன்று உருவான காட்சிகள் இன்றும் தெளிவாகவே இருக்கின்றன. பல குதிரைகளின் முகங்கள் நினைவில் இருக்கின்றன. அவற்றின் உடல்களின் பல்வேறு இடங்களை அவை சிலிர்த்துக்கொள்கின்றன. ஆனால் ஒவ்வொரு குதிரையும் தன் உடம்பில் ஒரு குறிப்பிட்ட இடத்தை மட்டுமே சிலிர்த்துக்கொள்ளும் காட்சி வடிவம் காலத்தின் போக்கில் எந்த விதமான மாற்றமும் கொள்ளாமல் மீண்டும் மீண்டும் நிகழ்ந்து கொண்டிருக்கிறது. துணைக் கதாபாத்திரங்களின் பெயர்கள் மங்கிப்போன ஒன்றுதான் காலம் அனுபவத்தின் மீது சரிந்ததற்கு ஒரே அடையாளமாக

மிஞ்சியிருக்கிறது. அப்படியென்றால் வாழ்க்கையின் சாராம்சம் மனதில் பதிவது போல் வாழ்க்கை பதியவில்லை என்றுதான் சொல்ல வேண்டியிருக்கும்.

படைப்பு எந்த அளவுக்கு வாழ்க்கையின் சாராம்சத்தைத் தேக்குகிறதோ அந்த அளவுக்கு அது உயிர்ப்புப் பெறுகிறது என்று சொல்லலாமா? படைப்புக் கொள்ளும் உயிரின் இழைகளைப் பிரித்துக்கொண்டே போனால் அதனுள் மொழிக்கும் படைப்பாளிக்குமான ஒரு பிரத்யேகமான உறவு, மனித ஜீவன்கள் – அவர்கள் எப்படியிருப்பினும் சரி, அவர்கள் மனித ஜீவன்கள் என்பதாலேயே – அவர்கள்மீது படைப்பாளி கொள்ளும் ஒரு பிரத்யேக நேசம், வாழ்க்கை தரும் தத்தளிப்பைப் பற்றிய ஊடுருவல்கள், பிரபஞ்ச நாடகத்தின் பிரம்மாண்டம், மனித மனங்களின் அடியாழங்களில் சதா கசிந்துகொண்டிருக்கும் நெகிழ்ச்சி என்று பல ஆற்றல்களின் கூடி முயங்கிய சங்கமம் நம் நினைவிற்கு வருகிறது. படைப்பு என்பதை ஈரம் என்று சொல்லத் தோன்றுகிறது. சிறு கசிவாகவோ அல்லது பெரிய கடலாகவோ. எப்படியும் ஈரம். மனித வாழ்க்கைக்கு ஆதாரமாக இன்று வரையிலும் இருப்பதும் இது வாகவே இருக்கலாம்.

படைப்பு மனத்தின் கூறுகளைப் பற்றிப் பார்க்கலாம். படைப்பு மனத்தைத் தமிழ் மனம் என்றோ இந்திய மனம் என்றோ பிரிக்காமல் உலகப் படைப்புக்கள் அனைத்தையும் உருவாக்கிய ஒரே மனம் என்ற கற்பனையில் பார்க்கலாம். அப்படிப் பார்க்கும் அளவுக்குப் பல கூறுகள் எல்லா படைப்பாளிகளுக்கும் பொதுவாக இருக்கின்றன.

சமூக இயக்கத்திற்கு அவசியமான நெறிகளையும் சமயம் போற்றும் நெறிகளையும் – இவை ஒன்றோடொன்று கலந்துகிடக்கின்றன என்று நினைக்கிறேன் – வாழ்க்கையின் ஆரோக்கியம் சார்ந்த கூறுகளாக நாம் எடுத்துக்கொள்வோம் என்றால் படைப்பாளியை ஒரு ‘நோயாளி’ என்றுதான் நாம் வரையறை செய்ய நேரும். சமூக இயக்கங்களும் சமய இயக்கங்களும் உருவாக்கி வைத்திருக்கும் ஒரு நன்னெறிப் பாதையில் படைப்பாளி விலக்கப்பட்ட, ஒதுக்கப்பட்ட ஒரு ஜீவனாகவே இருந்துவந்திருக்கிறான். ஏன் படைப்பாளியைச் சமூகம் உள்ளூர ஒதுக்க வேண்டும்? அவ்வாறு தன்னை ஒதுக்கும் சமூகத்தைப் படைப்பாளி வென்றெடுத்த வரலாற்றைப் பின்னகர்த்திவைத்து நாம் இப்போது சிந்திக்க வேண்டும். வென்றெடுத்த பின்பும் புறக்கணிப்பின் எச்சங்கள் இன்னும் பாக்கி இருக்கின்றன. பின்னகர்ந்து கிடக்கும் சமூகங்களின் முக்கியமான குணங்களில் ஒன்று படைப்பாளிகளை அசட்டை செய்வது.

தமிழ்ச் சமூகத்தின் ஆசிரியர் வர்க்கம் படைப்பாளிகளை மதிக்கிறதா? அரசியல்வாதிகளும் வணிகர்களும் சமயத் தலைவர்களும் சக மனிதனைக் கவிழ்ப்பதற்குத் திரைப்படம் எனும் அறிவியல் ஆயுதத்தைப் பயன்படுத்துகிறவர்களும் படைப்பாளிகளை

நேசிக்கிறார்களா? இந்தக் கேள்விக்கான பதிலைக் காண நீங்கள் ஆழ்ந்து யோசிக்கத் தொடங்கினால், 'படைப்பாளிகளை நாங்கள் நேசிக்கத்தானே செய்கிறோம்' என்ற கெட்டிக்காரத்தனமான பதிலில் படைப்பாளிகளின் ஜடங்களைத்தான் அவர்கள் நேசிக் கிறார்கள் என்ற நடைமுறைவாதம் இருப்பதை நாம் பார்க்க முடியும்.

புதுமைப்பித்தனை நேசிக்கச் செய்ய நாம் பிரயத்தனப்பட வேண்டியிருக்கிறது. புதுமைப்பித்தனிடம் உயிர்ப்பு இருக்கிறதென் றால் அவரிடம் சாராம்சம் இருக்கிறது என்று பொருள். அந்தச் சாராம்சம் தமிழ் வாழ்வின் சரிவை அனுபவப்படுத்துகிறது. சரிவை உருவாக்கிக்கொண்டிருப்பவர்கள் சரிவின் மீது கவனத்தைத் திருப்பு பவர்களை நேசிப்பார்களா? சாராம்சம் சார்ந்த பார்வை வலுப்படும் போது சமூக விமர்சனம் கூர்மை கொள்கிறது. உயிரியக்கத்திற்கும் உறக்கத்திற்குமான வேற்றுமையும் உறக்கத்திற்கும் ஜடத்தன்மைக்கு மான வேற்றுமையும் புலப்படத் தொடங்குகின்றன. அதிகாரத்தின் சகல பீடங்களிலும் வெவ்வேறு முகங்களுடன் உட்கார்ந்துகொண்டி ருக்கும் எல்லோருமே உயிரற்ற, சதையற்ற, வனப்பிற்குரிய கோலங் களுமற்ற எலும்புக்கூடுகளாகவே இருப்பதை உணர முடிகிறது. ஆற்றல் வேறு, ஆற்றல் சார்ந்த பாவனைகள் வேறு. இதை நாம் பிரித்தறியும்போது பாவனைகள் கலகலக்கத் தொடங்குகின்றன. பாவனைகளைக் கண்டுகொள்ளவும் ஆற்றலின்மையை உணரவும் அவசியமான கூர்மையைப் படைப்பு உருவாக்க முயல்கிறது. மொத்தப் படைப்புக்களிலிருந்து பெற்ற அனுபவங்களை இப்படித் தான் சுருக்கிச் சொல்ல முடிகிறது.

படைப்பாளி ஒரு பாதுகாப்பற்ற சூழலில்தான் இயங்க வேண்டி யிருக்கிறது. சமூகம் ஏற்பது – சமூகம் மறுப்பது. இந்தப் பிரிவினை யின் அடிப்படையில் படைப்பாளி சிந்திப்பதில்லை. இது தன் இருப்பைப் படைப்பாளி கணக்கிலெடுத்துக்கொள்ளும் சிந்தனை. படைப்பாளியின் சிந்தனை ஒரு விசேஷ அர்த்தத்தில் கனவு சார்ந்த சிந்தனை. அதைப் புரட்சிகரமான கனவு என்று நாம் சொல்லலாம். அது எப்போதும் நிதர்சனம் சார்ந்த, நடைமுறை வாதம் சார்ந்த புரட்சிகரத்தைவிடப் புரட்சிகரமானது. வரலாறு படைப்பாளியின் புரட்சியைப் பலமுறை ஆமோதித்திருக்கிறது. இருபதாம் நூற்றாண்டில் புரட்சிகரமான சமுதாயத்தை உருவாக்க முயன்ற புரட்சிவாதிகளின் கைகளில் படைப்பாளிகள் மிக மோச மான கொடுமைகளுக்கு ஆளானார்கள். இந்தக் கொடுமை முற் பட்ட நூற்றாண்டுகளிலும் நிகழ்ந்திருக்கிறது. இது நிதர்சனம் சார்ந்த புரட்சிகரத்தைவிடப் படைப்பாளியின் கனவு சார்ந்த புரட்சி, புரட்சிகரமானது என்பதைத்தான் காட்டுகிறது. இக்கருத்தை நாம் இங்கு விவாதிக்க முற்பட்டால் தமிழ் வாழ்க்கை சார்ந்த உதாரணங் களை நான் உங்களுக்குத் தர முடியும்.

படைப்பாளி சார்ந்த உணர்வுகளை நாம் தொகுக்கும்போது நாம் விரும்பியோ விரும்பாமலோ அதன்மீது ஒரு புனிதம் ஏறி

விடுகிறது. படைப்பாளிகளில் ஒரு பகுதியினரேனும் அந்தப் புனிதத்தைத் தொடர்ந்து உடைத்துக்கொண்டேவந்திருக்கிறார்கள். சமூகப் பார்வையில் படைப்பாளி ஆற்றல் மிகுந்தவனாகவும் பல வீனம் மிகுந்தவனாகவும் இருக்கிறான். படைப்பாளிகள் லௌகீகம் சார்ந்த தன் கையாலாகாத்தனத்தைச் சுய மதிப்பீட்டில் உணர்ந்து வந்திருக்கிறார்கள். எந்த இடத்திலும் பொருந்தாமல் போய்விடும் அவலம் அவர்களை ஆட்கொள்கிறது. மொழியை எந்தக் காரியத்திற் காகத் தன்னைச் சுற்றியிருப்பவர்கள் பயன்படுத்துகிறார்களோ அந்தக் காரியத்திற்காக அதைப் பயன்படுத்தக் கூடாது என்ற பிடிவாதம் படைப்பாளிக்கு இருக்கிறது. இவ்வாறு லௌகீகத் தளத்திலும் மேல்நிலைப் பயணம் என்ற ஆன்மீகத் தளத்திலும் மொழி பொருந்தாமல் இருக்கும் அவலம் படைப்பாளியின் மீது கவிகிறது. தன் படைப்புடன் தொடர்பு கொண்டு நிற்கும்போதோ அல்லது மற்றொரு படைப்பில் தன்னை இழக்கும்போதோதான் படைப்பாளிக்குத் தன் இருப்பு நிறைவாக இருக்கிறது. பிற நேரங் களில் படைப்பாளி தன் இருப்பு சார்ந்த அடையாளத்தை உணர முடியாமல் தவிக்கிறான்.

படைப்பு நீங்கலான பிற லௌகீகப் பணிகளை ஏற்பதில் படைப்பாளி கொள்ளும் தயக்கம் பிறருடைய பார்வையில் அவனைச் சோம்பேறி ஆக்குகிறது. லௌகீகத்தை முற்றாகத் தவிர்க்க முடியாத படைப்பாளி தன் சோம்பேறித்தனத்தை நினைத்து வருந்துகிறான். அவன் மிகப் பெரிய உழைப்பாளியுங்கூட. 'உழைப் பாளியாகிய நான் எப்படிச் சோம்பேறியாக இருக்கிறேன்?' என்பது அவனுக்கு விளங்காமல் இருக்கிறது. மிகுந்த தன்னம்பிக்கை கொண் டவர் போல் தங்களைக் காட்டிக்கொள்ளும் படைப்பாளிகளில் பலரும் மிகுந்த தாழ்வு மனப்பான்மைக்கு ஆளானவர்கள். இளமையில் கவ்விய தாழ்வு மனப்பான்மை, புற்றுநோய் உடலைப் பாதிப்பது போல் அவர்கள் மனங்களைச் செல்லரித்திருக்கிறது. வாளின்றிக் கேடயம் மட்டுமே கொண்ட ஒரு வீரன் எதிராளியின் வாள் வீச்சு தன் மீது பாயாமல் தடுத்துக்கொள்வது போல் படைப்பை முன்வைத்துத்தான் படைப்பாளி வாழ்க்கையின் வாள் வீச்சைத் தடுத்துக் கொள்கிறான்.

ஒவ்வொரு சந்தர்ப்பத்திலும் மிக மோசமான அவமானத்திற்கோ அல்லது புறக்கணிப்பிற்கோ அல்லது ஈவிரக்கமற்ற மிதிபடலுக்கோ ஆளாகும்போது படைப்பாளி, 'நான் மிகச் சிறந்த படைப்பு ஒன்றை உருவாக்க வேண்டும்' என்று தனக்குத்தானே அரற்றிக்கொள்கிறான். தன்னைப் புறக்கணிக்கும் சமூகத்திற்கு மிகப் பெரிய படைப்புக் களை அளித்து அதை அவமானத்திற்கு ஆட்படுத்திவிட முடியும் என்று அவன் கற்பனை செய்துகொள்கிறான். அவனுடைய பழி வாங்கல் முறை இது. சமூகத்தின் தடித்தனம் அவன் அறியாதது அல்ல. திரைகளை அகற்றி யதார்த்தத்தின் நிஜ முகங்களை நிரூபிக்கவும் யதார்த்தத்திற்கு அப்பாற்பட்ட ஒரு கற்பனை படைப்

பாளிக்குத் தேவையாக இருக்கிறது. இப்படிப் பார்க்கும் போது படைப்பாளி புனிதங்கள் எதுவுமற்றுத் துன்பியல் நாடகத்தின் கதாநாயகன் போல் காட்சி தருகிறான்.

உரைகல் இலக்கிய வட்டக் கூட்டம் - ஹோட்டல் ஆரியாஸ், திருநெல்வேலி - 12.12.1998.

'சொல் புதிது', ஜூலை - செப். 1999.

புதுமைப்பித்தனின் சமூகப் பார்வை

புதுமைப்பித்தனின் எழுத்துக்களால், அவரது சமூகப் பார்வை களால், பாதிக்கப்பட்டுக் கொண்டிருக்கிற எழுத்தாளன் நான். ஏறத்தாழ, கடந்த 50 ஆண்டுகளாக இந்தப் பாதிப்பு நிகழ்ந்து கொண்டிருக்கிறது. ஆகவே, இந்தச் சந்தர்ப்பத்தில் புதுமைப் பித்தன் பற்றிப் பேசக் கிடைத்த வாய்ப்பு எனக்கு மகிழ்ச்சியைத் தருகிறது.

'அன்னை இட்ட தீ' என்ற தலைப்பில் இன்று வெளியாகி யிருக்கும் புத்தகம் புதுமைப்பித்தனுடைய பிரசுரமாகாத மற்றும் தொகுக்கப்படாத எழுத்துக்களின் புத்தக வடிவம். இதைப் பதிப்பித்தவர் என் அருமை நண்பர் ஆ. இரா. வேங்கடாசலபதி. அவர், தான் ஏற்றுக்கொண்டிருக்கும் பணியைச் சிறப்பாகச் செய்திருக்கிறார். மிகச் சிறப்பாக என்றுகூடச் சொல்லலாம்.

புதுமைப்பித்தனின் எழுத்துக்கள் ஒன்றுகூட விட்டுப் போகாமல் சேர்க்க வேண்டும் என்பதில் அவர் ஆவேச வெறியே கொண்டிருந்தார். அந்தக் குறிக்கோளில் அவர் பெரும்பாலும் வெற்றி பெற்றுவிட்டார் என்றே மதிப்பிட முடியும். முன்னு ரையைப் படிக்கின்றபோது பதிப்பாசிரியர் பொறுப்பை எந்த அளவுக்கு நேர்மையாகப் பின்பற்றி வந்துள்ளார் என்பது தெரியும்.

வேங்கடாசலபதியின் பார்வையில் ஒரு எழுத்தாளனின் சிறுகதை, கட்டுரை, கவிதை மட்டுமே முக்கியமானவை அல்ல. மறைந்த எழுத்தாளனின் டைரிக் குறிப்பு, தந்திகள், வீட்டுக்கணக் குப் பக்கங்கள் ஆகியனவும் முக்கியமானவை. இந்த விவரங்கள் இன்று சாதாரணமாகத் தென்பட்டாலும், பின்னாளில் இவை முக்கியமானதாக இருக்கும் சில உண்மைகளைக் காட்டிநிற்கும் என்ற பார்வை கொண்ட பதிப்பாசிரியர் அவர்.

கையில் கிடைத்த எல்லாவற்றையும் எந்த இதழில் வெளி யானவை, எந்தக் காலத்தில் வெளியானவை என்று கால வரிசைப்படுத்தியுள்ளார். இதற்குப் பல நண்பர்கள் உதவி செய்திருக்கிறார்கள். ஒவ்வொருவரின் பெயரையும் குறிப்பிட்டு மிகை இல்லாமல் அவர்களுக்கு நன்றி தெரிவித்திருக்கிறார்.

இவை என் உரைகள்

ஆராய்ச்சி என்பது கூட்டுப்பொறுப்பு என்ற முன்னுதாரணத்தை அவர் செய்துகாட்டியிருக்கிறார்.

ஆராய்ச்சியாளர் பணியில் நேர்மை, தரம், உண்மை, மூலப் பிரதிகளைக் குலைக்கக்கூடாது என்ற உறுதி என எல்லாவற்றையும் அவர் கடைப்பிடித்திருக்கிறார். இன்று பல வார்த்தைகளைப் பயன்படுத்தி – நேர்மை, ஒழுங்கு, உண்மை, மூலம் குலையாது பேணுதல், கூட்டுமுயற்சி, பொறுப்புணர்ச்சி என்று சொல்கிறபோது, இந்த வார்த்தைகளை நீங்கள் ஏற்பீர்களா என்ற சந்தேகம் ஏற்படு கிறது. எந்தச் சொற்களைச் சொல்லி நான் இன்று இப்புத்தகத்தைப் பாராட்டினேனோ, இதே சொற்களைப் பயன்படுத்தி, மூன்றாம் தர மான, மிகையாகக் கூறுவதென்றால் முப்பதாம் தரமான நூல்க ளையும் எண்ணற்ற மேடைகளில் பலர் பாராட்டியிருக்கிறார்கள்.

நாம் சொற்களுக்கான மதிப்புகளை இழந்துவருகிறோம். எண்ணற்ற சொற்களை இழந்துவருகிறோம். பல சொற்களுக்குப் படைப்பாளியைப் பொறுத்தவரை இன்று அர்த்தம் என்பதே இல்லை. புரட்சி, புரட்சிக் கனல், புரட்சி மன்னன், புரட்சித் தென்றல் (அற்புதமான இணைப்பு!) மேதை, மாமேதை என எண்ணற்ற சொற்கள் படைப்பாளியின் கருவூலத்திலிருந்து கொள் ளையடிக்கப் பட்டுவருகின்றன. ஒவ்வொரு நாளும் படைப்பாளி அவனுடைய பெரும் சொத்தான சொற்களில் ஏழையாகிவருகிறான். ஏழையாக மாறுவது தெரியாமலேயே ஏழையாகிவருகிறான். மாற்றுச் சொற்களை இன்னும் கண்டுபிடிக்கவில்லை.

ஆராய்ச்சியாளர் என்ற சொல்லைப் பயன்படுத்தவே இன்று எனக்குத் தயக்கமாக இருக்கிறது. இன்று அந்தச் சொல்லில் சேறு படிந்துள்ளது. நான் ஆராய்ச்சிக்கு வெளியே இருப்பவன். மிகப் பெரிய கட்டடங்களில் ஆராய்ச்சிகள் நடைபெற்றுவருகின்றன. அந்தக் கட்டடங்களின் முகப்பு மண்டபத்தைப் பார்த்து வியப்புற்று, கட்டடத்தின் வெளியே நிற்பவன் நான். அந்தக் கட்டடங்களில் உள்ள ஆராய்ச்சி மையங்கள் வெளியிட்ட ஒரு புத்தகத்தை வாங்கிப் படித்து, என் சிற்றறிவுக்கு ஏற்ப மதிப்பிட முயன்றபோது என் நண்பர் ஒருவர் குறுக்கிட்டு, அந்த நூலில் குறிப்பிட்டிருக்கும் ஆராய்ச்சியாளர் அந்த நூலை எழுதவில்லை என்றும், அவருடைய மாணவர் எழுதியது என்றும், மாணவரிடமிருந்து திருடிய ஆராய்ச் சிக்கு வெட்கமில்லாமல் தன் பெயரைப் போட்டுக் கொண்ட தாகவும் சொல்கிறபோது ஆராய்ச்சியாளர் ஆராய்ச்சிக் கட்டடங்கள் எனக்குள்ளாகச் சுக்குநூறாகச் சிதைந்துபோகின்றன.

இது மட்டுமல்ல. இத்தகைய நூல்களால் எனக்கு இன்னொரு பொறுப்பும் வந்துசேருகிறது. எந்தவொரு ஆராய்ச்சி நூலை எடுத் தாலும் அந்த நூலில் குறிப்பிடப்பட்டிருக்கும் ஆசிரியர்தான் அந்த ஆராய்ச்சி நூலை உருவாக்கினாரா அல்லது வேறு யாராவது எழுதியதா என்று அறிந்துகொள்ளும் பொறுப்பும் எனக்கு வந்து சேர்ந்துவிடுகிறது.

ஆராய்ச்சி என்று சொன்னாலே நேர்மைதான். ஆனால் இப்போது நேர்மை, உழைப்பு, தெளிவு, புதிய கண்டுபிடிப்புகள் இணைந்து நிற்கும் நூலைக்கூட ஆராய்ச்சி என்று குறிப்பிடத் தயக்கமாகிவிடுகிறது. இப்படி, படைப்பாளிகள் சொற்களை இழந்துகொண்டு போகிறார்கள்.

மொழியின் தன்மை வலுவானதும் அல்ல; வலுவற்றதும் அல்ல. மொழியில் நம்முடைய கூர்மையை ஏற்றுகிறபோது, நுட்பத்தை ஏற்றுகிறபோது அந்த மொழி யதார்த்த உண்மைகளை அள்ளிக் கொண்டுவரும். அத்தகைய மொழி ஆற்றலை இன்று நம் மொழி இழந்து வருகிறது. ஆராய்ச்சித் துறையின் அவலத்தைச் சொன்னேன். ஆராய்ச்சித் துறையில் மட்டுமின்றி, எண்ணற்ற பிற துறைகளிலும் இதே காரியங்கள்தான் நடந்து கொண்டிருக்கின்றன. ஆராய்ச்சித் துறையிலிருந்து அரசியலுக்கு வரலாம். பின்னர் திரையுலகத்திற்கு வரலாம். அதன் பின்னர் மதவாதிகளின் கூத்தடிப்புக்கு வரலாம். ஒவ்வொரு இடத்திலும் மதிப்பீடுகள் அழுகிக்கொண்டிருக்கின்றன. அழுகிக்கொண்டிருக்கும் மதிப்பீடுகளை மறைக்கத்தான் இன்று மொழி பயன்பட்டுவருகிறது. அதனால்தான் மொழியில் பொய்மை இந்த அளவுக்கு இருக்கிறது. நாக்கு நுனியில் கவித்துவம் பட்டுத் தெறிக்கும் சொற்களாக வந்து கொட்டுகின்றன.

இப்போது புதுமைப்பித்தனுக்கு வருவோம். அவர், தான் இருந்த சூழலின் யதார்த்தங்களைக் கூச்சமின்றி, தயக்கமின்றி மதிப்பிட முயன்றார். யதார்த்தத்தில் நுட்பங்கள் இருக்கின்றன; பல ரகசியங் கள் இருக்கின்றன. இதை நாம் திடமாக உணரும்படி, அதை ஸ்பரிசிக்கும்படி மாற்றித் தந்தவர் புதுமைப்பித்தன். இது முக்கிய மான சாதனை. அவர் படைப்புக்களில், குடிமகன் முதல் கடவுள் வரை எல்லாரையும் சமூகப்பார்வை என்கிற மறுபரிசீலனைக்கு ஆளாக்கினார். இது மிக முக்கியமானது. அவரது பார்வையில் சமூக அடுக்குகளை மாற்றி அமைக்கிறார். புதிய பார்வை ஒன்றை உரு வாக்கிக்கொண்டே வருகிறார். இதுவும் முக்கியமான செயல்பாடு.

அவர் வாழ்ந்த காலத்தில் நம்பிக்கை கொள்ள, பிடிப்புக் கொள்ள ஏதும் அவருக்கு இருக்கவில்லை. நம்பிக்கை கொள்வதைவிட அவநம்பிக்கை கொள்வதற்கான விஷயங்கள்தான் இருந்தன. தனது அவநம்பிக்கையை வெளிப்படையாக அவர் வைத்தார். புதுமைப்பித்தன் நகைச்சுவை உணர்வு உள்ளவர். அதனால்தான் பாதியில் முறிந்துபோன வாழ்க்கையை மறுபாதிவரை சகித்துக் கொள்ள முடிந்தது.

அவருடைய சமூகப்பார்வை இன்றைய மாணவர்களுக்கு, படைப்பாளிகளுக்கு, திரையுலகத்தவர்களுக்கு, அரசியல்வாதிகளுக்கு ஏற்பட்டிருக்குமானால், புதுமைப்பித்தனின் சமூகப்பார்வையிலிருந்து அவர்கள் போதிய பாதிப்புப் பெற்றிருந்தால், நம் சமூகம் இன்று இருப்பதைவிட மேம்பட்ட ஒன்றாக இருக்கும்.

நீண்ட கவித்துவ மரபிலிருந்து தொற்றிக்கொண்ட அதீதக் கற்பனைப் பார்வை; புராணங்களில் இருந்து பெற்ற பார்வை; இப்பார்வைகளை எல்லாம் தன்னால் முடிந்தவரை நிர்தாட்சண்யமாகத் தாக்கினார் புதுமைப்பித்தன். அவர் வாழ்ந்த 45 ஆண்டுகளில் சுமார் 20 ஆண்டுகள் இதைத்தான் அவர் செய்து வந்திருக்கிறார்.

அவர் மரணமடைந்து 50 ஆண்டுகள் ஆகின்றன. இப்போது அவருக்கு, இந்நூலின் மூலமாக, இரண்டாவது பிறப்பு கிடைத்துள்ளது. இப்போதாகிலும் புதுமைப்பித்தனைப் பொருட்படுத்தி, மதிப்பளித்து, அவரது பார்வை சார்ந்த விவாதத்தை நடத்தினால் அது புதுமைப்பித்தனைப் பாராட்டுவதாக இருக்கும்.

'அன்னை இட்ட தீ' நூல் வெளியீட்டு விழா, புக் பாயிண்ட் அரங்கம், சென்னை - 27.12.1998.

'தினமணி,' 28.12.1998.

'யுகம் மாறும்' (தொ-ர் : ஆர். பத்மநாப ஐயர், லண்டன்) - 1999.

மனித மேம்பாடு

பல்வேறுபட்ட வார்த்தைகள் தமிழில் இருக்கின்றன. பண்பாடு என்று சொல்கிறோம். நாகரிகம் என்று சொல்கிறோம். அவை போன்ற மற்றொரு வார்த்தை மேம்பாடு என்பது. இந்தச் சொற்கள் ஒன்றுடன் ஒன்று உறவுடையவையாக எனக்குத் தோன்றுகிறது. அதிலும் மேம்பாடு என்பது பண்பாடு மற்றும் நாகரிகம் என்பவற்றைவிடச் சற்று உயர்ந்தது என்ற உணர்வு எனக்கிருக்கிறது. பண்பாடு, நாகரிகம் என்ற சொற்கள் இடம், காலம் சார்ந்தவை; மேம்பாடு என்ற சொல் இடம், காலம் இவற்றைத் தாண்டியது என்ற உணர்வு இருந்துகொண்டிருக்கிறது. தமிழ்ப் பண்பாடு, தமிழ் நாகரிகம், மேம்பாடு என்றெல்லாம் சொல்லும் போது நமக்கு மகிழ்ச்சி ஏற்படுகிறது. ஏதோ ஒருவிதத்தில் நாம் அடைய வேண்டும் என்று கற்பனை செய்யக் கூடிய விஷயங்களை அடைந்து விட்டதான ஒரு பிரமையை இந்த வார்த்தைகள் ஏற்படுத்துவதால் இந்த வார்த்தைகள்மீது தனியான பிரியம் வைத்திருக்கிறோம் என்று நினைக்கிறேன்.

மனித மேம்பாடு – இச்சொற்றொடரின் முதல் வார்த்தை 'மனிதன்' என்பது என்னைக் குறிக்கிறது. இரண்டாவது வார்த்தை நான் போய்ச் சேர வேண்டிய எட்டாத தூரத்தில் இருக்கும் ஒரு இடத்தைச் சென்றடைந்துவிட்டதான ஒரு உணர்வை, கற்பனையை, சந்தோஷத்தைத் தருகிறது. மேம்பாட்டை அடைந்த உயிரினங்களில் நானும் ஒருவன் என்ற உணர்வைத் தருகிறது. உச்சரிக்கவும் நினைத்து மகிழவும் லகுவாக இருக்கக்கூடிய அந்த வார்த்தைகளின் உண்மையான அர்த்தம் என்ன என்று யோசிக்க ஆரம்பித்தால், பண்பாடு என்றால் என்ன, நாகரிகம் என்றால் என்ன என்ற கேள்விகளை நாம் கேட்க ஆரம்பித்தால், விடைகள் அவ்வளவு எளிதாகக் கிடைத்துவிடுவதில்லை. மனித மேம்பாடு என்றால் என்ன? எதை மேம்பாடு என்று கருதுகிறோம் என்ற கேள்விக்குத் தெளிவான சுலபமான விடை உண்மையில் நம்மிடம் இல்லை. மனிதனிடம் இருந்து வரும் பழக்க வழக்கங்

களின் பொதுமையான சில கூறுகளைப் பண்பாடு என்று கூறி வருகிறோம்.

ஒரு இடத்தில் ஒரு குறிப்பிட்ட காலத்தில் வாழ்ந்துவரும் மக்கள் பல்வேறுபட்ட பழக்க வழக்கங்களை, சம்பிரதாயங்களைக் கொண்டிருக்கிறார்கள். தனித்தனியாக இருக்கும் மனிதர்களை மற்றும் அவர்களின் பலதரப்பட்ட இயல்புகளை ஒரு தொகுப்பாகப் பார்க்க வேண்டிய, புரிந்துகொள்ள வேண்டிய கட்டாயம் நமக்கு இருந்துவந்துள்ளது. அவர்கள் மீது சில விமர்சனங்களை வைக்க வேண்டிய கட்டாயம் இருக்கிறது நமக்கு. அவர்களுடைய பொதுக் குணங்களை அறிந்து கொள்வதன் மூலம்தான் நாம் அவர்களை நமதுச் சொந்தமாக உணர முடிகிறது. எனவே தனித்தனியாக அவர்களிடம் இருக்கும் குணங்களை விட்டுவிட்டுப் பொதுப்படை யாக அவர்களுக்கு இருக்கும் குணங்களை முன்னிலைப்படுத்தி (அவற்றிற்கு அழுத்தம் தந்து) பண்பாடு என்று சொல்கிறோம்.

தமிழ்ச் சமூகத்தை எடுத்துக்கொண்டால் அதற்கு எல்லாக் காலத்திற்கும் பொதுவான பண்பாடு என்று எதுவும் இருப்பதாக நான் நினைக்கவில்லை. காலத்திற்குக் காலம் இடத்திற்கு இடம் பல்வேறு வகையான பேச்சு முறைகள், உணவுப் பழக்கங்கள், திருமணம் சம்பந்தமான சடங்குகள், மரணத்திற்குப் பின் நடைபெறும் சடங்குகள் என அனைத்திலுமே அதிக வேற்றுமைகள் இருந்து வந்துள்ளன. இந்த வேற்றுமைகள் முக்கியமா? அல்லது இவைகளுக் கெல்லாம் அப்பாற்பட்டு நாம் சில சமயங்களில் கற்பனையாக உணரக்கூடிய அந்தப் பிணைப்பு அம்சம் முக்கியமா? அதே போல் நாகரிகம் என்று சொல்லும்போது ஒவ்வொரு தனிமனிதர்கள் கொண்டிருக்கும் எண்ணங்கள் நமக்கு முக்கியமா? அல்லது அவர்களிடம் பொதுவாக இருப்பதாக நாம் சொல்லிக்கொள்ளும் எண்ணங்கள் முக்கியமா?

க்ரியா என்ற வெளியீட்டு நிறுவனம் 'தற்காலத் தமிழ் அகராதி' என்ற அற்புதமான அகராதி ஒன்றை வெளியிட்டுள்ளது. அதைப் பல்வேறு அறிஞர்களுடன் சேர்ந்து உருவாக்கியவர் டாக்டர் அண்ணாமலை. அவர் காலச்சுவடு சிறப்பு மலரில் தமிழ் நாகரி கத்தைப் பற்றியும் தமிழ்ப் பண்பாடு பற்றியும் ஒரு சிறிய கட்டுரையை எழுதியிருக்கிறார். பண்பாடு என்றால் என்ன? நாகரிகம் என்றால் என்ன? என்ற கேள்விகளை அதில் அவர் எழுப்பியிருக்கிறார். தமிழனுக்குப் பண்பாடு இருக்கிறது, ஆனால் நாகரிகம் இல்லை என்று அக்கட்டுரையில் அவர் குறிப்பிட்டிருக்கிறார். மிகுந்த சல சலப்பை, விவாதத்தை, உருவாக்கியிருக்க வேண்டிய அந்தக் கட்டுரை, தமிழ்ச் சமூகத்தில் யாருடைய கவனிப்பிற்கும் ஆளாகாமல் இருந்து கொண்டிருக்கிறது. அந்தக் கட்டுரை வெளிவந்து கிட்டத்தட்ட இரண்டு மாதங்கள் ஆகியிருக்கும் நிலையில் இன்றுவரை சொல்லும் படியான எதிர்வினை எதுவுமே எழவில்லை. அதற்கான காரணம்,

சொற்கள் மிக முக்கியமானவை என்ற எண்ணம் நம்மிடம் இல்லாமல் இருப்பதுதான் என்று நினைக்கிறேன். ஒரு புத்தகத்தின் உள்ளடக்கம் (text) மிக முக்கியமானது. அதில் இடம்பெறும் ஒவ்வொரு சொல்லும் மிக முக்கியமானது. மனித சிந்தனையின் சாராம்சத்தைச் சொற்கள் காட்டுகின்றன. மிக அடிப்படையான மனித குணங்களுக்கு ஆதாரமாக இருப்பது எழுத்து. அந்த எழுத்தை நுட்பமாகப் படித்து, அந்தச் சொற்கள் தரக்கூடிய அர்த்தங்கள் குறித்துச் சிந்திக்கும்போதுதான் எதிர்வினைகள் (விவாதங்கள்) உருவாகும். இத்தகைய விவாதங்கள் ஏற்படும்போதுதான் நமக்குப் புரிந்துவிட்டது என்று நாம் எண்ணியிருந்த பல்வேறு விஷயங்கள் உண்மையில் நமக்குப் புரிந்திருக்கவில்லை என்பதும், அவற்றைப் பற்றி நாம் தொடர்ந்து சிந்திக்க வேண்டும் என்பதும் தெரியவரும்.

இன்று பொதுவான குணங்களை எடுத்துக்கொண்டு அவற்றிற்கு மட்டுமே அதிக முக்கியத்துவம் தந்து சிந்தித்துவருகிறோம் நாம். சில வருடங்களுக்கு முன் என்னுடைய பேரனுடன் ஒரு பள்ளிக் கூடத்திற்குச் சென்றுகொண்டிருந்தேன். மாலை நேரம். சிப்பாய்கள் அணி வகுத்துக்கொண்டிருந்தார்கள். அப்போது என் பேரன் சொன்னான், 'பார்ப்பதற்கு எல்லோரும் ஒரே மாதிரியாகத்தானே இருக்கிறார்கள்' என்று. 'ஆமாம் அப்படித்தான் தோற்றமளிக்கிறார் கள்' என்று சொன்னேன் நான். முப்பது நாற்பது வருடங்களுக்கு முன்னால் என் தாயாரைத் திரைப்படம் ஒன்றிற்கு அழைத்துச் சென்றிருந்தபோது – அது ஒரு ஆங்கிலப் படம் – அதிலும் படை வீரர்கள் அணிவகுத்துப் போய்க் கொண்டிருந்தார்கள். இந்த அணி வகுப்பைப் பார்த்த என் தாயார் சொன்னார், 'பிரிட்டிஷ் ஸோல்ஜர்கள் பார்ப்பதற்கு ஒரே மாதிரியாக இருக்கிறார்கள். நம்மூரில் என்றால் ஒவ்வொருவரும் ஒவ்வொரு மாதிரியாக இருப்பார்கள்' என்று. பேரன் இதைச் சொன்னபோது என் தாயார் 40 வருடங்களுக்கு முன் சொன்னது என் நினைவிற்கு வந்தது.

அடிப்படையில் பார்த்தால் ஒவ்வொருவரும் தனித்தனி நபர்கள். அவர்களுக்குச் சீருடை அளிக்கப்பட்டிருக்கிறது. அனைவரும் ஒரே மாதிரியான தொப்பியை அணிந்து கொண்டிருக்கிறார்கள். ஏகதேச மாக ஒன்றாகக் காட்சியளிக்கக்கூடிய மீசை இருக்கிறது. யாரோ ஒருவர் ஒரு குரலை எழுப்புகிறார்; அந்தக் குரலுக்கு உடனடியாக அனைவரும் அடிபணிகிறார்கள். இந்த விஷயங்களை மட்டுமே நாம் பார்த்தோமென்றால் அவர்கள் அனைவருமே ஒரே மாதிரி யானவர்கள் என்ற எண்ணம் நமக்கு ஏற்படுகிறது. ஆனால் சீருடைகளைக் கழற்றியபடி அவர்கள் தனித்தனியாகப் பிரியும்போது, வெவ்வேறு உடைகளை அவர்கள் அணியும்போது அவர்கள் கணவர்களாக, தந்தைகளாக, அயல் வீட்டுக்காரர்களாக மாறுகிறார் கள். அவர்களுக்கு வெவ்வேறு விதமான குணங்கள் இருக்கின்றன. வெவ்வேறு விதமான பிரச்சனைகள், துக்கங்கள் இருக்கின்றன. ஆகவே ஒரு சமூகத்தை நன்கு புரிந்துகொள்வதற்குச் சமூகம்

சார்ந்து வரையறுக்கப்பட்டுள்ள பொதுக் குணங்களைவிடத் தனிமனிதனிடம் இருக்கக்கூடிய தனியான குணங்கள் முக்கியமானவை. பொதுவாக இருக்கக்கூடிய குணங்கள் ஒரு எல்லை வரையிலும்தான் மனித சமுதாயத்தை, நாகரிகத்தைப் புரிந்து கொள்ள உதவ முடியும். ஆனால் முற்றாக ஒரு சமுதாயத்தைப் புரிந்துகொள்ள வேண்டுமென்றால் தனிமனிதர்களின் முரண்பட்ட சிந்தனைகள், தர்க்கத்திற்கு அப்பாற்பட்ட சிந்தனைகள், அவர்களின் மனதில் ஆழ்ந்து கிடக்கும் பல்வேறுபட்ட கற்பனைகள், காயங்கள், அவமானங்கள் இவற்றைப் புரிந்து கொள்வது மிகமிக அவசியம் ஆகும்.

இவர்கள் அனைவருமே ஒன்று போலத் தோற்றமளித்தாலும் நெருக்கடி மிகுந்த நேரங்களில் வெவ்வேறு விதமாகத் தங்களை வெளிப்படுத்திக்கொள்கிறார்கள். உதாரணமாக, மிக மோசமான பசியில் துடித்துக்கொண்டிருக்கும் இருவரை எடுத்துக்கொள்வோம். உணவை நாம் விட்டெறிந்தாலும் ஒருவன் அதை எடுத்துச் சந்தோஷமாகச் சாப்பிடுகிறான். இன்னொருவனோ பசியால் நான் இறந்தாலும் இறப்பேனே தவிர, விட்டெறியப்பட்ட உணவை உண்ண மாட்டேன் என்கிறான். இரண்டாமவன் அந்த முடிவுக்கு வருவதற்கு எது காரணமாக இருந்தது? விலங்கிலிருந்து மனிதனை வேறுபடுத்திக் காட்டும் அம்சம் அந்த எண்ணத்தில் இருந்துதான் உருப்பெறுகிறது. அதுதான் மேம்பாட்டின் அடிப்படையான தளம் என்று நினைக்கிறேன். ஆனால் நாகரிகத்தின், பண்பாட்டின் அடிப்படையான தளம் இது அல்ல. ஒன்றாகப் பலர் அமர்ந்து சாப்பிடுவதை நாம் பண்பாடு என்று சொல்லலாம். மொத்தமாக ஒரு இடத்தில் கூடும்போது அன்பாக அமைதியாக உறவாடுகிறார்கள். அதை நாகரிகம் என்கிறோம்.

ஆனால் பொதுவாக ஏற்றுக் கொள்ளக்கூடிய விஷயங்களை மறுத்து, தனக்கென்று தனியாக ஒரு சிந்தனையை உருவாக்கிக் கொள்ளக்கூடிய ஆற்றலை மனிதன் கொண்டிருக்கிறான். இந்த ஆற்றலின் அடிப்படை என்ன? எந்த உயிரம்சத்தில் இருந்து இந்த ஆற்றல் அவனுக்கு வருகிறது? எந்த நிமிடத்தில் மனிதன் அப்படி நினைக்கத் தொடங்கினானோ அந்த நிமிடத்தைத்தான் மனித மேம்பாட்டின் ஆரம்ப நிமிஷங்களாக நான் கருதுகிறேன். தன் உடன் பிறந்தவளைச் சகோதரி என்றும் ஈன்றெடுத்தவளைத் தாய் என்றும் கருதிப் பழகத் தொடங்கியது பண்பாடு சார்ந்த விஷயம். ஆனால் முற்றிலும் அந்நியமான ஒருத்தியைப் பார்த்து, 'தாயே' என்று ஒருவன் அழைக்கிறான். அந்த மனிதனுக்கு அந்த உணர்வு எப்படி வந்தது? இன்று அது அனைவராலும் பின்பற்றப் பட்டுச் சாதாரண ஒன்றாக ஆகி விட்டிருக்கிறது. மேம்பாடுகள் பழக்கத்திற்கு வந்த பின் பண்பாடு ஆகிறது. பண்பாடு என்பது எந்தவித ஆச்சரியத்தையோ அதிர்ச்சியையோ ஏற்படுத்துவதில்லை. சிந்தனையைக் கிளறுவதில்லை.

பண்பாட்டிற்கு, பழக்கத்திற்கு மூல காரணமாக இருந்த ஆதிக் குரலைத் தான் மேம்பாடு என்று சொல்கிறேன். அந்தக் குரலை உருவாக்கக் கூடிய ஜீவ சக்தி எது என்பதைப் பற்றி விவாதிப்பது தான் மேம் பாட்டைப் பற்றிச் சிந்திப்பது என்பதாக கருதுகிறேன்.

மனிதனுடைய பரிணாமத்தைப் பற்றி அறிந்திருக்கக்கூடிய ஒருவனது சிந்தனையில் தோன்றக்கூடிய கருத்து அது என்று நினைக்கிறேன். பரிணாமத்தைப் படித்திருக்கலாம் அல்லது படிக் காமலேயேகூட இருந்திருக்கலாம். கற்பனை மூலமோ அல்லது ஆழ்ந்த விவேகத்தின் மூலமோ அந்தக் கருத்து தோன்றியிருக்கலாம். மற்ற ஜீவராசிகளிடமிருந்து மனிதன் வேறுபட்ட குணாம்சங்களுடன் தோன்ற எந்த ஜீவ சக்தி, உணர்வுத் தூண்டுதல் காரணமாக இருந்ததோ அதன் மூலம் தூண்டப்பட்டு எழும் கருத்தையே மேம்பாடு என்று கூறுகிறேன். பண்பாடு, நாகரிகம் இவைகளெல்லாம் மத, இன, மொழித் தடைகளைச் சார்ந்தவை. ஒரு வகையில் அவை சுவர்கள் போன்றவை. மேம்பாடு என்பது இந்தத் தடைகளுக்கு, சுவர்களுக்கு அப்பாற்பட்டது. அது எந்தப் பிரிவினை யையும் சார்ந்தது அல்ல. பரிணாமத்தின் வளர்ச்சி எந்தப் பிரிவினையையும் சார்ந்தது அல்ல. எந்தப் பிரிவினையும் அற்ற ஒரு சக்திதான் பரிணாமத்தை வளர்த்துக்கொண்டே வந்துள்ளது. அந்த ஜீவ சக்தியை இன்று அறிவதற்கு இரண்டு கூறுகள் தேவைப்படுகின்றன. அவை அன்பும் அறிவும்.

மனிதன் இந்தப் பரிணாமத்தைத் தெரிந்துகொள்வதற்கு ஆழ்ந்த அறிவுடையவனாகத் தன்னை மாற்றிக்கொள்ள வேண்டியிருக்கிறது. அறிவு இல்லாத அன்பு என்பது மனித மேம்பாட்டிற்கு வழிவகுக்க முடியாது என்றே தோன்றுகிறது. அதே போல் எவ்வளவுதான் கற்றிருந்தாலும் அன்பு இல்லையெனில் மனித குலத்தை அடுத்த கட்டத்திற்கு அதனால் அழைத்துச் செல்ல முடியாது. எனவே மனித குலத்தை அடுத்த கட்டத்திற்கு நகர்த்துவதற்குப் பேரறிவும் பேரன்பும் தேவை. அன்பு, அறிவு என்ற வார்த்தைகளை நாம் சர்வ சாதாரணமான விஷயத்திற்கெல்லாம் பயன்படுத்தி வருவதால் நுட்பமான, மேம்பாடு சம்பந்தப்பட்ட அந்த விஷயத்திற்குப் பேரறிவு, பேரன்பு என்ற வார்த்தைகளைப் பயன்படுத்துவதே சரியாக இருக்கும் என்று நினைக்கிறேன். அது பிரிவினைகளுக்கும் தடைகளுக்கும் அப்பாற்பட்டது. மொழி, இனம் சார்ந்த இந்தப் பிரிவினைகள் ஒரு குறிப்பிட்ட காலகட்டம் வரை ஒரு மனிதன் தன்னை உணர்ந்துகொள்ளவும், தன் குழுவை உணர்ந்துகொள்ள அவசியமானதாகவும், வளர்ச்சிக்குத் தேவையானதாகவும் இருக்கின் றன. பிறகு அவையே தடையாக மாறிவிடுகின்றன. சாதி, மதம், மொழி, சமூக வாழ்க்கை முதலானவை ஏணி போலப் பயன்பட்டுள் ளன. குறிப்பிட்ட தூரம் சென்ற பின் அவையே வழியை மறிக்கும் தடைகளாக மாறி நிற்பதையும் நாம் காண முடிகிறது. இந்தப் புரிதல்தான் மிகவும் முக்கியமானது என்று நினைக்கிறேன்.

இவை என் உரைகள்

அதாவது மதம், இனம், மொழி, சாதி சார்ந்த பிரிவினைகள் கடந்த காலங்களில் நாம் முன்னேற எவ்வளவு உதவின, எவ்வளவு அவசியமானதாக இருந்தன, தற்போது முன்னேறவிடாமல் அவையே எப்படித் தடைகளாக நின்றுகொண்டிருக்கின்றன என்பதை நாம் நன்கு உணர்ந்துகொள்ளும்போதுதான் மேம்பாடு பற்றிய சிந்தனைகள் நம்மிடையே உருவாகும். மனிதனுடைய பரிணாம வளர்ச்சியில் மற்ற ஜீவராசிகளிடமிருந்து அவன் தனியாகப் பிரிந்துவருவதற்கு ஆதாரமாக இருந்த ஒரு சக்தியை அன்பின் மூலமும் அறிவின் மூலமும் உணர்ந்துகொள்ளக் கூடிய ஆற்றல் – இந்த ஆற்றலின் மூலம்தான் மனித சமுதாயத்தை அடுத்த கட்டத்திற்குக் கொண்டு போக முடியும் என்பதுதான் ஏகதேசமாக என் கருத்தாக இருக்கிறது. இக் கருத்துக்களை உங்கள் முன் வைக்கும்போது இவை இறுதியான கருத்துக்கள் என்ற எண்ணம் என்னிடம் அறவே இல்லை.

ஒரு பொதுவான கலந்துரையாடலைத் தொடங்கிவைக்கும் முகமாகச் சில கருத்துக்களை முன் வைத்துள்ளேன்.

மேம்பாட்டுக்கும் குறிக்கோளுக்கும் தொடர்பு உண்டா இல்லையா?

பண்பாடு, நாகரிகம், மேம்பாடு இந்த மூன்றையும் மனிதப் பரிணாம வளர்ச்சியின் வெவ்வேறு விதமான படிகள் என்று வரையறுக்கிறேன். ஒரு சமூகத்தில் முதன்முதலாக ஒரு மனிதனிடத்தில் – பரிணாமத்தின் சூட்சுமத்தை அறிந்துகொண்டதாலோ அறியாத நிலையிலோ – ஏற்படும் எழுச்சிதான் மேம்பாட்டின் பீஜங்கள் கொண்டது என்று சொல்கிறேன். இந்த பீஜங்கள் சமூகத்தில் பரவும்போது அது பொதுப் பழக்கவழக்கங்களாக மாறி சமூகத்தின் பண்பாடாக ஆகிறது. பண்பாடு என்று சொல்லும்போது அது அநேகமாக இறந்துபோன அம்சம் என்றுதான் நினைக்கிறேன். அவை முதன்மையான அம்சங்கள் அல்ல. நாகரிகமும் அப்படிப் பட்டதுதான். ஆனால் அவை உபயோகமற்றவை என்று நான் கருதவில்லை.

வரலாற்றில் மனிதனுடைய சலனம் ஏதோ ஒரு குறிக்கோளைக் கொண்டது என்று நம்புகிறேன். அந்தக் குறிக்கோள், நகர்வு மேம்பாட்டைப் பார்த்துப் போகிறது என்ற எண்ணம் எனக்கு இருக்கிறது. வரலாற்றில் ஒரு குறிப்பிட்ட நேரத்தில், கட்டத்தில் இருந்து பார்க்கும்போது மனிதன் மேம்பட்டவனாக இருக்கிறான். அதாவது மிருகத்திற்கும் அவனுக்குமான இடைவெளி அதிகரித்துள்ளது என்று சொல்ல எவ்வளவு காரணங்கள் இருக்கின்றனவோ அதே அளவு காரணங்கள் அவன் மிருகமாகத்தான் இருக்கிறான் என்று சொல்லவும் இருக்கின்றன. மனிதன் எந்த மேம்பாட்டையும் அடையவில்லையோ என்ற திகைப்பை அவை ஏற்படுத்திவிடுகின்றன. ஆனால் ஒட்டுமொத்தப் பரிணாம மாற்றத்தைப் பார்க்கும்போது – வரலாறு என்பது அந்த பரிணாமத்தின் சிறிய பகுதி, அவ்வளவு

தான் – மனித ராசி ஒரு குறிக்கோளைக் கொண்டிருக்கிறது என்று தான் எனக்குத் தோன்றுகிறது. மனிதனுக்கு இன்னும் தெளிவுபடாத சக்தியின் மூலமாகத்தான் இந்தக் குறிக்கோள் இருக்கிறது.

அந்தக் குறிக்கோளுக்கு, முயற்சிக்கு அர்த்தம் இல்லாமல் இல்லை. ஒரு ஜீவராசியானது ஒரு கிளையிலிருந்து இன்னொரு கிளைக்குத் தொடர்ந்து தளராமல் தாவிக்கொண்டே இருக்கிறது. அந்த ஜீவராசிக்குத்தான் சிறகுகள் முளைக்கின்றன. அதுதான் பின்னால் பறவையாக மாறுகின்றது. சற்றுத் தள்ளியிருந்து பார்த்தோ மானால் அது வியர்த்தமான செயலாக நமக்குத் தோன்றும். ஆனால் நாட்கணக்காக மாதக்கணக்காக வருடக்கணக்காக அச்செயலைத் தொடர்ந்து செய்துகொண்டே இருக்கிறது அது. தன் உடலில் இருந்து சிறகை வெளிவரச் செய்ய அது செய்யும் முயற்சிகள் கற்பனை செய்து கூடப் பார்க்க முடியாதவை. எது அந்த ஜீவராசியைத் தொடர்ந்து அச்செயலைச் செய்யத் தூண்டுகிறது? அந்த அம்சம் – அது ஏதோ ஒரு குறிக்கோளைச் சார்ந்தது என்ற எண்ணம் எனக்கிருக்கிறது.

பறத்தல் என்ற கற்பனை மனிதனுக்குத் தோன்றிய நிமிடந்தான் மிக முக்கியமானது என்கிறேன். பறத்தல் என்ற கற்பனை இல்லாத காவியமே உலகில் எங்கும் இல்லை எனலாம். ஒரு மனிதன் பறக்கிறான் – ஒரு பெண்ணைத் தூக்கிக்கொண்டு – இந்தக் கற் பனை நிறைவேறப் பல ஆயிரக்கணக்கான வருடங்கள் ஆகிவிட்டி ருக்கிறது. விஞ்ஞான வளர்ச்சியினால் அது தற்போது சாத்திய மாகியிருக்கிறது. ஆனால் எந்த ஒரு மனிதனுக்கு முதன்முதலில் அந்த எண்ணம் ஏற்பட்டது? அதுதான் மிகவும் முக்கியமானது என்று சொல்கிறேன். இந்தக் கற்பனை எப்போது தோன்றிவிட்டதோ அதன் பிறகு அது நனவாவது என்பது திட்டமிடல் சம்பந்தப் பட்டதாக ஆகிவிடுகிறது. ஆராய்ச்சி சம்பந்தப்பட்டதாகிறது. கற்பனைதான் மிக முக்கியமான விஷயம். இந்தக் கற்பனை மூலம்தான் மேம்பாடு என்பதை மனித மனம் உணர முடியும். கற்பனையற்ற மனங்கள் சாதி, இனம், மதம், மொழி சார்ந்த தடைகளைத்தான் வலுப்படுத்தும். ஆக, வாழ்க்கை என்பது மேலான குறிக்கோளைக் கொண்டிருக்கிறது என்பதுதான் என் கருத்தாக இருக்கிறது.

பண்பாடு, நாகரிகம் இவைகளெல்லாம் பரிகாசத்திற்கு இட மானவை என்றே எனக்குத் தோன்றுகிறது. என் ஊரில் மிக உயர்ந்தது, நாகரிகமானது என்று மதிப்பது 2000, 3000 மைல்கள் தள்ளிப்போனால் கேலிக்குரிய ஒன்றாக ஆகிப்போய்விடும். அங்கு மிகச் சிறந்தது என்று அவர்கள் கருதும் ஒரு விஷயம் இங்கு வரும்போது கேவலமானதாக ஆகிவிடுகிறது. உங்களுக்குத் தெரிந்தி ருக்கலாம், ஐரோப்பாவில் காதலர்கள் ரயில்களிலோ பூங்காக் களிலோ சந்தித்துக்கொள்ள நேரும்போது மிகுந்த பரவசத்துடன்

காதல் விளையாட்டுக்களில் ஈடுபடுவதைச் சர்வ சாதாரணமாகப் பார்க்க முடியும். இது போன்ற காட்சிகள் நம்மை மிகுந்த அளவிற்குச் சங்கடப்படுத்தக்கூடியவை. இங்கிருந்து போய் வருபவர்கள், வெளிநாட்டினர் நம்முடைய நாகரிகமான உயர்ந்த நிலைக்கு அவர்கள் இன்னும் வந்துசேரவில்லை; பின்தங்கி இருக்கிறார்கள் என்று சொல்வார்கள். ஆனால் நம்முடைய பண்பாட்டைத் தாண்டிய பல உயர்ந்த விஷயங்கள் அவர்களிடம் இருக்கின்றன. நம்முடைய பண்பாட்டில் இன்றும் மிக மோசமான கொடுமைகள் இருக்கின்றன.

நம்முடைய தலைநகர் தில்லியில் ஒவ்வொரு நாளும் 12, 13 வயதான சிறுமிகள் ஐந்து அல்லது ஆறு பேர் கற்பழிக்கப் படுகிறார்கள். இந்தச் செய்தி வராத நாளே கிடையாது. நம்முடைய பண்பாட்டில் மருமகளை எண்ணெயில் போட்டு வறுத்தெடுக்க லாம். பொது இடங்களில் காதலர்கள் அணைத்துக்கொள்வதை நாம் அனுமதிக்காமல் இருக்கிறோம். ஆனால் மருமகள்களை எண்ணெயிலிட்டு வறுப்பதை ஏதோ ஒரு விதத்தில் நாம் சகித்துக் கொண்டிருக்கிறோம். அதற்கு வக்காலத்து வாங்குகிறவர்கள் இன்று கூட இருக்கிறார்கள். இது நம்மிடையே நடந்துகொண்டுதான் இருக்கிறது. வெளிநாட்டினரைப் பார்த்து நாம் சொல்லும் விமர் சனங்களை அவர்கள் நம் மீதும் வைக்க முடியும். பண்பாடு என்பது அப்படிப்பட்ட ஒன்றாகத்தான் இருக்கிறது. எனவே பண்பாட்டைப் பின்பற்ற வேண்டாம், அது அவசியமில்லை என்று நான் சொல்ல வரவில்லை. அதன் வரையறைகளை எல்லைகளைப் பற்றி நமக்குத் தெரிந்திருக்க வேண்டும். மேம்பாட்டின் முன் பண்பாடு எவ்வளவு சிறுமையானது என்று நமக்குத் தெரிந்திருக்க வேண்டும். நாகரிகங்கள் மேம்பாட்டிற்கு முன்னால் எவ்வளவு கொச்சையானவை என்பதை, எப்படித் தடைகளாக இருக்கின்றன என்பதை நாம் உணர்ந்துகொண்டிருக்க வேண்டும்.

மேம்பாடு மனித ஜீவராசி சம்பந்தப்பட்டது. இந்தியன் சம்பந்தப் பட்டது அல்ல, தமிழன் சம்பந்தப்பட்டது அல்ல, நாகர்கோவில் காரன் சம்பந்தப்பட்டது அல்ல, பிராமணன் சம்பந்தப்பட்டது அல்ல, இந்து சம்பந்தப்பட்டது அல்ல, கிறிஸ்தவன் சம்பந்தப்பட்டது அல்ல. உலகம் சம்பந்தப்பட்டது. உலகின் அனைத்து ஜீவராசிகளும் இந்தப் பரிணாமத்தில் பங்கு கொண்டிருக்கின்றன. உங்களுக்குப் பிச்சை போட்ட பரிணாமத்தின் அடிப்படை இதுதான். அதிலிருந்து தான் எல்லாவித அறிவுகளையும் கற்றுக்கொண்டிருக்கிறீர்கள். உலகின் போக்கைக் கற்றுக்கொள்ள அறிவும், ஒரு ஜீவன் மற்றொரு ஜீவனுடன் தொடர்பு கொள்ள அடிப்படையான அன்பும், அடுத்தபடி என்ன என்பது பற்றிய கற்பனையும் இருந்தால்தான் மேம்பாட்டை அடைய முடியும்.

கற்பனை என்பது மேலேயும் போக வைக்கலாம், கீழேயும் தள்ளி விடலாம் அல்லவா?

கற்பனை என்று நான் சொல்லும்போது கட்டுப்பாடற்ற சிந்தனை என்பதை அர்த்தப்படுத்தவில்லை. ஒரு கவிஞன் மிகுந்த கற்பனை வளம் கொண்டவன் என்று சொல்லும்போது கட்டுப்பாடற்ற சிந்தனை உடையவன் என்ற அர்த்தத்தில் நாம் எடுத்துக்கொள்வ தில்லை. கட்டுப்பாடற்ற சிந்தனை கொண்டவனால் கவிதை எழுத முடியாது. கதை எழுத முடியாது. அவன் படைப்பாளியாக இருக்க முடியாது. ஒரு படைப்பாளி மிகுந்த கட்டுப்பாடும் பிரக்ஞையும் கொண்டவன். தான் வாழும் காலத்தில் இருந்து கொண்டு தான் செய்ய வேண்டிய பயணத்தைக் குறித்துச் சிந்திப்பது தான் கற்பனை. என் உடலாலோ அல்லது ஏதாவது கருவியை இணைத்துக்கொண்டோ என்னால் பறக்க முடியும் என்று நம்புவது தான் கற்பனை. இந்தக் கற்பனைக்கு அடிப்படை, பரிணாமத்தில் அவன் அடைந்த சொத்துக்கள் என்று நான் கருதுகிறேன். அதிலிருந்துதான் கற்பனை மனிதனுக்கு ஏற்படுகிறது. வேறு ஜீவ ராசிகளுக்கு இது போன்று கற்பனைகள் உருவாவதில்லை.

ஒரு குறிப்பிட்ட மனிதன் குறிப்பிட்ட வளர்ச்சியை அடையும் போதுதான் இந்தக் கற்பனைகள் உருவாகின்றன. அதனால்தான் மொழியையும் நாகரிகத்தையும் இணைத்துப் பேசுகிறோம். இந்தக் கற்பனை உருவாக மொழி தேவையாக இருக்கிறது. மொழி மனித வாழ்க்கையில் மிகப் பெரிய நாகரிகத்தை உருவாக்கி இருக்கிறது. பின்னால் அதுவே விலங்கமாக மாறியும்விட்டிருக்கிறது. இந்தக் கற்பனையைப் பிறரிடம் அவன் பரப்புகிறான். இந்தக் கற்பனை ஏன் எனக்கு சுவாரஸ்யமாக இருக்கிறதென்றால் எனக்கும் அந்தக் கற்பனை இருக்கிறது. என்னுடைய எண்ணமும் பறக்க வேண்டும் என்பதுதான். எனவே எனக்கு அது சுவாரஸ்யமானதாக இருக்கிறது. எல்லாத் திறமைகளும் எனக்கு கிடைக்க வேண்டும் என்பதுதான் என் கற்பனை. ஆக, உங்களுடைய கற்பனை மூலம் நீங்கள் உங்களைக் கண்டுகொள்ளும் நேரத்திலேயே நான் என்னையும் கண்டுகொள் கிறேன். அப்போது உங்களுக்கும் எனக்கும் இடையே ஓர் இணைப்பு ஏற்படுகிறது. அப்போது நான் உங்களுடைய வாசகன் ஆகிறேன். அப்போதுதான் மேற்கொண்டு நீங்கள் என்ன சொல்ல வருகிறீர்கள் என்று கவனிக்கத் தொடங்குகிறேன்.

மனிதராசிக்கு நன்மையைத் தரக்கூடிய பயணத்தை மேலெ டுத்துச் செல்ல உதவக்கூடிய சிந்தனையைத்தான் கற்பனை என்று சொல்கிறேன். அந்த ஆரம்ப சிந்தனை தடயமற்றது. ஆதாரமற்றது. எனவேதான் அதைக் கற்பனை என்று சொல்கிறேன். மனிதனுடைய கற்பனைகளுக்கும் விஞ்ஞான நடைமுறைகளுக்கும் இடைவெளி அதிகம். ஆனால் அடிப்படை ஒன்றுதான்.

கற்பனை என்பதே ஒரு பண்பட்ட மனதில் இருந்துதானே உருவாக முடியும். அந்தரத்தில் கற்பனை தோன்றாது. சாதாரணமாக மேல் நிலையிலிருந்துகொண்டு கீழே பார்ப்பது எளிது. உதாரணமாக முப் பரிமாண நிலையில் இருந்துகொண்டு இருபரிமாணமாகச் சிந்திப்பது எளிது. ஆனால் அதற்கும் அப்பாற்பட்டு நான்காவது டைமென்ஷனைப் பற்றி யோசிப்பது என்பது கடினமானது. ஒருவன் ஒன்றைப் பற்றிக் கற்பனை செய்கிறான் என்றால் சுற்றுச் சூழல் அதற்குப் பெரிதும் உதவி புரிகிறது. அவனுடைய நாகரிகம் பண்பாடு முதலியவை அவனுக் குப் பெரிதும் உதவி புரிகின்றன. அவை இருக்கும்போதுதான் அவன் அடுத்தபடிக்குப் போக முடியும். அப்படி அடித்தளமாக உரமாக இருக் கும் பண்பாடும் நாகரிகமும் நகைப்பிற்குரியவை என்று சொல்கிறீர் களே. இது எவ்வளவு தூரம் சரி?

பண்பாடு, நாகரிகம் இவையெல்லாமே ஆக்கப்பூர்வமானவை என்றுதான் நான் கருதுகிறேன். அவை உபயோகமானவைதான். ஆனால் அவை நிரந்தரமானவை அல்ல. பண்பாடு, நாகரிகம் என்று நான் மதிக்கும் விஷயங்கள் காலம், இடம் சார்ந்தவை. ஒரு காலத்திலோ ஒரு இடத்திலோ இருக்கும் பண்பாடு எனும் விஷயம் மற்றொரு காலத்திற்கோ இடத்திற்கோ நகர்த்தும்போது கேலிக் குரியதாக ஆகிவிடுகிறது.

பண்பாட்டுக்கு பல்வேறு முகங்கள் இருக்கிறதே . . .

ஆமாம். ஒரு குறிப்பிட்ட முகத்தை நீங்கள் எடுத்துக் கொள்ளுங் கள். தமிழன், பொது இடங்களில் தன் துணைவியுடன் நெருக்கமாகப் பழகமாட்டான், சற்று விலகித்தான் நிற்பான், பேசுவான். இது தமிழனின் பண்பாடு என்று எடுத்துக்கொள்கிறேன். இந்தப் பண்பாடு என்பது மற்ற இடங்களில் செல்லுபடியாகாது. இதை நாம் ஒப்பிட்டுப் பார்க்கும்போது நாம் பண்பாடு கொண்டவர்கள் என்றும் மற்றவர் கள் பண்பாடு அற்றவர்கள் என்றும் தோன்றும். ஆனால் நம்மிடம் இல்லாத பல்வேறுபட்ட பண்பாடுகள் அவர்களிடம் இருக்கின்றன. இப்படியாகப் பண்பாடு என்பது ஒரு இடத்தையோ காலத்தையோ சார்ந்ததாக இருக்கிறதே தவிர அது பிரபஞ்சம் சார்ந்த மதிப்பீடாக இல்லை.

நான் கூறிய உதாரணத்திற்குப் பதிலாக வேறொரு உதாரணத்தை நீங்கள் எடுத்துக் கொண்டு சிந்தித்து, அப்படியில்லை; பண்பாடு என்பதற்கு ஒரு பொதுவான மதிப்பு இருக்கிறது; எல்லா இடங் களிலும் மதிக்கப்படுகிறது, நான் சொல்வது தவறு என்று நிரூபிக்க லாம். உதாரணமாக ஒரு பெண்ணிற்குப் பிரசவ வேதனை ஏற்படு கிறது. அப்போது அந்தப் பெண்ணுக்கு நாம் உதவ வேண்டும் என்பது ஒரு குறிப்பிட்ட சமுதாயம் சார்ந்த விஷயம் அல்ல. அது ஜீவராசிகளின் பொதுவான பண்பு. அதில் முரண்பாடு இல்லை. அதுதான் மேம்பாடு சம்பந்தப்பட விஷயம்.

நீங்கள் என்ன உடை அணிந்துகொண்டிருக்கிறீர்கள். என்ன சாதியைச் சேர்ந்தவர்கள். நான் என்ன சாதியைச் சார்ந்தவன். என் மனைவி எந்த சாதியைச் சேர்ந்தவள். இதெல்லாம் இரண்டாம் பட்சமானவை. சில குணங்கள் மனித ஜீவராசிக்கே சொந்தமான வையாக இருக்கின்றன. உதாரணமாக, முன்புகூடச் சொன்னேன், யாரோ ஒருவன் முதன்முதலாகத் தனக்கு முற்றிலும் அந்நியமான ஒரு பெண்ணைப் பார்த்து 'தாயே' என அழைக்கிறான். எப்படி அவன் அவ்வாறு அழைத்தான். அதுதான் மேம்பாடு சம்பந்தப்பட் டது என்கிறேன். அந்த மேம்பாட்டை அவன் உருவாக்கிய பிறகு தான் மற்றவர்கள் இது நாகரிகமான விஷயம்தான் என்று கருதிப் பின்பற்றத் தொடங்குகிறார்கள். இந்த முதல் மனிதனுக்கு உதாரண மாக நான் இதைச் சொன்னேன். எத்தனையோ ஆயிரக்கணக்கான உதாரணங்களைச் சொல்லலாம். எப்படி இந்தக் காரியம் நடந்தது என்பதை நீங்கள் சிந்தித்துப்பார்த்தீர்கள் என்றால் மிகப் பெரிய வியப்பாக இருக்கும். முதன்முதலில் அது செய்யப்படும்போது அருகில் இருப்பவனால் அதைப் புரிந்துகொள்ளவே முடியாது. யாரோ ஒரு பெண்ணைப் பார்த்து, ஒருவன் முதன்முதலாக, 'தாயே' என்று கூப்பிடுவதைப் பார்த்தால் கொச்சையாகத் தெரியும்.

இந்தச் செயல் எப்படி நடந்தது என்று பார்த்தால் ஏதோ ஒரு மனமானது, முன்பு நாம் நடந்து வந்த பாதையின் சாராம்சத்தை அறிந்துகொண்டிருக்கிறது. அந்த உள்ளுணர்வை அன்பு சார்ந்து அடைந்திருக்கலாம். வாழ்க்கையைப் பார்த்துக் கற்றிருக்கலாம். ஆனால் உலகம் பல்வேறு மாற்றங்களை அடைந்திருக்கும் இன்று, அன்பும் அறிவும் சேர்ந்துதான் நாம் அதைப் புரிந்துகொள்ள முடியும். அடுத்தபடிக்கு நகர முடியும். அன்பில்லாத அறிவோ, அறிவில்லாத அன்போ மனிதகுலத்தை அடுத்த கட்டத்திற்கு எடுத்துச்செல்ல உதவ முடியாது. ஏனென்றால் நம் சமுதாயத்தில் அறிவற்ற அன்பைத் தொடர்ந்து நாம் வற்புறுத்திக் கொண்டே வந்திருக்கிறோம். ஒரு நம்பிக்கையாக அன்பின் மூலம் பல்வேறு பட்ட செயல்களைச் செய்துவிட முடியும் என்று வற்புறுத்திக் கொண்டுவருவதால் நான் மீண்டும் மீண்டும் அறிவும் அன்பும் தேவை என்று கூறுகிறேன். மேற்கத்திய சமுதாயங்களில் அறிவை மட்டுமே பிரதானப்படுத்தி வருகிறார்கள். அதனால் பல்வேறுபட்ட தீமைகளைச் செய்துகொண்டுவருகிறார்கள்.

பரிணாம வளர்ச்சியில் மனிதனாக மாற எந்தத் தூண்டுதல் காரணமாக இருந்ததோ அதன் மூலமாக ஏற்படும் சிந்தனை, கற்பனையே மேம் பாடு சம்பந்தப்பட்டது என்று சொன்னீர்கள். அந்தக் கற்பனை இலக்கிய மாகவோ, சிற்பமாகவோ, இசை வடிவமாகவோ எப்படி வேண்டு மானாலும் வெளிப்படலாம் அல்லவா? அது பண்பாடு சார்ந்ததுதானே?

ஆமாம். வெளிப்பாடு பண்பாடு சார்ந்ததுதான். ஆனால் பண் பாடுதான் முடிவானது என்று நாம் கொள்ள வேண்டியதில்லை.

காலம், இடம் போன்று அவற்றிற்கு இருக்கும் தடைகளை, குறைகளை நாம் புரிந்துகொள்ளாத நிலையில்தான் அவை நமக்குத் தடைகளாக ஆகிவிட்டிருக்கின்றன. பண்பாடு என்பது ஒரு வரையறைக்குட்பட்டது. ஒரு குறிப்பிட்ட காலகட்டத்தில் குறிப்பிட்ட சிலரால் ஒரு வசதிக்காகப் பின்பற்றப்பட்டு வருவது. இது ஒருவகையான நாடகம் என்று புரிந்துகொள்வதை மிகவும் அவசியமான பலம் என்றுதான் சொல்கிறேன்.

பண்பாடுதான் இறுதி. அதை வற்புறுத்துவதே உயர்ந்தது என்று நீங்கள் சொல்வீர்கள் என்றால் அடுத்த படிக்கு நீங்கள் போக முடியாது என்றுதான் சொல்லவருகிறேன். ஆரம்பத்தில் ஒவ்வொரு சமூகமும் தம்மைக் குழுக்களாகத்தான் புரிந்துகொள்கிறது. நேரடியாக மனிதராசி முழுவதையும் புரிந்து கொள்ளவோ அந்தப் பெரிய பிரிவின் அங்கமாகத் தன்னை உணர்ந்துகொள்ளவோ அதனால் முடிவதில்லை. அந்தப் பரஸ்பரப் புரிதலுக்காகப் பல்வேறு வழிமுறைகளை உருவாக்கி இருக்கிறார்கள். சாதி, மதம் மாதிரி பல்வேறு அடையாளங்களை உருவாக்கிக் கொண்டிருந்திருக்கிறார்கள். இந்தப் பிரிவினைகளுக்கு ஒரு அவசியமும் இருந்திருக்கிறது. இது மாதிரியான பல்வேறுபட்ட கூறுகளை உருவாக்கியதன் மூலமாகத்தான் ஒரு காலகட்டம் வரையிலும் மனிதனால் சகமனிதனுடன் சுமுகமான உறவுகளைக் கொள்ள முடிந்திருக்கிறது.

ஆனால் இன்று உலகம் முழுவதும் தொடர்புபடுத்தப்பட்டு விட்டிருக்கும் நிலையில் ஒட்டுமொத்த மனிதராசியையும் ஒரே குழுவாக உணர்ந்துகொள்ள வேண்டும். பழைய பிரிவினைகள், எல்லைகள், வரையறைகள், அவசியங்களைப்பற்றித் தெரிந்து கொள்ள வேண்டும். அந்த எல்லைகளைப் புரிந்துகொள்வீர்களெனில் அப்போது அது ஒரு பலம் என்றுதான் சொல்கிறேன். அதுதான் இறுதியானது; அதை மட்டும்தான் பலப்படுத்த வேண்டும் என்று சொல்வீர்களானால் அது உங்களுக்கு ஒரு தடையே.

தமிழர் பண்பாடு, இந்தியர் பண்பாடு இவைகளையெல்லாம் தாண்டி மனிதப் பண்பாடு என்று ஒன்றைக் கூறினால் அதுதானா மேம்பாடு என்பது. . .?

ஆமாம் – அதைத்தான் நான் மேம்பாடு என்று கூறுகிறேன். அதே சமயம் இந்தத் தமிழ்ப் பண்பாடு, தமிழ் நாகரிகம் இவைகளை விட்டுவிட வேண்டும் என்று நான் சொல்ல வரவில்லை. தமிழ்க் கலாச்சாரம் சார்ந்து, மொழி சார்ந்து, பண்பாடு சார்ந்து நீங்கள் ஆற்ற வேண்டிய பங்கை நான் மறுக்கவில்லை. அதை நீங்கள் செய்யத்தான் வேண்டும். ஆனால் என் மொழிதான் உலகிலேயே உயர்ந்தது; என்னுடைய கலாச்சாரம்தான் உலகிலேயே உயர்ந்த கலாச்சாரம் என்ற எண்ணம் உங்களுக்கு வரும் என்றால் உங்களுக்கும் பிற மனித சமுதாயத்திற்கும் இடையிலான உறவில் விரிசல் ஏற்படும்.

பிறரிடம் இருந்து கற்றுக்கொள்ளும் வாய்ப்பை இழந்துவிடுவீர்கள். ஆயிரம் வருடங்களுக்கு முன்பு பிற சமூகங்களிடம் இருந்து கற்றுக் கொள்ளும் வாய்ப்புகள் குறைவாக இருந்தன. இன்று அது மிகப் பெரிய அளவில் விரிந்திருக்கிறது. இந்த நேரத்தில் நீங்கள் இந்தப் பிரிவினைகளுக்கு அதிக முக்கியத்துவம் தந்து செயல்பட்டீர்கள் என்றால் கற்றுக்கொள்வதற்கான வாய்ப்பு மிகவும் சுருங்கிப் போய்விடும்.

நாளை உலகில் எது வேண்டுமானாலும் நடக்கலாம். கற்பனை கள் முதன்முதலில் உச்சரிக்கப்படும்போது அசட்டுத்தனமானவை யாகத் தோன்றலாம். உதாரணத்திற்கு இதை எடுத்துக்கொள் வோம்: ஒரு மருத்துவமனையில் ஒரு தாய் தன் மகள் உயிருக்குப் போராடிக் கொண்டிருக்கையில் அழுதபடியே, 'என் மகளது உயிருக்குப் பதிலாக என் உயிரை எடுத்துக்கொள். அவளை விட்டு விடு ...' என்று சொல்கிறாள். ஒரு விதத்தில் பார்த்தால் எவ்வளவு அசட்டுத்தனமான எண்ணம் இது. யாரிடம் கூறுகிறாள் அதை? யாரேனும் வந்து நீ வா அல்லது உன் மகளை அனுப்பு என்று பேரம் பேச வந்திருக்கிறார்களா? ஆனால் அசட்டுத்தனமாகத் தோன்றும் இந்தக் கற்பனை நாளை விஞ்ஞான முன்னேற்றத்தால் நடைமுறைக்கு வந்தாலும் வந்துவிடலாம். கண்ணைக் கொடுத்துப் பார்வையை ஏற்படுத்த முடிந்திருக்கிறது. இதயத்தை மாற்றிப் பொருத்தி இதயத் துடிப்பைக் கொண்டுவர முடிந்திருக்கிறது.

இப்படிப் பகுதி பகுதியான சக்திகளை மாற்றித் தந்து உயிரைத் தக்க வைக்க முடிந்திருக்கிறதே, இதே போல் முழு உயிரையும் மாற்ற முடியும் காலம் வந்தாலும் வரலாம். இந்தத் தாயின் குரல், கற்பனைதான் அந்தக் கண்டுபிடிப்புக்கு, முன்னேற்றத்துக்கு அடிப்படை என்று சொல்கிறேன். எனவேதான் மனிதராசி பற்றிச் சிந்திக்கக்கூடிய மிகப் பெரிய விஞ்ஞானிகள் எல்லாம் கற்பனை சார்ந்து இயங்கும் இலக்கியங்களில் கவிதைகளில் மிகுந்த ஈடுபாடு உடையவர்களாக இருந்திருக்கிறார்கள். சமீப காலத்தில்தான் விஞ்ஞானிகள் பிற துறைகளில் ஈடுபாடு அற்றவர்களாகத் தம் துறையில் மட்டுமே ஆழ்ந்த புலமை பெற முயற்சி செய்பவர்களாக, அரசாங்கத்தின் திட்டங்களை மட்டுமே நிறைவேற்றும் கருவிகளாகத் தம்மைச் சுருக்கிக்கொண்டுவிட்டிருக்கிறார்கள். முன்பு அவர்கள் இசையில் மிகுந்த ஈடுபாடு கொண்டவர்களாக இருந்திருக்கிறார்கள். 100 வருடங்களுக்கு முன்புகூட அச்செயல்கள் நடந்திருக்கின்றன. கற்பனைப் புத்தகங்களில் ஆர்வமுடையவர்களாக இருந்திருக்கிறார் கள். குழந்தைகளை நேசிக்கக்கூடியவர்களாக இருந்திருக்கிறார்கள். ஆதி குரல் என்று சொல்கிறேனே அது குழந்தைகளிடம் வெளி யாகும் அளவிற்கு வளர்ந்தவர்களிடம் வெளிப்படுவதில்லை.

உலக வாழ்க்கையில் விழுந்துவிட்ட பிறகு, அது பழகிய பிறகு மேலான கற்பனைகள் தோன்றுவது கடினம். நடைமுறை சார்ந்த

விஷயங்கள்தான் உங்களிடம் அப்போது உருவாகும். ஒரு முறை என் சிறுவயது மகளிடம் குருச்சேவ் பற்றிப் பேசிக்கொண்டிருந்தேன். அவளுக்குக் குருச்சேவின் தோற்றம், அசைவுகள், கம்பீரம் இவைகள் எல்லாம் பிடித்திருந்தன. இன்னொரு நாள் நேருவைப் பற்றிப் பேசிக்கொண்டிருக்கையில் நான் சொன்னேன், 'நேருவுக்கு இப்போது உதவ நண்பர்கள் என யாரும் இல்லை... அநேகமாக வரலாற்றில் அவரது பணி முடிந்துவிட்டது போல் இருக்கிறது... மிகவும் கஷ்டமான நிலையில் இருக்கிறார்' என்று. உடனே என் மகள் கேட்டாள், 'குருச்சேவை உதவி செய்ய அழைத்துக் கொள்ள வேண்டியதுதானே' என்று. நமக்கு இது அசட்டுத்தனமான கற்பனையாகத் தோன்றலாம். ஆனால் நடைமுறைச் சாத்தியமான ஒன்றுதான் இது. நாளை இவை நடந்தேறத்தான் போகின்றன. ஒரு நாட்டைக் காப்பாற்ற இன்னொரு நாட்டின் தலைவர்கள் உதவ முன்வரத்தான் போகிறார்கள்.

இன்று நம்மை ஆள்பவர்கள் நமது மாநிலத்தை, நமது ஜாதியைச் சேர்ந்தவர்களாக இருந்தால் நன்றாக இருக்குமே என்று நினைக்கக் கூடியவர்களாக இருக்கிறோம். ஆனால் நாளை இந்தியாவை மேலெடுத்துச் செல்லக்கூடியவர்கள் எந்த தேசத்தவரானாலும் பரவாயில்லை என்று நாமே சொல்லக்கூடிய நிலை வரலாம்... வரும். எத்துணையோ அந்நியர்களின் கம்பெனிகளில் வேலை பார்க்கிறோம். வேலை செய்யும் நம்மவர்களுக்குக் குறைவான சம்பளமே கிடைக்கிறது. கம்பெனிக்குக் கோடி கோடியாக லாபம் கிடைக்கிறது. அந்த அளவிற்கு உழைத்து அதை வளர்த்திருக்கிறார்கள். ஓய்வுபெற்று வீட்டில் அமர்ந்திருக்கும்போது எப்போதாவது கம்பெனியின் தணிக்கை அறிக்கையைப் பார்க்க நேர்ந்தால் செலவினங்கள் அதிகரித்திருப்பதைப் பார்த்துப் பதைபதைத்துப் போய்விடுகிறார்கள். என்னது இப்படிச் செலவு செய்கிறானே... புதிதாக வந்திருப்பவர்கள் கம்பெனியைக் குட்டிச் சுவராக்கிவிடுவார்கள் போலிருக்கிறதே என்று தங்களது மரணம் வரையிலும் கம்பெனி பற்றியே பேசிக்கொண்டிருப்பார்கள்.

எதற்கு இதைச் சொல்கிறேன் என்றால், ஒருவன் தனக்குச் சொந்தமாக இருந்தால்தான் உழைத்து வளர்ப்பான் என்றில்லை. செயல்கள் செய்யப்பட வேண்டும், செய்யப்பட்டாக வேண்டும் என்ற எண்ணம் அவனிடம் இருக்கிறது. அதே போல் இந்தியாவை மேலெடுத்துச் செல்ல வேண்டுமானால் அவன் இந்தியனாகத்தான் இருக்க வேண்டும் என்றில்லை. இந்தச் சிந்தனைகள் நம்மில் ஏற்படத் தொடங்கும்போதுதான் இப்போது நாம் பண்பாடு, நாகரிகம், சாதி, மதம் சார்ந்து சொல்லிவருபவை எல்லாம் எந்த அளவிற்குக் கொச்சையானவை என்பது தெரிய வரும். அந்தக் காலகட்டத்திற்கு நம்மை யார் அழைத்துச் செல்கிறார்களோ அவர்கள்தான் மேம்பாடு பற்றி அறிந்துகொண்டிருப்பவர்கள். பரிணாமத்தில் மனித இனம்

கடந்து வந்த பாதை பற்றிய பிரக்ஞையும், அன்பும், அறிவும் உடையவர்கள்தான் இச்செயலைச் செய்ய முடியும்.

பண்பாடோ, நாகரிகமோ, தேசபக்தியோ வேண்டாம் என்று நான் சொல்லவரவில்லை. இந்தியனுக்கு தேசபக்தி இருக்க வேண்டும் என்றுதான் நான் விரும்புகிறேன். தேச பக்தி இல்லாதது ஒரு தீமை என்றே கருதுகிறேன். ஆனால் தேசபக்திதான் இறுதி எல்லை என்று நான் கருதவில்லை. அதைத் தாண்டியும் மனிதனால் போக முடியும். என் தேசத்தின் மீது பக்தி உடையவனாக நான் இருக்கும் போதே உலக மக்களின் நலன் மீதும் அக்கறை கொண்டவனாக இருக்க முடியும். வேறு சமுதாயத்தைச் சேர்ந்தவர்களின் கண்டு பிடிப்புகளின், சாதனைகளின் பயனை நாம் நுகர்ந்து அனுபவித்துக் கொண்டுதானே இருக்கிறோம். நமது நாகரிகம் என்பது நம்மால் மட்டுமே உருவாக்கப்பட்டதல்ல. பல்வேறு பிற சமூகங்களின் தாக்கத்தாலும் உருவானதுதான் இது.

மனித மேம்பாட்டிற்கு அன்பும் அறிவும் தேவை என்று கூறினீர்கள். இவை மட்டுமே போதுமா தெய்வ நம்பிக்கை இதற்குப் புறம்பானதா?

மேம்பாட்டின் திசையில் மனித குலத்தை நகர்த்துவதற்கு அது அவ்வளவு அவசியமானது என்று நான் கருதவில்லை. தவிர்க்க முடியாத தேவையாக அறிவையும் அன்பையும் மட்டுமே கருது கிறேன். இன்றைய உலகம் என்னென்ன முகங்களைக் கொண்டிருக் கின்றது. அந்த முகங்களின் அடிப்படை என்ன என்பவை பற்றி ஏகதேசமாக உணரக் கூடியதைத்தான் அறிவு என்கிறேன். ஜீவராசி கள் ஒன்றுக்கொன்று கொண்டிருக்கும் இயற்கையான உறவு பற்றிய பிரக்ஞை – இதைத்தான் அன்பு என்று கூறுகிறேன். இந்த இரண்டு அம்சங்களும் இல்லாமல் மேம்பாடு பற்றிச் சிந்திக்க முடியாது.

நமது கீழைத்தேய மரபில் அன்பு மட்டுமே அனைத்தையும் செய்துவிடும் என்று நாம் கூறிவந்துள்ளோம். அன்பு என்பதில் தன் குடும்பம், தன் ஊர் தாண்டிச் செய்ய எதுவுமே இல்லை. அந்த அன்பானது உலக முழுமைக்குமாக விரிவு பெற வேண்டுமானால் உலகில் பிற சமுதாய மக்கள் எந்த விதத்தில் சிந்தித்துக்கொண்டு வருகிறார்கள், வேறு நாகரிக மக்கள் என்று நாம் கருதுபவர்கள் எந்தத் திசையை நோக்கிப் போய்க் கொண்டிருக்கிறார்கள் என்பதைப் புரிந்துகொள்ள வேண்டும். அவர்களுக்கும் நமக்கும் பொதுவானதாக எந்தெந்த விஷயங்கள் இருக்கின்றன என்பதை உணரக்கூடியவனாக இருக்க வேண்டும். இந்த நிலையில் அவன் கடவுள் நம்பிக்கை கொண்டவனாக இருக்கலாம், இல்லாமலும் இருக்கலாம். ஒருவன் கடவுள் நம்பிக்கை கொள்வதுகூட மனித நாகரிகத்தை மேலெடுத்துச் செல்வதற்காகத்தான் என்று நான் நம்புகிறேன்.

இவை என் உரைகள்

அதே நேரத்தில் மனித நாகரிக முன்னேற்றத்திற்குக் கடவுள் நம்பிக்கையை விட்டுவிடுவது தேவை என்று கருதும் மனிதன், அதைச் செய்யும் ஆற்றலும் புரிதலும் உடையவனாகவே இருக்கிறான். கடவுள் நம்பிக்கையை நிரந்தரமான தேவையாக அவன் கருதவில்லை. மனித மேம்பாடு மாதிரியான உயரிய இலக்கைப் பற்றிச் சிந்திக்கும்போது இந்தச் சிறிய சிறிய விஷயங்கள், மாறுபாடுகள் முக்கியமான ஒன்றாகக் கருதப்படவேண்டியதில்லை. சாதாரண அரசியல் வாழ்க்கையில்கூட இதற்கான உதாரணங்களை, ஆதாரங்களை நாம் காண முடியும். இந்த உதாரணங்களை நான் பெரிதும் தவிர்க்கவே விரும்புகிறேன். ஏனெனில் அது நாம் பேசும் விஷயத்தை எளிமைப்படுத்திச் சரியவைத்துவிடும். எனவே பெயர்களைச் சொல்வதைத் தவிர்த்தே வந்துள்ளேன். தயக்கத்துடனே இப்போது ஒரு உதாரணத்தைக் கூறுகிறேன்.

நமது ஊரில் வாழ்ந்த மனிதாபிமானியான ஜீவா அப்பட்டமான நாத்திகர். சென்னையில் வாழ்ந்த திரு. வி. கல்யாணசுந்தர முதலியார் பழுத்த ஆஸ்திகர். இருவருமே முதலமைச்சரானால் ஏகதேசமாக ஒரே செயலைத்தான் செய்வார்கள். கோவிலை அழிக்க ஜீவா அனுமதிக்கவே மாட்டார். அதே போல் மக்கள் கடவுளைத் தொழுது கொண்டிருந்தாலே போதும் என்று திரு. வி. க. வும் கூறமாட்டார். மக்கள் நலன் என்ற உயரிய இலக்கை நோக்கி நகர்கையில் அவர்கள் இருவரும் ஒருவருக்கு ஒருவர் மாற்றாக இருக்கின்றனரே தவிர எதிரிகளாக இல்லை. கடவுள் நம்பிக்கை என்பது பொருட் படுத்தத் தகுந்த ஒன்றாகவே இல்லை. ஆனால் கீழ் மட்டத்தில் இந்த விஷயத்தில் ஒருவருக்கு ஒருவர் சச்சரவு செய்துகொள்வார்கள். மேல் மட்டத்தில் அது கிடையாது. இந்தியாவில் ஆட்சிக்கு வந்து ஓரளவுக்கு நல்ல செயல்கள் செய்தவர்களில் ஆஸ்திகர்களும் இருந்திருக்கிறார்கள், நாஸ்திகர்களும் இருந்திருக்கிறார்கள்.

கேரளாவில் அச்சுதன் மேனனை மக்கள் நாஸ்திகராகப் பார்க்கவேயில்லை. கம்யூனிஸ்ட் தவிர்க்க முடியாத வகையில் ஒரு நாஸ்திகன். கம்யூனிஸ்டாக அவரைப் பார்க்கும்போதுகூட நாஸ்திகராகப் பார்க்கவில்லை. நமக்காகச் சில செயல்களைச் செய்ய முற்படுகிறார் என்றுதான் மக்கள் அவரைப் பார்த்தார்கள். அவருடைய ஆட்சியிலேயே தெய்வ நம்பிக்கை கொண்ட மந்திரிகள் இருந்திருக்கிறார்கள். அவர்களிடையே எந்த முரண்பாடும் எழவே இல்லை. உண்மையான ஆட்கள் மனிதனை மட்டுமே முன்னிலைப் படுத்திச் செயல்களைப் புரிந்துவருகிறார்கள். மனித நலன் பற்றிய அக்கறைகள் இல்லாதுபோகும்போதுதான் உன் கடவுள் பெரியவரா என் கடவுள் பெரியவரா என்ற சண்டைகள் ஆரம்பமாகின்றன. கீழ் மட்ட நிலையில் உள்ள சிந்தனையில் இருந்துதான் இந்தச் சண்டைகள் உருவாவதாக நான் கருதுகிறேன்.

மனித நாகரிகத்தை, மேம்பாட்டைப் பற்றி மிகப் பெரிய அளவுக்குச் சிந்தித்த பெர்ட்டன்ட் ரஸ்ஸல் ஒரு நாத்திகர். மனித இனத்தின் அடுத்த கட்டம் பற்றி ஆழ்ந்து சிந்தித்த ஐன்ஸ்டீன் ஒரு ஆஸ்திகர். வழிகள் வெவ்வேறாக இருக்கலாம். சொல்லப் பயன் படுத்திய வார்த்தைகள் வெவ்வேறாக இருந்திருக்கலாம். ஆனால் விஷயம் ஒன்றாக இருந்திருக்கிறது. அடுத்த கட்டத்திற்கு வாழ்க் கையை நகர்த்துவது எப்படி என்பதைப் பற்றித்தான் அவர்கள் சிந்தித்தார்கள்.

உஷஸஸ் அமைப்பு, டி. வி. டி. மேல்நிலைப் பள்ளி, நாகர் கோவில் (தொண்ணூறுகளின் பிற்பகுதியில் ஆற்றிய உரை).

நானும் என் எழுத்தும்

நான் இளைஞனாக இருந்த காலத்தில் 'நானும் என் எழுத்தும்' என்ற தலைப்புத் தரப்பட்டிருந்தால் இதைவிடவும் மகிழ்ச்சி அடைந்திருப்பேனோ என்னவோ. இப்போது என்னைப் பற்றியும் என் எழுத்துக்கள் பற்றியும் நானே சொல்லி அந்த ஆசை தீர்ந்துவிட்ட நிலையில் இருக்கிறேன். இப்போதும் பல வாசகர்களிடம் என்னை அறிமுகப்படுத்திக் கொள்ள வேண்டிய தேவை தமிழ்ச் சூழலில் இருப்பதை உணர்கிறேன். ஆனால் என் பேச்சு மூலம் வாசகர்கள் என்னைத் தெரிந்துகொள்வதைவிட மற்றொரு வரின் பேச்சின் மூலமும், என் புத்தகங்களின் மூலமும் அவர்கள் தெரிந்துகொள்வது இன்னும் நன்றாக இருக்குமே என்றும் தோன்றுகிறது.

தமிழில் பொருட்படுத்தும்படி எழுதியவர்கள், சற்று சிந்திக்கும்படி எழுதியவர்கள், வாழ்க்கையின் துன்பியல் தன்மையைப் பற்றிச் சக மனிதர்களிடம் பகிர்ந்துகொள்ள முயல்கிறவர்கள் எல்லோருமே வாசகனின் வருகைக்காகக் காத்துக் கொண்டிருப்பவர்கள்தான். வாசகன் தன் முகத்தை எப்போது பார்ப்பான் என்ற எண்ணத்தில் சதா அவன் முகத்தைத் தேடி ஏங்குகிறவர்கள்தான். பாரதி, புதுமைப்பித்தன் போன்றவர்களுக்குக்கூட அவர்கள் வாழ்ந்திருந்த காலத்தில் வாசகர்கள் சார்ந்த ஏக்கம் இருக்கத்தான் இருந்திருக்கும் என்று தோன்றுகிறது.

'நானும் என் எழுத்தும்' என்ற தலைப்புடன் சில கேள்விகளும் வந்துவிடுகின்றன. சிறுவயதில் எழுத்துத் துறைக்கு எப்படி வந்து சேர்ந்தேன்? இலக்கியத் துறையால் எப்படிக் கவரப்பட்டேன்? ஒரு இளைஞன் செய்வதற்கு எவ்வளவோ காரியங்கள் இருக்கின்றன. நம் சூழல் சார்ந்து பார்த்தால் அவன் இலக்கியத் துறைக்கு வருவதற்கான காரணங்கள் எதுவும் இருக்க நியாயமே இல்லை. இந்திய மொழிகள் ஒன்றிரண்டில் நிலைமை சற்று மாறாக இருக்கலாம். தமிழில் நிச்சயமாக அப்படி இல்லை.

எந்த இளைஞன் ஆழ்ந்து ஆராய்ந்து பார்த்து இலக்கியத் துறைக்கு வந்திருக்க முடியும்? இளமையிலேயே ஒரு கனவு

உருவாகிவிடுகிறது. ஒரு ஆசை, வெறி, ஆவேசம் ஏற்பட்டுவிடுகிறது. அந்த நேரத்தில் நாம் வேறு, கனவு வேறாக இருப்பதில்லை. வெறியிலிருந்து விலகிநின்று யோசிப்பதற்கான முகாந்திரமே இருப்ப தில்லை. இது போன்ற ஒரு ஆவேசம் எனக்கு ஏற்படக் காரணங்கள் அதிகம் இல்லை. தந்தை வழியில் அப்படி ஒன்றும் கலைகளிலோ இலக்கியத்திலோ யாருக்கும் ஈடுபாடு இருக்கவில்லை. அவர்கள் வாழ்ந்து கெட்டவர்கள். வாழ்ந்து கெட்டவர்களிடம் லௌகீகத் தளம் சார்ந்த அழுத்தம்தான் அதிகமாக இருக்கும். இழந்துபோன பிரதாபங்களை மீட்டெடுக்க அவர்கள் ஒவ்வொன்றையும் பரபரப்பு டன் அள்ளிப் பிடித்துக்கொண்டிருப்பார்கள். வெற்றி அடைய வேண்டும் என்ற ஆசை வந்துவிட்டால் சில நியதிகள் உருவாகி விடுகின்றன. ஒழுக்கங்கள் உருவாகிவிடுகின்றன. சித்தாந்தங்கள் உருவாகிவிடுகின்றன. நம் சமூகத்தில் பெரும்பாலும் இவற்றிற்கெல் லாம் மதம் சார்ந்த ஒரு அடிப்படை இருக்கும்.

இவ்வாறு வெற்றியின் இலக்கை அடைய அதிகாரத்தைக் கையில் வைத்துக்கொண்டு இருப்பவர்கள் தெளிவான வழிமுறை களைப் பிரகடனப்படுத்திக் கொண்டே இருப்பார்கள். சந்தேகம் இல்லாமல் இருப்பார்கள். சந்தேகம் இல்லாதவர்கள் போல் ஆபத்தானவர்கள் யாரும் இல்லை என்பது என்னுடைய எளிய அபிப்ராயம். என் அனுபவம் சார்ந்து நான் இதைத் தெரிந்து கொண்டிருக்கிறேன். என் வாசிப்பு இந்த அனுபவத்தை ஊர்ஜிதப் படுத்தியிருக்கிறது.

நல்லதோ கெட்டதோ, நாம் விரும்புகிறோமோ விரும்பவில் லையோ எல்லாவற்றிற்கும் ஊற்றுக் கண்ணாக இருப்பது குடும்பம் என்ற மையம்தான். அதிகாலையில் எழுந்து படித்தால் அப்படியே மூளையில் பதிந்துவிடும் என்பார்கள். இந்த வாக்கியத்தை என் சிறுவயதில் திரும்பத் திரும்பக் கேட்டிருக்கிறேன். அதிகாலையில் எழுந்து படிப்பது குழந்தைகளுக்ுச் சிரமமாக இருக்குமே என்று ஒருவராவது ஒருதடவைகூடச் சொன்னதாக ஞாபகம் இல்லை. தூக்கம் கண்களைச் சொக்கும்போது படித்தால் எதுவுமே மனதில் பதியாது என்றும் எவரும் சொன்னதாக ஞாபகம் இல்லை. இவ்வாறு மாற்றுக் கருத்துக்கு இடமில்லாத, தெளிவு சார்ந்த தீர்மானங்கள் குடும்பத்திலிருந்து கல்வித் துறைக்குப் போகின்றன. அரசியல் துறைக்கு வருகின்றன. தத்துவத்துக்குள் புகுந்து ஆட்டம் போடுகின்றன. குறுகிய காலத்தில் மனிதனை மாற்றி வாழ்க்கையை மாற்றிவிடலாம் என்று சொல்பவர்களிடம் போகின்றன. குறுகிய காலத்தில் வாழ்க்கையை மாற்றி மனிதனையே மாற்றிவிடலாம் என்று சொல்பவர்களிடமும் போகின்றன.

தந்தைக்கும் மகனுக்கும் இடையே வெவ்வேறு நோக்கங்கள் சார்ந்த மோதல், மனிதன் காட்டுமிராண்டியாக இருந்த காலத்தி லிருந்தே தொடர்ந்துவந்துகொண்டிருக்கும் ஒரு பிரச்சனை என்று தான் நினைக்கிறேன். இந்த நூற்றாண்டில் அந்த மோதலுக்கு

மொழி சார்ந்த ஒரு அழுத்தம் கிடைத்தது. இந்த மோதலை நம் நினைவுக்குக் கொண்டு வரும் நாவல்கள், சிறுகதைகள், கவிதைகள், வாழ்க்கை வரலாறுகள் என்று எண்ணற்றவை இருக்கின்றன. துர்கனேவ்வின் Fathers and Sons நினைவுக்கு வரும் ஒரு நாவல். ஃப்ரன்ஸ் காஃப்கா, 'தந்தைக்கு எழுதிய கடிதம்' மற்றொரு ஆவணம். என்னிடம் யாராவது எனக்கும் என் தந்தைக்கும் இடையிலான மோதலைப் பற்றிச் சொல்லச்சொன்னால் நான் அவர்களிடம் ஃப்ரன்ஸ் காஃப்கா 'தந்தைக்கு எழுதிய கடித'த்தைப் படிக்கச் சொல்வேன். இதுதான் மிக நியாயமான பதிலாக எனக்குத் தோன்றுகிறது. காஃப்கா அந்தக் கடிதத்தில் இரண்டு தரப்பைச் சேர்ந்த வாதங்களையும் முன்வைக்கிறார். தெளிவான, காஃப்கா தன்மை இல்லாத காஃப்காவின் நூல் அது.

அம்மா சற்று வேறு மாதிரி. அவரிடமும் அதிக மனவெளி இல்லை. இருக்கும் மனவெளியை முழுமையாகத் தருவதற்கான ஆரோக்கியமும் அவருக்கு இல்லை. அப்பாவிடம் நெருங்கவே முடியாதிருந்ததால் அம்மாவிடம் இருந்த சிறிய வெளியும் விசாலமாகவே எனக்கு இருந்தது. முக்காலியில் உட்கார்ந்து பழகிவிட்டால் கையில்லாத நாற்காலியும் சிம்மாசனம் போல்தான் இருக்கும். அம்மாவை அப்படி ஒன்றும் ஆழ்ந்த இலக்கிய ரசிகை என்று சொல்லிவிட முடியாது. வாசிப்பதில் ஆசை வைத்திருந்தவர் என்று சொல்லலாம். அவர் சில பெயர்கள் சொன்னார். தமிழ் எழுதப் படிக்கத் தெரியாத வயதில் அந்தப் பெயர்கள் என் மனதில் ஆழமாகப் பதிந்தன. மணிக்கொடி என்று ஒரு பெயர். ந.பிச்சமூர்த்தி, கு. ப. ராஜகோபாலன், பி. எஸ். ராமையா, புதுமைப்பித்தன் என்ற சில பெயர்கள்.

பிச்சமூர்த்தியின் 'தாய்' என்ற கதையை ஒன்றுக்கு மேற்பட்ட தடவைகள் சொல்லியிருக்கிறார். சம்பாஷணைகளைக் கொச்சையாகச் சொல்லியிருக்கிறார். கக்குவான் இருமலில் அவதிப்படும் தன் குழந்தையைத் தூங்க வைக்க பிராந்தியை ஒருவன் கொடுக்க முயலும்போது, சக பயணியான நாயுடு ஸ்திரீ, குறுக்கிட்டு, 'பிராந்தியைத் தொடாதீங்க, பிள்ளையை இப்படி என்கிட்ட கொடுங்க' என்று சொன்னதை அம்மா கொஞ்சம் ஆவேசமாகவே சொல்வார். இந்த வாக்கியமும் இந்த வாக்கியம் சார்ந்த சித்திரமும் என் மனதில் ரொம்ப ஆழமாகப் பதிந்திருந்தன. பின்னால் இன்று வரையிலும் மனதில் இருந்த நாயுடு ஸ்திரீயின் சாடையில் பல பெண்களைத் தமிழ் நாட்டில் பல இடங்களில் பார்த்திருக்கிறேன். மதுரையைச் சுற்றிச் சற்று அதிகமாகவே பார்த்திருக்கிறேன். அவர்களுடைய முகங்களைப் பார்க்கும்போது அம்மாவுடைய கொச்சைப் பேச்சுக் குரல் காதில் கேட்கும். நாயுடு ஸ்திரீ குழந்தைக்கு முலை ஊட்டி விடுகிறாள். 'அவள் நெஞ்சில் அருள் சுரந்தது. ஆனால் மார்பில் பால் சுரந்ததோ என்னவோ' என்று முத்தாய்ப்பாகப் பிச்சமூர்த்தி கூறியிருக்கும் வாக்கியங்களையும் அம்மா சொல்வார்.

கல்கியின் 'பார்த்திபன் கனவு' 'கல்கி' இதழில் தொடராக வந்தபோது எங்கள் குடும்பத்தில் எல்லோருமே கல்கியின் வாசகர் களாக ஆகிவிட்டிருந்தார்கள். கல்கியின் வாசகர்களாக இருப்பதில் அவர்களுக்கு ஒரு ஆனந்தக் களிப்பு இருந்தது. அந்தக் களிப்பு என் மனதில் தோன்றவில்லை. தொடர்கதைப் பகுதியை அம்மாவோ அக்காவோ படிக்கும்போது எல்லோரும் உட்கார்ந்து கேட்போம். அந்த வயதில் என்னால் அந்தக் கதையைச் சரிவர வாங்கிக்கொள்ள முடியவில்லை. மாறிமாறி வரும் கதை நிகழ்ச்சிகளையும் மர்மங் களையும் புரிந்துகொள்வதில் பிறருக்கு இருந்த திறன் எனக்கு இல்லாமல் இருப்பதை எண்ணி உள்ளூர வருத்தத்துடன் இருந்தேன். பல வருடங்களுக்குப் பின்னால் ஒருமுறை நோய்வாய்ப்பட்டுப் படுத்திருந்தபோது என்னைப் பார்க்க வந்த உறவினர் மூலம் புதுமைப்பித்தனின் 'காஞ்சனை' தொகுப்பு கிடைத்தது. அந்தத் தொகுப்பு என்னை வெகுவாகப் பாதித்தது. அவருடைய எதார்த்தப் பாங்கு என் மனதில் ஒரு சிலிர்ப்பை ஏற்படுத்திற்று என்று சொல்லலாம்.

சுதந்திரம் கிடைத்த காலத்தில் வீட்டில் அடிக்கடி வ. ரா., கல்கி, ராஜாஜி, திரு. வி. க., ம. பொ. சி, ஜீவா, காமராஜர், பெரியார், அண்ணா, என். எஸ். கிருஷ்ணன், டி. கே. சண்முகம், கவிமணி, டி. கே. சி., முத்துராமலிங்கத் தேவர், அ. சீனிவாசராகவன், தொ. மு. பாஸ்கரத் தொண்டைமான், பி. ஸ்ரீ., போன்றவர்களின் பெயர்கள் அடிபடத் தொடங்கின. இவர்களைப் பற்றிப் பல சுவையான சம்பவங்களை என் தாய் மாமா – அவர் பெயர் வெ. நாராயணன் – சொல்லிக்கொண்டே இருந்தார். மனதில் புதிரும் குழப்பமும் வியப்புமாக இருந்தது. இவர்கள் யாருமே எங்கள் உறவினர்கள் அல்ல. எங்கெங்கோ வெவ்வேறு ஊர்களில் இருப்பவர் கள். மாமா போல், பெரியப்பா போல், சித்தப்பா போல், தாத்தா போல், குடும்பத்துக்குள் எப்படி இவர்களுக்கும் ஒரு முக்கியத்துவம் ஏற்படுகிறது? அம்மா சிறுவயதில் சொல்லியிருந்த கு. ப. ராஜகோபா லன், பிச்சமூர்த்தி, பி. எஸ். ராமையா, புதுமைப்பித்தன் போன்ற பெயர்களையும் மாமா பின்னால் சொன்ன புகழ்பெற்ற ஆளுமை களின் பெயர்களையும் நான் ஒன்றாக இணைத்துப் பார்த்துக் கொண்டிருந்தேன். இதில் புதுமைப்பித்தன் மட்டும் எனக்குச் சொந்தம் ஆகிவிட்டவராகவும் மற்றவர்களிடமெல்லாம் நான் உறவை ஏற்படுத்திக்கொள்ள வேண்டியவனாகவும் இருப்பதை உணர்ந்தேன்.

இந்த உறவை எப்படி ஏற்படுத்திக்கொள்வது? அப்போது எனக்கு வாசிப்பில் அதிக ருசி ஏற்பட்டிருக்கவில்லை. வாசிப்புப் பழக்கம் கொண்டிருந்த அக்கா இவர்களைப் பற்றியெல்லாம் வெகு வேகமாகத் தெரிந்துகொள்ளத் தொடங்கியிருந்தாள். அவள் புத்திசாலி. எந்த அளவுக்கு அவள் புத்திசாலியோ அதைவிட அவள் புத்திசாலி என்ற எண்ணம் எனக்கு அப்போது இருந்தது. மற்றொரு சுயஞானமும் தீர்மானமாக இருந்தது. எந்த விஷயத்தையும்

கிரகித்துக்கொள்ள என் மூளைக்குச் சக்தி இல்லை. முக்கியமான ஆளுமைகளுடைய புகைப்படங்களையெல்லாம் திரட்டி அந்தப் புகைப்படங்களை என் அக்காவிடம் காட்டி அவர்களுடைய பெயர்களையும் சொல்வேன். இந்தச் சாகசத்தை அவள் வெகுவாக அலட்சியப்படுத்தினாள்.

இந்தச் சந்தர்ப்பத்தில்தான் சிறிய மாமா உதவிக்கு வந்துசேர்ந் தார். அவர் வீட்டோடு வந்துசேர்ந்ததால் மிக நெருக்கமான தோழமை கிடைத்தது. அவர் என்னைவிட இரண்டு வயதுக்குத்தான் மூத்தவர். அவரிடம் ஊர் அக்கப்போர்கள் நிறைய இருந்தன. எங்கள் ஊர்ப் பெரிய மனிதர்களைப் பற்றியும் சினிமா நடிகர்களைப் பற்றியும் நடிகைகளைப் பற்றியும் திரைக்குப் பின் செய்திகளை ஏகமாகச் சேர்த்துவைத்திருந்தார். அவருடைய மூளை ஒரு ரயில் எஞ்சின் போலவும் என்னுடைய மூளை ஒரு பலாப்பழ விதை போலவும் என் மனதில் தோன்றிக் கொண்டிருந்தது. ஊர் சுற்றுவ தில் அவருக்கு அசாத்தியமான நம்பிக்கை இருந்தது. நானும் அவருடன் சேர்ந்து ஊர் சுற்றத் தொடங்கினேன். எழுத்து, வாசிப்பு ஆகியவற்றைத் தாண்டி உங்களை அதிகமாகப் பாதித்த விஷயம் என்ன என்று கேட்டால் ஊர் சுற்றியது என்றுதான் சொல்வேன். ஊர் சுற்றுவது என்றால் மணிக்கணக்காகச் சுற்றுவோம். வீட்டிற்குப் போக இரண்டு காரணங்கள்தான் இருந்தன. பகல் என்றால் தாங்க முடியாத பசி. இரவு என்றால் தூங்க ஒரு இடம். மற்றபடி வீட்டிற்கு வர எந்தக் காரணமும் இருக்கவில்லை.

பிரதானத் தெருக்களில் நடை பயிலுவதில் மாமாவுக்கு நம்பிக் கையே இருக்கவில்லை. அவர் புகுந்து புறப்பட்டவை எல்லாம் சந்து பொந்துகள். முடுக்குகள். தெருவடைச்சான் சந்துகள். பள்ள மாக அதள பாதாளம் நோக்கி வழியும் குறுக்குப் பாதைகள். வெளியுலகம் தெரியாத எனக்கு ஒவ்வொன்றும் மிகுந்த ஆச்சரியத் தையும் கிளர்ச்சியையும் தந்தது. என் முன்தீர்மானங்கள் நொறுங்கிக் கொண்டே இருந்தன. பல தெருச்சண்டைகளைப் பார்த்தேன். அழகான பெண்கள் கெட்ட வார்த்தை சொல்ல மாட்டார்கள் என்ற எண்ணம் எனக்கு இருந்தது. ஏழைகள் பசி தாங்காமல் அழுதுகொண்டிருப்பார்கள் என்ற எண்ணம் இருந்தது. அம்மா கையால் அடிபடும் குழந்தைகள் அம்மாவை வெறுக்கத் தொடங்கி விடும் என்ற எண்ணம் இருந்தது. எழுதப் படிக்கத் தெரியாதவர்கள் அடி முட்டாள்களாக இருப்பார்கள் என்ற எண்ணம் இருந்தது. தாடி, மீசை வைத்துக் கொள்பவர்களைப் பார்த்துக் குழந்தைகள் பயப்படும் என்று நினைத்துக்கொண்டிருந்தேன். இங்கிதமாகப் பேசுபவர்களை நம்பலாம் என்ற எண்ணம் இருந்தது. பெண்கள் ஆண்களை அடிக்கமாட்டார்கள் என்று நினைத்துக்கொண்டிருந் தேன். இது போன்ற பல எண்ணங்கள் கண்ணாடி ஜாடிகள் வைத் திருக்கும் அலமாரி கவிழ்ந்தால் ஜாடிகள் எப்படி நொறுங்குமோ அப்படி மூளைக்குள் கவிழ்ந்து நொறுங்கின. இந்த நொறுங்கல்

ஏமாற்றத்தைத் தரக்கூடிய அளவுக்கு உவகையையும் தந்தது. நொறுங்க வேண்டியவை எல்லாம் நொறுங்கட்டும் என்று தோன்றிற்று.

விதம்விதமான பேச்சுக்கள் காதில் விழுந்து மனதில் படிந்தன. சந்து பொந்துகளில் சுற்றிவிட்டுப் பிரதான வீதிக்கு வரும்போது எங்கிருக்கிறோம் என்ற திகைப்பு எனக்கு ஏற்படும். அது ஒரு பெரிய தவிப்புதான். ஒரு நிமிடத்திற்குள் விடை தெரியாவிட்டால் தலை சுக்குநூறாக வெடித்துவிடும் என்று தோன்றும். அப்போது மாமாவிடம் 'வேப்பமரம் எங்கிருக்கிறது?' என்று கேட்பேன். வேப்பமரம் எங்கிருக்கிறது என்பதை மாமா சொல்லி எனக்கும் அது புரிந்துவிட்டால் உலகத்தில் எந்த இடத்தில் நான் இருக்கிறேன் என்பது எனக்குத் தெளிவாகப் புரிந்துவிடும். வேப்பமரம் இருக்குமிடம் தெரிந்தால் எனக்கு எல்லாமே தெரிந்த மாதிரிதான். வேப்பமரத்திற்கு இந்தப் பக்கம் மணிமேடை. அந்தப் பக்கம் பூங்கா. வேப்பமரத்தைத் தாண்டிப்போனால் எஸ். எல். பி. பள்ளிக்குப் போய்விடலாம். பள்ளிக்குப் பின்பக்கம் எங்கள் வீடு. வேப்பமரத்தோடு பிற இடங்களுக்கு இருக்கும் உறவை வைத்துத்தான் எங்கள் ஊரையே நான் புரிந்து கொண்டேன்.

ஊரில் ஒவ்வொரு இடமும் நினைவு வரும்போது அங்கு வசிக்கும் ஆண்கள் பெண்கள் குழந்தைகளின் நினைவு வரும். ஒரு சந்தில் ஒரு வீட்டு வாசலில் என் 15ஆவது வயதில் பார்த்த ஒரு 5 வயதுப் பெண்குழந்தையைக் கிட்டத்தட்ட 50 வருடங்களாக வெவ்வேறு இடங்களில் பார்த்துக்கொண்டிருக்கிறேன். அதே குழந்தையை ஒரு ஆரம்பப் பள்ளிக்கு முன்னால் அரைப் பாவாடையுடன், எஸ். எல். பி. பள்ளிக்கு முன்னால் முழுப் பாவாடையுடன், சேலையில் கல்லூரிக்குப் போகும் கோலத்தில், திருமணம் முடிந்து கணவனுடன் சினிமாவுக்குப் போகும் லகரியில், கர்ப்பிணிப் பெண்ணாக, அதன் பின் பல குழந்தைகளுடன், வகிடு ஓரங்களில் நரையுடன், தொய்ந்துபோன முகத்துடன், முன் பற்களை இழந்துவிட்ட கோலத்தில், நெற்றியில் வைதவ்யம் பூசியிருந்த விபூதியுடன் என்று இன்று வரையிலும் பார்த்துக்கொண்டிருக்கிறேன். என் உலகத்தில் 50 வருடங்களாக முக்கியமான ஸ்தானத்தில் வாழ்ந்து கொண்டிருப்பது அவளுக்குத் தெரியாது. இது போல் எத்தனையோ பேர். நிச்சயமாகப் பெண்கள் மட்டுமல்ல. ஆண்களும் இருக்கிறார்கள். சில முக்கிய மரங்களும் இருக்கின்றன. கட்டடங்கள் இருக்கின்றன. படிக்கட்டுகள் இருக்கின்றன.

இந்த அனுபவங்களை எழுதத் தொடங்கும்போது சூட்சுமங்களைத் தொட முடியவில்லை என்ற எண்ணம்தான் எனக்கு ஏற்படுகிறது. அனுபவம் பல சந்தர்ப்பங்களில் ஏற்படுத்துகிற உவகைக்கு முன், மொழி தோற்றுக்கொண்டே இருக்கிறது. சுழலும் மின்விசிறியைத் தொட நீளும் கை எப்படித் தயங்குமோ அப்படி மொழி, அனுபவங்களின் சூட்சுமங்களைத் தொடத் தயங்கிப்

பின்னகர்ந்துகொள்கிறது. இருந்தாலும் ஊர் சுற்றலின் விளைவுதான் 'ஒரு புளியமரத்தின் கதை' என்று பாதி சரியாகவும் பாதி தவறாகவும் கற்பனை செய்துகொள்ள முடிகிறது. அந்த அளவுக்கு அனுபவங்கள் ஒரு நிறைவைத் தருகின்றன.

2

சுய அனுபவம் சார்ந்துதான் ஒரு எழுத்தாளன் எழுத முடியும் என்ற எண்ணம் எனக்கு இருக்கிறது. சிறுவயதில் ஏற்பட்ட எண்ணம் இது. இன்று வரையிலும் விசேஷப் பாதகம் இல்லாமல் அந்த எண்ணம் தொடர்ந்துகொண்டிருக்கிறது. சுல்பிகார் கோஷ் என்ற எழுத்தாளர் தீவிரமான படைப்பு இயக்கம் கொண்டவர். பிறந்த ஊர் பம்பாய். அமெரிக்காவில் டெக்ஸாஸில் பேராசிரியராகப் பணியாற்றுகிறார். அனுபவங்களை முற்றாக உதறிவிட்டுக் கற்பனை சார்ந்துதான் நாவல்களை உருவாக்க வேண்டும் என்பதில் திடமான நம்பிக்கை கொண்டவர். அவருடைய பேட்டி ஒன்றில் இதை வற்புறுத்துகிறார். இவ்வாறு அனுபவத்தைத் தாண்டி முழுக்கவும் கற்பனை சார்ந்து எழுதுவதாகச் சொல்லும் எழுத்தாளர்களின் படைப்புக்களைப் படிக்குபோது அவர்களுடைய எழுத்துக்கும் அடிப்படையாக அனுபவம் இருப்பது போல்தான் தெரிகிறது. படைப்பாளியின் குறிக்கோள் சார்ந்து அனுபவம் படைப்புக்குள் பெரும் குலைவுக்கு ஆட்பட்டுவிடுகிறது.

ஒரு பெரிய காகிதத்தைச் சுக்குநூறாகக் கிழித்துக் காற்றில் விசிறிவிட்டது போல் அனுபவம் சிதறடிக்கப்பட்டிருக்கிறது என்று வேண்டுமென்றால் சொல்லலாம். மூளைக்குள் வேறு என்ன பதிவுகள் இருக்க முடியும், அனுபவத்தைத் தவிர? எல்லாம் பொறிகள் வழியாகப் போன பதிவுகள்தானே? தொடர்ந்து இந்தப் பதிவுகள் நிகழ்ந்துகொண்டே இருக்கின்றன. அடுத்த கணம் நிகழப் போகும் பதிவைப் பற்றி நமக்கு இப்போது ஒன்றும் தெரியாது. இப்போது என் பேச்சைக் கேட்டுக்கொண்டிருக்கும் பதிவு நிகழ்ந்து கொண்டிருக்கிறது. நான் மூர்ச்சை போட்டு விழுந்துவிட்டால் வேறு பதிவுகள் தொடங்கிவிடும். இந்தக் கூடத்தில் நெருப்பு மூண்டுவிட்டதென்றால் எழுந்து ஓடத் தொடங்கிவிடுவோம். அப்போது களேபரம் சார்ந்த பதிவுகள் உருவாகின்றன. முன் கட்டுப்பாடு எதுவுமே இல்லாத பதிவுகள் நம்மை நோக்கி வந்து கொண்டேயிருக்கின்றன. விழிப்பு நிலையில் இது போன்ற பதிவுகள்; உறங்கும்போது கனவுகள். இவற்றின் மீதும் நமக்குப் பிடிமானம் எதுவும் இல்லை. இந்தப் பதிவுகளின் அர்த்தம் என்ன? இவற்றில் ஏதேனும் பொருள் இருக்கிறதா? இப்பதிவுகளின் சாராம்சம் என்ன என்பதுதான் படைப்பின் முக்கிய நோக்கமாக இருக்கிறது என்று நினைக்கிறேன். அப்படிப் பார்க்கும் போது அனுபவம் நேரடியாகப் பிரதிபலிக்காவிட்டாலும்கூட மறைமுகமாகவேனும், உருக்குலைந்த

நிலையிலேனும், அல்லது உருக்குலைக்கப்பட்ட நிலையிலேனும் படைப்புக்குள் வந்தாக வேண்டும். மனிதனைக் கட்டுப்படுத்தும் விதிக்கு முற்றிலும் முரணான ஒரு விதியைப் படைப்புக்கு அடிப்படையாகக் கொள்ள முடியாது.

3

வாசிப்பின் மூலமும் நண்பர்களின் மூலமும் பல்வேறுபட்ட பாதிப்புக்களை அடைந்திருப்பேன் என்றுதான் நினைக்கிறேன். ஆனால் அவற்றைப் பற்றித் தெளிவாகச் சொல்ல முடியவில்லை. புதுமைப்பித்தனின் பாதிப்பைத் தெளிவாக உணர முடிவது போல் மற்ற பாதிப்புக்களை உணர முடிவதில்லை. சிறிய வயதில் முற்போக்கு எழுத்தாளனாக ஆக வேண்டும் என்று ஆசைப்பட்டுக் கொண்டிருந்த காலத்தில் அமெரிக்க எழுத்தாளர் ஜான் ஸ்டீன் பக்கின் Grapes of Wrath என்ற நாவல் என்னைக் கணிசமாகப் பாதித்திருக்கிறது. அந்தக் காலத்தில் அவருடைய பல நாவல்களைப் படித்தேன். சமீபத்தில் அவருடைய ஒரு புத்தகத்தைப் படிக்க முற்பட்டபோது அதில் ஈடுபாடே ஏற்படவில்லை. சிறுவயதில் படித்த பலரைப் பற்றி இன்றும் மனதில் உயர்வான எண்ணம் இருக்கிறது. மீண்டும் அவர்களைப் படித்துப்பார்த்தால் அவர்கள் மீது வைத்திருக்கும் மதிப்பை இழந்துவிடுவேனோ என்று பயமாக இருக்கிறது. எழுத்தாளர்களைக் குறை சொல்லும் நோக்கில் நான் இதைச் சொல்லவில்லை. காலத்தைத் தாங்கும் எழுத்தை உருவாக்குவது கடினம் என்பதால் இதைச் சொல்கிறேன். ஒரு ஆமையின் ஆயுளோடு ஒப்பிடும் போது ஒரு சிறந்த நாவல் அல்லது ஒரு சிறந்த கதையின் ஆயுள் குறைவாக இருப்பது வருத்தத்தைத் தருகிறது.

பாரதியின் மீது எனக்கு எந்த அளவிற்கு மரியாதை இருக்கிறதோ அந்தளவுக்கு அவர் என்னைப் பாதிக்கவேயில்லை. நிச்சயமாக நண்பர்கள் என்னைப் பாதித்திருக்கக்கூடும். ஜீவாவுடன் இருந்த நெருக்கத்தினால் வாழ்க்கையைப் பற்றிய அக்கறை வலுப்பட்டிருக்கிறது என்று நினைக்கிறேன். இல்லாமை சார்ந்த கொடுமைகள் மனத்தில் முனைப்புக் கொள்ளவும் ஜீவா ஒரு காரணமாக இருந்தார். புதுமைப்பித்தன் மீது இருந்த மயக்கம் 50க்களின் ஆரம்பத்தில் ரகுநாதனைப் பார்க்க ஆவலைத் தூண்டிக் கொண்டிருந்தது. அது போன்ற ஒரு ஆவலைத் தூண்டியவர் அந்த நாட்களில் அவர் மட்டும்தான். அவர் புதுமைப்பித்தனின் சிஷ்யர், வாரிசு, பிரதிநிதி என்ற எண்ணம் எனக்கு இருந்தது. அவர் அதிகமாகப் பேசக்கூடியவர் அல்ல; பகிர்ந்துகொள்ளக்கூடியவரும் அல்ல. ஆனால் எங்களுக்குப் பொதுவாக இருந்த நண்பர்கள் வியந்து கூறும்படி அவர் என்னுடன் பேசினார். பகிர்ந்துகொண்டார். அவருடைய 'சாந்தி' இதழில் நான் எழுதித் தந்த எல்லாவற்றையுமே

வெளியிட்டார். அவை வெளிவந்ததைவிட சந்தோஷத்துடன் அவர் அவற்றை வெளியிட்டது முக்கியமாகப்பட்டது.

அவருடனும் ஜீவாவுடனுமான நெருக்கம் நெல்லையில் பல நண்பர்களைத் தேடித் தந்தது. எல்லோரும் வாசிப்பதில் அவரவர் அளவில் மிகுந்த நம்பிக்கை கொண்டவர்கள். அண்ணாச்சி சண்முகம் பிள்ளை, பாலதண்டாயுதம், கம்யூனிசத் தலைவர் ப. மாணிக்கம், ரகுநாதன், தி. க. சிவசங்கரன், என். டி. வானமாமலை, ஜி. நாகராஜன், முருகானந்தம், என். வானமாமலை எல்லோருமே வாசிப்பதில் நம்பிக்கை கொண்டிருந்தவர்கள். பேசுவதில் நம்பிக்கை கொண்டிருந்தவர்கள். கருத்துக்கள் சார்ந்து விவாதிப்பதில் நம்பிக்கை கொண்டிருந்தவர்கள். இந்தக் காரியங்கள் எல்லாம் நிச்சயமாக என்னைப் பாதித்திருக்க வேண்டும்.

என் 20 வயதிலிருந்து கிட்டத்தட்ட 45 வயது வரையிலும் சுமார் 25 வருடங்கள் சகல விஷயங்களையும் நான் கிருஷ்ணன் நம்பியுடன் பகிர்ந்துகொண்டிருந்தேன். நகைச்சுவை உணர்வு மிகுந்தவர். பேச்சு மூலம் காட்சி ரூபங்களை உருவாக்கிக்கொண்டே இருப்பார். அவருடன் இருக்கும்போது பேசாது இருக்கும் நேரங்களில்கூட ஒரு தோழமை, தோழமையின் தென்றல் அல்லது தோழமையின் நறுமணம் வீசிக்கொண்டே இருக்கும். மௌனி, ஜி. நாகராஜன், அசோகமித்திரன் போன்றோரது படைப்புக்களின் மீது என் கவனம் அழுத்தம் கொள்ள அவர் ஒரு காரணமாக இருந்தார். ஜானகிராமனுடைய மிகப் பெரிய ரசிகர். தான் நடத்திவரும் வியாபாரத்தில் அதிகப் பணம் ஈட்டும்போது ஜானகிராமனுக்கு ஒரு தங்க மோதிரத்தை அன்பளிப்பாகத் தர வேண்டும் என்று சொல்லிக் கொண்டிருந்தார். அவர் கனவு நிறைவேறவில்லை.

ரகுநாதன் மூலம் 'சாந்தி' யில் கிடைத்த இடத்திற்குச் சற்றும் குறையாத ஒரு இடம் விஜயபாஸ்கரன் மூலம் 'சரஸ்வதி' யில் கிடைத்தது. 'சரஸ்வதி' யில் எழுதத் தொடங்கிய பின் க. நா. சு., சி. சு. செல்லப்பா, பிச்சமூர்த்தி, சிதம்பர சுப்பிரமணியன் என்று பழைய தலைமுறையைச் சேர்ந்த பல எழுத்தாளர்களையும் சந்தித்தேன். க. நா. சு. நண்பராகப் பாவித்து என்னுடன் பழகியது பெரிய விஷயம். அவர் என்னுடைய பார்வையைப் பாதித்திருப்ப தாக நான் உணரவில்லை. ஆனால் வாசிப்பதில் எனக்கிருந்த ஆசை அவர் மூலம் பல மடங்கு பெருகிற்று. ஒரு புத்தகத்தைப் படித்ததும் மனதிற்குள் ஒரு கறாரான அபிப்ராயத்தை – என்னால் அதை எழுதவோ அல்லது சொல்லவோ முடியாததாகக்கூட இருக்கலாம். அது வேறு விஷயம் – என் மனத்தளவிலேனும் உருவாக்கிக்கொள்ள கவனம் ஏற்பட்டதென்றால் அதற்கு க. நா. சு.தான் முக்கிய காரணம். சென்னையில் க. நா. சுவுடன் பழகிய காலத்தில் கு. அழகிரிசாமியும் நா. பார்த்தசாரதியும் மிக நெருக்கமான நண்பர்களாக இருந்தார்கள்.

எனக்கு இடங்கள்மீதும் காலத்தின்மீதும் மனிதர்களின்மீதும் மனித உறவுகளின்மீதும் அக்கறை உண்டு. 'ஒரு புளியமரத்தின் கதை'யை இடமும் காலமும் சார்ந்த படைப்பு என்றும், 'ஜே.ஜே : சில குறிப்புக'ளைக் காலமும் கருத்தும் சார்ந்த படைப்பு என்றும், 'குழந்தைகள் பெண்கள் ஆண்க'ளைக் காலமும் மனித உறவுகளும் சார்ந்த படைப்பு என்றும் பொதுவாகச் சொல்லலாம்.

சாகித்ய அகாதமிக் கூட்டம், சென்னை - 9.7.1999.
'சதங்கை', ஜனவரி - மார்ச் - 2001.

நாவலும் யதார்த்தமும்

இங்கு பேசும்போது இலக்கியத்திலும் இடதுசாரிச் சிந்தனைகளிலும் அக்கறை கொண்டவர்களுக்கு விருப்பமான விஷயங்களைப் பற்றிப் பேச வேண்டும் என்று நினைத்துக் கொண்டேன். உங்கள் உலகத்தைச் சார்ந்த விஷயத்தைப் பற்றிப் பேசினால் அது பற்றி நீங்கள் சிறிது யோசிக்கக்கூடும். அக்கறை இருந்தால் என் கருத்துக்களைப் பற்றி நீங்கள் விவாதிக்கக்கூடும். பொருட்படுத்தத் தகுந்தவையாக என் கருத்துக்கள் இல்லையென்றால் நீங்கள் அவற்றை நிராகரிக்கவும் கூடும்.

முதலில் என் மனதில் வந்த விஷயம் இலக்கியத்தில் யதார்த்தம் என்பது. யதார்த்தம் ஒரு நெருக்கடியில் மாட்டிக்கொண்டுவிட்டது என்ற எண்ணம் உங்களில் பலருக்கும் இருக்கக்கூடும் என்று நினைக்கிறேன். எங்களுக்கு அந்தக் கவலை இல்லை என்று நீங்கள் சொன்னால் அதிகக் கவலை கொண்டிருக்கிறீர்களோ என்று நான் சந்தேகப்படத் தொடங்குவேன். ஏனென்றால் எந்த விஷயத்தைப் பற்றி நான் கவலை கொண்டிருக்கிறேனோ அந்த விஷயத்தைப் பற்றி என்னிடம் யாராவது விசாரித்தால் எனக்கு அது பற்றிக் கவலையில்லையே என்றுதான் சொல்வேன். தன்னைப் போல் பிறரையும் நினைப்பதுதானே மனித சுபாவம். மனிதர்களுக்குரிய அநேக சுவபாவங்கள் எனக்கும் உண்டு. என் பிம்பத்திற்கு அந்தச் சுபாவங்கள் இல்லாமல் இருக்கலாம். ஆனால் எனக்கு உண்டு.

நாலைந்து ஆண்டுகளுக்கு முன்னால் ஒரு இளம் எழுத்தாளர் என்னைச் சந்தித்தார். தமிழில் யதார்த்தம் செத்துவிட்டது என்றார். யதார்த்தத்தின் ஜாதி, மதம் பற்றி உங்களுக்குத் தெரியும் என்றால் அதற்கேற்ப அதைப் புதைக்கலாம் அல்லது எரிக்கலாம் என்று அவரிடம் சொன்னேன். இரண்டொரு நாட்களுக்குப்பின் என்னைச் சந்தித்தபோது மீண்டும் யதார்த்தம் செத்துவிட்டது என்றார். ஒரு வாரம் கழித்துப் பார்க்க நேர்ந்தபோது அப்போதும் யதார்த்தம் செத்துவிட்டது என்றார். யதார்த்தம் செத்துவிட்டது என்று நீங்கள் அடிக்கடி சொல்வதைப் பார்த்தால் அது சாகவில்லையோ என்ற சந்தேகம் ஏற்படுகிறது என்று நான்

சொன்னேன். உண்மையாகவே அது செத்திருந்தால் அதைத் திரும்பத் திரும்பச் சொல்ல வேண்டிய அவசியம் இல்லையே. என் தந்தை 25 வருடங்களுக்கு முன்னால் இறந்துபோனார். அதை ஒரு தடவைதான் என் நண்பர்களிடம் நான் சொன்னேன் என்றும் சொன்னேன்.

யதார்த்தம் வேண்டும் என்று நினைப்பவர்களுக்கு யதார்த்தம் இறந்துபோய்விட்டதோ என்று பயமாக இருக்கிறது. யதார்த்தத்தைப் புதைக்க வேண்டும் என்று ஆசைப்படுகிறவர்களுக்கு அது இன்னும் உயிரை விடவில்லையோ என்று சந்தேகமாக இருக்கிறது. உண்மையில் என்னுடைய பார்வை சார்ந்து நான் இந்தப் பிரச்சனைக்குள் மாட்டிக்கொள்ள அவசியம் இல்லை. அதற்கான காரணங்களைப் பற்றிச் சொல்கிறேன். யதார்த்தத்தைப் பற்றிப் பேசும்போது அரூபமாக அதைப் பற்றிப் பேசாமல் ஒரு இலக்கிய உருவத்துடன் அதை இணைத்துப் பேசுவது நம் முன் நிற்கும் பிரச்சனையைத் தெளிவாகப் புரிந்துகொள்ள உதவும் என்று நினைக்கிறேன். அதனால் யதார்த்தத்தை ஒரு முக்கியப் படைப்புருவமான நாவலுடன் இணைத்து நாம் பேசலாம்.

தமிழ் நாவலுக்கு 120 வயதாகிறது. திட்டவட்டமாகக் கணக்குப் போட்டுப்பார்த்தால் அது 119 ஆகவோ 121 ஆகவோ இருக்கலாம். 120 வருடங்கள் என வைத்துக்கொள்வது நினைவுகூர வசதியாக இருக்கிறது. தமிழின் முதல் நாவல் வேதநாயகம் பிள்ளை எழுதிய பிரதாப முதலியார் சரித்திரம் என்பது நமக்குத் தெரியும். அதிலிருந்து இன்று வரையிலும் தமிழில் ஆயிரக்கணக்கான நாவல்கள் வெளிவந்திருக்கின்றன. இவற்றில் ஒரு நூறு நாவல்களாவது படித்துப் பார்க்கத் தகுந்தவையாக இருக்கும் என்று நம்புகிறேன். ஒரு நாவலைப் படிக்கும்போது அது ஏதோ ஒரு விதத்தில் நம்மிடம் ஒரு உறவை ஏற்படுத்திக்கொள்ள வேண்டும். உறவு சாதகமானதா? பாதகமானதா? நிறைவைத் தரக்கூடியதா? அல்லது குறையுணர்ச்சியை ஏற்படுத்தக்கூடியதா என்பதெல்லாம் இரண்டாவதாகப் பார்க்க வேண்டியது. நமக்கு நண்பர்கள் இருக்கிறார்கள். அவர்களை அடிக்கடி நினைத்துக்கொள்கிறோம். நமக்குக் கட்டோடு பிடிக்காதவர்கள் இருக்கிறார்கள். நண்பர்களைவிட அதிகமாக அவர்களை நினைத்துக்கொள்கிறோம். எதற்குச் சொல்கிறேன் என்றால் நமக்குப் பிடிக்கும் நாவல்கள்தான் நம்மைப் பாதிக்கின்றன என்பது அல்ல. பிடிக்காத நாவல்களும் நம்மைப் பாதிக்கின்றன. எதிர்மறையாகப் பாதிக்கின்றன. எந்தப் பாதிப்பையும் நிகழ்த்தாத நாவல் மனதிலிருந்து உதிர்ந்துபோய்விடுகிறது. நேற்றுப் படித்து முடித்த ஒரு நாவல் இன்று மனதிலிருந்து உதிர்ந்துபோய்விட்டது; 20 வருடங்களுக்கு முன்னர் படித்த நாவல் மனதுக்குள் இன்றும் ஜீவகளையுடன் இருக்கிறது. ஏன் ஒன்று உதிர்ந்துபோயிற்று? ஏன் மற்றொன்று உயிர்ப்புடன் வாழ்கிறது? படைப்புச் சம்பந்தப்பட்ட அடிப்படையான பிரச்சனையே இதுதான்.

ஒரு சிறுகதை அச்சேறியதும் இறந்துபோய்விடும் என்றால் அந்தச் சிறுகதையை நாம் ஏன் எழுத வேண்டும்? ஒரு கவிதை அச்சேறியதும் அதன் மரணம் நிகழும் என்றால் நாம் ஏன் அந்தக் கவிதையை எழுத வேண்டும்? பத்திரிகைகள் என்ன இலவசமாக இடம் தரும் இடுகாடுகளா? எழுத்து என்பது ஒரு சமூகச் செயல் பாடு. நான் நாட்குறிப்பை எழுதுகிறேன். என் நாட்குறிப்பில் பல ரகசியங்கள் இருக்கின்றன. என் மனைவிக்குக்கூடத் தெரியாமல் அந்த நாட்குறிப்பைப் பூட்டிவைத்துக்கொள்கிறேன். அந்த நிலையில் அது படைப்பு அல்ல. அந்த நாட்குறிப்புக்கு ஒரே ஒரு வாசகன்தான் இருக்கிறான். அந்த வாசகனும் அதைப் படைத்த படைப்பாளி. அப்படியென்றால் அந்த நாட்குறிப்புக்கு வாசகன் இல்லை என்று பொருள். வாசகன் இல்லாத, வாசகன் நுழைய முடியாத ஒரு எழுத்து, படைப்பு அல்ல. ஏனென்றால் அது ஒரு சமூகத் தொடர்பு இல்லாமல் இருக்கிறது. அது என்னுடைய அந்தரங்கமான காரியம். நான் சுய சவரம் செய்துகொள்வது போல், உடற்பயிற்சி செய்து கொள்வது போல், குளியலறையில் பாடிக்கொண்டிருப்பது போல் ஒரு காரியம். நான் மறைந்த பின் என் மனைவியோ வேறு யாரேனும் ஒருவரோ என் அந்தரங்க நாட்குறிப்பை அச்சேற்றினால் அது படைப்பிற்குரிய தளத்திற்கு வருகிறது. அப்போது யார் வேண்டுமானாலும் அதைப் படித்துப்பார்க்கலாம். அதைப் பாராட் டலாம். அதன் மீது விமர்சனங்கள் முன் வைக்கலாம். அக்குவேறு ஆணிவேறாகக் கிழித்துப் போடலாம். முற்றாக நிராகரிக்கலாம். இதற்கான உரிமை ஒவ்வொரு வாசகனுக்கும் – அதாவது சமூகத்துக் கும் – இருக்கிறது.

ஒரு சமூகச் செயல்பாடு காலத்தைத் தாண்டி ஏன் நிற்கிறது? மற்றொன்று ஏன் பிறந்தவுடனேயே இறந்துவிடுகிறது. ஒரு சமூகச் செயல்பாடு காலத்தைத் தாண்டி நின்றால் பலருக்கும் பயன்படும். நூறு வருடங்களுக்கு முன்னால் தோண்டப்பட்ட கிணறு ஒன்றில் இப்போது ஊற்று கொப்பளித்துக்கொண்டிருக்கிறது. மக்கள் அதைப் பயன்படுத்துகிறார்கள். நேற்றுத் தோண்டி முடிக்கப்பட்ட கிணற்றில் உப்பு நீர் கொப்பளிக்கிறது. அது உதவாமல் போகிறது.

படைப்பு என்னென்ன வலுக்களைக் கொண்டிருந்தால் அது சமூகத்தை அதிகளவுக்குப் பாதிக்கும் என்று நான் இளம் வயதில் யோசிக்கத் தொடங்கினேன். அவ்வளவு பெரிய கேள்விக்கு விடை கண்டுபிடிக்கக்கூடிய அளவுக்கு என் மூளைக்கு அப்போது திராணி கிடையாது. ஆனால் ஆசை சார்ந்து கேள்விகள் வருகின்றன. மூளைக்குத் திராணி வரும் காலம் வரையிலும் ஆசை காத்துக் கொண்டிருப்பதில்லை. அப்போது எனக்கு ஒன்று தோன்றிற்று. மிக முக்கியமான ஒரு கருத்து அல்லது மிக முக்கியமான ஒரு அனுபவத்தை நாம் எடுத்துச்சொல்லும்போது அதற்கு ஏற்ற ஒரு மொழி நடை வேண்டும். அந்த மொழி நடையில் தெளிவு இருக்க வேண்டும்.

மொழி கூர்மையாக இருக்க வேண்டும். படைப்பில் அவசியமானவை மட்டுமே இடம்பெற வேண்டும். அவசியமற்றவை படைப்பில் துருத்திக்கொண்டிருக்கக்கூடாது. அவசியமானவையோடு அநாவசியமும் படைப்பில் இருந்தால் அவசியமானவை துலக்கம் பெறாது. பெண் பார்க்க வந்த இடத்தில் பெண் முகத்திரை அணிந்து கொண்டிருந்தால் பெண்ணின் முகத்தைப் பார்க்க முடியாது. முகத்திரை இல்லாத முகம்தான் தெளிவான முகம்.

சொல்முறையில் நேர்த்திகூட வேண்டும். நேர்த்திகூடிய சொல் முறைக்கு உத்தி என்று பெயர். ஒரு அனுபவத்தை ஓரிடத்தில் ஆரம்பித்துச் சொன்னால் அது அழகாக அமையும். தவறான இடத்தில் ஆரம்பித்துச் சொன்னால் அழகில்லாமல் இருக்கும். சொல் முறையில் வழவழப்பு இருந்தால் அது வாசிப்பவனின் கவனத்தைப் பாழடிக்கிறது. இப்படியெல்லாம் நான் யோசிக்கத் தொடங்கினேன். ஆகவே, படைப்பு வலுவாக, மனித மனத்தைப் பாதிக்கக்கூடியதாக அமைய வேண்டும் என்று நான் நினைத்தேன். படைப்பு சம்பந்தமாக என் விமர்சனங்களில் நான் வற்புறுத்திவரும் உண்மை இது. இந்தப் பார்வையில் நான் வைத்திருக்கும் உறுதியை என் படைப்பு வெளிப்படுத்த வேண்டும். அப்படி வெளிப்படுத்த வில்லையென்றால் எனக்கு நோக்கம் இருக்கிற அளவுக்குச் செயல் படுத்த முடியவில்லை என்று பொருள். இந்தப் பார்வையின் வெற்றியை என் படைப்பு வெளிப்படுத்திக்கொண்டிருக்கிறது என்று நான் மார்தட்டவில்லை. இந்தப் பார்வையில் நான் வைத்திருக்கும் ஆசையைப் பற்றிச் சொல்கிறேன். சாதனையைப் பற்றிச் சொல்ல வில்லை.

படைப்புக்கு வெளியே நான் எழுதியுள்ள கட்டுரைகளில் திரும்பத் திரும்ப இந்த விஷயத்தைச் சொல்கிறேன். அதாவது, படைப்பு படைப்பிற்குரிய வலுக்களைக் கொண்டால்தான் அது சமூகத்தைப் பாதிக்கும். இந்த வலுக்களைக் கொள்ளாத படைப்புக் களைப் பலவீனமான படைப்புக்கள் என்று சொல்கிறேன். பலவீன மான படைப்புக்கள் என்றால் சமூகத்தைப் பாதிக்காத படைப்புகள் என்று சொல்லலாம். சமூகச் செயல்பாடு அற்றவை என்று சொல்லலாம். இதில் கருத்து வேற்றுமைக்கு இடமுண்டா? இதில் முத்திரை குத்தப்படுவதற்கு இடம் உண்டா? சமூகத்தைப் படைப்பு பாதிக்க வேண்டும் என்று சொல்வது குற்றமா? சமூகத்தைப் படைப்பு பாதிக்க வேண்டும் என்று சொல்வதும் கலை கலைக்காக என்று சொல்வதும் ஒன்றாகிவிடுமா? இதைப் பற்றியெல்லாம் தயவுசெய்து யோசித்துப் பாருங்கள்.

பிரதாப முதலியார் சரித்திரம் ஒரு யதார்த்தமான நாவல்தான். ஒரு அர்த்தத்தில் மனிதனுக்கு யதார்த்தமான பார்வை கூடியதன் விளைவாகவே நாவல் என்ற மிகப் பெரிய கலை உருவம் தோன்றி யது என்றே சொல்லலாம். அறிவியல் சார்ந்த பார்வை, வாழ்க்கை

முடிச்சுக்களைக் கட்டவிழ்க்கும்போது மூட நம்பிக்கைகளை உடைக்கும்போது, புற வாழ்க்கையும் அக வாழ்க்கையும் புகை மூட்டங்களிலிருந்து விடுதலை பெற்றுத் தெள்ளத் தெளிவாகத் தெரியத் தொடங்கும்போது, அந்த வாழ்க்கையைப் பற்றி மேலும் கட்டவிழ்க்க, மேலும் புரிந்துகொள்ள உருவான பார்வையே யதார்த்தப் பார்வை ஆகும். அது நம்பிக்கை சார்ந்த பார்வை அல்ல. அறிவு சார்ந்த பார்வை. அந்தப் பார்வை முடிவுகளை முடிவுகள் என ஏற்றுக்கொள்ளாமல் அந்த முடிவுகள் சார்ந்து கேள்விகளை எழுப்பக்கூடியது. தேடலை வற்புறுத்தக்கூடியது. அறியவும் புரிந்து கொள்ளவும் நிறையவே இருக்கின்றன என்ற வேட்கை சார்ந்த பார்வை. அது அறிவொளி சார்ந்த ஒரு பார்வை. இந்தப் பார்வையின் விளைவாகத்தான் மேற்கில் நாவல் என்ற புதிய கலை உருவம் தோன்றி எண்ணற்ற பிரச்சனைகளை நடுத்தெருவுக்குக் கொண்டுவந்திருக்கிறது. கோவில்களிலும் நிறுவனங்களிலும் மதச் சபைகளிலும் நீதி மன்றங்களிலும் கல்வித்துறைகளிலும் அரசியல் அமைப்புகளிலும் ஆராய்ச்சித் துறைகளிலும் பதுங்கிக் கிடந்த பொய்மைகளை அம்பலப்படுத்தியது நாவல் என்ற கலை உருவம். இன்று வரையிலும் எண்ணற்ற முகத் திரைகளைக் கிழித்திருக்கிறது.

அது கலையை ஜனநாயகப்படுத்தி நடுத்தெருவுக்குக் கொண்டுவந்திருக்கிறது. படித்தவன், பட்டம் பெற்றவன், பெரிய குடும்பத்தில் பிறந்தவன், பிரபு அல்லது சமயத் தலைவன், அரசியல் அதிகாரி, தத்துவ ஆசிரியன் இவர்கள் உரிமை பாராட்டிக்கொள்கின்ற படைப்பு, நாவல் என்ற யதார்த்தமான கலை உருவத்தின் மூலம்தான் சமூகச் சொத்தாக மாறுகிறது. நாவலை 200, 300 வருடங்களாக யார் வேண்டுமென்றாலும் எழுதலாம் என்ற நிலை ஏற்பட்டுவிட்டது. பிரபுக்கள், கற்றறிந்தவர்கள், நடுத்தரமானவர், பரம ஏழை, படிப்பறிவில்லாதவர்கள், திருடர்கள், சமூகத்தால் ஒதுக்கி வைக்கப்பட்டவர்கள், இழிவுபடுத்தப்பட்டவர்கள், ஒடுக்கப்பட்ட ஆண்கள், ஒடுக்கப்பட்ட பெண்கள் என்று எல்லோரும் நாவல்கள் எழுதியிருக்கிறார்கள். வாழ்க்கையை மனிதன் 300, 400 வருடங்களுக்கு முன்னால் எப்படிப் பார்த்துக்கொண்டிருந்தானோ அந்தப் பார்வையில் மிகப் பெரிய மாற்றத்தை உருவாக்கியது யதார்த்த வடிவமான நாவல். நாவல் தொட்டுப் பேசாத விஷயம் என்று எதுவுமேயில்லை.

பிரதாப முதலியார் சரித்திரத்திலிருந்து தொடங்கிய நாவல், மாதவையாவின் கைக்கு வரும்போது அதன் யதார்த்தம் மேலும் வலுப்படுகிறது. மொத்தத் தமிழ்ச் சமூகத்தையும் அதன் முரண்பாடுகளையும் – முக்கியமாக சாதி சார்ந்த முரண்பாடுகளை – மாதவையா, நாவல் என்ற படைப்பாக்கத்திற்குக் கொண்டுவருகிறார். நாவலுக்குள் வாழ்க்கை சார்ந்த ஒரு சர்ச்சை நடக்க இடமிருக்கிறது. ஒரு விவாதம் நடக்க இடமிருக்கிறது. இது போன்ற விவாதங்கள் எல்லாம் நாவலுக்குள் மட்டுமே நிகழ்த்திக் காட்ட முடியும். ஒரு விவாதம்

சிறுகதைக்குள் இடம்பெறும்போது அந்த விவாதம் சிறுகதை என்ற உருவத்தைக் குலைக்கிறது. ஒரு சர்ச்சை கவிதைக்குள் நிகழும்போது அந்தச் சர்ச்சை கவிதையின் வடிவத்தைக் குலைக்கிறது. நாவல் என்ற கதை வடிவம் விவாதத்தை உள்வாங்கிக்கொள்கிறது. சர்ச்சையை உள்வாங்கிக்கொள்கிறது. அப்படியென்றால் என்ன பொருள்? பலவேறுபட்ட பார்வைகளை அது உள்வாங்கிக்கொள்கிறது என்று பொருள். ஒருவன் கூறுகிற கருத்துத்தான் முக்கியமானது என்று இல்லை. ஒவ்வொருவர் கூறும் கருத்துக்களும் அந்தந்தளவு முக்கிய மானவைதான் என்று நம்புகிற கலை வடிவம் நாவல். அதனால் அதை அறிவு சார்ந்த கலை வடிவம் என்றேன். ஜனநாயகப் பண்பைப் போற்றும் கலை வடிவம் என்றேன்.

சமூகம் எந்த அளவிற்கு மாதவையாவிற்கு முக்கியமாக இருக் கிறதோ அந்த அளவுக்கு ராஜம் அய்யருக்குக் குடும்பம் முக்கியமாக இருக்கிறது. குடும்ப உறவுகள் முக்கியமாக இருக்கின்றன. சமூகம் வேறு, குடும்பம் வேறா? குடும்பங்களின் கூட்டுத் தொகைதானே சமூகம். அதனால் நாவலாசிரியன் ஒரு குடும்பத்தைப் பற்றிப் பேசும்போதும் ஏதோ ஒரு விதத்தில் சமூகத்தைப் பற்றித்தான் பேசுகிறான். மனித உறவுகள் செம்மையாக இயங்கவில்லையென் றால் சமூகம் சீராக இயங்காது. ஆகவே, மனித உறவுகளைப் பற்றிப் பேசுவதும் சமூகத்தைப் பற்றிப் பேசுவதும் ஒன்றுதான். தத்துவங்கள் மீது யாருக்கு அக்கறை? மனிதர்களுக்கா? மிருகங்களுக்கா? செடி கொடிகளுக்கா? புழுப் பூச்சிகளுக்கா? தத்துவத்தின் மீது அக்கறை கொண்ட ஒரே ஜீவராசி மனிதன்தான். ஆகவே, தத்துவத்தைப் பற்றிப் பேசுவதும் மனிதனைப் பற்றிப் பேசுவதும் ஒன்றுதான். தத்துவத்தைப் பற்றிப் பேசுவதும் சமூகத்தைப் பற்றிப் பேசுவதும் ஒன்றுதான்.

1940 வாக்கில் ஆர். சண்முக சுந்தரத்தின் ‘நாகம்மாள்’ என்ற குறுநாவல் வெளியாகிறபோது நாவலின் மையத்தில் ஒரு பெண், மிகச் சாதாரணமான ஒரு பெண், சமூகத்தைப் பார்த்துப் பயப்பட மறுக்கும் ஒரு பெண், உருவாக்கப்படுகிறாள். சமூக நீதிகள் சுலபமாக ஏற்றுக்கொள்ளும் பெண் அல்ல நாகம்மாள். நாவல் அவளுக்கு ஒரு நிமிர்வைத் தந்து அவளைப் பொருட்படுத்தும் மனுஷியாக்கி சமூகத்துடன் அவளை இணைக்கிறது. பெண்களைப் பற்றிய எண்ணற்ற உருவங்களில் இப்போது என் மனதில் நாகம்மாளும் இருக்கிறாள். மற்ற ஆண்களுக்கு இருக்கக்கூடிய எந்தச் சலுகையும் மற்றப் பெண்களுக்கு இருக்கக்கூடிய எந்தச் சலுகையும் நாகம் மாளுக்கு இல்லாமல்போனால் நாம் அதை இன்று கேள்விக்கு உட்படுத்துவோம்.

இதன் பொருள் என்ன? நேற்று, புறக்கணிப்புக்கு ஆளாகியிருந்த ஒருத்தி இன்று பொருட்படுத்தத் தகுந்தவளாகிவிட்டாள் என்பது

தான். நாகம்மாள் போன்ற பெண்களைப் பொருட்படுத்தத் தகுந்தவர்களாக மாற்றியதில் நாவலுக்கு மிகுந்த பங்கு உண்டு. தொடர்ந்து, தமிழில் முக்கியமான நாவல்கள் வந்துகொண்டிருக் கின்றன. தி. ஜானகிராமனின் ‘மோகமுள்’ளில் தன்னைவிட அதிக வயது கொண்ட ஒரு பெண்ணை ஒரு இளைஞன் காதலிக்கிறான். அவருடைய மற்றொரு நாவலான ‘அம்மா வந்தா’ளில் குழந்தைகள் பெற்றெடுத்த ஒரு பெண்மணி, உயர்ந்த கலாச்சாரத்தின் பிரதிநிதி யாகத் தன்னைக் கருதிக்கொண்டிருப்பவள், தன் கணவன் இருக்க மற்றொருவனுடன் உடல் உறவு கொள்கிறாள். ‘மரப்பசு’வில் அம்மணி எல்லோரையும் தொட்டுத் தொட்டுப் பேசுகிறாள். இவர்கள் எல்லோருமே வாழ்க்கையில் எப்போதும் இருந்துகொண்டி ருப்பவர்கள்தான். ஒழுக்கம் சார்ந்த விதிகளைக் கேள்விக்குட்படுத் தும் பெண்கள் எப்போதும் சமூகத்தில் இருந்துவருகிறார்கள். இந்தப் பெண்கள் அத்துமீறல்களை நிகழ்த்தக்கூடியவர்களாக மட்டுமே நம் பார்வையில் இருந்துவருகிறார்கள். இந்தப் பெண்களின் பெண்மையை முன்வைத்து அவர்களை நம்மை ஒத்த மனித ஜீவிகளாக மாற்றிக்காட்டுகிறார் ஜானகிராமன்.

ஜெயகாந்தனின் ‘ஒரு மனிதன் ஒரு வீடு ஒரு உலகம்’ நாவலில் ஹென்றி என்ற கதாபாத்திரம் சமூகத்துக்கு வெளியே நிற்கிறான். நம்மை ஒத்த பழக்க வழக்கங்களைக் கொள்ளாதவனை அந்நியன் என்று நாம் சொல்கிறோம். அவனைப் புறக்கணிக்கிறோம். அவன் மீது ஒரு முத்திரையைக் குத்துகிறோம். சமூகத்துக்கு அவன் ஆகாதவன் என்கிறோம். தொடர்ந்து அந்த நாவலுக்குள் பயணம் செய்கிறபோது ஹென்றியும் நம்மைப் போன்ற மனித உணர்ச்சி கொண்டவன்தான் என்ற உண்மை வெளியாகிறது. இன்னும் தெளிவாகச் சொல்லப்போனால் நம்மைவிட அதிக மனிதத்தன்மை கொண்டவன் என்பது வெளிப்படுகிறது.

இப்படித் தொடர்ந்து ஒவ்வொரு நாவலைப் பற்றியும் சொல்லிக் கொண்டிருக்க வேண்டிய அவசியமில்லை. அநேக நாவல்களை நீங்களும் படித்திருப்பீர்கள். சொல்ல வந்த விஷயம், நாவல் என்ற கலை உருவம் யதார்த்தப் பார்வை கூடிய கால கட்டத்தில், அறிவியல் பார்வை கூடிய காலகட்டத்தில் உருவான கலை உருவம். அதனால் அது பெரிதும் யதார்த்தத் தளத்திலேயே உருவாகி வருகிறது.

இப்போது யதார்த்தத் தளத்தை வைத்துக்கொள்ளும் நிலை யிலேயே, மற்றொரு பக்கத்தையும் நாம் பார்க்க வேண்டியிருக்கிறது. யதார்த்தப் பார்வை கூடிவந்தபோது அது முற்றாக மனித வாழ்க் கைக்கு உரிய புதிர்கள் எல்லாவற்றையுமே அவிழ்த்து விட்டது என்று சொல்ல முடியாது. யதார்த்தப் பார்வையினால் மனித குலம் தெள்ளத் தெளிவான ஒரு முடிவை வந்தடைந்துவிட்டது என்பதுமில்லை. யதார்த்தப் பார்வையின் ஆட்சி கேள்விக்கு

உட்படுத்தப்படாமல் கொடிகட்டிப் பறந்துகொண்டிருந்த காலத் திலேயே யதார்த்தத்தை மீறக்கூடிய செயல்பாடுகளும் தொடர்ந்து நிகழ்ந்துவந்திருக்கின்றன. மனித மனங்களுக்குள் எண்ணற்ற சந்தேகங்கள் இருக்கின்றன. பிரபஞ்சத்தைப் பற்றிப் படிக்கும்போது உள்ளூர ஒரு பயம் ஏற்படுகிறது. அறிவு சார்ந்த பார்வைக்குள் பிரபஞ்சத்தை அடக்க முடியவில்லை என்பது மட்டுமல்ல, மிக வளமான கற்பனை வீச்சுக்குள்கூட பிரபஞ்சத்தை அடக்க முடியாது. பிரபஞ்சத்தைப் பற்றி விஞ்ஞானிகள் பேசும்போது அது அறிவியல் விவரிப்புக்கு அப்பாற்பட்டு விரிந்துகொண்டேபோகிறது.

நம் கண் முன் தெரியும் மேஜையை மாயை என்று இந்திய வேதாந்தம் கூறும்போது பகுத்தறிவு சார்ந்த சில வலுவான கேள்விகளை எழுப்ப முடிந்தது. ஏறத்தாழ அதே முடிவை இயற்பியல் விஞ்ஞானம் கூறும்போது அதனுடைய நிலைப்பாட்டை எதிர் கொள்ளப் பகுத்தறிவு போதாமல் ஆகிவிடுகிறது. பொறிகள் சார்ந்து உலகத்தை வகைப்படுத்த முடியாது என்ற முடிவு ஆரம்பத்திலேயே தத்துவ ஆசிரியர்களுக்கு ஏற்பட்டுவிட்டது. ஆனால் பொறிகளுக்குள் அகப்படாத உலகம், அந்த உலகத்தின் அளவு, கூர்மை, பாதிப்புக் குணம், வலிமை ஆகியவை இப்போதும் நம்மை அச்சுறுத்திக் கொண்டிருக்கின்றன. அறிந்த வாழ்க்கைக்கு அப்பால் அறியாத வாழ்க்கை ஒன்றும் இருக்குமோ என்ற சந்தேகம் மனதில் இருந்து கொண்டே இருக்கிறது. அதற்கான தேடலும் படைப்பாளியிடம் இருந்துவந்திருக்கிறது.

பிரதாப முதலியார் சரித்திரத்திலேயே புராணக் கூறுகள் இருக்கின்றன. உலக வாழ்க்கை ஏற்றுக்கொள்ளாத அதீதச் சம்பவங் கள் சொல்லப்படுகின்றன. மனித வாழ்க்கையை மேனிலைச் சக்தி ஒன்று கட்டுப்படுத்துகிறது என்று ராஜம் அய்யர் உறுதியாக நம்புகிறார். இந்தப் பார்வையின் பிரதிபலிப்பு அவர் நாவலில் வெளிப்படுகிறது. 'ஆறிலே ஒரு பங்கு' என்பது பாரதி எழுதத் தொடங்கிய நாவல். இன்று நாம் சொல்கிறோமே தலித் நாவல் என்று, அது போன்ற ஒரு முயற்சியை அப்போது பாரதி மேற் கொண்டிருக்கிறார். அது முற்றுப் பெறாமல் நின்றுவிட்டது. ஒடுக்கப்பட்ட மக்களைப் பற்றிக் கூறுவது அப்போதுதான் ஒரு படைப்புக்குள் முதன்மையாக இடம் பெற்றது என்று சொல்லலாம். கடைந்தெடுத்த யதார்த்தப் பார்வை ஒரு படைப்பாளிக்கு இருந்ததால்தான் இது போன்ற ஒரு நாவலை அவர் எழுத முடியும். அவருடைய படைப்பின் எல்லைகள் அந்தப் பார்வை சார்ந்து முடிவடைந்துவிடவில்லை. 'ஞானரதம்' என்று ஒரு படைப்பையும் அவர் உருவாக்கியிருக்கிறார். 'ஞானரதம்' என்ற படைப்பில் அவர் கற்பனையின் அபூர்வமான திளைப்பில் ஆழ்ந்துபோகிறார். 'ஆறிலே ஒரு பங்கு'ம் அவருக்குத் தேவையாக இருந்திருக்கிறது. 'ஞானரத'மும் அவருக்குத் தேவையாக இருந்திருக்கிறது.

இது போல் புதுமைப்பித்தனை எடுத்துக்கொள்ளுங்கள். பிச்ச மூர்த்தியை எடுத்துக்கொள்ளுங்கள். அழகிரிசாமியை எடுத்துக் கொள்ளுங்கள். இன்று வரையிலும் எழுதியிருக்கும் அனைத்துப் படைப்பாளிகளையும் எடுத்துக்கொள்ளுங்கள். யதார்த்தம் சார்ந்தும் யதார்த்தத்தை மீறியும் பல படைப்புக்களை உருவாக்கியிருக்கிறார் கள். 'துன்பக்கேணி'யை எழுதிய புதுமைப்பித்தன்தான் 'கடவுளும் கந்தசாமிப்பிள்ளையும்' எழுதியிருக்கிறார். இந்த 100 ஆண்டுகளில் யதார்த்தமும் யதார்த்தம் தாண்டிய பார்வையும் தொடர்ந்து இருந்துவந்திருக்கின்றன. இப்போது உருவானது அல்ல. இப்போது புதிதாக நிகழ்வது யதார்த்தம் தாண்டிய பார்வை வலுப்படுவதுதான். இப்போது யதார்த்தம் தாண்டிய பார்வை ஏன் வலுப்படுகிறது என்பதை நாம் ஆற அமர யோசித்துப் பார்க்க வேண்டும்.

யதார்த்தப் பார்வையின் அடிப்படையே மனித அறிவுக்கு வாழ்க்கையின்மீது ஒரு பிடிப்பு இருக்கிறது என்பதுதான். இந்தப் பிடிப்பின் மீது மனிதன் கொள்ளும் நம்பிக்கைதான் யதார்த்தம். இப்போது அந்தப் பிடிப்பு மனித குலத்திற்கு நெகிழ்ந்துவிட்டது. வாழ்க்கையை மாற்ற முடியும் என்று நம்பிய மனிதன், வாழ்க்கையை மாற்ற முடியுமா என்ற கேள்விக்கு வருகிறான். வாழ்க்கையும் அதிகாரமும் முரண் சக்திகளாக உருவாகின்றன. அதிகாரத்தைக் குலைக்காமல் வாழ்க்கையை மாற்ற முடியாது. குவியும் அதிகாரமோ வாழ்க்கையைச் சீரழிக்கிறது. இதற்கான தடயங்கள் வரலாற்றில் சேர்ந்துகொண்டே இருக்கின்றன. ஒரு முக்கியத் தடயம் சோவியத் யூனியனின் வீழ்ச்சி.

அதிகாரம் வாழ்க்கையைக் குலைக்கும்போது தத்துவங்கள் மறுபரிசீலனைக்கு ஆளாகின்றன. உலகத்தை மாற்ற முன்நிற்கும் தத்துவங்களை அதிகாரத்தின் மையத்திலிருந்து பிரிக்க முடியாது என்று தத்துவவாதிகள் கருதுகிறார்கள். இவையெல்லாம் விவாதத்துக் குள் இருந்துகொண்டிருக்கும் விஷயங்கள். முற்றான முடிவுக்கு இன்னும் எந்த விஷயமும் வந்து சேரவில்லை. இது போன்ற நெருக்கடி ஏற்படும்போது எழுத்தாளர்கள் பொறுமையாகப் புதிய சிந்தனைகளைக் கவனிக்கத் தொடங்க வேண்டும். ஒரு புதிய சிந்தனையைக் கற்றுக்கொள்வதற்கு முன்னரே எதிர்க்க வேண்டும் என்ற முடிவுக்கு யாரும் வரக் கூடாது. காலம் மாறுகிறபோது புதிய சிந்தனைகள் உருவாகிக்கொண்டே இருக்கும். அவற்றைப் பார்த்துக் கலவரப்பட வேண்டியதில்லை. நம் நம்பிக்கைகளுக்கு அப்பாற்பட்டு நம் பகுத்தறிவுக்கு அப்பாற்பட்டு நம் சிந்தனைகளுக்கு அப்பாற் பட்டுப் புதிய உண்மைகள் இருக்குமென்றாலும் அந்தப் புதிய உண்மைகளைச் சேர்த்துக்கொள்ளலாம். தமிழ் வாழ்க்கையைப் புரிந்துகொள்ள அந்த உண்மைகள் பயன்படுமென்றால் அவற்றை நாம் கற்றறியலாம். ஒரு குறிப்பிட்ட தத்துவத்திற்கு வெற்றி தேடித் தருவதில்லை நம் நோக்கம். தங்களுக்கு வெற்றி தேடிக்கொள்ள

வேண்டும் என்பதற்காகத் தத்துவவாதிகள் தத்துவங்களை உருவாக் கவும் இல்லை. மனித வாழ்க்கை சிறிய அளவிலேனும் ஆசுவாசம் பெற வேண்டும். எல்லாப் பிரச்சனைகளையும் உடனடியாக நம்மால் தீர்க்க முடியாமல் போனால்கூட அடிப்படைப் பிரச்சனை களையேனும் நாம் தீர்க்க முயல வேண்டும். வாழ்க்கைப் பிரச்சனை களைத் தீர்ப்பதற்கு, வாழ்க்கைப் பிரச்சனைகளைத் தெள்ளத் தெளிவாகப் புரிந்துகொள்ளும் பார்வை வேண்டும். அந்தப் பார்வைகளை வலுப்படுத்தும் சிந்தனைகளை நாம் ஏற்றுக்கொள்ள லாம். எந்த அளவுக்குச் சிந்தனைகளை ஏற்றுக்கொள்கிறோமோ அந்த அளவுக்குப் பார்வை வலுப்படும். பார்வையில் ஒரு மாற்றம் நிகழும்போது எழுத்துப் பாங்கிலும் ஒரு மாற்றம் நிகழும். அதைப் பார்த்து நாம் கலவரம் அடைய வேண்டிய அவசியம் இல்லை.

முற்போக்கு எழுத்தாளர் சங்கக் கூட்டம், திருவண்ணா மலை - 16.8.1999

என் படிப்பனுபவமும் படைப்பனுபவமும்

வாசகர்களை நேரடியாகச் சந்திக்கும் அனுபவங்களை அதிகம் நான் பெற்றதில்லை. அச்சந்திப்புகளைக் கூடுமான வரையிலும் தவிர்த்துக்கொண்டே வந்திருக்கிறேன். வாசிப்பினூடேயே வாசகன் படைப்பாளியுடன் முழுமையான உறவைக் கொள்ள முடியும் என்று நம்பிக்கை கொண்டிருக்கிறேன். வாசகனுக்கும் எழுத்தாளனுக்குமான நேர்ச் சந்திப்பு பல சந்தர்ப்பங்களில் வாசிப்பிலிருந்து கிடைக்கக்கூடிய அனுபவத்தை எதிர்மறையாகப் பாதிக்கிறது என்றும் கருதுகிறேன்.

காலத்தில் வாழும் ஆற்றல் பெற்றிருந்தால்தான் ஒருவன் படைப்பாளி. ஒரு படைப்பாளி அவன் படைப்புக்களின் மரணத்திற்குச் சாட்சியாக இருந்துவிட்டுக் கடைசியாக அவன் மறைகிறான் என்றால் அவனைப் படைப்பாளி என்று எப்படிச் சொல்ல முடியும்? படைப்பாளி மறைந்ததும் அவனைப் பின் தொடர்ந்து அவனுடைய படைப்புகளும் மறைந்துபோய்விட்டால் அப்போதும் அவனைப் படைப்பாளி என்று கூற முடியாது. தான் இல்லாதபோதும் தன் சாராம்சத்தை வாழ வைத்துக் கொண்டிருப்பவன்தான் படைப்பாளி.

லியோ தோல்ஸ்த்தாய் இப்போது இருக்கிறாரா? மறைந்து விட்டாரா? தோல்ஸ்தாய் என்ற மனிதன் மறைந்துவிட்டான். ஆனால் அவருடைய சாராம்சம் இப்போதும் இருந்துகொண்டிருக்கிறது. ‘போரும் காதலும்’, ‘அன்னா கரீனினா’, ‘புத்துயிர்ப்பு’ இவையெல்லாம் வாழ்ந்துகொண்டிருக்கும் காலம் வரையிலும் தோல்ஸ்தாயும் வாழ்ந்து கொண்டிருப்பார். இவற்றைக் கற்றறிய தோல்ஸ்த்தாய் என்ற மனிதனின் உதவி இல்லாமல் இருப்பது நமக்குக் குறையாக இருக்கிறதா? எழுத்தாளனின் நேரடியான உறவு இல்லாமலேயே அவனது படைப்புக்களுடன் வாசகன் முழுமையான உறவு கொள்ள முடியும். படைப்புக்கு வெளியே எழுத்தாளனின் தேவையைப் படைப்பு உணர்த்தாமல் இருந்தால் தான் அது முழுமையானது. இது போன்ற எண்ணங்கள் – இவை சரியோ தவறோ – ஏற்பட்டது காரணமாக வாசகனுடன்

உறவு கொள்ள வேண்டியவை புத்தகங்களே அன்றி எழுத்தாளன் அல்ல என்ற எண்ணம் ஏற்பட்டிருக்கலாம்.

இப்படியெல்லாம் வரையறை செய்துகொண்ட பின்பும் எழுத்தாளனுக்கு வாசகனைச் சந்திப்பதில் அறிவு ரீதியான நிலை தாண்டி உணர்வுபூர்வமான ஒரு மகிழ்ச்சி ஏற்படத்தான் செய்கிறது. எழுத்தாளனின் படைப்புக்களைப் பற்றி அவனிடமே வாசகன் பேசுகிறான். பாராட்டுகிறான். தன் மட்டற்ற மகிழ்ச்சியைத் தெரிவிக்கிறான். கூரான விமர்சனம் ஒன்றை முன்வைக்கிறான். குறைகளை அடுக்கிக்கொண்டேபோகிறான். சில சமயம் படைப்பையே மொத்தமாக நிராகரித்துவிடுகிறான். ஒரு விவாதத்தை உருவாக்க முடிகிறது. படைப்பைப் பற்றிய சில சூட்சுமங்களை எழுத்தாளனால் வாசகனுக்கு எடுத்துச் சொல்ல முடிகிறது. படைப்பைப் பற்றிச் சில குறைகளை வாசகன் மூலம் எழுத்தாளன் தெரிந்து கொள்ள முடிகிறது.

சேலத்தில் முதல் முறையாகப் பேசுகிறேன். அது உண்மைதான். ஆனால் சேலம் எனக்கு மிகவும் நெருக்கமான இடம். தொடர்ந்து என் இளம் வயதிலிருந்து இங்கு வந்துகொண்டிருந்திருக்கிறேன். சேலம் தெருக்களும் ஹோட்டல்களும் எனக்குப் பழக்கமானவை. பல ஹோட்டல்களின் பெயர்கள், தெருக்களின் பெயர்கள், தங்கும் விடுதிகளின் பெயர்கள் இப்போதும் நினைவில் இருக்கின்றன. மிக மோசமான தெருச்சண்டைகளைச் சேலத்தில் பார்த்திருக்கிறேன். மிகச் சிறந்த காப்பியைச் சேலத்தில் அருந்தியிருக்கிறேன். 25, 30 வருடங்களுக்கு முன்னால் தமிழ்ப் படங்கள் வெளியாகிற அன்று கொட்டகை வாயிலில் களேபரமும் சந்தடியும் சண்டையும் உற்சாகமும் இருக்கும். அவற்றைப் பல முறை சேலத்தில் பார்க்கக் கிடைக்கும் பாக்கியம் பெற்றிருக்கிறேன். சுமார் 30 வருடங்களுக்கு முன் பெரியாரின் பேச்சு ஒன்றை இங்கு கேட்டிருக்கிறேன்.

ஒரு முறை நான் என் நண்பர்களுடன் இங்கு வந்து கவிஞர் சி. மணியுடன் இரண்டொரு நாட்கள் இருக்க நேர்ந்தது. 'அஃக்' பத்திரிகை வந்துகொண்டிருந்த காலத்தில் – வந்துகொண்டிருந்த காலத்திலோ அதற்குப் பின்னாலோ எனக்கு நினைவில்லை – 'அஃக்' பரந்தாமனைச் சந்தித்திருக்கிறேன். நீண்ட இடைவெளிக்குப் பின் இங்கு இப்போது வந்தபோது அந்த நினைவுகள் மனதில் சுழன்றுகொண்டிருக்கின்றன. இப்போது காலம் வெகுவாக மாறி விட்டது. ஊரே மாறிவிட்டது. புதிய எழுத்தாளர்களும் புதிய வாசகர்களும் தோன்றியிருக்கிறார்கள். புதிய எழுத்து முறைகள் தோன்றியிருக்கின்றன. தமிழ்ச் சூழலிலேயே ஒரு மாற்றம் நிகழ்ந்து கொண்டிருக்கிறது. நாம் விரும்பும் வகையிலான மாற்றங்கள். அவை பற்றியெல்லாம் பேச இன்று நமக்குச் சந்தர்ப்பம் கிடைக்கும் என்று நினைக்கிறேன்.

இவை என் உரைகள்

படிப்பு அனுபவமும் படைப்பு அனுபவமும் ஒன்றிலிருந்து மற்றொன்றைப் பிரிக்க முடியாத அனுபவங்கள். படிப்புதான் படைக்க வேண்டும் என்ற ஆசையையே தூண்டுகிறது. நான் படித்த விஷயங்கள் என்னைப் படைக்கத் தூண்டின என்ற வாசகத்தைச் சொல்லாத எழுத்தாளர்கள் மிகக் குறைவாகத்தான் இருப்பார்கள். என்னுடைய அனுபவமும் அதுதான். என் பேட்டிகள், என் புத்தகங்களில் இணைக்கப்பட்டிருக்கின்றன. என் படிப்பு, என் படைப்பு பற்றிய விவரங்கள் அடங்கிய கட்டுரைகளும் என் புத்தகங்களில் சேர்க்கப்பட்டிருக்கின்றன. அவற்றில் நான் கூறியுள்ள விவரங்களை மிகச் சுருக்கமாகக் கூறிவிட்டு அவற்றில் சொல்லாத விஷயங்களை அதிகம் சொல்ல வேண்டும் என்று நினைக்கிறேன்.

என் படிப்பிலிருந்தோ படைப்பிலிருந்தோ புதுமைப்பித்தனைப் பிரிக்க முடியாது என்றுதான் சொல்ல வேண்டும். பள்ளிப் படிப்பு என்று எனக்குச் சொல்லும்படி ஒன்றும் இல்லை. ஒரு நிர்பந்தத்தை முன்னிட்டு நான் பள்ளிக்கு ஒரு சில வருடங்கள் சென்றிருக்கிறேன். அப்படிச் சென்ற காலங்களில் நான் விருப்பத்துடன் என் பாடங்களை ஒருநாள்கூடக் கற்ற நினைவில்லை. ஆசிரியர் பள்ளியில் பாடம் எடுக்கும்போது அவருடைய பேச்சு என் காதில் பெரும் பாலும் விழுந்ததேயில்லை. வகுப்பைக் கவனிக்காத மாணவன் என்று பெயர் பெற்று, மோசமான தண்டனைகள் பெற்றிருக்கிறேன். வகுப்பில் கவனத்தைச் செலுத்துவது என்னால் முடியாத ஒரு காரியமாகத்தான் இருந்தது. மனம் எப்போதும் வகுப்புக்கு வெளியே, மற்றொரு இடத்தில், மற்றொரு காலத்தில், உலக வாழ்க்கைக்கு அதீதமான ஜீவராசிகளுடன் சஞ்சரித்துக்கொண்டிருக்கும். வகுப்பில் என்ன நடக்கிறது என்றே எனக்குத் தெரியாது.

நான் படித்த பள்ளி மிகப் பெரிய கட்டடம். வகுப்பறைகள் எனக்குப் பிடிக்காவிட்டாலும் நீளமான வராண்டாக்கள் பிடிக்கும். படிக்கட்டுகள் பிடிக்கும். போர்டிகோ பிடிக்கும். ராட்சசத் தூண்கள் பிடிக்கும். முகப்புக் கோபுரங்கள் பிடிக்கும். நந்தவனம் பிடிக்கும். கால் பந்தாட்ட மைதானங்கள் – எண்ணிக்கை நான் படித்த காலத்தில் ஏழெட்டு என்று சொல்லலாம் – இவையெல்லாம் பிடிக்கும். பள்ளியிலிருந்த எல்லா மரங்களுடனும் எனக்கு மானசீகமான உறவு இருந்தது. பள்ளிக் கட்டடத்தையும் அது இருக்கும் இடத்தையும் ஒரு நாள்கூட மறந்து இப்போது வாழ முடியவில்லை. அநேகமாக ஒவ்வொரு நாளும் காலையிலும் மாலையிலும் அங்கு போகிறேன். எனக்கு விருப்பமான வேப்ப மரத்தடியில் உட்கார்ந்துகொண்டிருப்பேன்.

பள்ளியில் வீரபத்திரத் தேவர் என்ற பெயரில் எனக்கு நண்பன் ஒருவன் இருந்தான். அவனுக்கு என் மீது ஆழ்ந்த பிரியம் இருந்தது. என்னை வகுப்பில் கேலி செய்யும் பையன்களை எண்ணி நான் உள்ளூர நடுங்கிக்கொண்டிருந்தேன். ‘உன்னை யாராவது கேலி செய்தா என்கிட்ட சொல்லு. அலகைத் திருப்பிடறேன்’ என்று

வீரபத்திரத் தேவர் என்னிடம் சொன்னான். அவனுடைய இந்த நிலைப்பாட்டை பகிரங்கமாக வைத்துக்கொண்டிருந்தான். அவனுடைய இருப்பு எனக்குப் பெரிய ஆறுதலைத் தந்தது. 1945, 46 காலம். இந்தியச் சுதந்திரப் போராட்டத்தின் உச்ச கட்டம். 1942ல் நடந்த ஆகஸ்டுப் புரட்சியிலிருந்து தொடர்ந்து மாணவர்கள் பல்வேறுபட்ட காரணங்களை முன்னிட்டு ஜெயிலுக்குப் போய்க்கொண்டிருந்தார்கள். என்னுடைய பள்ளித் தோழர்களும் போய்க்கொண்டிருந்தார்கள். வீரபத்திரத் தேவர் ஜெயிலுக்குப் போகத் துடித்துக் கொண்டிருந்தான். ஒரு தடவை வீரபத்திரத் தேவர் அவன் கைதாவதற்கான அனைத்துக் காரியங்களையும் செய்த பின்பும்கூட போலீஸ் அவனை அலட்சியப்படுத்திவிட்டு, அவன் செய்த காரியங்களுக்குப் பாதிக் காரியம்கூடச் செய்யாத சுப்பையா என்ற மாணவனைக் கைதுசெய்து கொண்டுபோய்விட்டது.

வீரபத்திரத் தேவர் அவமானம் தாங்காமல் பள்ளிக்கே வரவில்லை. நான் அவனைத் தேடிக்கொண்டு அவனுடைய வீட்டிற்குப் போனேன். அவன் ஒரு நார்க்கட்டிலில் சம்மணம் கூட்டி உட்கார்ந்துகொண்டு ஒரு புத்தகத்தைப் படித்துக்கொண்டிருந்தான். பாட புத்தகம் அல்லாத ஒரு புத்தகத்தை என் சக மாணவன் படிப்பதை அப்போதுதான் முதன் முறையாகப் பார்க்கிறேன். என் மனதில் மிகப் பெரிய கிளர்ச்சி தோன்றிற்று. இவ்வளவு பெரிய புத்தகத்தை ஒரு மனிதனால் படிக்க முடியுமா? தேவர் புத்தகத்தைக் காட்டினான். ‘எரிமலை அல்லது இந்திய சுதந்திரப் போர்’ என்பதே புத்தகத்தின் தலைப்பு. சாவர்க்கர் எழுதியது. இரத்தம் கொதிக்கிறது என்றான் தேவர். வாழ்க்கையில் ஒரு புத்தகம் கிளர்ச்சியை ஏற்படுத்திய முதல் தருணம் அதுதான். இந்தப் புத்தகத்தைப் பற்றி ‘ஒரு புளியமரத்தின் கதை’யில் குறிப்பிட்டிருக்கிறேன். ‘எரிமலை’யை நான் படிக்கவில்லை. அந்தப் புத்தகத்தின் மீது எனக்கு பயம் இருந்ததுதான் காரணம். அதற்கு முன் நான் எந்தப் புத்தகத்தையும் படித்ததில்லை. கதை அல்லாத ஒன்றை, அதிகப் பக்கங்கள் கொண்ட ஒரு நூலை என்னால் படிக்க இயலுமென்றே அப்போது நான் நம்பவில்லை. தேவர் ‘எரிமலை’யைப் பல நாட்கள் என்னிடம் தந்துவைத்திருந்தான்.

அந்தப் புத்தகத்தை நான் வெகு நேரம் அளைந்திருக்கிறேன். புத்தகங்களைக் கையில் வைத்துப் பக்கங்களை விசிறியிருக்கிறேன். முன் பக்கம், பின் பக்கம் உள்ள துண்டு துணுக்குகளைப் படித்திருக்கிறேன். இதிலிருந்து ஒன்று தெரிகிறது. மனிதர்கள் போல் தான் புத்தகங்களும். மனிதர்களிடம் நமக்கு விளக்கத் தெரியாத, முன் கூட்டி நாம் சேர்த்துவைத்துக்கொள்ளும், காரண காரியங்களுக்கு அப்பாற்பட்ட பயம் இருந்ததென்றால் நாம் நெருங்கிப் பழக முடியாது. உறவு கொள்ள சகஜம் வேண்டும். நிம்மதி வேண்டும். நெருக்கம் வேண்டும். நம்பிக்கை வேண்டும். இவையெல்லாமே புத்தகம் சார்ந்தும் தேவையான உறவுநிலைகள்தான். வாசகனுக்கும்

புத்தகத்துக்குமான உறவு – பயமற்ற அன்னியோன்னியம் – மிக முக்கியமானது.

இந்த உறவை உருவாக்கத்தான் சிறந்த விமர்சகர்கள், மதிப்புரை யாளர்கள் பணியாற்றியிருக்கிறார்கள். எந்தத் தொழிலில்தான் கோணலும் வக்கிரமும் இல்லை? அது போல் விமர்சனத்திலும் மதிப்பீட்டிலும் கோணல்களும் வக்கிரங்களும் இருக்கின்றன. இவர் கள் எழுத்தைப் படித்துவிட்டு விமர்சகர்களைப் பற்றியும் மதிப்புரை யாளர்களைப் பற்றியும் தவறான கற்பனைக்கு ஆளாகிறோம். விமர்சனம் என்பது ஆரோக்கியம் சார்ந்தது. சமூக நலம் சார்ந்தது. நோய்க்குணம் கொண்டதல்ல.

என் வீட்டில் படிப்பவர்கள் அதிகம் இருந்தார்கள் என்று சொல்லமுடியாது. புத்தக அலமாரியைச் சுற்றித் தவழ்ந்து விளை யாடியவன் அல்ல நான். தந்தைக்குப் புத்தக வாசிப்பில் நம்பிக்கை இருந்தது என்று சொல்வதற்கில்லை. தாயை ஆழமான வாசகி என்று சொல்ல முடியாவிட்டாலும் வாசிப்பில் ஆசை கொண்டவர் என்று சொல்லலாம்.

நீண்ட நாட்கள் நோய்வாய்ப்பட்டுப் படுத்துக்கொண்டிருந்த போது உறவினர் ஒருவர் என்னைப் பார்க்க வந்தார். பொழுது போகாத அலுப்புக்கு நான் மிகவும் ஆட்படுவதாக என் தாய் அவரிடம் சொல்லி வருந்தினார். அவர் ஒரு நூல் நிலையத்தின் தலைவராகச் செயல்பட்டுக்கொண்டிருந்தார். மறுமுறை என்னைப் பார்க்க வரும்போது ஒரு சில புத்தகங்களைக் கொண்டுவந்தார். அதில் ஒன்று புதுமைப்பித்தனின் 'காஞ்சனை' தொகுப்பு. அந்தச் சிறுகதைகளை எழுதியிருப்பவர் புதுமைப்பித்தன் என்பதே அப் போது எனக்குத் தெரியாது. புத்தகத்தைப் படிப்பதற்கு முன் ஆசிரியர் பெயரை கவனிக்க வேண்டும் என்பதும் அப்போது எனக்குத் தெரியாது. பள்ளியில் தமிழ் படிக்கவில்லை என்பதால் மிகவும் சிரமப்பட்டு அந்தக் கதைகளைப் படிக்கத் தொடங்கினேன். அதில் 'மகாமசானம்' என்ற கதை என்னை வெகுவாகக் கவர்ந்தது. எழுத்தின் மீதும் படிப்பின் மீதும் கனவு சார்ந்த அக்கறை முதலில் எப்போது தோன்றிற்று என்று எவரேனும் என்னிடம் கேட்டால் மகாமசானம் படித்தபோது என்றுதான் சொல்லுவேன். அப்போது ஏற்பட்ட கிளர்ச்சியை மனத்தளவில் மட்டுமல்ல உடல் ரீதியாகவும் நான் உணர்ந்தேன். மகாமசானத்தை உருவாக்கியவன் என்ன காரியத்தைச் செய்துகொண்டிருக்கிறானோ அந்தக் காரியத்தைத் தான் நானும் செய்ய வேண்டும் என்ற தீர்மானம் உருவாயிற்று.

தொடர்ந்து புத்தகங்களை நேசிக்கும் ஒரு வெறி மலர்ந்தது. இன்றளவும் அந்த வெறி இருந்து கொண்டிருக்கிறது என்று நினைக் கிறேன். அதை ஒருவிதமான காதல் என்றுதான் சொல்ல வேண்டும். கட்டுக் கடங்காத காதல். கண்மூடித்தனமான காதல். தறிகெட்டு அலை பாயும் காதல். புத்தகத்தைப் படிப்பதைவிட முக்கியமானதாக

இருக்கிறது புத்தகங்களைப் பார்ப்பது. படிப்பதைவிட முக்கியமான தாக இருக்கிறது புத்தகங்களை ஸ்பரிசிப்பது. அவற்றின் அழகில் மனதைப் பறிகொடுப்பது. புத்தம்புதிய புத்தகங்கள் இறைந்து கிடக்கும் ஒரு மேஜை பூத்துக் குலுங்கும் ஒரு நந்தவனம் போல்தான் எனக்குத் தோன்றுகிறது. பூக்களின் அழகுக்குச் சற்றும் குறைந்த அழகு கொண்டவை அல்ல புத்தகங்கள் என்றுதான் தோன்றுகிறது. வாங்கும் புத்தகங்களில் பாதிதான் படிக்க முடிகிறது. இது தெரிந்தும் புத்தகங்களை வாங்கிக்கொண்டேயிருக்கிறேன். என்னுடைய இயற்கை அபூர்வமான ஒன்று என்பது அல்ல. பல வாசகர்களும் இந்தக் கண்மூடித்தனமான வெறிக்கு ஆட்பட்டுத்தான் இருக்கிறார்கள். புத்தகங்களின் மீது வாசகன் கொள்ளும் நேசம் தர்க்க ரீதியானது மட்டுமல்ல.

17, 18 வயதில் தமிழ் எழுதக் கற்றுக்கொண்டேன். அதற்கு முன் கையில் கிடைத்த வரையிலும் புதுமைப்பித்தனின் படைப்புக்களைப் பலமுறை படித்திருந்தேன். புதுமைப்பித்தனின் எழுத்து மீது நான் கொண்ட ஒரு ஆவேச உறவை மனநிலை சற்றுப் பிசகிய ஒரு வெளிப்பாடாகவே என் தாய் கருதினாள். ஒரு வாசகன் எழுத்தாள னாக மாறும்போது அவனுடைய மனநிலையில் பல மாற்றங்கள் நிகழ்கின்றன. எழுத்து ஒரு சமூகச் செயல்பாடு; லௌகீகச் செயல் பாடு அல்ல. லௌகீகச் செயல்பாட்டுக்கு எப்போதும் அடிப்படை யாக இருப்பது நான் என்ற உணர்வு. படைப்புக்கு அடிப்படையாக இருப்பது நாம் என்ற உணர்வு. பிரபஞ்சத்திலிருந்து, சமூகத்திலிருந்து வேறுபடுத்தித் தன்னில் ஆழ்ந்து கிடப்பதுதான் லௌகீகம். ஊருடன் இணைந்து, உலகத்துடன் இணைந்து பிணைந்து கிடப்பது படைப்பு என்று சொல்லலாம்.

புதுமைப்பித்தன் மீது ஆவேச வெறி கொண்டிருந்த காலத்தில் – அந்த வெறி இப்போது இல்லை என்பது மட்டுமல்ல; அதைத் தீவிரமாக மறுபரிசீலனை செய்ய வேண்டும் என்ற நோக்கமும் இப்போது இருக்கிறது – வேறு பல எழுத்தாளர்களையும் படித்தேன். முக்கியமாக மணிக்கொடி எழுத்தாளர்கள் எல்லாரையும் படித்தேன். 1950இலிருந்து பதினைந்து இருபது வருடங்கள் நாள் ஒன்றுக்கு ஒரு புத்தகம் என்று படித்திருக்கிறேன். புத்தகங்கள் சார்ந்து சில விருப்பு வெறுப்புகள் இருந்திருக்கின்றன. ஆனால் ஆரம்ப நாட்களில் பிரக்ஞை பூர்வமான தேர்வு என்பது இல்லை. புத்தகங்களின் தோற்றம் அன்றிலிருந்து இன்று வரையிலும் முக்கியமானதாக இருந்துவருகிறது. மோசமான தோற்றங் கொண்ட பல நல்ல புத்தகங்களை அவற்றின் தோற்றம் காரணமாகப் படிக்காமல் விட்டிருக்கிறேன்.

இன்றும் மோசமான புத்தகங்களைப் படிக்க மனது சங்கடப்படு கிறது. மற்றொரு விருப்பு வெறுப்பு, காகிதம் சம்பந்தப்பட்டது. நான் பொதுவுடைமைக் கட்சியின் அனுதாபியாக இருந்த காலத்தில்

சோவியத் யூனியனில் இருந்து வந்த பல புத்தகங்களையும் படிக்கச் சங்கடப்பட்டிருக்கிறேன். கட்டமைப்பை உருவாக்குவதில், அதாவது பைண்டிங்கை உருவாக்குவதில் அவர்கள் நிபுணர்கள். சோவியத் கம்யூனிசத்துக்கு முற்பட்ட காலத்திலும் சரி பிற்பட்ட காலத்திலும் சரி அவர்களுக்கு இணையான பைண்டிங்கை வேறு யாரும் உருவாக்கவில்லை. எனக்கும் அந்த பைண்டிங்மீது மிகுந்த மதிப்பு உண்டு. ஆனால் காகிதத்தின் மணத்தை என்னால் ஏற்றுக் கொள்ள முடியவில்லை. ஒவ்வொரு புத்தகமும் அதன் பக்கங்களுக்குள்ளே ஒரு ரசாயனத் தொழிற்சாலையை நடத்துவது போல் ஒரு ரசாயன வாடை இருந்துகொண்டேயிருக்கும். ருஷ்ய எழுத்தாளர்களின் எழுத்துக்களைக்கூட நான் கூடுமானவரை சோவியத் பதிப்புகளில் படிக்காமல் வேறு நாட்டுப் பதிப்புகளில்தான் படித்தேன்.

முரட்டுத்தனமான மொழியில் எழுதப்பட்ட எந்தப் புத்தகத்தையும் படிக்கச் சிரமமாக இருக்கிறது. முரட்டுத்தனமான மொழி என்று சொல்லும்போது கெட்ட வார்த்தைகள், ஆபாசமான வார்த்தைகள் என்று கற்பனை செய்துகொள்ள வேண்டாம். மொழிக்கும் படைப்பாளிக்குமான உறவில் ஒரு முரட்டுத்தனம் இருக்கக்கூடாது. உறவு இணக்கமற்று இருந்தால், இங்கிதமற்று இருந்தால் ஒத்திசைவு என்பது அறவே இல்லாதிருந்தால் அந்தப் புத்தகங்களைப் படிக்கக் கஷ்டமாக இருக்கிறது. சில தாம்பத்திய உறவுகள் மிகக் கோணலாக அமைந்திருப்பதை நீங்கள் பார்த்திருப்பீர்கள். கல்யாணம் ஆனதிலிருந்து ஓயாமல் கணவனுக்கும் மனைவிக்கும் இடையே சண்டை. எடுத்ததற்கெல்லாம் சச்சரவு என்று சில தாம்பத்தியங்கள் அமைந்துவிடுகின்றன. அதைப் போன்றதொரு உறவு எழுத்தாளனுக்கும் மொழிக்கும் இருந்த தென்றால் அதைத்தான் நான் முரட்டுத்தனம் என்கிறேன். எப்படி கணவனும் மனைவியும் சண்டைபோட்டுக்கொள்கிற இடத்தில் நிம்மதியாக நிற்க முடியாமல் போகிறதோ, அது போல் இந்தப் புத்தகங்களுடன் நமக்குத் தோழமை கொள்ள முடியாமல்போகிறது.

தமிழில் ஒரு அம்மையார் எழுதிக்கொண்டிருக்கிறார். நிறையவே எழுதியிருக்கிறார். முற்போக்கான முக்கியமான படைப்பாளி என்று பெயர் பெற்றவர். அவருடைய படைப்பில் ஒன்றைக்கூட என்னால் படிக்க முடியவில்லை. முரட்டுத்தனம் என்று நாம் எதைக் கற்பனை செய்துகொள்கிறோமோ அந்த அம்சமே அவர் எழுத்தில் கிடையாது. இருந்தாலும் அவருக்கும் மொழிக்குமான உறவு மிகுந்த சங்கடத்தை எனக்கு ஏற்படுத்துகிறது. ஒரு புத்தகத்தையேனும் முழுமையாகப் படித்துவிட்டு அந்தப் புத்தகத்தின் மீதான விமர்சனத்தை ஆதாரபூர்வமாகச் சொல்வோம் என்றால் அந்தக் காரியம் நடக்கவேயில்லை.

இந்த நூற்றாண்டில் முக்கியமானவர்கள் என்று கருதப்படும் பலருடைய நூல்களையும் நான் படித்திருக்கிறேன். முக்கியமாகச் சிறுகதைகள், நாவல்கள், சமூக விமர்சனங்கள், இலக்கிய விமர்சனங்

கள், சமயம் சார்ந்த புத்தகங்கள், மொழிபெயர்ப்புகள், சமயத்துக் கெதிரான புத்தகங்கள், ஆன்மிகத்தைப் பற்றி விளக்கும் புத்தகங்கள் என்று பல. குறைந்தது இந்த நூற்றாண்டைச் சேர்ந்த 50 ஆசிரியர்கள் மீதாவது மிகுந்த மதிப்பு வைத்திருக்கிறேன். உங்கள் முன் அந்த ஆசிரியர்களுடைய பெயர்களையெல்லாம் நான் வரிசைப்படுத்திக் கொண்டுபோவது என் உணர்ச்சிகளை எதிர்மறையாகப் பாதிக்கக் கூடிய ஒரு விஷயம்.

நான் வாசிப்பில் நம்பிக்கை கொண்டவனே ஒழிய என்னை ஒரு படிப்பாளி என்று எடுத்துக் கொள்ளக்கூடாது. எனக்கு மூன்று தகுதிகள் இருக்கின்றன. அவை என்னுடைய இயற்கை சார்ந்த எளிமையான தகுதிகள். நான் வாசித்துக்கொண்டிருக்கிறேன். எழுதிக் கொண்டிருக்கிறேன். வாழ்ந்துகொண்டிருக்கிறேன். இதற்கு மேற்பட்ட எந்தத் தகுதிகளையும் நான் ஏற்றுக்கொள்ள விரும்பவில்லை. புலவர் என்றோ அறிவாளி என்றோ சிந்தனையாளர் என்றோ ஒருவர் என்னை அழைத்தால் நான் ஏற்றுக்கொள்ளமாட்டேன். அழைப்பது அவர் சுதந்திரம். ஏற்றுக்கொள்ளாமல் இருப்பது என் சுதந்திரம். அத்துடன் நான் சீரான படிப்பாளியும் அல்ல. ஒரு விஷயத்தைத் தேர்ந்தெடுத்து அந்த விஷயத்தைச் சார்ந்த புத்தகங்களைப் படிக்கும் பழக்கம் என்னிடம் கிடையாது. ஒரு பொருள் சார்ந்த தேர்ச்சியைப் புத்தகங்களின் மூலம் உருவாக்கிக் கொள்ளும் பழக்கம் என்னிடம் கிடையாது. ஒரு காலத்திலிருந்து மற்றொரு காலத்திற்கும், ஒரு விஷயத்திலிருந்து மற்றொரு விஷயத்திற்கும், ஒரு ஆசிரியரிடமிருந்து மற்றொரு ஆசிரியருக்கும், என் விருப்புகள் சார்ந்து, என் மனோநிலை சார்ந்து, தாவிக்கொண்டே யிருப்பேன். எனக்குச் சில அக்கறைகள் இருக்கின்றன. இடங்கள் சார்ந்த அக்கறை. காலங்கள் சார்ந்த அக்கறை. கடவுள் சார்ந்த அக்கறை. கடவுள் மறுப்பு சார்ந்த அக்கறை. தத்துவம் சார்ந்த அக்கறை. மனிதர்கள் சார்ந்த அக்கறை. மனித உறவுகள் சார்ந்த அக்கறை. இவையெல்லாம் இருக்கின்றன. இந்த அக்கறைகள் மனதில் சில ஆவல்களை உருவாக்குகின்றன. இந்த ஆவல்களைத் தீர்க்க நான் புத்தகங்களைப் படிக்கிறேன்.

1952இலோ 53இலோ நான் புதுமைப்பித்தன் நினைவு மலரை வெளியிட்டேன். அந்த மலரில் சேர்ப்பதற்காக நான் ஒரு கதை எழுதினேன். அதுதான் என் முதல் படைப்பு. அது 'நிஜமும் நிழலும்' என்ற தலைப்பில் பின்னால் 'சாந்தி'யில் வெளிவந்தது. புதுமைப்பித்தனின் மொழி நடையும் பார்வையும் ஊடுருவியிருந்த, அவருடைய பாதிப்பை வெகுவாகக் கொண்ட கதை. அப்போது தமிழில் வெளிவந்த முற்போக்கு எழுத்துக்களையும் – படைப்பு, இலக்கியங்கள் என்று சொல்வதைவிட சிந்தனைகள் என்று சொல்ல வேண்டும் – தொடர்ந்து படித்துவந்தேன். மலையாளத்திலும் முற் போக்கு இலக்கியங்கள் – அவை அதிகமும் படைப்புகள் –தொடர்ந்து படித்துவந்தேன். அப்போது நான் தகழி, வைக்கம் முகம்மது

இவை என் உரைகள்

பஷீர், லலிதாம்பிகா அந்தர்ஜனம், கேசவதேவ், பொன் குன்னம் வர்க்கி, எஸ். கே. பொற்றகாட் போன்ற பலரையும் படித்தேன். மலையாளத்தில் விமர்சனங்களையும் நிறையவே படித்தேன் என்று ஞாபகம். எம். பி. பாலின் புத்தகங்களும் சி. ஜே. தாமஸ், எம். கோவிந்தன் ஆகியோரின் எழுத்துக்களும் என்னை வெகுவாகக் கவர்ந்தன. படைப்பிலக்கியம் சார்ந்து புதுமைப்பித்தன் என்னை எந்த அளவுக்குப் பாதித்திருக்கிறாரோ அந்த அளவுக்கு எம்.கோவிந்தன் என் சிந்தனை களைப் பாதித்திருக்கிறார்.

ரகுநாதனுடனும் 'சாந்தி'யுடனும்தான் முதலில் எனக்குப் படைப்பு சார்ந்த உறவு ஏற்பட்டது. 'தண்ணீ'ரிலிருந்து தொடங்கி நான் எழுதிய பல கதைகள் அவர் வெளியிட்டவைதான். அந்தக் கதைகளெல்லாம் வாழ்க்கை என்னைப் பாதித்த விதத்திற்கு நான் தந்த எதிர்வினை என்று சொல்லலாம். புற உலகத்தில் மனித வாழ்க்கை எனக்கு மிகுந்த வேதனையைத் தந்தது. இடதுசாரிச் சிந்தனைகள், முக்கியமாக மார்க்சியம் சார்ந்த பார்வை என்னை வெகுவாக ஆட்கொண்டது. புதுமைப்பித்தனின் பார்வை, மலை யாளத்தில் இடதுசாரி சிந்தனை கொண்டவர்கள் என்று கருதப் பட்ட எழுத்தாளர்களின் படைப்பிலக்கியம் சார்ந்த பார்வை, ஜீவாவுடன் நான் கொண்ட தோழமை, பின்னர் நெல்லையில் எனக்கு வாய்த்த நண்பர்கள் என். டி. வானமாமலை, அண்ணாச்சி சண்முகம்பிள்ளை, நா. வானமாமலை, தொ.மு.சி. ரகுநாதன், அண்மையில் மறைந்துபோன கம்யூனிஸ்ட் தலைவர் ப. மாணிக்கம், பாலதண்டாயுதம், முருகானந்தம், தி. க. சி. ஆகியோருடன் ஏற்பட்ட தோழமை, அவர்களுடன் நிகழ்ந்த விவாதங்கள் எல்லாமே என் பார்வையை உருவாக்கியதில் பங்கு பெற்றிருக்கின்றன. இந்தக் காலத்தில்தான் நான் 'இன்றைய இந்தியா' என்ற நூலைப் படித் தேன். இரண்டு பாகங்கள். ரஜினி பாமிதத், பிரிட்டிஷ் பொது வுடைமைவாதி, எழுதியது. தமிழில் எஸ். ராமகிருஷ்ணன் மொழி பெயர்த்தது. பிரிட்டிஷ் ஏகாதிபத்தியம் இந்தியாவை ஒட்டச் சுரண்டிய பின் நாம் அடைந்துவிட்ட கேவலமான நிலைமையைப் பொருளாதார அளவுகோல் சார்ந்து விவரிக்கும் புத்தகம். இந்த நூல் என்னை வெகுவாகப் பாதித்தது.

மலையாள இலக்கியம், தமிழ் இலக்கியம் ஆகியவற்றுக்கு அடுத் தாற் போல் என் கவனத்தை வெகுவாகக் கவர்ந்தது ரஷ்ய இலக்கியம். புஷ்கின், துர்கனேவ், தோல்ஸ்தாய், அந்தான் செகாவ், அலெக் ஸாண்டர் குபின், மார்க்சிம் கார்க்கி, ஷோலக்கோவ் எல்லோருமே என் மனதைக் கவர்ந்தவர்கள். மாக்சிம் கார்க்கியின் கதைகள் தமிழிலும் நிறைய மொழிபெயர்க்கப்பட்டு வெளிவந்திருக்கின்றன. அவருடைய 'அமெரிக்காவிலே' என்ற புத்தகத்தை நீங்கள் படித்திருக் கிறீர்களா என்பது எனக்குத் தெரியவில்லை. கு. அழகிரிசாமி அந்தக் கட்டுரைகளை அவருடைய 23ஆவது வயதில் மொழிபெயர்த் திருக்கிறார். மிகவும் அடர்த்தியான மொழியில், வர்ணனைகள்

நிரம்பக் கொண்ட மொழியில் கார்க்கி அந்த நூலை எழுதியிருக்கிறார். கிராமியப் பின்னணி கொண்ட அழகிரிசாமி, உயர் கல்வி கற்பதற்கான வசதிகள்கூடப் பெற்றிராத அழகிரிசாமி, அதை மிகுந்த உழைப்பைச் செலுத்தி மொழிபெயர்த்திருக்கிறார். அந்த நூல் என்னை வெகுவாகப் பாதித்தது.

என்னை பாதித்த மற்றொரு புத்தகம் ஜான் ஸ்டீன்பெக் எழுதிய 'க்ரேப்ஸ் ஆஃப் ராத்' (Grapes of Wrath) என்ற அமெரிக்க நாவல். தமிழில் 'கோபத்தின் கனிகள்' என்று ஏகதேசமாக மொழிபெயர்த்துக் கொள்ளலாம். 'கோபத்தின் கனிகள்' நாவலால் கவரப்பட்ட நான் அவரின் வேறு பல நூல்களையும் படித்தேன். இவருடைய ஒரு சில நாவல்கள் தமிழில் மொழிபெயர்க்கப்பட்டு வந்திருக்கின்றன. 'கடல் முத்து,' 'சிவப்புக் குதிரைக்குட்டி' ஆகிய நாவல்கள்.

படைப்புமொழி என்பது எனக்கு ஆரம்ப நாட்களிலிருந்தே ஒரு சவாலாகத்தான் இருந்தது. என் ஆரம்ப காலச் சிறுகதைகளில் நான் பயன்படுத்திய மொழி எனக்கு அவ்வளவு திருப்திகரமாக அமையவில்லை. வசப்பட வேண்டிய மொழி பற்றி மனதில் ஒரு கனவு இருந்தது. அந்தக் கனவைப் பிறரிடம் சொல்லி விளக்கவும் முடியவில்லை. எனக்கு நானே சொல்லி விளக்கிக்கொள்ளவும் முடியவில்லை. ஆனால் கைவசம் இல்லாத ஒரு மொழி வந்துசேர வேண்டும் என்ற ஏக்கம் தொடர்ந்து இருந்துகொண்டே இருந்தது. என் இளமைக்காலத்தில் எனக்கு மிக நெருக்கமான நண்பராக இருந்தவர் கிருஷ்ணன் நம்பி. அவருக்கு ஆரம்பத்தில் என் மொழி மீது அதிருப்தி இருந்தது. 'ஒரு புளியமரத்தின் கதை'யில் முதல் அத்தியாயத்தைப் படித்துவிட்டு மொழி திருப்தியாக இருக்கிறது என்று நம்பி என்னிடம் சொன்னார். அப்படி அவர் சொன்னபோது தான் என் மொழி மீது முன்புவரை அவருக்கு இருந்த ஒரு குறை தெரிந்தது. அதன்பின் அந்தக் குறை எனக்கு ஏற்படவேயில்லை.

ஏன் மனிதனால் சந்தோஷமாக இருக்க முடிவதில்லை? இதைப் பற்றி நான் ஒருவனிடம் விசாரிக்கும்போது அவன் தன்னிடம் இல்லாதவற்றைப் பற்றிச் சொல்கிறான். உணவு இல்லை என்கிறான். உறைவிடம் இல்லை என்கிறான். பணி இல்லை, ஆரோக்கியம் இல்லை என்கிறான். இந்தக் குறைகள் எதுவும் இல்லாத ஒரு மனிதன் மற்றொரு விதத்தில் சந்தோஷம் இல்லாமல் இருக்கிறான். முதல் மனிதன் போல் இவனால் திட்டவட்டமான காரணங்களைச் சொல்ல முடிவதில்லை. எல்லாம் இருந்தும் தனக்கு ஏன் சந்தோஷம் இல்லை என்பது அவனுக்கே ஒரு கேள்வியாக இருக்கிறது.

மனிதனைச் சார்ந்த இந்த இரண்டு நிலைகளும் எனக்கு முக்கிய மானவைதான். இந்த இரண்டு நிலைகளைப் பற்றியும் நான் மாறிமாறி எழுதியிருக்கிறேன் என்றுதான் நினைக்கிறேன். இல்லாமை காரணமாக உருவாகும் மனிதத் துக்கத்தைப் பற்றிச் சொன்னால் மட்டும்தான் முற்போக்கு என்று நான் நினைக்கவில்லை. மனிதத் துக்கத்தைச் சார்ந்த விசாரணை எல்லாமே முற்போக்கானதுதான்.

மனிதத் துக்கத்தை விசாரிப்பவன், எந்த நிலையிலும் மனிதத் துக்கத்திற்கு ஒரு விடை காண வேண்டும் என்று தேடிச் செல்பவன் எப்போதும் ஒரு முற்போக்காளன்தான். சாதி சார்ந்தும் சாதி தாண்டியும் மதம் சார்ந்தும் மதம் தாண்டியும் வர்க்கம் சார்ந்தும் வர்க்கம் தாண்டியும் தேசம் சார்ந்தும் தேசம் தாண்டியும் மனிதனுக் குப் பிரச்சனைகள் இருக்கின்றன. இந்தப் பிரச்சனைகள் எல்லாமே ஆராயப்பட வேண்டிய பிரச்சனைகள் தான்.

என் எழுத்துக்களை முழுமையாகப் படித்துப் பார்ப்பவர்களுக்கு என் படைப்புக் கருத்துக்கள் ஓரளவேனும் புரியும் என்றுதான் நினைக்கிறேன். இவையெல்லாம் படைப்பு விஷயம் சார்ந்த கருத்துக் கள். விஷயத்தை நேர்த்தியாக முன்வைத்தால்தான் படைப்பிற்குரிய ஆற்றலை அது பெறுகிறது.

இப்படிப் பார்க்கும்போது விஷயம் எந்த அளவுக்கு முக்கியமோ அந்த அளவுக்கு மொழி முக்கியம். மொழி எந்த அளவுக்கு முக்கியமோ அந்த அளவுக்கு வடிவம் முக்கியம். வடிவம் எந்த அளவுக்கு முக்கியமோ அந்த அளவுக்கு உத்தி முக்கியமானது. இவையெல்லாம் படைப்பில் ஒன்றிலிருந்து மற்றொன்றைப் பிரிக்க முடியாதபடி முயங்கிக் கிடக்கின்றன. இவ்வாறு ஒன்றுபட்டு, ஒன்றில் மற்றொன்று முயங்கி, ஒன்றிலிருந்து மற்றொன்றைப் பிரிக்க முடியாதபடி ஒன்றாக வார்த்தெடுத்தது போல் காட்சி தரும் படைப்புக்களில் எளிதில் விவரிக்க முடியாத சக்தி உள்ளார்ந்து கிடக்கிறது. சூட்சுமமான மனங்கள், மென்மையான மனங்கள், மொழியின் தொனியிலிருந்து எண்ணற்ற விஷயங்களை கிரகித்துக் கொள்ளும் மனங்கள், படைப்பை வெறும் படைப்பாக மட்டும் கருதாமல் வாழ்க்கையின் கரைக்கு நம்மைக் கொண்டுபோய்ச் சேர்க்கும் தோணியாகப் பார்க்கின்றன. கரைசேர்ந்ததும் படைப் பெனும் தோணியிலிருந்து கீழே இறங்கி வாழ்க்கைக்குள் வெகு தூரம் போகின்றன.

படைப்புக்குப் படிப்பு எந்த அளவுக்கு முக்கியமோ அந்த அளவுக்கு வாழ்க்கை அனுபவங்களும் முக்கியம்தான். வாழ்க்கை அனுபவங்களை ஒரு இழை என்று சொன்னால் படிப்பை மற்றொரு இழை என்று சொல்லலாம். ஆனால் ஆதாரமான இழை அனுபவம் சார்ந்த இழைதான். அனுபவங்கள்தான் உங்கள் சூழல் சார்ந்து கேள்விகளை உருவாக்குகின்றன. புதிர்களை உருவாக்குகின்றன. விளக்க இயலாத துக்கத்தை வாழ்க்கை உருவாக்குகிறது. வியப்பை உருவாக்குகிறது. இதற்கான விடைகளைத் தேடும் மனம்தான் புத்தகங்களைத் தேடிக்கொண்டு போகிறது. உடனடியாகப் புத்தகங் களில் விடை கிடைத்துவிடுகிறது என்பதுமில்லை. நம் மனதில் ஒரு வினா எழும்போது தெரிந்தவர்களிடம் அதற்கு விடை தேடுகிறோம். அவர் ஒரு அபிப்ராயம் சொல்கிறார். அதில் நம்பிக்கை கொள்கிறோம். ஆறுதல் ஏற்படுகிறது. அதில் அவநம்பிக்கை கொள்

கிறோம். கேள்வி தொடர்கிறது. அபிப்ராயங்களின் தொகுப்புக்கள் தான் புத்தகங்கள். இறுதி விடையாகக் கருதத்தக்கவை அதில் ஒன்றும் இல்லை. நாம் ஒரு புத்தகத்தைக் கையில் எடுத்ததும் அதன் ஆசிரியர் பேசத் தொடங்குகிறார். அவருடைய பேச்சுக்குச் செவிசாய்க்கிறோம். தோல்ஸ்தாய் அவருடைய நாவல் மூலம் மிக விரிவாகப் பேசுகிறார். அரைப் பக்கம் ஒரு பக்கம் என்று கவிதைகள் இருக்கின்றன. அவ்வளவு சிறிய வடிவங்களில் கவிஞர்கள் பேசுகிறார்கள். 2000 வருடங்களுக்கு முன்பு வாழ்ந்த மனிதன் பேசுவதை இன்று கேட்க முடிகிறது.

ஒரு படைப்பாளியாகச் செயல்பட வாழ்க்கை அனுபவங்களும் புத்தகப் படிப்பும் எனக்கு எந்த அளவுக்குத் துணை செய்திருக்கின்றனவோ அந்த அளவுக்கு ஊர் சுற்றும் பழக்கமும் துணை செய்திருக்கிறது. ஊர் சுற்றும் பழக்கத்திலிருந்து 'ஒரு புளியமரத்தின் கதை'யைப் பிரித்துப் பார்க்க முடியவில்லை. என் ஊர் விரிந்து கிடக்கும் கோலம் எனக்கு ஒரு வியப்பைத் தந்துகொண்டிருக்கிறது. அதை வாரிச் சுருட்டிக் கட்டிக் கொள்ள ஊருக்குள் நான் ஒரு மையப்புள்ளியை உருவாக்கிக்கொண்டேன். அவ்வாறு ஒரு மையப் புள்ளியை உருவாக்கிக்கொண்டு ஊரின் பகுதிகளை அந்தப் புள்ளியுடன் சேர்த்து இணைத்துக்கொண்டேன். அந்தப் புள்ளிதான் புளியமரம். இடங்களுக்குச் சாட்சியாக உருவான அந்த மரம் காலத்திற்கும் சாட்சியாக விரிவு கொண்டது. படைப்பு தந்த புதிய பரிமாணம் இது. காலத்திற்கும் இடத்திற்குமான உறவைக் கூறுவது புளிய மரத்தின் கதை. காலத்திற்கும் கருத்திற்குமான உறவைக் கூறுவது 'ஜே.ஜே : சில குறிப்புகள்.' காலத்துக்கும் உறவு நிலைகளுக்குமான உறவைக் கூறுவது 'குழந்தைகள் பெண்கள் ஆண்கள்'. இவ்வாறு என் படைப்புகளை ஏகதேசமாக வகுத்துக் கொள்ளலாம்.

'ஜே.ஜே : சிலகுறிப்புக'ளைப் பற்றிப் பல்வேறு பார்வைகளில் விமர்சனங்கள் வந்திருக்கின்றன. நவீனத்துவ நாவல், இருப்பியல் தத்துவத்தின் பாதிப்பைக் கொண்டது என்றெல்லாம் பல்வேறு விமர்சனங்கள் வந்திருக்கின்றன. இது போன்ற விவரிப்புகளை ஏற்று நான் எந்த எதிர்வினைகளையும் தந்ததில்லை. ஆனால் திரும்பத் திரும்ப ஒரு கருத்தைச் சொல்லிக்கொண்டுவந்திருக்கிறேன். அது தமிழ்க் கலாச்சார வாழ்வின்மீது வைக்கப்பட்ட ஒரு விமர்சனம். உங்கள் குறைகளை உங்கள் முகத்துக்கு எதிரே சொன்னால் நீங்கள் சுருங்கிப்போவீர்கள். ஆனால் உங்கள் குறைகளை மற்றொருவருக்கு இருக்கும் குறைகளாக நான் பாவித்துச் சொன்னால் அவற்றைச் செவிமடுக்கவும் அதைப் பற்றிச் சிறிது சிந்திக்கவும் உங்களுக்கு ஒரு சந்தர்ப்பம் இருக்கும் என்பதுதான் அதிலிருக்கும் உத்தி. இந்த நம்பிக்கை சார்ந்துதான் அந்த நாவலின் உத்தி உருவாகியிருக்கிறது.

சேலம் இலக்கிய வட்டம் - 17.8.1999

சுதந்திரத்திற்குப் பின் நாவல்

நாவல் பற்றி இப்போது எனக்குத் தோன்றுவதைச் சொல்கிறேன். சிறுவயதிலிருந்தே ஒரு கருத்து மனதில் மாறாமல் இருந்துகொண்டிருக்கிறது. தமிழ்ப் படைப்பாளி நாவல் என்ற பேருருவம் வழியாகத்தான் இந்திய இலக்கிய உலகத்திற்குள்ளும் உலக இலக்கியத்திற்குள்ளும் நுழைய முடியும் என்ற எண்ணம் தீர்மானமாக இருக்கிறது. வாழ்வின் கோலங்கள் மேலும் மேலும் விரிந்துகொண்டு போகிற நிலையில் வாசகன் விரும்பி ஏற்கும் கலை வடிவமாக நாவல் இந்த நூற்றாண்டில் இருந்ததைப் போலவே வரப்போகும் நூற்றாண்டிலும் இருக்கும் என்று நம்புகிறேன்.

தமிழ் நாவலின் இன்றைய நிலை பற்றிப் பெருமிதம் கொள்ள அதிகம் இல்லை என்று நினைக்கிறேன். பெருமிதம் கொள்ளத் தக்க படைப்புக்கள் நமக்கு இல்லாமல் இல்லை. ஆனால் பெருமைப்படத் தக்க படைப்புக்கள் விதிவிலக்காகவும் நடுத்தர மான படைப்புக்கள் – மீடியாக்கர் என்று சொல்லத்தக்கவை – அதிகமாகவும் இருக்கின்றன. இந்த மீடியாக்கிரிட்டி உருவாக்கக் கூடிய படைப்புப் பார்வைதான் நம்முடைய இன்றைய அளவு கோலாக இருக்கிறது. இதுதான் எழுத்தாளர்களுடைய பார்வை யாகவும் தமிழ் ஆசிரியர்களுடைய பார்வையாகவும் வானொலி, தொலைக்காட்சி, அரசாங்கம் போன்ற நிறுவனங்களில் கொலு வீற்றிருக்கும் கலாச்சார அதிகாரிகளின் பார்வையாகவும் இருக் கிறது. இந்தப் பார்வை நொறுங்காத வரையிலும் தமிழில் பெரிய படைப்புக்கள் அதிக அளவில் தோன்ற வாய்ப்பு இல்லை.

தமிழ் நாவல்களின் ஐம்பது வருட கால வரலாற்றில் முக்கிய மானவற்றைக் குறிப்பிட்டு அவற்றின் தனித்தனிக் குணங்களையும் ஆராய்வது இங்கு என் நோக்கமல்ல. இந்தக் காலகட்டத்தில் விவாதிக்கத் தகுதியானவை என்ற அளவில் பல நாவல்கள் இருக்கின்றன. மொத்த நாவல்களில் இவற்றின் எண்ணிக்கை மிகக் குறைவு என்றாலுங்கூட, ஐம்பது வருடங்களில் விவாதத் துக்கு எடுத்துக்கொள்ளும் வகையில் 25 அல்லது 30 நாவல்கள் இருப்பது முக்கியமான விஷயம் என்றே நம்புகிறேன். இந்திய

மொழிகள் ஒரு சிலவற்றில் நாவல்கள் பெற்றிருக்கும் வளர்ச்சி முக்கியமாகக் கருதப்படுகிறது. நேரடிப் பரிச்சயம் மூலமோ அல்லது மொழிபெயர்ப்புகள் மூலமோ அந்நாவல்கள் பற்றித் தெரிந்து கொள்ளும்போது தமிழ் நாவல்களில் பல அவற்றுடன் ஒப்பிட்டுப் பேசும் அளவில் இருக்கின்றன. நிச்சயமாகத் தாழ்ந்த நிலையில் இல்லை என்று கூறலாம்.

சமீப காலமாகப் பெரிய நாவல் பற்றி ஒரு விழிப்பும் ஏற்பட்டுக் கொண்டுவருகிறது. பெரிய நாவலைச் சென்றடைய ஒரு சில படைப்பாளிகளேனும் முயன்று அதில் கணிசமான வெற்றி பெற்றி ருக்கின்றனர். அல்லது அந்தக் குறிக்கோளை அடைய முடியாமல் சரிந்திருக்கின்றனர். வெற்றி, தோல்வி என்பதைவிடவும் குறிக்கோளும் முயற்சியும் முக்கியமானவை. பெரிய நாவலைச் சென்றடைவதற்கான குறிக்கோளை முடுக்கிக்கொள்வது எவ்வாறு? இந்த அடிப்படையில் தான் நான் என் சிந்தனைகளைத் தொகுத்திருக்கிறேன். அதற்கு முன்னர் நம் மொழியைப் பெரிய நாவலை நோக்கி எடுத்துச் செல்லக் குறுக்கே நிற்கும் தடைகளைப் பார்க்கலாம்.

ஒரு சில உலகங்களில் சுற்றிச் சுழன்றுகொண்டு வந்திருப்பவை நம் நாவல்கள். ஒன்று: வாசக திருப்திக்காக ஜோடிக்கப்படும் உலகங்கள். இரண்டு: குடும்பம் சார்ந்த உலகங்கள். மூன்று: சமூகப் பிரச்சனைகள் சார்ந்த உலகங்கள். நான்கு: வாழ்வு நிலை existence சார்ந்த நெருக்கடிகள் வெளிப்படும் உலகங்கள். (பிரச்சனைகள் வேறு, நெருக்கடிகள் வேறு. பிரச்சனைகள் லோகாயத தளத்தைச் சேர்ந்தவை.) இவ்வுலகங்களுக்குரிய வரையறை நம் நாவல் மொழியை இறுக்கிக்கொண்டிருக்கிறது. இந்த இறுக்கமான மொழிதான் நாம் இன்று நாவலுக்காகத் தேர்ந்தெடுக்கும் பொருளை ஒரு எல்லை வரையிலும் தீர்மானிக்கிறது.

படைப்பாளி சுய சிந்தனையும் சுதந்திரமும் கொண்டவன். மொழியைப் பெரிய நாவலுக்கு எடுத்துச்செல்ல வேண்டுமென்றால் தங்குதடையற்ற சுதந்திரம் வேண்டும். மனம் நம்பி ஏற்கும் பாதையை மொழி சுருட்டிக்கொண்டு போக வேண்டும். நாமோ நீண்ட கால மரபைக் கொண்டவர்கள். இதன் மூலம் அடர்த்தியான மொழியைப் பெற்றிருக்கிறோம். நாம் பெற்றிருக்கும் மொழி, அந்த மொழியின் சாராம்சம் மிகப் பெரிய மரபை உள்ளடக்கிக்கொண்டிருக்கிறது. நாவல் என்பதே மரபை மீறிக்கொண்டு போகும் பயணம்தான். மரபு மீறல் நாவலுக்குள் இல்லையென்றால் நாவலாசிரியன் தொழிற் படவே இல்லை என்று பொருள். நான் மேலே கூறிய நான்கு வகை யான நாவல் உலகங்களும் மரபுக்குள்தான் சுற்றிச் சுழன்று கொண்டுவந்திருக்கின்றன. மரபுக்குள் சிறு சிறு வேறுபாடுகளையும் சொற்ப மீறல்களையும் அவை காட்டுகின்றன என்பது உண்மை தான். நாவல் எதிர்கொள்ளும் சவாலுடன் ஒப்பிடும்போது இந்த மீறல்கள் பாய்ச்சலைச் சுட்டுபவை அல்ல.

உதாரணமாக, குடும்பத்தைப் பற்றி ஆராயும் நாவல்கள்கூட ஆண் பெண் உறவுகளைப் பற்றி ஆராய்வதில்லை. (தி. ஜானகி ராமனின் நாவல்கள்.) அதற்கான சுதந்திரம் நம் மரபில் இல்லை. உடலுறவுத் தேவைகளை மொழியில் முற்றாக மறைத்துக்கொண்டு ஆண் பெண் உறவுகளைப் பற்றிப் பேச முடியாது. குடும்பங்களில் சகல உறவுகளையும் கட்டுப்படுத்தி வைத்திருப்பது உடல் ரீதியான உறவுதான்.

உடல் ரீதியான உறவைப் பரிசீலனை செய்ய அவசியமான சொற்கள் மரபால் விலக்கப்பட்ட வார்த்தைகளின் பட்டியலில் பல நூற்றாண்டுகளுக்கு முன்னரே சேர்க்கப்பட்டுவிட்டன. இந்தச் சொற்களைத் தவிர்த்து நாவலை எழுத வேண்டும் என்று சொல்வது வலை இன்றி மீன் பிடிக்க வேண்டும் என்று சொல்வது போல் ஆகும். ஆண் பெண் உறவு என்று நாம் இன்று வரையிலும் சொல்லிவருவது ஆண்கள், பெண் உடல்மீது கொள்ளும் கவர்ச்சியைப் பற்றியே. இந்தக் கவர்ச்சியைத் தாண்டிப் போகும்போதுதான் பிரச்சனைகளே முளைக்கின்றன.

இன்று வரையிலுமான நாவலின் சாராம்சத்தை அதிக அளவுக் குக் கட்டுப்படுத்தியிருப்பவை இரண்டு சக்திகள். ஒன்று பொது ஊடகங்கள். மற்றொன்று இயக்கம் சார்ந்த பார்வைகள். இயக்கத்திற் கும் பொது ஊடகங்களுக்கும் வெளியே நிற்கும் படைப்புக்களில் தான் பரிசீலனைக்கான குறிக்கோளே அமுல்பட்டிருக்கிறது. இங்கும் குறிக்கோளுக்குத் தடையாக இருப்பவை மொழிக்குள் ஏறிநிற்கும் மரபு சார்ந்த இறுக்கம். மற்றொன்று சிறிய அளவில் மீறலை நிகழ்த்தும்போதுகூட படைப்பாளி உணரும் ஒத்திசைவின் குலைவு. இந்த ஒத்திசைவின் குலைவு படைப்பாளியின் அழகியலை மிகப் பெரிய அளவுக்குத் துன்புறுத்துகிறது. மொழிக்குள் மீறல்களை நிகழ்த்துவதும், மீறல்களின் மூலம் சுதந்திரத்தை வென்றெடுப்பதும், அதே நேரத்தில் ஒத்திசைவைக் குலைக்காது அழகியலைக் காப் பாற்றிக் கொண்டுபோவதும் தமிழ்ப் படைப்பாளிக்கு மிகப் பெரிய சவால்களாக இருக்கின்றன.

இப்போது நாவல்கள் சார்ந்த மதிப்பீடுகளைப் பார்க்கலாம்.

ஒரு படைப்பாளி நாவல் பற்றிப் பேசும்போது அதற்குப் பின்னால் இருக்கும் அனுபவங்களை மூன்றாகப் பிரிக்கலாம்.

1. வாழ்க்கை சார்ந்த அனுபவங்கள்
2. வாசிப்பு சார்ந்த அனுபவங்கள்
3. நாவல் படைப்பு சார்ந்த அனுபவங்கள்

ஒரு விமர்சகன் – விமர்சகன் என்று நான் இங்கு குறிப்பிடுவது படைப்பாளி அல்லாத விமர்சகனை – நாவல் பற்றிப் பேசும்போது அதற்குப் பின்னால் இரண்டு அனுபவங்கள் இருக்கின்றன.

1. வாழ்க்கை சார்ந்த அனுபவங்கள்
2. வாசிப்பு சார்ந்த அனுபவங்கள்

படைப்பு சார்ந்த அனுபவம் விமர்சகனுக்கு இல்லை. இதனால் விமர்சகனைவிடப் படைப்பாளிதான் நாவல் பற்றிப் பேச அதிகத் தகுதி கொண்டவன் என்ற முடிவுக்கு வர இயலுமா?

இயலும் என்று தோன்றவில்லை. நாவலாசிரியனைவிடச் சிறப்பாக நாவல் பற்றி எழுதிய விமர்சகன் இருக்கிறான். நாவல் பற்றி விமர்சகன் கூற இயலாத சூட்சுமங்களைப் படைப்பாளி பதிவு செய்தும்வைத்திருக்கிறான். இவற்றிற்கெல்லாம் உதாரணங்கள் கூற வேண்டுமென்றால் ஆங்கிலப் புத்தகங்களுக்குப் போக வேண்டும். இல்லையென்றால் ஆங்கிலத்தில் மொழிபெயர்க்கப்பட்ட புத்தகங்களுக்குப் போக வேண்டும். ஆகவே அந்த உதாரணங்களைத் தவிர்க்கிறேன்.

விமர்சகனுக்கு நாவல் பற்றி ஒரு புறவயப் பார்வை சாத்தியம். இப்பார்வை படைப்பாளியைவிட விமர்சகனுக்கு எளிது. விமர்சகன் ஒரு மொழியில் இருக்கும் நாவல்களின் பொதுக் குணங்களை ஆராய்ந்து தொகுக்கலாம். அவன் மனத்தை வெகுவாகப் பாதித்த பெரிய அல்லது சிறந்த நாவல்களை முன்நிறுத்தி அவற்றின் சிறப்பியல்புகளை வகுத்துக் கூறலாம். பிற மொழிகளில் படிக்க நேர்ந்த பெரிய நாவல்களையும் நம் மொழியில் படிக்க வாய்ப்புப் பெற்றிருக்கும் சிறந்த நாவல்களையும் ஒப்பிட்டு நிறை குறைகளை ஆராய்ந்து நாவல் பற்றிய ஒரு பார்வையை அவன் உருவாக்கிக் கொள்ளலாம். எப்போது ஒரு பார்வை உருவாகிவிடுகிறதோ அப்போது விமர்சகன் பேசுவது நாவல்கள் பற்றி அல்ல. நாவல் என்னும் பெரிய கலையைப் பற்றி.

விமர்சகனோடு ஒப்பிடும்போது படைப்பாளிக்குச் சாதகமாக நிற்கும் விஷயம் என்ன? விமர்சகனுக்கு இல்லாத படைப்பு அனுபவங்கள். இச்சாதக நிலையே ஒரு குறையாகவும் கருதப்படலாம். அந்தக் குறை என்ன? அதைக் கூறுவதற்கு முன்னால் படைப்பாளி என்ற சொல்லை வரையறை செய்துகொள்வது நல்லது.

படைப்பாளிக்கும் அவரது படைப்புக்குமான உறவு existential ஆனது. Human existence சம்பந்தப்பட்டது. Human experience சம்பந்தப்பட்டது. தன்னிலிருந்து, தன் மனத்திலிருந்து, தன் உடம்பிலிருந்து படைப்பாளியால் தன் படைப்புக்களை வேறு படுத்திப் பார்க்க முடிவதில்லை. தன்னை உயிராகக் கருதும் படைப்பாளி தன் படைப்புக்களை உடம்பாகக் கருதுகிறான். தன்னை உடம்பாகக் கருதும் படைப்பாளி தன் படைப்புக்களை அங்கங்களாகக் கருதுகிறான். இப்படிப் பிணைந்து கிடக்கிறது படைப்புக்கும் படைப்பாளிக்குமான உறவுநிலை.

படைப்பாளி என்ற சொல்லை நான் எந்த அர்த்தத்தில் பயன்படுத்துகிறேன்? படைப்பவன் எல்லோரும் படைப்பாளியா என்று கேட்டால் படைப்பவன் எல்லோரும் படைப்பாளி என்பதுதான்

பதில். இங்கு என் பார்வை சார்ந்து நான் படைப்பாளி என்ற சொல்லுக்கு ஒரு அழுத்தம் தருகிறேன்.

நாவலாசிரியனான படைப்பாளி கதை சொல்ல வந்தவன் அல்ல. வாசகர்களைத் திருப்திப்படுத்த வந்தவன் அல்ல. இயக்கங் களையோ, தத்துவங்களையோ, அதிகாரத்தை முன்னிட்டு, ஆமோதிக்க வந்தவன் அல்ல. எந்தத் துறை சார்ந்தும் கூடிவந்து விட்ட சிந்தனையை, உருவாகி நிற்கும் சிந்தனையை, கட்டிதட்டிப் போன சிந்தனையை உறுதிப்படுத்த வந்தவன் அல்ல. காட்சி ஊடகங்களுக்காகவோ, அரசியல் பதவிகளுக்காகவோ, பத்திரிகைக ளுக்காகவோ, அதிகாரத்துக்காகவோ தன் சிந்தனைகளைச் சமரசம் செய்துகொள்ளக்கூடியவன் அல்ல. பணமோ, பதவியோ, புகழோ தேடித் தன்னை விற்றுக்கொள்ளக்கூடியவனும் அல்ல.

படைப்பாளியும் சீரழிந்துபோனமைக்கு உதாரணங்கள் இருக் கின்றன. படைப்புக்கு மதிப்பற்ற சமூகத்தில் படைப்பாளி சீரழிவது இயற்கை. ஆனால் படைப்பாளி சீரழிந்த பார்வையைத் தேர்வு செய்து இயங்குபவன் அல்ல. அவனுக்கு ஒரு சீரான பார்வை இருக்கிறது. அந்தப் பார்வையை ஆராய்ந்துகொண்டுபோனால் அது கடைசியில் விமர்சனத்தில்தான் போய் முடியும். அந்தப் பார்வை ஒருபோதும் மேலோட்டமானது அல்ல. அது எப்போதும் ஆழத்தை நோக்கிப் பாய முற்படும் சமூக விமர்சனம். மேடையில் முழங்கப்படுபவைதான் சமூக விமர்சனங்கள் என்று தமிழ் நாவலாசிரியர்களில் ஒருசிலர் நினைத்துக்கொண்டிருக்கிறார்கள். அவர்களுடைய ஆசான் அரசியல்வாதி. நாவலாசிரியனின் ஆசான், கண் முன் விரிந்து கிடக்கும் வாழ்க்கை. மனிதனின் இருப்பைச் சார்ந்த ஒவ்வொரு விமர்சனமும் சமூக விமர்சனம்தான். அந்த விமர்சனம் தன் வாழ்க்கையிலிருந்து அவன் நேரடியாக உருவாக்கிக் கொண்டது. இடைத்தரகர்களின் குறுக்கீடில்லாமல் உருவாக்கிக் கொண்டது. விமர்சனம் உள்ளார்ந்து நின்று ஒளிரும் அந்தப் பார்வையை அவனுக்குக் கற்றுத்தந்த ஆசிரியன் எவனும் இல்லை. வாழ்க்கையின் கோலம், அலங்கோலம் ஆகியவற்றுடன் அவன் இடையறாத உறவு கொண்டிருக்கிறான். வாழ்க்கை சார்ந்த விமர் சனத்தை அவன் சமூகத்துடன் பகிர்ந்துகொள்கிறான். இங்கு சமூகம் என்பது அரசியல் தலைவர்கள் மட்டுமல்ல. அதிகாரத்தைக் கையில் வைத்துக் கொண்டிருப்பவர்கள் மட்டுமல்ல. வாக்கு வங்கிகளைக் குத்தகை எடுத்துக்கொண்டிருக்கும் ஜாதித் தலைவர் கள் மட்டுமல்ல. சாதாரண வாசகர்கள். படைப்பை நேசிக்கக் கூடியவர்கள். நேசிக்கிற காரணத்தால் படைப்பைச் சூட்சுமமாகப் படிப்பவர்கள். படைப்பாளிக்கு வாசகர்களின் கூட்டுத் தொகை தான் சமூகம்.

இப்போது நாவல் பற்றிப் படைப்பாளி பேசும்போது அவன் நிலை என்ன என்று பார்ப்போம். அவன் சிந்தனைகளைச் சுய

படைப்பனுபவம் அழுத்தமாகப் பாதித்திருப்பதை உணர்கிறோம். அவன் படைக்கும் விதவிதமான நாவல்களை வாசகர்கள் முன்னு தாரணமாக ஏற்கத் துணைநிற்கும் சிந்தனைகளையே அவன் அதிக அளவுக்கு உருவாக்குகிறானோ என்ற சந்தேகம் வாசகனுக்கு ஏற்பட்டால் அதில் உண்மை இல்லாமல் இல்லை. இவ்வாறான ஒரு பார்வை படைப்பாளிக்கு இழிவானதும் அல்ல. ஏனெனில் நாவல் சார்ந்த அவன் நம்பிக்கைகள்தான், படைப்பாக உருவம் கொள்கின்றன. வாழ்க்கைப் பார்வையிலிருந்து படைப்புப் பார் வையை ஒருபோதும் பிரிக்க இயலாது. தமிழ் வாழ்க்கை என்பது காதலைப் போற்றும் மாண்பு கொண்டது என்று மீண்டும் மீண்டும் தன் படைப்புக்களில் கூறிவரும் நாவலாசிரியனை ஒரு இளைஞன் சந்தித்து நான் உங்கள் மகளைக் காதலிக்கிறேன் என்று சொல்வதில் எந்தத் தவறும் கிடையாது. எதிர்மறையான விளைவுகளைச் சந்திக்கத் தயாராக இருக்க வேண்டும்.

புனைகதைகளில் திணிக்கப்பட்டிருக்கும் காதல், இன்று வரை யிலும் தமிழ் வாழ்வில் கூடிவராத அவலத்தைப் பற்றிச் சிறிதுகூடக் கவலை கொள்ளாத அந்தப் படைப்பாளி, காதலைத் தமிழ் வாழ்க் கையில் அமுல் செய்ய ஆசையும் இல்லாத அந்தப் படைப்பாளி, இல்லாத காதலைப் பற்றித் தன்னுடைய படைப்புக்களில் ஒரு விவாதத்தைக்கூட உருவாக்காத அந்தப் படைப்பாளி, எங்கும் நீக்கமறக் காதல் நிறைந்திருப்பது போன்ற ஒரு பொய்த் தோற்றத்தை உருவாக்கும் அந்தப் படைப்பாளி, இளைஞனின் கேள்வியை எதிர்கொள்ள முடியாமல் எகிறிக் குதிப்பான் என்பது நமக்குத் தெரியும். இதன் பொருள், அவன் எழுத்து அவனுடைய நம்பிக்கை சார்ந்தது அல்ல என்பதுதான். அவனுக்குக் காதல் என்பது ஒரு விற்பனைப் பண்டம். ஒரு விற்பனைப் பண்டத்தை மையத்தில் வைத்து அதைச் சுற்றி மொழியைக் கட்டிக்கொண்டுவந்தால் அதற்குப் பெயர் ஜோடனை. அந்த ஜோடனை பூர்த்தியாகும் நிலையில் அதற்குப் பெயர் படைப்பு அல்ல, சரக்கு. Commodity. Commodity இலக்கியம் அல்ல என்கிற மிக எளிமையான ஒரு கருத்தை என் கட்டுரைகளில் 40 வருடங்களாகத் தொடர்ந்து கூறிக்கொண்டு வருகிறேன்.

வாழ்க்கைப் பார்வையிலிருந்து படைப்புப் பார்வை தமிழில் வேறுபட்ட நிலையில் இருப்பதைக் கூறுவதற்கு உதாரணமாகக் காதலை எடுத்துக்கொண்டேன். இதனால் காதல் ஒன்றுதான் படைப்புப் பார்வைக்கு வெளியே நிற்கிறது என்பது அல்ல. வணிக எழுத்தில் தமிழ் வாழ்க்கை சார்ந்த சகல கோலங்களுமே நிதர்சன அனுபவத்திற்கு முரணாகவே இருக்கின்றன. ஆனால் தமிழ்நாட்டில் படைப்பாளிகளில் உதாரணங்களாகக் கல்கியையும் அகிலனையும் தான் பல்கலைக்கழக ஆசிரியர்கள் வலியுறுத்தி வருகிறார்கள். நாவல் என்னும் மிகப் பெரிய கலை வாழ்க்கையோடு தொடர்புடை யது என்று நம்பும் ஆசிரியர்களும் மாணவர்களும் இவர்களுடைய

நாவல்களைத் தமிழ் வாழ்க்கை அவர்களுக்குத் தந்திருக்கும் அனுபவங்களோடு ஒப்பிட்டுப் பார்க்கலாம்.

இல்லாத அற ஒழுக்கங்களைப் படைப்பில் திணித்தால் அது வாழ்க்கையில் அமுலாகிவிடுமா? இந்தக் கேள்வி மு. வ. விடம் கேட்கப்பட வேண்டிய கேள்வி. நாவல் என்பது உட்டோப்பியா (Utopia) அல்ல. எவ்வாறு வாழ்க்கை இருக்க வேண்டும் என்று கனவு காண்பது அல்ல நாவல். எவ்வாறு வாழ்க்கை இருக்க வேண்டும் என்ற கனவு சமயத் தலைவர்களைச் சார்ந்தது. ஒழுக்க வாதிகளைச் சார்ந்தது. எவ்வாறு வாழ்க்கை இருக்கிறது என்ற பரிசீலனை நாவலாசிரியனைச் சார்ந்தது. இந்தப் பரிசீலனையைத் தன்னுடைய பார்வை சார்ந்து நிர்த்தாட்சண்யமாக நிகழ்த்துவதால் தான் நாவலாசிரியன் சமூகத்தின் விமர்சனத்தை வாங்கிக்கட்டிக் கொள்கிறான். நான் ஒரு விமர்சனத்தை சமூகத்தின் முன் வைக் கிறேன். அந்த விமர்சனத்தை எதிர்கொள்கிற சமூகம் என் மீது ஒரு விமர்சனத்தை வைக்கிறது. இதுதான் நாவலாசிரியன் தேர்ந்தெடுத் திருக்கும் வாழ்க்கை.

சமூகத்தைப் பற்றி நாவலாசிரியன் முன்வைக்கும் விமர்சனம், அது முன்வைக்கப்படும் காலத்தில் விளிம்பு நிலையில் தத்தளித்துக் கொண்டிருக்கும். அது ஒத்துப்போகாத ஒரு மனிதனின் தனிக் குரலாக இருக்கும். அது கலகக் குரலாக இருக்கும். அது அதிருப்தி யாளனின் குரலாக இருக்கும். ஆனால் காலப்போக்கில் படைப் பாளிக்கும் சமூகத்துக்குமான உறவில் பல்வேறுபட்ட மாற்றங்கள் நிகழ்கின்றன. படைப்பாளியின் ஓரம்கட்டப்பட்ட பார்வை சமூகத் தின் மையத்தைப் பார்க்க நகரத் தொடங்குகிறது. படைப்பாளி சமூகத்தால் எதிர்மறையாகக் கருதப்படுவதற்குக் காரணம் அவன் உண்மையைச் சொல்லவில்லை என்பதற்காக அல்ல. அவன் உண்மையை முன்கூட்டியே சொல்கிறான் என்பதற்காகத்தான். காலம் கனிவதற்கு முன்பே சொல்கிறான் என்பதற்காகத்தான். பழமைக்கும் புதுமைக்குமான போரில் நாவலாசிரியன் எப்போதுமே புதுமைக்குப் பின்னால்தான் நின்றுகொண்டிருக்கிறான். புதுமை என்ற சொல்லும் நாவல் என்ற சொல்லும் ஒன்றுதான். பழமை இனங்கள் ஒருநாளும் புதினங்கள் ஆகா. நேற்றையப் புதுமை இன்றையப் பழமையாக மாறிவிட்டது புரட்சிக்காரர்களுக்குத் தெரியாமல் இருக்கலாம். அரசியல்வாதிகளுக்குத் தெரியாமல் இருக்கலாம். தத்துவவாதிகளுக்குத் தெரியாமல் இருக்கலாம். ஆனால் நேற்றையப் புதுமை இன்றையப் பழமையாக மாறிவிட்ட நிலையில் புதிய புதுமையைச் சமூகம் கருக்கொள்வதை அது கருக்கொள்ளும் காலத்திலேயே நாவலாசிரியன் உணர்கிறான். புதிய சிந்தனை என்ற குழந்தையைச் சமூகம் பெற்றெடுத்த பின்பும் அதைக் கண்திறந்து பார்க்க மறுக்கும் எழுத்தாளர்கள் இருக்கிறார்கள். ஆனால் புதிய சிந்தனைகளின் தோற்றத்தை உணர்வதற்கான ஸ்பரிசக்கொம்புகள் கொண்ட ஒரு படைப்பாளி, சமூகம் புதிய

சிந்தனையைக் கருக்கொண்ட நிமிஷத்திலேயே அதற்கு மொழி உருவம் தருகிறான்.

சிக்மன் ஃபிராய்டு என்ற உளவியல் அறிஞன் தன் ஆராய்ச்சி களின் மூலம் உறுதிப்படுத்திய எண்ணற்ற கூறுகளை முன்கூட்டியே தஸ்தாயேவ்ஸ்கி என்ற நாவலாசிரியன் தன் நாவல்களில் சர்வ சாதாரணமாகக் கூறிக்கொண்டுபோகிறான். சிக்மன் ஃபிராய்டு என்ற உளவியல் அறிஞன் தஸ்தாயேவ்ஸ்கி என்ற நாவலாசிரியனைத் தன்னுடைய ஆசான் என்கிறான். படைப்பாளியின் ஸ்பரிசக் கொம்புகள் தத்துவத்திற்கும் அறிவியலுக்கும் ஆராய்ச்சிக்கும் அறிவுத் துறைகளுக்கும் முன்னே சென்று சமூக அதிர்வுகளின் முதல் பதிவுகளை நிகழ்த்தியமைக்கு எத்தனையோ உதாரணங்களைச் சொல்லலாம்.

நாவல் என்னும் பெரிய கலையைச் சார்ந்த ஒரு கனவு நமக்கு இருந்தால்தான் அதைச் சென்றடைவதற்கான வழிமுறைகளைப் பற்றி நாம் யோசிக்க முடியும். இதற்குத் தேவையானது ஆழமான, விரிவான பார்வை. மொழி சார்ந்த எல்லைகள் நாவலாசிரியனுக்கு இருக்கின்றன. தமிழில் எழுதப்படுகிற நாவல்களைத் தமிழ் அறிந்த வாசகர்கள்தான் வாசிக்க இயலும். ஆகவே, இது ஒரு எல்லையாகத் தான் இருக்கிறது. இன்று இது ஒரு எல்லையாக இருக்கிறது, நாளை இது எல்லையாக இருக்க வேண்டிய கட்டாயம் இல்லை. தமிழ் அறிந்த வாசகன் தமிழனாக இருக்க வேண்டிய கட்டாயமும் இல்லை. தமிழ் அறிந்த வாசகன் உலகத்தில் எந்த மொழியில் வேண்டு மென்றாலும் தோன்றலாம்.

பல்வேறுபட்ட மொழிகளில் உருவாகும் படைப்புக்களைத் தமிழர்கள் படித்துக் கொண்டிருக்கிறார்கள். நாளை இவர்களது எண்ணிக்கை கூடும், குறையாது. நாவல், மொழிபெயர்ப்புகள் வழியாக மொழிகளைத் தாண்டிச் செல்கிறது. இந்திய நாவல்களைத் தமிழ் நாவலாசிரியர்கள் இனங்கண்டுவைத்திருக்கிறார்கள். இந்திய நாவல்களைத் தமிழில் நுட்பமான வாசகர்கள் தெரிந்துவைத்திருக் கிறார்கள். ஆங்கிலம் என்ற ஒரு மொழியின் மூலம் உலகத்தைப் பெரிய அளவுக்கு அறியும் வாய்ப்பைப் பெற்றிருக்கிறோம். இந்தப் பின்னணியில் கன்னியாகுமரி மாவட்ட நாவலாசிரியர்கள் என்று நாம் நம்மை அழைத்துக்கொள்வது வேடிக்கையானது. மாவட்ட எல்லைகள் ஆட்சிக்குத் துணை நிற்க அதிகாரத்தால் உருவாக்கப் பட்டவை. படைப்பாளியின் முதல்பட்ச எல்லையே மொழி சார்ந்ததுதான். அந்த எல்லையைத் தாண்டிப் படைப்பாளி சகல மொழிகளுக்கும் போவதற்கான வாய்ப்பைப் பெற்றிருக்கும் காலத் தில் படைப்பாளியை 'களியக்காவிளையிலிருந்து ஆரல்வாய்மொழி வரையிலும்' என்று குறுக்குவது படைப்புப் பார்வைக்கே எதிரானது. தமிழில் வரக்கூடிய தீவிரமான படைப்புக்களைத் தமிழ்நாட்டு வாசகர்கள் படிப்பதைவிட அதிகமாக ஈழத் தமிழர்கள் படித்துக்

கொண்டிருக்கிறார்கள். தமிழ்ப் புத்தகங்களையும் பத்திரிகைகளையும் இன்று பாரீஸிலும் டொரண்டோவிலும் லண்டனிலும் பெர்லினிலும் வியன்னாவிலும் நியூயார்க்கிலும் சிக்காகோவிலும் சிங்கப்பூரிலும் மலேசியாவிலும் சான்பிரான்சிஸ்கோவிலும் ஸ்ரீலங்காவிலும் படித்துக் கொண்டிருக்கிறார்கள். இந்த எல்லைகள் மேலும் விரிந்து கொண்டுபோகுமே ஒழியச் சுருங்காது.

அனைத்து உலகத்துக்கும் போய்ச்சேர வேண்டிய படைப்புக்களைத் தமிழன் என்று உருவாக்கப்போகிறான் என்பதுதான் இன்றையக் கேள்வி.

படைப்பு, சவால் சார்ந்தது. இச்சகம் சார்ந்தது அல்ல. படைப்பு தரும் சவால்களை எதிர்கொள்ள வேண்டும். எதிர்கொண்டு தோல்வியடையலாம் அல்லது வெற்றியடையலாம். படைப்பு தரும் சவால்களை எதிர்கொண்டால் தோல்வியும் வெற்றிதான். அந்த வெற்றிக்கோ அல்லது தோல்விக்கோ நாம் ஆசைப்பட வேண்டும்.

ஸ்காட் கிறித்துவக் கல்லூரி, நாகர்கோவில் - 15.10.1999

மரண தண்டனைக்கு எதிரான சிந்தனைகள்

மரண தண்டனைக்கு எதிரான சிந்தனைகள் உலகெங்கும் பரவிவரும் காலம் இது. இந்த நூற்றாண்டின் ஆரம்ப காலத்திலிருந்தே ஐரோப்பிய அறிஞர்கள் மரண தண்டனைக்கு எதிரான சிந்தனைகளை உருவாக்கி வந்திருக்கின்றனர். இவர்களில் ஆர்தர் கோய்ஸ்லர் (1905 – 1983) என்ற ஹங்கேரிய தேசத்தைச் சேர்ந்த எழுத்தாளர் மிக முக்கியமானவர். நாஜிகளின் சர்வாதிகாரத்தின் கீழ் சிறைக் கொடுமைக்கு ஆட்பட்டவர். ஸ்பானிஷ் உள்நாட்டுப் போரின்போது மரண தண்டனை விதிக்கப்பட்ட கைதியாகச் சிறை வாழ்க்கையை அனுபவித்தவர். எதேச்சாதிகாரத்தின் சகல கொடுமைகளையும் தன் வாழ்நாளில் அனுபவித்தவர். 'நண் பகலில் இருட்டு' (Darkness at Noon) என்ற நாவலை எழுதி, ஸ்டாலினிய சர்வாதிகாரப் போக்கை உலகளவில் அம்பலப்படுத்தியவர். உலகெங்கும் வாழும் எழுத்தாளர்களின் மனங்களில் மரண தண்டனைக்கு எதிரான சிந்தனைகளின் விதைகளை மிக ஆழமாக முதலில் ஊன்றியவர் என்று ஆர்தர் கோய்ஸ்லரைத்தான் சொல்ல வேண்டும்.

இந்திய எழுத்தாளர்களின் மனங்களில் மரண தண்டனைக்கு எதிரான உணர்வுகளை உருவாக்கியவர்களில் முக்கியமானவர்கள் மகாத்மா காந்தியும் ஜெயப்பிரகாஷ் நாராயணனும். எழுத்தாளனின் படைப்புப் பார்வைக்கே அடிப்படையாக நிற்கும் மதிப்பீடு மனித நேயம். ஆக, படைப்பாளிகள் இந்தியாவிலும் உலகெங்கிலும் மரண தண்டனைக்கு எதிரான சிந்தனைகளால் கவரப்படுவதில் வியப்பேதும் இல்லை.

நாம் சில சிந்தனைகள் மீது ஆழ்ந்த பற்றுக்கொண்டிருந்தாலும்கூட அந்தப் பற்றைச் சார்ந்து செயல்படவும் அந்தச் செயல்பாட்டின் விளைவைச் சமூகத்தின் முன் விரிக்கவும் வரலாற்றில் ஒரு நெருக்கடி கூடிவர வேண்டியிருக்கிறது. மரண தண்டனைக்கு எதிரான சிந்தனையை வலுமைப்படுத்த இந்திய எழுத்தாளர்களுக்கும் தமிழக எழுத்தாளர்களுக்கும் இப்போது ஒரு நெருக்கடி உருவாகியிருக்கிறது.

ராஜீவ் காந்தி கொலை வழக்கின் விளைவாக இன்று நளினி, முருகன், பேரறிவாளன், சாந்தன் ஆகிய நான்கு பேர் தூக்குக் கயிற்றில் தொங்கும் நிலைக்குத் தள்ளப்பட்டிருக்கின்றனர். நான்கு பேர் மரண தண்டனையை ஆயுள் தண்டனையாகக் குறைப்பதற்குத் துணைநிற்கும் காரணங்கள் பல இருக்கின்றன. இவற்றில் ஒரு சிலவற்றை மட்டுமே இங்கு முன்வைக்கிறேன்.

ராஜீவ் காந்தி கொலை வழக்கில் மத்திய குற்றப் புலனாய்வுத் துறை, குற்றத்தில் ஈடுபட்டவர்களாக 41 பேரைப் பதிவு செய்தது. குற்றம் இழைப்பதில் மிக முக்கியப் பங்கு கொண்டிருந்தவர்களில் 12 பேர் விசாரணை நடப்பதற்கு முன்னரே இறந்து விட்டார்கள். அவர்களில் இருவர் வெடி குண்டு வெடித்தபோது மாண்டவர்கள். மீதம் பத்துப் பேரும் சித்திரவதையை எதிர்நோக்கி அதிலிருந்து தப்பித்துக் கொள்வதற்காகத் தற்கொலை செய்துகொண்டவர்கள். மூவர் பிரகடனப்படுத்தப்பட்ட குற்றவாளிகள். இவர்களைக் கைது செய்ய முடியவில்லை. மீதம் 26 பேரும் கைது செய்யப்பட்டு விசாரணைக்குக் கொண்டுவரப்பட்டனர். அவர்கள் அனைவருக்கும் சிறப்பு நீதி மன்றத்தில் மரண தண்டனை கொடுக்கப்பட்டது. உச்சநீதிமன்றம் 26 பேர்களில் 19 பேரை விடுதலை செய்தது. 7 பேரில் 3 பேரின் மரண தண்டனையை ஆயுள் தண்டனையாகக் குறைத்தது. நான்கு பேரின் மரண தண்டனையை உறுதி செய்திருக்கிறது.

இந்த நான்கு பேரும் கொலைக் குற்றத்தை நிறைவேற்றுவதில் பெரும் பங்கு வகித்தவர்கள் அல்ல. மிகச் சிறிய பங்கையே இவர்கள் வகித்திருக்கிறார்கள். ராஜீவ் காந்தி கொலை வழக்குக் குற்றப் பத்திரிகையின்படி இவர்கள் துணைப் பாத்திரங்களாக மட்டுமே செயல்பட்டிருக்கின்றார்கள். இவர்கள் குற்றவாளிகள் அல்ல என்று நாம் கருதவில்லை. இவர்களை விடுதலை செய்ய வேண்டும் என்று நாம் கோரவும் இல்லை. குற்றங்களுக்கு ஏற்ற தண்டனையை இவர்கள் பெற வேண்டியவர்கள்தான். ஆனால் இவர்கள் ஆற்றியுள்ள சிறிய பங்கை எண்ணிப் பார்க்கும்போது கொடூரமான மரண தண்டனையை எதிர்கொள்ள வேண்டியவர் கள்தானா என்ற கேள்வி நம் மனதில் எழுகிறது.

முக்கியப் பங்கு வகித்துள்ள குற்றவாளிகளாகிய சிவராசன், சுபா முதலியோர் பிடிபட்டு விசாரணை செய்யப்பட்டிருப்பார்கள் என்றால் இப்போது மரண தண்டனை பெற்றிருக்கும் நான்கு பேருக்கும் மரண தண்டனை வழங்கப்பட்டிருக்கும் சாத்தியம் இருந்திருக்காது என்று எண்ண இடமிருக்கிறது. தடா சட்டத்தின் கீழும் அதனுடன் இணைந்த வேறு சில சட்டங்களின் கீழும்தான் வழக்கு நடத்தப்பட்டிருக்கிறது. 1985இல் கொண்டுவரப்பட்ட தடா சட்டம் மனித நேயம் கொண்ட அறிஞர்கள், சட்ட வல்லுநர் கள் ஆகியோரின் கடுமையான விமர்சனத்திற்கு ஆளாயிற்று.

பாராளுமன்றத்திலும் மிகப் பெரும்பான்மையோர் அச்சட்டத்தை எதிர்த்தார்கள். 1999இல் மத்திய அரசு இச்சட்டத்தைக் கை கழுவிற்று. கை கழுவிற்று என்று சொல்வதைவிடக் கை நழுவவிட்டது என்று சொல்வதே சரி.

தடா சட்டம் பல கொடுமையான அம்சங்கள் கொண்ட சட்டம். அவற்றை இங்கு நான் வரிசைப்படுத்தவில்லை. ஒரு அம்சத்தை மட்டும் குறிப்பிடுகிறேன். ஒரு மூத்த காவல்துறை அதிகாரியால், குற்றம் சாட்டப்பட்டவர்களிடமிருந்து பெறப்படும் குற்ற ஒப்புதல் வாக்குமூலத்தைச் சாட்சியாக அனுமதிக்கலாம் என்று அச்சட்டத் தில் இருக்கிறது. தடா சட்டத்திலேயே ஆகக் கொடுமையான அம்சம் இதுதான் என்று சட்ட அறிஞர்கள் சுட்டிக்காட்டியிருக் கிறார்கள்.

விசாரணையின்போது குற்றம் சாட்டப்பட்டவர்கள் மீது வன் முறையைப் பயன்படுத்தி ஒப்புதல் வாக்குமூலம் பெறுவது காவல் துறையின் பண்பாடு என்பதை அறியாதவர் எவரும் இந்த நாட்டில் இருக்க முடியாது. குற்றம் சுமத்தப்பட்டவர்களின் வாக்கு மூலங் களின் மீது உச்சநீதிமன்றம் சிறிய அளவிலேனும் சந்தேகம் கொண்டி ருந்தால் அந்நிலை குற்றம் சாட்டப்பட்டவர்களுக்குச் சாதகமாக இருந்திருக்க வேண்டும். உச்சநீதி மன்றத்தினர் சந்தேகம் கொள்ளாது தீர்ப்பு அளித்திருப்பது நமக்கு வியப்பை அளிக்கிறது. காவல்துறை யின் பண்பாட்டை எதிர்கொள்ளப் பயந்துதான் 10பேர் தங்கள் உயிரை மாய்த்துக்கொண்டிருக்கிறார்கள் என்பதையும் நாம் இச் சந்தர்ப்பத்தில் எண்ணிப் பார்க்க வேண்டும்.

குற்றம் சாட்டப்பட்டவர்களின் சமூக, பொருளாதாரப் பின்னணி மிகப் பெரிய ஒரு சதியை உருவாக்குவதற்கான ஆற்றல் கொண்டவர்களாக நமக்கு அவர்களைக் காட்டவில்லை. சுய வாழ்க்கையில் ஏற்பட்ட கசப்பினாலோ அல்லது வெறுப்பினாலோ அவர்கள் பாதை தவறி வந்தவர்கள் என்று நம்புவதற்கான காரணங் கள் இருக்கின்றன. வழக்குப் பதிவு செய்யப்பட்ட பின் அவர்கள் எட்டாண்டுகளைச் சிறையில் கழித்துவிட்டிருக்கிறார்கள். இந்த எட்டாண்டுகளில் அவர்கள் அடைந்திருக்கக் கூடிய வேதனைகளைக் கற்பனை மிகுந்த எழுத்தாளர்களால் சுலபமாகவே யூகித்துப்பார்க்க இயலும் என்று நம்புகிறேன்.

எழுத்தாளர்களாகிய நாம் இந்தியாவில் மரண தண்டனை பெற்றுள்ள அனைவரும் அவர்கள் எவ்வளவு மோசமான குற்றங்கள் புரிந்திருப்பினும் சரி, ஆயுள் தண்டனை பெறும் குற்றவாளிகளாக மாற்றப்பட வேண்டும் என்பதற்காகப் போராட வேண்டும். இன்று நான்கு பேர் தூக்கில் தொங்கவிருக்கும் நிலை நமக்கு ஒரு நெருக்கடியைத் தருகிறது. அவர்களை முன்னிலைப்படுத்திச் சட்டத்தில் ஒரு பெரும் மாற்றத்தை நிகழ்த்த முனைகிறோம். நம் நோக்கம் மரண தண்டனைக்குரிய விதிகள் சட்டப் புத்தகங்

இவை என் உரைகள்

களிலிருந்து முற்றாக அழிக்கப்பட வேண்டும் என்பதுதான். ஏனெனில் இது ஒரு அநாகரிகமான சட்டம். காட்டுமிராண்டித்தன மானது என்று சொல்வதில்கூடத் தவறில்லை என்று நினைக்கிறேன்.

எழுத்தாளர்கள் காலாவதியான சிந்தனைகளில் தேங்கிப் போனவர்களாக ஒருநாளும் இருக்க முடியாது. அவர்கள் இன்றைய வாழ்க்கையின் ஊடுபாவுகளை அறிந்து அதைப் படைக்க வேண்டி யவர்கள். நாம், சமூக அமைப்புப் பற்றியும் குற்றம் பற்றியும் குற்றவியல் பற்றியுமான இன்றையச் சிந்தனைகளை உள்வாங்கினால் தான் சிக்கல் மிகுந்த இந்தச் சமுதாயத்தின் நுட்பங்களைப் பற்றி அறிய முடியும். அத்துடன் தண்டனைக்கும் மனிதனுக்குமான உறவைப் பற்றியும், தண்டனைக்கும் சமூகத்துக்குமான உறவைப் பற்றியும் நாம் அறிந்தவர்களாக இருக்க வேண்டும். மனித மனங் களில் கண்ணுக்குத் தெரியாமல் பதுங்கியிருக்கும் கொடூரங்களைக் கூச்சமின்றித் தெரிந்துகொள்பவராகவும் நாம் இருக்க வேண்டும்.

வரலாற்றில் நிரந்தரமான சட்டமோ, நிரந்தரமான தண்ட னையோ இல்லை. எந்தச் சட்டத்திற்கும் புனிதத்தன்மை கிடையாது. சமுதாய நலனை எந்த அளவுக்குச் சட்டம் காப்பாற்றுகிறதோ அந்த அளவுக்குத்தான் அதற்கு மதிப்பும் உண்டு. மிகச் சிறிய குற்றங்களுக்கு மிகக் கொடூரமான தண்டனைகளை வெவ்வேறு சமூகங்கள் வெவ்வேறு காலங்களில் நிறைவேற்றி இருக்கின்றன. திருட்டுக் குற்றம், தீ வைப்பு, கொள்ளை போன்ற குற்றங்களுக்கும் மரண தண்டனை அளிக்கப்பட்டிருக்கிறது. குற்றவாளிகளைச் சவுக்கால் அடித்தும், கூழாகப் பிசைந்தும், எண்ணெயில் பொரித் தும், தொலியை உரித்தும், குருசில் ஏற்றியும், கல்லால் அடித்தும், கழுவிலேற்றியும் கொன்றிருக்கிறார்கள்.

ஒரு குற்றத்திற்கு ஒருவர் பெறும் தண்டனை சமூகத்தில் வாழும் மற்றவர்களை அக்குற்றம் இழைக்காது தடுக்கும் என்பதுதான் குற்றவியல் சட்டத்தின் ஆதாரமான சிந்தனை. இந்தச் சிந்தனையே காலாவதியான ஒன்று. குற்றவியலின் வரலாற்றைப் படித்துப்பார்த் தால் இவர்கள் சுட்டுவது போன்ற நன்மையைச் சமூகம் எந்தக் காலத்திலும் பெறவில்லை என்பது தெரியும். மாறிவரும் காலங்கள் உருவாக்கும் மனித நேயச் சிந்தனைகளைச் சட்டம் உள் வாங்கிக்கொள்ளவில்லை என்றால் சட்டம் சமுதாய நலன்களுக்கு எதிரான தீமையாகவே உருக்கொள்ளும். சட்டம் பெருமளவில் இவ்வாறு காலாவதியாகி நிற்கும் சமுதாயத்தில்தான் நாம் இன்றும் வாழ்ந்துகொண்டிருக்கிறோம்.

குற்றத்தை இழைக்கும் மனத்தைச் சமுதாயத்தின் அமைப்பி லிருந்து பிரிக்கவே இயலாது. நாம் உருவாக்கி வைத்திருக்கும் சமூகம் எந்த அளவுக்குக் குற்றம் இழைக்காத மனிதனை உருவாக்கும் மாண்பு கொண்டது? சாதாரண மனிதன் பெற வேண்டிய உடல் ஆரோக்கியத்திற்கும் மன ஆரோக்கியத்திற்கும் இங்கு என்ன

உத்தரவாதங்கள் இருக்கின்றன? பழிக்குப் பழி என்ற மனித விரோதச் சிந்தனையை அடிப்படைக் கருவாக வைத்துத்தான் எண்ணற்ற திரைப்படங்கள் தமிழில் எடுக்கப்படுகின்றன. மிக மோசமான வன்முறைச் சிந்தனைகளை மனித மனங்களில் விதைக்கும் படங்கள் இவை. வன்முறையைப் போதிக்கும் படங்களிலிருந்து வரும் கேளிக்கை வரியை எதிர்நோக்கி நிற்கிறது அரசாங்கம். மன நலத்தையும் உடல் நலத்தையும் பேணுகிறவர்கள்தான் சமூகத்தில் சமநிலையுடன் செயல்பட முடியும். மனிதனின் சமநிலையைக் குலைக்கும், உடலையும் உள்ளத்தையும் சீரழிக்கும், பெண்களை மீளாத் துயரில் ஆழ்த்தும் சாராயத்தை விற்றுப் பிழைத்துக்கொண்டிருக்கிறது அரசாங்கம். சகல சமூக விரோதச் செயல்பாடுகளிலிருந்தும் லாபம் பெற்றுவருகிறார்கள் அரசியல்வாதிகளில் அநேகர். ஒழுங்காக வாழ முற்படும் மனிதன், தான் இளிச்சவாயனோ எனத் தொடர்ந்து சந்தேகப்பட்டுக்கொண்டிருக்கிறான். பண பலமும், அதிகார பலமும், ஜாதி பலமும், அரசியல் பலமும், சமய பலமும் இருந்தால் எந்தக் குற்றத்தை வேண்டுமென்றாலும் இழைத்துவிட்டுத் தப்பித்து நிற்கலாம் என்று நம்பிச் செயல்படுகிறவர்களின் சமூகத்தில் வாழ்ந்துகொண்டிருக்கிறோம்.

இன்றையச் சிந்தனைப்படி, குற்றம் இழைப்பவன் நோயாளியைப் போல் மனம், உடல் சார்ந்த சிகிச்சையை எதிர்நோக்கி நிற்பவன். இந்தச் சிகிச்சையைப் பெறுவதற்காகத்தான் அவன் சமூகத்திலிருந்து குறிப்பிட்ட காலத்திற்கு ஒதுக்கி வைக்கப்படுகிறான். நோயாளிகள் ஒதுங்கி வாழ்வது போன்ற காரியம் இது. உடல், மனம் சார்ந்த இன்றையச் சிந்தனைகளின் அடிப்படையில் உருவாக்கப்பட்ட ஒரு சிகிச்சை முறை மூலம் பெரும்பான்மையான குற்றவாளிகளைச் சமூகத்திற்குப் பங்களிக்கக் கூடிய மனிதர்களாக மாற்ற முடியும் என்ற நம்பிக்கை இன்று உலக அறிஞர்கள் மத்தியில் உருவாகி விட்டது.

மனித நேயம் அற்ற, இன்றையச் சிந்தனைகளின் அடிப்படைகளை எதுவும் அறியாத, கவிதை மரபுக்கும், புராண மரபுக்கும், சமயச் சிந்தனைகளுக்கும் ஆட்பட்டு நிற்கிற, பழிக்குப்பழி என்ற சிந்தனையை ஏற்கிற, சக மனிதன்மீது குரூரத்தைக் காட்டி அதில் மட்டற்ற பரவசம் கொள்கிற மனிதப் பிணங்களால் எந்தக் குற்றவாளியையும் திருத்திச் செழுமைப்படுத்த முடியாது. இன்று குற்றவாளியைப் பராமரித்துக்கொண்டிருப்பவர்கள் குற்றவாளியை மேலும் மோசமான குற்றவாளியாகச் சீரழிப்பவர்கள்தான். அந்தச் சீரழிவை நியாயப்படுத்த விரும்பக்கூடியவர்கள்தான்.

உண்மையில் குற்றவாளியைப் பேண வேண்டியவர்கள் இன்றையச் சிந்தனை முறையை அறிந்த கல்வியாளர்கள். இன்றையச் சிந்தனை முறையை அறிந்த உளவியலாளர்கள். இன்றையச் சிந்தனை முறையை அறிந்த மனநோய் மருத்துவர்கள். இவர்களது கூட்டுச் சிந்தனைதான் குற்றவாளியின் உடலுக்கும் உள்ளத்துக்கும் ஆரோக்கியத்தை அளித்து அவனைச் சமூக வாழ்வுக்குச் சிறப்புச் சேர்ப்பவ

னாக மாற்றும். அந்தக் காலத்தை உருவாக்கும் முறையில் எழுத்தாளர்கள் செயல்பட வேண்டும். அவ்வாறு செயல்பட வேண்டிய தீர்மானத்தின் முதல் வெளிப்பாடாக மரண தண்டனையை ஒழிக்கும் போற்றத் தகுந்த பணியில் தங்களை ஆட்படுத்திக்கொள்ள வேண்டுமென இங்கு கூடியிருக்கும் சகல எழுத்தாளர்களையும் கேட்டுக்கொள்கிறேன்.

மரண தண்டனைக்கு எதிரான எழுத்தாளர் மாநாடு, சென்னை - 27.11.1999.

'தினமணி,' 30.11.1999

மைதானத்திற்கு வெளியே

நண்பர் ஜேசுதாசன் அவர்களின் 80ஆவது வருடப் பிறந்த தின விழாவைக் கொண்டாட நாம் எல்லோரும் இங்கு கூடியிருப்பது நமக்கு மட்டற்ற மகிழ்ச்சியைத் தரும் காரியம். யோசித்துப் பார்த்தால் இது போன்ற சந்தர்ப்பங்கள் – மனம் முழுமையாக நிறைவு கொள்ளும் சந்தர்ப்பங்கள், களங்கம் எதுவுமில்லாமல் நிறைவுகொள்ளும் சந்தர்ப்பங்கள் – மிக அபூர்வ மாகவே மனித வாழ்க்கையில் வாய்க்கும் என்று நினைக்கிறேன். முதலில் இதன் அபூர்வத் தன்மையை உணரும் – உணர்ந்து சந்தோஷப்படும் – சக்தி கொண்டவர்களாக நாம் இருக்க வேண்டும். அவர் நம்முடன் பல்லாண்டுகள் தொடர்ந்து வாழ வேண்டும் என்று நாம் விரும்புகிறோம். அவர் இங்கு இருந்து கொண்டிருப்பது, மொழியில் விளக்க இயலாத வகையில், நம்மைச் சந்தோஷப்படுத்துகிறது. நம்மை ஊக்குவிக்கிறது. களங்கமற்ற வாழ்க்கை – ஓர் எல்லை வரையிலேனும் – இன்றும் சாத்தியம்தான் என்ற நம்பிக்கையை உருவாக்குகிறது.

ஜேசுதாசன் அவர்களைப் பற்றி இரண்டு விதமான பதிவுகள் எனக்கு இருக்கின்றன. ஒன்று, எனது அனுபவங்களிலிருந்து பெற்ற பதிவுகள். மற்றொன்று, அவரது மாணவர்கள் என்னிடம், கடந்த முப்பது நாற்பது வருடங்களில் பகிர்ந்துகொண்ட பதிவுகள். என்னுடன் தோழமை கொண்ட அவரது மாணவர்கள் என்று அ. ராஜமார்த்தாண்டன், ச. வேதசகாயகுமார், பி. கிருஷ்ண சாமி, அ. கா. பெருமாள், அ. பத்மநாபன் ஆகியோரை முக்கிய மாகக் குறிப்பிடலாம். இவர்கள் எல்லோருமே ஒரு நபரைப் பற்றி விளம்பர மொழியில் பேசுவதில் நம்பிக்கையில்லாதவர்கள் என்பதையும் நாம் நினைவில் கொள்ள வேண்டும்.

ஜேசுதாசன் அவர்களை நான் 50களின் ஆரம்பத்தில் சந்தித் தேன் என்று நினைவு. என் முதல் சந்திப்பு எப்போது நிகழ்ந்தது என்பது எனக்குத் தெளிவாக இல்லை. நானும் தொ. மு. சி. ரகு நாதனும் திருவனந்தபுரம் பல்கலைக் கழகத் தமிழ்த் துறைக்குப் போயிருந்தோம். ரகுநாதனை, ஜேசுதாசன் பேச அழைத்திருந்தார். அப்போது நான் ரகுநாதனை வியப்புடன் பார்த்துக் கொண்டி ருந்த ஆரம்ப எழுத்தாளன். ரகுநாதன் அன்று அவருக்கு இருந்த புரட்சிகரப் படிமத்திற்கேற்ப கம்பராமாயணத்தைப் புரட்சிகர

விமர்சனத்திற்கு உட்படுத்தினார். அவருடைய பார்வை, தான் ஏற்றுக் கொள்ளும்படி இல்லை என்று ஜேசுதாசன் மிக நளினமான சொற்களில் மறுத்தது எனக்கு நினைவிருக்கிறது.

அதன் பின் திருவனந்தபுரம் பல்கலைக்கழகக் கல்லூரிச் சந்திப்பின் நெடுஞ்சாலை ஓரம் நின்றபடி நாங்கள் பேசிக்கொண்டிருந்தோம். அப்போதுதான் ஜேசுதாசனின் தோற்றம் என் மனதில் படிந்தது. மாலை வெயில் ஜேசுதாசனின் முகத்தில் உருவாக்கியிருந்த பிரகாசத்தை இப்போதும் உணர முடிகிறது. முகம் கருங்காலியில் செதுக்கியது போல் இருந்தது. அவருடைய இளமைத் தோற்றத்தை நான் கற்பனை செய்ய முயலும்போது, எப்போதும் என் மனதிற்குள் வருவது அந்த முகம்தான். கட்டை விரல்கள் பாதி மறையும்படி தூய வெள்ளை ஜிப்பாவும் ஒற்றை வேட்டியும் அணிந்தபடி நின்றிருந்தார். தெருக்களில் மலையாள மரபு சார்ந்த உடைகளில் – முண்டும் நேரியலுமாக – போய்க் கொண்டிருந்த பெண்களின் வேகமான அசைவுகளிலிருந்து ஜேசுதாசனின் தோற்றத்தை என்னால் பிரிக்க முடியவில்லை. பின்னணியில் செந்நிறத்தில் பல்கலைக்கழகம் திடமாக நின்றுகொண்டிருந்ததும் என் மனக்காட்சியில் அகற்ற முடியாத அம்சமாக எப்போதும் இருந்திருக்கிறது. இப்போது அங்கு பெண்கள் தங்கள் உடைகளை மாற்றிக்கொண்டு விட்டனர். ஜேசுதாசனுக்கு முதுமை கூடிவிட்டது. பல்கலைக்கழகத்தின் செந்நிறம் இப்போது அறுத்துக் குவிக்கப்பட்ட மாமிசமாகத் தென்படுகிறது. அந்தக் காட்சியின் உயிர்த்தன்மையை நான் இழந்துகொண்டிருக்கிறேன் என்றுதான் சொல்ல வேண்டும். இந்த இழப்பின் முன் நண்பர் ஜேசுதாசன் இருந்துகொண்டிருப்பது மட்டுமே இன்று ஓர் ஆறுதலைத் தருகிறது.

அதன் பின் பல சந்தர்ப்பங்களில் அவரைத் திருவனந்தபுரத்தில் சந்தித்தேன். எங்கள் நட்பு அவசரமில்லாமல் ஆற அமரத்தான் உருவாயிற்று. அசைக்க முடியாதபடி அது உருவான பின்புதான் அதன் இருப்பையே நான் உணரத் தொடங்கினேன். நகுலனுக்கும் ஜேசுதாசனுக்கும் நெருக்கமான நட்பு உருவான பின்பு நாங்கள் மூவரும் பலமுறைச் சந்தித்துக்கொண்டோம். ஜேசுதாசனைப் பற்றிய என்னுடைய அபிப்ராயங்கள் எப்போதும் மதிப்பீடு சார்ந்தவையாகவும் நகுலனுடையவை நெகிழ்ச்சி சார்ந்தவையாகவும் இருந்தன. நானும் நகுலனும் படித்த புத்தகங்களில் பொதுவானவை மிகுதி என்றாலுங்கூட அவரைப் பாதித்த புத்தகங்களுக்கும் என்னைப் பாதித்த புத்தகங்களுக்கும் பொதுத்தன்மை இருக்கவில்லை.

இந்த நூற்றாண்டைச் சார்ந்த இலக்கியத்தைத் திறந்த மனதுடன் பரிசீலனை செய்த கல்லூரி ஆசிரியர்களில் ஜேசுதாசன்தான் முதன்மையானவர் என்று நினைக்கிறேன். இலக்கிய உணர்வு சார்ந்து நாம் ஒரு பெயரை முதன்மையாகக் குறிப்பிடும் நிமிஷத்திலேயே, வரலாற்றாசிரியர்கள் இலக்கிய அடையாளம் சார்ந்து நாம்

கூறிய காலத்திற்கு முற்பட்டதாக மற்றொரு பெயரைக் கூறுவது தவிர்க்க இயலாததுதான். இந்தப் பெயர்களைப் படைப்பாளிகள், ஏற்றுக்கொள்வது போல் ஏற்றுக்கொண்டு, ஏற்றுக்கொள்ளத் தகுந்தவர்களையே மனதிற்குள் ஏற்றுக்கொள்கிறார்கள்.

ஜேசுதாசன், மாணவர்களுக்கு இலக்கியத்தைக் கற்றுக்கொடுத்தார் என்று சொல்வதைவிட இலக்கிய உணர்வுகளைக் கற்றுத் தந்தார் என்று சொல்லலாம். இலக்கிய உணர்வுகளை அவர் கற்றுத்தந்ததால்தான் இன்றும் அவர்கள் தங்கள் விருப்பம் சார்ந்து நூல்களைத் தேர்வுசெய்து படித்து, தங்கள் விருப்பம் சார்ந்து கருத்துக்களைச் சமூகத்திற்குள் பரப்ப முடிகிறது. ஒரு நூலைக் கற்றுத்தருவது பெரிய விஷயமல்ல; எல்லாப் படைப்புக்களுக்கும் அடிப்படையாக நிற்கும் பேராற்றலைக் கற்றுத்தருவதுதான் ஆசிரியரின் மிகப் பெரிய சவாலாக இருக்கிறது. அந்தச் சவாலை உணர்ந்து செயல்பட்டவர் ஜேசுதாசன்.

அவர் மாணவர்களைச் சந்திக்கச் செய்த ஒரு சில எழுத்தாளர்களின் பெயர்கள் தொ. மு. சி. ரகுநாதன், நகுலன், சுந்தர ராமசாமி, தருமூ அரூப் சிவராம் (பிரமிள்), கி.ராஜநாராயணன், நீல. பத்மனாபன், ஆ. மாதவன் இன்னும் பலர். அநேகத் தமிழ் எழுத்தாளர்களுக்கு மாணவர்களைச் சந்திக்கும் வாய்ப்பு ஜேசுதாசன் மூலம்தான் முதலில் கிடைத்தது. அதுகூட முக்கியமல்ல. இந்த எழுத்தாளர்கள் பற்றி வகுப்பறைகளில் அவ்வப்போது ஜேசுதாசன் மாணவர்கள் மனதில் உருவாக்கியிருந்த எண்ணங்களின் ஊடாக அவர்கள் எழுத்தாளர்களைப் பார்க்க நேர்ந்த சந்தர்ப்பம்தான் பல எழுத்தாளர்களும் பெற்ற முதல் சமூக அங்கீகாரம் என்று நினைக்கிறேன்.

கல்லூரிப் பேராசிரியர்கள் பணி, இன்று பதவி, வருமானம், அதிகாரம், கௌரவம், பட்டம், சாதனைகள் சார்ந்த பெருமைகள் உள்ளிட்ட ஒரு மிகப் பெரிய போட்டாப் போட்டி விளையாட்டு என்பதை நான் சொல்ல வேண்டியதில்லை. இந்த விளையாட்டிலிருந்து வெளியே நிற்க முடியாத ஒரு காலமே உருவாகிவிட்டது என்று சொல்லலாம். இந்த விளையாட்டு மைதானத்தில் ஜேசுதாசனின் கால் சுவடுகள் பட்டதே இல்லை. விளையாட்டு மைதானத்திற்கு வெளியே, மரத்தடி வகுப்புப் போல், மாணவர்களுக்குத் தன்னால் இயன்றதை – முக்கியமாக மாணவர்களை நல்ல மனிதர்களாக மாற்றும் காரியத்தில் நம்பிக்கை வைத்து – அவர் கற்றுத்தந்தார். மாணவர்கள் சிறந்த மனிதர்களாக உருவாக இலக்கியத்திற்கு மிகப் பெரிய பங்கு உண்டு என்பதை நம்பியதுதான் இலக்கியத்தின்மீது அவர் கொண்ட உறவுக்கே அடிப்படை.

பேரா. ஜேசுதாசனின் 80ஆவது வயது நிறைவுக் கூட்டம்,
புலிப்புனம் - 5.12.1999

‘சொல் புதிது’, ஜனவரி - மார்ச் 2000

21ஆம் நூற்றாண்டுத் தமிழ் இலக்கியம்

தலைப்பு நூறு வருடங்களை உள்ளடக்கிக்கொண்டிருக்கிறது. மொத்த நூற்றாண்டுக்கும் பொருந்தி நிற்கும் சிந்தனைகளை நம்மால் உருவாக்க இயலும் என்று நான் நம்பவில்லை. ஒரு நூற்றாண்டு என்பது எப்போதும் நூறு வருடங்கள்தான். அதில் மாற்றமில்லை. ஆனால் ஒரு நூற்றாண்டில் உருவாகக்கூடிய கண்டுபிடிப்புகளும், கண்டுபிடிப்புகள் சார்ந்த பாய்ச்சல்களும், அளவிலும் வீச்சிலும் அதிகரித்துக்கொண்டேபோகின்றன. முற்பட்ட காலத்தில் பல நூற்றாண்டுகளில் நிகழ்ந்த கண்டுபிடிப்புகளின் அளவைவிடப் பிற்பட்ட காலத்தில் ஒரே நூற்றாண்டில் நிகழ்ந்த கண்டுபிடிப்புகளின் அளவு பல மடங்கு அதிகம்.

9ஆம் நூற்றாண்டிலிருந்து 19ஆம் நூற்றாண்டு வரையிலும் 10 நூற்றாண்டுகள். இந்தப் பத்து நூற்றாண்டுகளில் நிகழ்ந்த கண்டுபிடிப்புகளின் அளவைவிட இருபதாம் நூற்றாண்டில் மட்டுமே நிகழ்ந்த கண்டுபிடிப்புகளின் அளவு மிக அதிகம். ஒரு துறை சார்ந்து மட்டுமல்ல எல்லாத் துறைகள் சார்ந்தும் இந்தப் பாய்ச்சல்கள் நிகழ்ந்திருக்கின்றன. முழுமையிலிருந்து பிரிந்து வரும் பகுதிகள் சார்ந்த அறிவு விரிந்துகொண்டே போவதால் புதிய துறைகள் உருவாகிவருகின்றன. நேற்று நாம் கேள்விப்பட்டிராத துறை இன்று முளைத்துவிட்டது. துறைகளின் பெயர்களுக்கு மட்டும் விளக்கம் தரும் ஆங்கில அகராதி 500 பக்கங்களுக்கு மேல் இருக்கிறது. அறிவுத் துறைகளிலும் ஆராய்ச்சித் துறைகளிலும் புதிய பதிப்புகள் வரவரப் புதிய துறைகள் சார்ந்த விளக்கங்கள் என்று பத்து, பதினைந்து பக்கங்கள் சேர்க்கப்பட்டுக்கொண்டே இருக்கின்றன. இதன் பொருள், அறிவின் அளவு பூதாகாரமாக வளர்ந்துவருகிறது என்பதுதான். ஒரு பொருள் சார்ந்து மொத்தத்தையும் தெரிந்து கொள்ள அதிகக் காலம் தேவை என்ற எண்ணம்தான் சமீப காலம் வரையிலும் இருந்திருக்கிறது. உதாரணமாக உடலைப் பற்றி முழுமையாக – முடிவாக அல்ல – கற்றறியப் பல ஆண்டுகள் ஆகும் என்ற எண்ணம் இருந்தது. இன்று உடலைக் கூறுபோட்டுக் கற்பது மட்டுமே சாத்தியம் என்றாகிவிட்டது.

ஏகதேசமாக ஒரு மனிதனின் கைப்பிடி அளவு இருக்கிறது அவன் இதயம். இதயத்தைப் பற்றி வரவிருக்கும் ஆராய்ச்சிகள் வழியாக 200 வருடங்களுக்குள்ளாகவேனும் முழுமையாக அறிந்துகொண்டு விட முடியுமா என்று மருத்துவ அறிவியலாளர்களைக் கேட்டால் உறுதியான பதிலைத் தர அவர்கள் தயங்குகிறார்கள். அரைகுறை அறிவு கொண்டவர்கள் முடிவான, மூர்க்கமான, மொட்டையான சந்தேகத்துக்கு இடமற்ற பதில்களை வாரி வீசிக்கொண்டிருக்கும் போது, தம் அறிவைப் பிரபஞ்சத்தின் எல்லைகளை நோக்கி விரித்துக்கொண்டிருப்பவர் மிகச் சாதாரணமான – மிகச் சாதாரண மானவை என்று நாம் தவறாக மதிப்பிடும் – கேள்விகளுக்குக்கூடப் பதில் தராது மௌனம் சாதிக்கிறார்கள்.

இதயத்தை விட்டுவிடுவோம். ஒரு சிற்றெறும்பைப் பற்றி, ஒரு உயிரணுவைப் பற்றி, ஒளியின் ஒரு கீற்றைப் பற்றி, ஒரு மணல் துகள் பற்றி முழுமையாக அறிந்துகொள்ள முடியும் என்ற நம்பிக்கை விஞ்ஞானிகளுக்கு இன்று இல்லை. ஆகச் சிறிய உருவங்களுக்குள் ஆகப் பெரிய உள்ளடக்கங்கள் துடிக்கும் அதிசயம் இன்று வெளிப் பட்டுவிட்டது. உலக விந்தைகள் என்று ஒரு சிலவற்றைத் தேர்ந் தெடுத்து வைத்திருந்தோம். ஆனால் இன்று அறிவியல்படி விந்தை யில்லாத பொருள் என்று எதுவுமே இல்லை என்றாகிவிட்டது. அறிவின் எல்லை அடிவானத்தைத் தாண்டிப் போய்க்கொண்டி ருக்கிறது.

இலக்கியம் என்பதும் வாழ்க்கையைப் புரிந்துகொள்ளும் ஆற்ற லின் ஒருவகையான வெளிப்பாடுதான். அறிவின்றிப் புரிதல் என்பது இல்லை. சிந்தனையின்றிப் புரிதலின் சாராம்சத்தை வெளிப்படுத்து தல் என்பதும் இல்லை. இலக்கியம் எந்தப் பொருளை எடுத்துக் கொண்டு பேசினாலும் அதன் நுட்பம் பற்றிப் பேச முற்படுகிறது. அதன் ஆழத்தைத் துழாவுகிறது. ஒரு பொருளின் கடந்த காலத்தை அந்தப் பொருளுக்குள் அடக்க முயலுகிறது. படைப்பாளியால் ஒரு படைப்புக்குள் முழு அறிவையும் திரட்டித் தர முடியாது என்பது உண்மைதான். ஆனால் எல்லா அறிவுகளுக்கும் பின்னின்று இயங்கும் பேரறிவு, பேரறிவின் ஊற்றுக் கண்ணான பிரக்ஞை எப்போதும் ஒரு பெரும் படைப்புக்குப் பின்னால் நின்று விம்மிக் கொண்டேயிருக்கும்.

அறிவியல் சார்ந்து ஐரோப்பியர் இன்று நிகழ்த்திவரும் பாய்ச் சலை இலக்கியம் சார்ந்து நேற்றே நிகழ்த்திய மொழி தமிழ். இந்தப் பாய்ச்சல் நிகழ்ந்ததால்தான் தொல்காப்பியருக்கும் வள்ளுவருக்கும் இளங்கோவுக்கும் கம்பனுக்கும் பாரதிக்கும் வாரிசுகளாக நாம் படைத்துக்கொண்டிருக்கிறோமா என்ற கேள்வி நம் மனத்தில் பொருத்தம் கொள்கிறது. நேற்று எலிவளைகளில்தான் குடியிருந் தோம் என்றால் இன்று புற்றுக்குள் குடியிருப்பதில் அவமான மில்லை. நேற்று வெறும் தவளைகளாக இருந்தோம் என்றால் இன்று

கிணற்றுத் தவளைகளாக இருந்துவிட்டுப்போகலாம். தொல்காப்பிய ரும் வள்ளுவரும் இளங்கோவும் கம்பனும் பாரதியும் எழுப்பி யிருக்கும் கோபுரங்களுக்கு முன்னால் குடிசைகளைக் கட்ட முடியாது.

சிந்திக்க முடியாத சமூகம் பேரிலக்கியங்களை உருவாக்கும் என்று கற்பனை காணவே முடியாது. சுரணைகெட்டதனத்திலிருந்து, சமரசங்களிலிருந்து, அடிமைப் புத்தியிலிருந்து, அற்பத்தனங்களி லிருந்து, அடகு வைக்கப்பட்ட சுயமரியாதையிலிருந்து, தாழ்வு களைப் போற்றும் கொடுமைகளிலிருந்து, பெண்மையை இழிவு செய்யும் கொடூரங்களிலிருந்து பேரிலக்கியங்கள் ஒருபோதும் தோன்ற முடியாது. புத்தகம் என்ற ஒன்றை ஜோடித்து இளித்து, இச்சகம் பேசி, ஆள்பிடித்து சில அற்பப் பெருமைகளுக்கு ஆளாகி விடலாம். ஆனால் பேரிலக்கியம், லௌகீக வெற்றிகளின் நியதிகளைச் சார்ந்து பிறப்பதில்லை. பேரிலக்கியத்துக்கு உதாரணம் சொல்ல மற்றொரு மொழியைத் தேடிப் போக வேண்டிய துரதிருஷ்டம் கொண்டவர்கள் அல்ல நாம். நமக்குப் பல பேரிலக்கியங்கள் இருக்கின்றன.

திருக்குறளை எடுத்துக்கொள்வோம். திருவள்ளுவர் என்னும் கவிஞரின் வயது 2000 என்று ஏகதேசமாகக் கணக்கிட்டுவைத்திருக் கிறோம். இவ்வளவு நூற்றாண்டுகளிலும் எந்த நூற்றாண்டில் இந்தக் கவிஞரின் படைப்பு மக்களுடைய கவனத்துக்கு அதிக அளவில் வந்தது என்று கேட்டால் இப்போது நாம் தாண்டி வந்திருக்கும் நூற்றாண்டில் என்றுதான் பதில் சொல்ல வேண்டும். எந்த நூற்றாண்டில் இவரது படைப்பு அதிகம் பேசப்பட்டது என்று கேட்டால் அதற்கும் இப்போது நாம் தாண்டி வந்திருக்கும் நூற்றாண்டில் என்றுதான் சொல்ல வேண்டும். இவரைப் பற்றி அதிகம் எழுதப்பட்டதும் இவருடைய படைப்பு அதிகம் விற்பனை யானதும் இப்போது மறைந்த நூற்றாண்டில்தான். இதன் பொருள் 2000 ஆண்டுகளாக வாழ்ந்துகொண்டிருக்கும் ஒரு கவிஞனுக்கு இளமை திரும்புகிறது என்பதுதான். வயது 2000. எனினும் தாடி கறுத்து, புஜங்கள் பருத்து, மார்பு விரிந்து, சுருக்கங்கள் நீங்கி, முகத்தில் இளமை இறங்கி, விழிகளில் ஒளி கூடுகிறது. இவ்வாறு ஒரு படைப்பு, காலத்தின் முன் இளமை கூடிநிற்கும்போது அதைச் செவ்விலக்கியம் என்கிறோம் நாம்.

இலக்கியம், மனிதன் வாழ்ந்துகொண்டிருக்கும் கோலத்தைப் பற்றித்தான் எப்போதும் சொல்ல முற்படுகிறது. அந்தக் கோலத்தை அவன் எழுத்தில் வடிக்கிறபோது நடுநிலை சார்ந்து நிற்பது போலவும் விலகி நின்று பார்ப்பது போலவும் பட்டுக்கொள்ளாதது போலவும் உணர்ச்சிவசப்படாதது போலவும் இதில் ஒன்றும் எனக்கு விசனம் இல்லை என்பது போலவும் எண்ணற்ற பாவனைகள் இருக்கின்றன. வாழ்வின் கோலத்துடன் ஒட்டி நின்று கதறி அழக் கலைஞனுக்கு என்ன தடை என்று கேட்கலாம். மேடைகளிலும் திரைப்படங்

களிலும் மோசமான இலக்கியப் படைப்புக்களிலும் கத்திக்கொண்டிருப்பவர்கள், கத்த மறுக்கும் கலைஞனைச் சுரணை கெட்டவன் என்று ஒதுக்கிவிடலாம். கண்ட கோலத்தில் தன்னைப் பறிகொடுத்துச் சரிகிறவன் கலைஞனே அல்ல. படைப்பாளியே அல்ல.

கோலத்துக்குப் பின்னால், நிகழ்வுக்குப் பின்னால், உறவுகளுக்குப் பின்னால், காட்சிகளுக்குப் பின்னால், இயற்கைக்குப் பின்னால் எண்ணற்ற அடுக்குகள் இருக்கின்றன. கண்ணுக்குத் தெரியும் கோலங்களுக்குப் பின்னால் கண்ணுக்குத் தெரியாத கோலங்களும் இருக்கின்றன. கண்ணுக்குத் தெரியாத கோலங்களையும் கண்டு சொல்ல வேண்டுமென்றால் விலகி நின்று பார்க்க வேண்டும். ஒரு சுவரோடு நாம் ஒட்டிக்கொண்டு நின்றால் அந்தச் சுவர்கூட நம் கண்ணுக்குப் புலனாவதில்லை. எந்தப் பொருளின் அல்லது நிகழ்வின் முழுப் பரிமாணங்களையும் தெரிந்துகொள்ள தூரத்தின் இடைவெளி, காலத்தின் இடைவெளி தேவையாக இருக்கிறது.

இலக்கியப் படைப்பாளியை அறிந்துகொள்ள அவனுடன் உறவாட ஒரு பயிற்சி வேண்டும். அந்தப் பயிற்சியை அளிக்க வல்லவனும் அந்தப் படைப்பாளிதான். ஆக, படைப்பாளியுடன் கலைஞனுடன் அவன்மீது நம்பிக்கை வைத்துத் திறந்த மனதுடனும் உள்ளத்தில் சிறிது கனிவுடனும் எழுத்து என்னும் திரையை ஊடுருவித் திரைக்குப் பின்னால் இருக்கும் வாழ்க்கையைக் கண்டறியும் ஆவலுடனும் நீங்காத உறவு கொள்வோம் என்றால் நம் அனுபவத்தை விரித்துக்கொள்ள ஒரு உலகமே அவனிடம் இருக்கிறது. இந்தப் பேரனுபவங்களை உருவாக்கும் படைப்புக்கள் தமிழில் தோன்றத் தொடங்கிவிட்டன என்றே நான் நினைக்கிறேன். அவற்றை இனங்கண்டுகொள்ள நமக்குத் திராணி வேண்டும். அவற்றின்மீது ஆழ்ந்த மதிப்பீடுகளை உருவாக்க நாம் அவற்றுடன் நெருக்கமான உறவு கொள்ள வேண்டும்.

இந்த 21ஆம் நூற்றாண்டில் வெளிப்பட இருக்கின்ற தமிழ்ப் படைப்பாற்றல் வள்ளுவனுக்கும் இளங்கோவுக்கும் கம்பனுக்கும் பாரதிக்கும் நாம் வாரிசுகள்தான் என்பதைச் சந்தேகத்துக்கு இடமின்றி நிரூபிக்கும் என்று நம்புகிறேன். இவ்வாறான படைப்புக்கள் தமிழ் உயிர்ப்புடன் வாழும் சகல இடங்களிலிருந்தும் தோன்ற வேண்டும்.

தமிழாலயம் இலக்கிய கூட்டம், அசிசி வளாகம், நாகர் கோவில் - 16.1.2000

உரைநடையும் யதார்த்தமும்

எல்லோரும் ஒரு முக்கியமான நிகழ்வின் துவக்கத்தில் இருந்து கொண்டிருக்கிறோம். இந்த மூன்று நாட்களிலும் நடைபெற விருக்கும் கருத்தரங்குகள் நம் இலக்கியச் சூழலில் ஒரு மாற் றத்தை நிகழ்த்தும் என்று நம்புகிறோம். இதன் விளைவாக மொத்தத் தமிழ்ச் சமூகத்திலும் ஒரு பாதிப்பு நிகழ வேண்டும் என்றும் விரும்புகிறோம். நம்மால் இயன்ற பணிகளைப் பொது நோக்கத்தை முன்வைத்து உண்மையுணர்ச்சியுடன் செய்து வந்தால் குறுகிய காலத்தில்கூடச் சில மாற்றங்களை நிகழ்த்திவிட முடியும்.

தமிழ்ச் சமூகத்தில் மதிக்கத் தகுந்த ஒரு சக்தியாக எழுத் தாளன் உருவாகி வர வேண்டும். அவனுக்கென்று ஒரு பார்வை யும் குரலும் இருக்க வேண்டும். முக்கியமாக எழுத்தாளனுக்குச் சுயமரியாதை இருக்க வேண்டும். தன்மானத்தைப் பேணும் சூழல் உருவாக வேண்டும். தன் புனைவுகளுக்கு வெளியே வந்து சமூக விமர்சனத்தை முன்வைக்கும் செயல்பாட்டில் தமிழ் எழுத்தாளன் இன்னும் தீவிரமாக ஈடுபட வேண்டும். புனைகதை களும் கற்பனைகளுமே தனது தளங்கள் என்று கருதும் நிலையில் ஒரு மாற்றம் உருவாக வேண்டும். தன் சிந்தனைகளையும் விமர்சனங்களையும் சுயநலமின்றியும் பயமின்றியும் பதிவு செய் யும் போக்கு தமிழ் எழுத்தாளனிடம் இன்னும் போதிய அளவு வளரவில்லை. படைப்பு மரபு இருக்கும் அளவுக்கு நம்மிடம் விமர்சன மரபு இல்லை. சிந்தனை மரபு இல்லை. வெகுஜன ஊடகங்கள் வளர்ந்துவந்தபோதுகூட அவை சிந்தனைக்கும் விமர்சனத்துக்கும் போதிய இடம் ஒதுக்கவில்லை. சிந்தனை, வாசகர்களைத் துன்புறுத்தி விடும் என்பது அவற்றின் தீர்மானம். சங்கில் பாலூட்டிச் செல்லமாக வாசகர்களை ஒக்கலில் வைத்துக் கொள்ள அவை விரும்புகின்றன. இன்று வரையிலும் இந்நிலை தான் தொடர்ந்துகொண்டிருக்கிறது.

சிற்றிதழ்கள் ஏறத்தாழ நூறு வருடங்களாகத் தமிழில் வந்து கொண்டிருக்கின்றன. சிற்றிதழ் என்ற பெயர் தோன்றுவதற்கு

முன்னாலேயே அவை இருக்கின்றன. 'மணிக்கொடி' ஒரு சிற்றிதழ் தான். எழுத்தாளனின் படைப்புச் சுதந்திரத்தை விரித்துக்கொண்டு போகும் இதழ்கள் எல்லாமே சிற்றிதழ்கள்தான். சிற்றிதழ்கள்கூட வெகு சமீபமாகத்தான் சிந்தனைத் தளத்தையும் விமர்சனத் தளத்தையும் அவற்றிற்குரிய மரியாதைகளுடன் கவனிக்கத் தொடங்கின.

இத்தளங்களை நாம் மேலெடுத்துச் செல்ல வேண்டும். இத்தளங்களை மேலெடுத்துச் செல்லாத வரையிலும் படைப்புக்களையோ இதழ்களையோ மேலெடுத்துச் செல்ல முடியாது. சமூக மாற்றத்தை மேலெடுத்துச் செல்ல முடியாது. சிந்தனைதான் விழிப்பு நிலையை உருவாக்குகிறது. விழிப்பு நிலை கூடாத வரையிலும் ஜனநாயகச் சக்திகள் வலிமை பெற முடியாது. ஜனநாயக உணர்வுகள் பலவீனமானவையாக இருந்தால் அந்த அளவுக்கு உரிமைப் போராட்டமும் சமத்துவத்திற்கான போராட்டமும் வலிமையற்றதாகவே இருக்கும்.

கடந்த நூறு வருடங்களில் இலக்கிய அரங்கில் எவ்வளவோ காரியங்கள் நடந்திருக்கின்றன. கவிதை, சிறுகதை, நாவல், நாடகம், கட்டுரை, ஆராய்ச்சி ஆகிய துறைகளில் பல சிறப்பான காரியங்கள் நடைபெற்றிருக்கின்றன. இவற்றை மதிப்பிட்டு விரிவாகப் பேசவிருக்கிறோம். விவாதிக்க இருக்கிறோம். எதிர்காலச் செயல்பாடுகளைப் பற்றித் திட்டவட்டமான யோசனைகளை உருவாக்க இயலாது என்றாலும் சில எண்ணப் போக்குகளையேனும் நாம் வகுத்துக் கொள்ள முடியும்.

கடந்து வந்த நூற்றாண்டில் நம் சமூகச் சக்திகள் வலிமைப்படும் அளவில் இரண்டு காரியங்கள் நடந்தன. ஒன்று : தமிழ் உரைநடை உறுதிப்பட்டது. இரண்டு : யதார்த்தப் பார்வை வலிமை கொண்டது. இவையிரண்டும் மிக முக்கியமான வளர்ச்சிகள்.

தமிழ்ச் சிறுகதையின் வெற்றி – படைப்பை வாசகர்கள் ஏற்கும் நிலையைத்தான் வெற்றி என்று கூறுகிறேன் – நாவலின் வெற்றி, கட்டுரைகள், நாடகங்கள், விமர்சனங்கள் ஆகியவற்றின் வெற்றி எல்லாமே உரைநடையை உறுதிப்படுத்திவிட்டன. புதுக்கவிதையின் தோற்றம்கூட உரைநடையின் வெற்றி என்றுதான் சொல்வேன். உரைநடையின் வளர்ச்சியும் அது தனக்குள் வாரிச்சுருட்டிக் கொண்ட நவீன உலகமும்தான் மரபுக் கவிதைக்கு மிகப் பெரிய நெருக்கடியை உருவாக்கிவிட்டன. உரைநடை அள்ளிக்கொள்ளும் உலகத்தையும் கவித்துவமாகப் பார்த்து உள்வாங்கிக்கொள்ள இயலும் என்ற நம்பிக்கை சார்ந்த சவால்தான் புதுக்கவிதையை உருவாக்கிற்று.

காலம் உருவாக்கிய நெருக்கடியின் முன் கவிதையை வாழ வைத்தது புதுக்கவிதைதான். புதுக்கவிதை சிந்தனை சார்ந்த தளத்தில் செயல்பட்டது; விமர்சனம் சார்ந்த தளத்தில் செயல்பட்டது. படைப்புக்குப் பின் சிந்தனையும் இல்லை, விமர்சனமும் இல்லை யென்றால் அது படைப்பே இல்லை. சிந்தனை, விமர்சனம் என்பதெல்லாம் என்ன? நாம் வாழும் காலத்துக்குரிய அனுப

இவை என் உரைகள்

வங்களையும் அறிவுகளையும் முன்வைத்து, இன்றைய வாழ்க்கையை மறுபரிசீலனை செய்துபார்க்கிறோம். இந்த மறுபரிசீலனை கொள்ளும் கூர்மையும் ஆழமும்தான் படைப்பின் ஆற்றலைத் தீர்மானிக்கின்றன.

உரைநடை எல்லா இந்திய மொழிகளிலும் உறுதிப்பட்டிருக்கிறது. யதார்த்தப் பார்வையும் உறுதிப்பட்டிருக்கிறது. அப்படியிருக்க தமிழில் மட்டும் இவை உறுதிப்பட்ட நிலையை விசேஷமாக அழுத்த வேண்டிய அவசியம் என்ன என்ற கேள்வி எழலாம். அது நியாயமான கேள்விதான்.

நம் நீண்ட கவிதை மரபு நமக்கு மிகப் பெரிய சொத்து. அதுவே மற்றொரு கோணத்தில் இன்றைய இலக்கிய வளர்ச்சிக்குத் தடையாகவும் இருக்கிறது. கடந்த நூற்றைம்பது வருடங்களில் வாழ்க்கை மிகப் பெரிய தாண்டலை நிகழ்த்திவிட்டது. இந்தத் தாண்டலுக்குப் பின்னால் அறிவுத் துறை வளர்ச்சிகளும் அறிவியல் துறை வளர்ச்சிகளும் இருக்கின்றன. வாழ்க்கையில் நிகழ்ந்த தாண்டலுக்கு ஏற்பப் படைப்புப் பார்வையில் விரைவான மாற்றங்களைக் கொள்ள முடியாமல் நாம் திணறுகிறோம்.

யதார்த்தம் சார்ந்த எளிய தர்க்கத்தைக்கூட ஏற்காத படைப்புக்கள்தான் இன்றும் தமிழில் அளவில் அதிகமாக இருக்கின்றன. யதார்த்தம் கூடிவராததால் நேர்ந்த பின்தங்கல் பிறரைவிட நமக்கு அழுத்தமாக இருக்கிறது. ஏனெனில் மரபு சார்ந்த படைப்புக்களின் அளவும் அவற்றை மறுபரிசீலனை செய்யாது அப்படியே சீராட்டி உச்சிமுகர்ந்து ஏற்றுக்கொள்ளும் மனோபாவமும் காலத்தின் முன் தடைகளாக முளைத்திருக்கின்றன. மரபின் அழுத்தம் இந்த அளவுக்குப் பிறருக்கு இல்லை. இந்த அழுத்தம் வாழ்க்கையை எதிர்கொள்ள, கண்திறந்து பார்க்க நமக்குக் கூச்சத்தைத் தருகிறது. வாழ்க்கையின் நெருக்கடியை, அந்த நெருக்கடி உருவாகிவரும் சூழலில் சந்திக்காமல் கலை சார்ந்த மயக்கங்கள் மூலமோ, இலக்கியம் சார்ந்த கற்பனைகள் மூலமோ மறைக்க விரும்புகிறோம்; அல்லது மறக்க விரும்புகிறோம்.

உரைநடை பற்றி நம் மரபுவாதிகளின் அடிமனங்களில் இருக்கும் எண்ணம் என்ன? தொடர்ந்து பல நூற்றாண்டுகள் கவிதையின் ஆட்சி நீடித்துக்கொண்டிருந்தது. அன்றையச் சமூகச் சூழலுக்கு அந்த ஆட்சி தேவையாகவும் இருந்தது. விரிந்த தளத்தில் கருத்துக்களை விரைவாக எடுத்துக்கொண்டுபோக வேண்டிய சமூகக் கட்டாயம் ஏற்பட்டபோது கவிதையால் அந்தச் சவாலை ஏற்க முடியவில்லை.

மரபுக் கவிதைதான் இலக்கியம்; உரைநடை ஆக்கங்கள் இலக்கியம் அல்ல என்ற எண்ணம் இன்றுகூட நம் மரபுவாதிகளின் அடிமனத்தில் இருக்கிறது. தமிழாசிரியர்கள் மறைவாகப் பேசிக்கொள்ளும் அளவுக்கு இந்த வாதம் இன்று சுருங்கிப்போய்விட்டது காலத்தின் வெற்றி. இருப்பினும் மரபுக் கவிதைக்கு இணையான

பெருமை உரைநடை ஆக்கங்களுக்கு இல்லை என்ற மனோபாவம் இன்றும் பரவலாக இருந்துவருகிறது. இளங்கோ அடிகளின் படைப் பாற்றலுடன் புதுமைப்பித்தனின் படைப்பாற்றலை ஒப்பிட்டுப் பேசினால் – அவ்வாறு ஒப்பிட்டுப் பேச அவசியம் உண்டா என்பது வேறு கேள்வி – அது மனத்தளவிலேனும் ஏற்றுக்கொள்ள முடியாத விஷயமாகவே இன்றும் இருக்கிறது. உரைநடை எந்த அளவுக்கு உபயோகமானதோ அந்த அளவுக்கு உயர்வானது அல்ல என்ற மனோபாவம் இருக்கிறது. சிறந்த மரபுக் கவிதைகளை உருவாக்க முடியாதவர்கள்தான் தங்கள் வீழ்ச்சியை மறைத்துக்கொள் வதற்காகச் சிறுகதைகளும் நாவல்களும் எழுதிக் கொண்டிருக்கிறார் கள் என்ற எண்ணமும் இருக்கிறது. இவையெல்லாம் தமிழ்ச் சூழலுக்கு மட்டுமே உரித்தானவை. மற்ற மொழிகளில் எல்லாம் உரைநடை என்பது காலத்துக்கேற்ப உருவான ஒரு இலக்கிய வளர்ச்சி. யதார்த்தம் என்பது மரபின் நீட்சியான ஒரு படைப்புப் பார்வை.

இந்தியாவில் வளர்ந்து வரும் மொழிகளை ஒப்பிட்டு நான் இந்த விஷயங்களைக் குறிப்பிடுகிறேன். நம்மைவிடப் பின்தங்கிய மொழி களோடு ஒப்பிட்டு மகிழ்ச்சி கொள்ள ஆசைப்படுவோம் என்றால் அதையும் தேர்வாகக் கொள்ளலாம். பின்தங்கலை உறுதிப்படுத்தி வைத்துக்கொள்ளலாம். சிற்றிதழ்களைச் சுற்றிச் செயல்பட்டுவந்திருக் கும் எழுத்தாளர் கூட்டம் இன்று வரையிலும் தமிழை மேலெடுத்துச் செல்வதில்தான் நம்பிக்கை வைத்திருக்கிறது.

கவிதைதான் இலக்கியம் என்ற எண்ணமும் யாப்பில் மட்டும் தான் கவிதை குடியிருக்கும் என்ற நம்பிக்கையும் இப்போது வலிமை இழந்துவிட்டன. உண்மையில் சிறுகச் சிறுக இவை வலிமை இழக்கச் செய்யப்பட்டன. இந்தப் போராட்டம் சென்ற நூற்றாண்டில் முழுக்கவும் நடந்திருக்கிறது. அரசியல் இயக்கங்கள் பெறும் கௌர வத்தை நம் மொழியில் இலக்கிய இயக்கங்கள் பெறுவதில்லை. இலக்கியவாதியின் போராட்டத்தை ஏற்று அதற்குத் திடமான முகத்தை அளிக்க நம் சமூகம் மறுக்கிறது. இலக்கிய உலகத்துக்குள் நிகழ்ந்த கருத்துப் போராட்டங்களின் வரலாறு இன்னும் உருவாகி வரவில்லை. ஆனால் கருத்தளவில் மிக முக்கியமான போராட்டங் கள் இலக்கிய உலகத்துக்குள்ளும் நடந்திருக்கின்றன.

மிகப் பெரிய கவிஞர்கள் நம்மிடையே இருக்கிறார்கள் என்று ஒருவர் சொல்லலாம். மிகப் பெரிய கவிஞர்கள் நம்மிடையே இல்லை என்று மற்றொருவர் சொல்லலாம். ஆனால் கவிஞன் வென்றெடுக்க வேண்டிய சுதந்திரத்தில் பாக்கி கிடக்கிறது என்று யாரும் சொல்ல முடியாது. மீற வேண்டுமா? மீறு. தாண்டிச் செல்ல விரும்புகிறாயா? தாண்டிச் செல். பழைய பொருளை அழிக்க விரும்புகிறாயா? அழி. புதிய பொருளைப் புகுத்த விரும்புகிறாயா? புகுத்து. இந்த நிலைமை உருவாகிவிட்டது உண்மை என்றால் உருவம் சார்ந்தும் உள்ளடக்கம்

சார்ந்தும் புதுமைகளைப் புகுத்தும் சுதந்திரத்தை வென்றெடுத்துத் தந்தவர்கள் யார்? ஜனரஞ்சக இதழ்களின் ஆசிரியர்களா? சமயத் தலைவர்களா? நிறுவனங்களை வளைத்துக்கொண்டு அதிகாரங் களைச் செலுத்திக் கொண்டிருப்பவர்களா? அரசியல்வாதிகளா? புலவர்களா? தமிழாசிரியர்களா? இந்தக் கேள்விக்கான பதில்களை நீங்கள் ஆராய்ந்துகொண்டுபோனால் சுதந்திரத்தின் குரல்வளையை நெரித்துக்கொண்டிருந்தவர்கள் யார் என்பதும் இயற்கையாகவே அம்பலப்பட்டுவிடும்.

இலக்கிய வரலாற்றில் இவையெல்லாம் இன்னும் தெளிவாகப் பேசப்படவில்லை. இலக்கிய வரலாறு என்பதே இங்கு ஒரு சடங்கு. பிணங்களைக் குளிப்பாட்டும் சடங்கு போல் அது. தமிழில் மரபுக் கவிதைக்குப் பின்னால் மிகப் பெரிய அரசியல் இருக்கிறது. அதிகாரம் இருக்கிறது. அந்த அதிகாரம்தான் இலக்கிய வரலாற்றையே குலைத்துக் கொண்டிருக்கிறது. அந்த அதிகாரத்துக்கு இப்போது நெருக்கடி ஏற்பட்டுவிட்டது.

அநாதையாகக் கிடந்த படைப்பாளி புதுமைப்பித்தன். திராவிட அரசியல் கட்சிகளில் பத்துக்கு ஒன்பது பேர் எழுத்தாளர்கள். புதுமைப்பித்தனை அவர்கள் கண்டுகொள்ளவில்லை. தமிழ் அறிஞர் கள், தமிழ்ப் புலவர்கள், தமிழாசிரியர்கள் எவரும் புதுமைப்பித் தனைக் கண்டுகொள்ளவில்லை. ஒரு தொடர்கதை எழுத்தாளரின் புகழில் மயங்கி அவரைப் பல்கலைக்கழகத்துக்கு அழைத்து சென்று அவருக்குச் சந்தனக் காப்பு நடத்திக் கௌரவப்படுத்திற்று ஒரு புகழ்பெற்ற பல்கலைக் கழகம். இமயமலைக்கும் திருக்கழுக் குன்றத்துக்கும் வித்தியாசம் தெரியாத பேராசிரியர்கள் ஓடோடி வந்து, காதல் ஜோடிகளை டஜன் கணக்கில் ஜோடித்து உலாவ விடும் அந்தக் காதல் கதை மன்னரை ஜேம்ஸ் ஜாய்ஸுடனும் டி. எச். லாரன்ஸுடனும் ஒப்பிட்டுக் கட்டுரை படித்தார்கள். எந்தச் சவக்கிடங்கில் இப்போது அந்தக் கட்டுரைகள் கிடந்து அழுகிக் கொண்டிருக்கின்றன என்று நீங்கள் கேட்டால் எனக்குப் பதில் சொல்லத் தெரியாது.

சாரத்துக்கும் சடங்குக்கும் வித்தியாசம் தெரியாதவர்களால் புதுமைப்பித்தன் அலட்சியப் படுத்தப்பட்டார் என்பதால் அவர் அழிந்துபோய்விடுவாரா? அவர் எழுதத் தொடங்கிய காலத்தி லிருந்து தீவிரமான படைப்பாளிகள் அவரைப் படித்துக்கொண்டு தான் வருகிறார்கள். இலக்கிய வாசகர்கள் அவரைப் படித்துக் கொண்டுதான் வருகிறார்கள். பல முக்கியமான எழுத்தாளர்களின் படைப்புப் பார்வையை ஏதோ ஒரு விதத்தில் அவர் பாதித்திருக் கிறார். இன்று புதுமைப்பித்தனைப் பற்றி – சாதகமாகவோ பாதக மாகவோ – ஒரு நிலைப்பாடு எடுத்தாக வேண்டும் என்ற சூழல் உருவாகிவிட்டது.

இன்று ஒரு இளைஞர் – தமிழ் அறிஞர் என்று அவரைச் சொல்வதில் எந்தத் தவறும் இல்லை, இளைஞனும் அறிஞனாக இருக்க முடியும் – புதுமைப்பித்தன் கதைகளுக்கு மிகச் சிறப்பான ஒரு பதிப்பை உருவாக்கித் தந்துவிட்டார். புதுமைப்பித்தனை இதுகாறும் படித்திராத ஒரு வாசகனிடம் எண்ணற்ற செய்திகளைக் கொண்டு போகக்கூடிய பதிப்பு அது. வள்ளுவனுக்கும் கம்பனுக்கும் இளங்கோவுக்கும் பாரதிக்கும் புகழ்பெற்ற பதிப்பாசிரியர்கள் என்ன மதிப்பை அளித்தார்களோ அதற்கு நிகரான மதிப்பைத்தான் இன்று இந்த இளம் ஆராய்ச்சியாளரான ஆ. இரா. வேங்கடாசலபதி புதுமைப்பித்தனுக்கு அளித்திருக்கிறார் என்ற செய்தி அப்பதிப்பின் முன்னட்டையிலிருந்து பின்னட்டை வரையிலும் கண்ணுக்குத் தெரியாமல் ஓடிக்கொண்டே இருக்கிறது.

வள்ளுவனும் கம்பனும் இளங்கோவும் பாரதியும் பாரதிதாசனும் வ.வே.சு. ஐயரும் உ.வே. சாமிநாதய்யரும் பெரியசாமித் தூரனும் மயிலை சீனி. வேங்கடசாமியும் வையாபுரிப் பிள்ளையும் தெ. பொ. மீயும் எந்தக் குடும்பத்தைச் சேர்ந்தவர்களோ அந்தக் குடும்பத்தைச் சேர்ந்தவர்தான் புதுமைப்பித்தனும். என் மனத்தில் டி. எஸ். சொக்கலிங்கம் போன்ற மொழிபெயர்ப்பாளர்கள்கூட அந்தக் குடும்பத்தைச் சேர்ந்தவர்கள்தான். லியோ தோல்ஸ்தோயின் *War and Peace* என்ற மகத்தான நாவலைத் தமிழில் மொழிபெயர்த்துத் தந்தவர் சொக்கலிங்கம்.

இவ்வாறு புறக்கணிப்பிற்கும் அலட்சியத்திற்கும் உரிமை மறுப்பிற்கும் இடையில்தான் தீவிரப் படைப்பாளிகள் தோன்றித் தங்கள் காரியங்களைச் செய்துகொண்டு வந்திருக்கிறார்கள். இது மிகப் பெரிய போராட்டம். கடந்த நூறு வருடங்களில் சிற்றிதழ் ஆசிரியர்கள் பட்ட கஷ்டங்கள், அடைந்த வேதனைகள், எதிர்கொண்ட நஷ்டங்கள், அவமானங்கள் சுலபத்தில் வர்ணிக்கக்கூடியவை அல்ல. அழித்தொழிக்க முற்படும் வணிக அவலங்களுக்கு எதிராகச் சிற்றிதழ்வாதிகள் தமிழில் நடத்திய போராட்டத்திற்கு இணையான போராட்டம் நான் அறிந்த அளவில் உலகத்தில் எந்த மொழியிலும் நடந்ததில்லை.

நாம் இன்று பொருட்படுத்திப் பேசும் பல இலக்கியங்களும் சிற்றிதழ்களில் வெளிவந்தவைதான். சிறப்பானவை எவையும் சிற்றிதழுக்கு வெளியே வரவில்லை என்று நான் சொல்லவில்லை. ஆனால் ஒன்று : அவ்வாறு வெளிவந்தவையும் சிற்றிதழ்கள் அளித்த மதிப்பீடுகள் சார்ந்துதான் உருவாக்கப்பட்டிருந்தன. புதிய பார்வைக்கு அவைதான் இடம் கொடுத்தன. புதிய மொழியை அவை தந்தன. உலக மொழிகளிலிருந்து புதிய சிந்தனைகளையும் புதிய படைப்புக்களையும் அவை அறிமுகப்படுத்தின. புதிய படைப்புக்களை மதிப்பிட்டன. மாறுபட்ட கருத்துக்களுக்கு அவை இடம் தந்தன. இன்று தமிழ்ச் சமூகத்தில் படைப்பாளிக்குச் சிறிய அளவே

னும் சுதந்திரம் இருக்கிறது என்றால் அவன் சிற்றிதழ் மூலம் தக்கவைத்துக்கொண்ட சுதந்திரம்தான் அது.

அந்தச் சுதந்திரத்தைப் பல வழிகளில், பல பார்வைகளில், சகல மனிதத் துன்பங்களையும் இணைத்து, விரித்துக்கொண்டு போகத்தான் இந்த இலக்கிய அரங்கு நடக்கிறது என்று நான் நம்புகிறேன். பல பல பார்வைகள் சார்ந்து அந்தச் சுதந்திரம் விரிவு கொள்ளட்டும். தான் கூறும் கருத்துக்களுக்குப் பொறுப் பேற்றுக்கொள்கிற ஒவ்வொரு எழுத்தாளனுக்கும் ஒரு வெளி கிடைக்கட்டும். ஒவ்வொரு வாசகனுக்கும் படைப்பைப் பற்றித் தன் கருத்தை நிமிர்ந்து கூற ஒரு வெளி கிடைக்கட்டும். மதிப்புரை என்பது முதுகு சொறிந்துவிடல் அல்ல என்பது உறுதியாகட்டும். விமர்சனம் என்பது தனி நபர் உறவு சார்ந்தது அல்ல என்பது உறுதியாகட்டும். சாக மறுக்கும் உண்மைகளுக்குப் படைப்பாளி புத்துயிர் அளிக்கட்டும். தேடிச் சென்று பெறுபவை அல்ல; தேடி வந்து கதவைத் தட்டுபவைதான் பரிசுகள் என்பது உறுதிப்படட்டும். சகல படைப்புக்களையும் மறுபரிசீலனை செய்யப் படைப்பாளிக்குச் சுதந்திரம் உண்டு என்பது உறுதிப்படட்டும்.

மாறுபட்ட சிந்தனைகளும் கருத்து வேற்றுமைகளும் கொண்ட சமூகத்தில்தான் மனிதன் தன் இருப்பை உணர முடியும். தன் இருப்பை உணர்ந்தால்தான் தன்னைச் சுற்றி என்ன நடக்கிறது என்பதே அவனுக்குத் தெரியும். சூழல் பற்றித் தெரியும். சமூகம் பற்றித் தெரியும். தன்னைப் பற்றித் தெரியும். இந்த லட்சியங்களுக்கு நம்மை இட்டுச் செல்லும் பாதையில் ஒரு அடியேனும் இப்போது முன்னெடுத்து வைக்கிறோம்.

தமிழ் இனி 2000 இலக்கிய மாநாட்டின் துவக்கவிழா, சென்னை - 01.09.2000

‘கணையாழி,’ ஜூன் 2001

சேரன் கவிதைகள்

சேரன் மதிக்கத் தகுந்த ஒரு கவி. மரபு பதப்படுத்திவைத்திருக்கும் அவரது மொழி, பொருளை வளைத்துக் கட்டும் ஆற்றல் கொண்டது. நுட்பங்களையும் சிக்கல்களையும் மடக்கிக்கொண்டு வரும்போதுகூட ஆயாசத்தின் பெருமூச்சை விடாதது.

சேரன் இக்காலத்திற்குரிய பார்வை கொண்டவர். அப் பார்வையால் மரபுக் கவிதையுடன் இணைந்து வரும் களிம்பை – இறந்த காலத்தின் களிம்பு அது – நீக்கிவிட்டு அதன் ஆற்றலை மட்டும் தக்கவைத்துக் கொண்டிருக்கிறார். நம் பண்டைக் கவிதையின் தொடர்ச்சியாக இருப்பது அவரது கவித்துவ மொழி. இத்தொடர்ச்சி மரபுக் கவிதை வாசகர்களுக்கும் பரிச்சயத்தின் நிம்மதியைத் தந்து அவரது கவிதைகளுடன் உறவாடத் தூண்டக் கூடியது. கவிதையின் உயிர், யாப்பின் நுரையீரலில்தான் வாழ்ந்து கொண்டிருக்கிறது என்ற கற்பனையைத் தாண்டிவந்தவர்களாக அவர்கள் இருந்தால் மட்டுமே போதுமானது.

காலத்துக்கும் சேரனுக்குமான உறவு என்ன? நவீனத்துவத்தின் பாதிப்பைப் பெற்ற கவிஞர்தானா அவர்? அவருடைய மண்ணைச் சார்ந்த பாதிப்புகள்தான் அவரிடம் தூக்கலாக வெளிப்பட்டிருக்கின்றன. மேற்கத்தியச் சிந்தனையின் பாதிப் பிலிருந்து ஒரு கவிஞன் தப்பித்துவிட முடியுமா? கல்வி, வாசிப்பு, பயணங்கள் போன்றவை ஒரு கலைஞனை மேற்கத்தியப் பாதிப்பி லிருந்து தப்பித்து நிற்க விடுவதில்லை.

சேரன் சிறிதும் அந்நியமாதலுக்கு ஆளாகவில்லை. அந்நிய மாதலுக்கு ஆளாவதன் மூலம் ஒரு படைப்பாளி மரபு தராத சில சுதந்திரங்களை வென்றெடுக்கிறான் என்பது என் எண்ணம். இதன் பொருள் அந்நியமாதலுக்கு ஆளாகவில்லையென்றால் படைக்க முடியாது என்பது அல்ல. அந்நியமாதலுக்கு ஆளா காததைப் படைப்பில் நான் ஒரு குறையாகச் சுட்டுவேன் என்பதும் அல்ல.

புதுக்கவிதை தமிழகத்தில் தோன்றுவதற்கு முன் இங்கு கவிதையில் மிகப் பெரிய தேக்கம் இருந்தது. இப்போது இதைக்

கற்பனை செய்துபார்ப்பது சற்றுக் கடினமானது. பாரதிதாசன் அவரது மிகச் சிறந்த கவிதைகளை எழுதி முடித்த பின், 1959இல் 'எழுத்து' இதழில் சி. சு. செல்லப்பா, ந. பிச்சமூர்த்தியின் 'பெட்டிக் கடை நாராயணன்' என்ற கவிதையை மறுபிரசுரம் செய்வதற்கு முன் – காலம் சூல் கொண்டிருந்த புதுக்கவிதையின் ஊற்றுக்கண் திறக்க இக்கவிதையும் ஒரு தூண்டுகோலாக அமைந்தது – கவிதை இங்கு வறண்டு கிடந்தது.

என்னென்ன நம்பிக்கைகள் சார்ந்து இந்த வறட்சி உருவாயிற்றோ அந்த நம்பிக்கைகளைப் புதுக்கவிஞர்கள் கிழித்துக் காற்றில் பறக்க விட்டார்கள். அது ஒரு அதீதமான செயல்பாடு என்ற எண்ணம் அன்றையச் சூழலில் இருந்தது. உருவம் சார்ந்தும் உள்ளடக்கம் சார்ந்தும் அன்று மீறப்பட்டவை அதீதமானவைதான். இலக்கியத் தில் ஒரு புதிய எழுச்சி தோன்றுகிறபோது அது தர்க்கம் சார்ந்தோ சமநிலை சார்ந்தோ உருவாவதில்லை. நீங்கள் நிற்கிற மரபுப் புள்ளியிலிருந்து மிகக் கவனமாக ஒரு அடிதான் எடுத்து முன்னே வைப்பீர்கள் என்றால் மரபு உங்களை வாரிச் சுருட்டி நீங்கள் நின்றிருந்த புள்ளிக்கு உங்களைப் பின்னகர்த்திவிடும். மிகப் பெரிய தாண்டலை உங்களால் நிகழ்த்த முடிந்தால்தான் மரபின் ஈர்ப்பு வளையத்திலிருந்து வெளியே வந்து உங்களுடைய அனுபவங்களை உங்கள் குரலில் சொல்ல முடியும்.

சேரனின் மொத்தக் கவிதைகளையும் படித்துப்பார்க்கும்போது மரபிலிருந்து வெளியே வர அவருக்குப் பாக்கி நிற்கிறது என்ற எண்ணம் ஏற்பட்டது. இது ஒரு பக்கம். மற்றொரு பக்கம் அன்று தமிழகக் கவிஞர்கள் எப்படி மரபை எதிர்கொண்டார்களோ அப்படித்தான் சேரனும் எதிர்கொண்டிருந்திருக்க வேண்டும் என்ற கட்டாயம் இல்லை. அவர் அவருடைய மண்ணைச் சார்ந்த பாதிப்பு களைப் பெற்றுத் தம் கவிதைகளைப் படைத்திருப்பது வெகு இயற்கையான காரியம். மன ஆரோக்கியத்தைக் காட்டும் காரியம்.

நாங்களோ ஆராய்ச்சி அறிஞர் வானமாமலை அவர்களால் 'மன வக்கிரங்களுக்கு ஆட்பட்ட நோயுற்ற கவிஞர்கள்' எனும் பாராட்டைப் பெறும் பாக்கியத்தைப் பெற்றிருந்தவர்கள். அது போன்ற ஒரு பாக்கியத்தைச் சேரனும் பெற்றிருந்திருக்க வேண்டும் என்பது இல்லை. பெற்றிருந்தால், ஒருக்கால், இதைவிடவும் சிறப் பான கவிதைகளை அவர் எழுதியிருக்கக்கூடுமோ என்னவோ. மன ஆரோக்கியமும், நோயுற்றுவிட்ட இக்காலத்தின் தாக்கமும் இணை யும்போதுதான் கவிதைகள் நாம் வாழும் காலத்திற்குரிய ஆழத்தைத் தேடிச் செல்வதான தோற்றத்தைத் தருகின்றன.

சேரனின் கவிதைகளை இப்போது புத்தக வடிவில் படித்தபோது கால வரிசையில் அவற்றைப் படித்துப் பார்க்க வேண்டும் என்ற எண்ணம் தோன்றிற்று. தொகுப்பில், கவிதைகள் அச்சேறிய வருடங் கள் தரப்படாத நிலையில் அவை காலவரிசையில்தான் தொகுக்கப்

பட்டிருக்கின்றன என்று கற்பனை செய்துகொள்ள நான் விரும்ப வில்லை.

இவரது கவிதைகளிலிருந்து நான் பெற்ற அனுபவங்களை மூன்று தளங்களில் பிரிக்கலாம் என்று நினைக்கிறேன். இது போன்ற பிரிவுகள் இயற்கையான அளவுக்குச் செயற்கையானவையும்தான். ஆனால் ஒரு படைப்பாளியுடன் ஆரம்ப உறவை நெருக்கிக்கொள்ள இது போன்ற பிரிவுகள் ஒரு எல்லை வரையிலும் உபயோகமானவை. படைப்பாளி நம் பிடிமானத்துக்குள் வந்துவிட்ட நிறைவு கூடும்போது இப்பிரிவுகள் வெளிறியும் போய்விடுகின்றன.

சேரனின் கவிதைகளை இயற்கை, காதல், போர் என்று நாம் பிரித்துக்கொள்ளலாம். இவரது கவித்துவ ஆளுமையை ஒரு தொடரில் குறுக்குவது என்றால், இயற்கையும் காதலும் போரும் என்று சொல்லிவிடலாம். இன்னும் சற்று அழுத்த விரும்புவோம் என்றால் இயற்கையின் உபாசகன் என்றும் நித்திய காதலன் என்றும் இடையறாத போராளி என்றும் வருணிக்கலாம்.

இயற்கை அவர் கவிதைகளில் நேர்த்தியாக வெளிப்பட்டிருக்கிறது. ஈழத்தமிழ் எழுத்தாளர்களுடன் நான் பல முறை என் ஊர்ப்பக்கங்களில் சுற்றியிருக்கிறேன். தங்கள் ஊர் இயற்கை வளத்திற்கும் எங்கள் ஊர் இயற்கை வளத்திற்குமான ஒற்றுமையைச் சுட்டி அவர்கள் வியக்கிறபோது நானும் அவர்களும் ஒரே மண்ணைச் சேர்ந்தவர்கள் என்ற உணர்வு தோன்றி உறவில் நெருக்கம் கூடியிருக்கிறது. நடுவே கிடந்து துள்ளி மறியும் கடல் வற்றிப்போய்விட்டது போன்ற பிரமை ஏற்பட்டிருக்கிறது. இப்போது இக்கவிதைகளில் அந்த இயற்கையின் பேரழகுகளை மீண்டும் பார்க்க நேர்ந்தபோது மனத்தில் நெகிழ்ச்சி கூடிற்று. எண்ணற்ற மரங்கள். செடிகள். கொடிகள். புல் பூண்டுகள். பூவரசு, ஆலமரம், மலைவேம்பு, குடைவாகை. நாம் நன்கு அறிந்த இப்பெயர்கள் ஒவ்வொன்றும் இவரது கவித்துவ வரிகளில் ஏன் இவ்வளவு கவர்ச்சி கொள்கின்றன என்ற கேள்விக்கு எனக்கு விடை கிடைக்கவில்லை.

இயற்கை அழகானதுதான். இங்கு சுட்டப்படுவது அந்த அழகு மட்டுமல்ல. அவருடைய மண்ணில் அவை முளைத்தெழுந்து, கிளை வீசிப் படர்ந்திருக்கும் பெருமிதம்தான் கவித்துவ வரிகளில் விம்முகிறது. இந்த மண்ணும் இந்த மண்ணுக்குரிய இயற்கை வளங்களும் இன்று நம்மிடம் இருக்கின்றனவா? இவற்றை நாம் தக்கவைத்துக்கொள்வோமா? இம்மரங்கள் மீது பட்டு நம் மீது உராயும் காற்றை நாம் மீண்டும் என்றேனும் அனுபவிக்க முடியுமா? இவை போன்ற கேள்விகள் சார்ந்த விசனங்கள், பின்னால் இவரது போர் சார்ந்த கவிதைகளைப் படிக்க நேரும்போது நம் மனத்தில் படர்கின்றன.

காதல் சம்பந்தப்பட்ட கவிதைகள் உடலும் உள்ளமும் சார்ந்தவை. உடல் சார்ந்த அழுத்தம் முக்கியமானது. இந்த அழுத்தத்தைத்

துல்லியமாகவும் இங்கிதத்துடனும் அவருடைய கவித்துவ மொழி வெளிப்படுத்துகிறது. ஆனால் காதலர்கள் நிறைவான வாழ்க்கையைச் சென்றடைவதில்லை. வாழ்க்கையே சீர்குலைந்து சின்னா பின்னப்பட்டுக் கிடக்கிறபோது காதல் மட்டும் எப்படி நிறை வடைந்துவிட முடியும்? உடல் சார்ந்த கவர்ச்சியும் மனம் சார்ந்த உணர்வுகளும் கூடி உறவாடும் நேரத்திலேயே பிரிவும் பிரிவு சார்ந்த துக்கமும் கவிகின்றன. இவரது காதலர்களுக்கு உடலும் மனமும் இருக்கிற அளவுக்கு முகம் இல்லை. அந்தக் காதலர்களின் முகங்களைப் பார்க்க நாம் ஏங்குகிறோம். ஆனால் அவற்றைப் பார்க்க முடியாதபடி மொத்தக் காதல் கவிதைகள் மீதும் ஒரு மூட்டம் பரவிக் கிடக்கிறது. வேரற்ற, நிச்சயமற்ற வாழ்க்கையின் மூட்டம் அது.

போர் சார்ந்த கவிதைகள் எண்ணிக்கையில் மிகுதியானவை. போருக்குப் பின்னால் நிற்கும் அரசியல் விவகாரங்களையோ சண்டைக் காட்சிகளின் விவரங்களையோ வருணிக்கக் கவித்துவ மொழி பொதுவாக இடம் தருவதில்லை. போர் சார்ந்த மானுடத் துக்கத்தைப் பற்றித்தான் இவரது கவிதைகள் பேசுகின்றன. குழந்தை கள் மிகக் கொடுமையாகக் கொல்லப்படுகின்றன. பெண்களின் மனமும் மானமும் சிதைக்கப்படுகின்றன. எந்த நேரத்திலும் மனிதன் தன் உயிரை இழந்துவிடலாம். உயிரை இழக்காத நேரத்திலும் உறுப்புகளை இழந்துவிடலாம். பார்வையை, பேசும் சக்தியை, கேட்கும் திறனை இழந்துவிடலாம். 'என்றேனும் இந்தப் பிரச்சனை தீருமா?' என்ற விடையற்ற கேள்வி நம் மனத்தில் சதா ஒலித்த வண்ணம் இருக்கிறது.

போர், கொடுமையைக் கேட்டு நிற்பது. கவிதையோ புதுமையைக் கேட்பது. தொடர்ந்து பாடு பொருளாகப் போர் இடம்பெறும்போது, கவிதை கேட்கும் புதுமையை அதற்கு அளிக்க முடியாத தவிப்பு நேர்ந்துவிடுகிறது. வெவ்வேறு கோணங்களில், வெவ்வேறு காட்சி களை முன்னிறுத்துவதன் மூலம் கவிதை கேட்டுநிற்கும் புதுமையைச் சேரன் அளிக்க முயல்கிறார். என்றாலும் கவிதையின் உயிர்த்துடிப்புக்கு அவசியமான புதுமையை அளிக்க முடியாததில் கூடும் சலிப்பு பல கவிதைகளில் வெளிப்படுகின்றது.

தமிழினம், வரலாற்றில் இன்றையத் துக்கத்துக்கு இணையான துக்கத்தை இதற்கு முன் எப்போதும் அனுபவித்ததில்லை என்றுதான் கருதுகிறேன். இந்த அளவுக்கு எப்போதும் இழந்ததும் இல்லை. அந்த இழப்பு தரும் துக்கத்தின் கவித்துவப் பதிவு இத்தொகுப்பு.

சேரனின் 'நீ இப்பொழுது இறங்கும் ஆறு' கவிதை தொகுப்பு
வெளியீட்டு விழா, மியூஸியம் ஹால், சென்னை - 31.8.2000
'காலச்சுவடு,' இதழ் 32, நவ. - டிச. 2000

தமிழில் எடுக்க வேண்டிய படம்

அந்த்ராய் தார்க்கோவ்ஸ்கி திரைப்பட விழா திருநெல்வேலியில் நடப்பது முக்கியமான ஒரு நிகழ்வு. பார்வையாளர்கள் பெற்றிருக்கும் அரிய வாய்ப்பு. தார்க்கோவ்ஸ்கி உலகப் புகழ்பெற்ற திரைப்பட இயக்குனர் வரிசையிலும் தனி இடத்தைப் பெற்றிருப்பவர். சிறந்த ருஷ்ய எழுத்தாளர். ஆழமான சிந்தனையாளர். எதிர்வினைகளைப் பற்றிக் கவலைப்படாமல் தனது ஆளுமையை வெளிப்படுத்தியிருப்பவர். அவருடைய எழுத்து 'மக்களைத் தேடும் கலைஞன்' என்ற தலைப்பில் தமிழிலும் மொழி பெயர்க்கப்பட்டு வெளிவந்துள்ளது (சென்னை புக்ஸ், சென்னை, 1987). ஆங்கில மொழிபெயர்ப்பில் அவரது பல புத்தகங்கள் படிக்கக் கிடைக்கின்றன. திரைக்கதைகள் மொழிபெயர்க்கப்பட்டுள்ளன. அவரது நாட்குறிப்புகள் சிந்தனை வீச்சும் புதுமை உணர்வும் மிகுந்தவை. அவற்றின் ஆங்கில மொழிபெயர்ப்பு 'Time within Time - The Diaries' என்ற தலைப்பில் இந்தியப் பதிப்பாக வெளிவந்துள்ளது (The Seagull, Calcutta, 1991).

தார்க்கோவ்ஸ்கியின் படங்களைத் தொடர்ந்து 'யாதுமாகி...' திரைப்படக்களத்தில் சிறந்த உலகப் படங்கள் பலவற்றையும் பார்க்கப் பார்வையாளர்களுக்கு வாய்ப்புக் கிடைக்கும் என்று நினைக்கிறேன். ஐசென்ஸ்டீன், புதோவ்கின், பெர்க்மன், அந்தோனியானி, லூயி புனுவல், குரோசவா, பெலினி போன்ற மிகச் சிறந்த இயக்குனர்கள் உருவாக்கிய படங்களைப் பார்க்க நேரும்போது உங்களுக்கும் சினிமாவுக்குமான உறவிலேயே பெரிய மாற்றம் நேர்ந்துவிடும். இந்தியாவுக்கு வெளியே உருவாக்கப்பட்டுள்ள மிகச் சிறந்த படங்கள் நூற்றுக்கு மேற்பட்டவை இருக்கும் என்று நினைக்கிறேன். திரையுலகக் காவியங்கள் என மதிப்பிடத்தக்க படங்கள் இருக்கின்றன. ஐந்தாறு தடவைகள் பார்த்த பின்பும் மேலும் நம்மை ஆர்வத்துடன் பார்க்கத் தூண்டுபவை அவை. ஒவ்வொரு தடவை பார்க்கும்போதும் புதிய கண்டுபிடிப்புகளை நம் மனத்தினுள் பளிச்சிட வைப்பவை. புதிய அர்த்தத் தளங்களை விரிப்பவை.

மேற்கத்திய சினிமாவைச் சார்ந்த சிறந்த படங்கள் கூரான விழிப்புநிலையை நம்மிடம் வற்புறுத்துகின்றன. இந்த விழிப்பு நிலைக்கு எதிரான மந்தத்திற்கு நம்மைப் பழக்கப்படுத்தி நம் பார்வையைத் துருப்பிடிக்கவைத்துக்கொண்டிருப்பது தமிழ்ச் சினிமா. பெரிய படங்களில் காட்சிகளைப் படிமப்படுத்தும் கணங்கள் ஒவ்வொன்றும் முக்கியமானது. காட்சிகள் உள்ளடக்கும் விபரங்களும் முக்கியமானவை. ஒரு கணத்தை இழந்தாலும் அனுபவத்தில் குறைந்துபோய்விடுவோம் என்ற பதற்றத்தைப் பெரிய சினிமா நமக்குத் தருகிறது. பேச்சின் இரைச்சலை மட்டுப்படுத்திப் பிம்பங்களின் இணைப்பு பெறும் நேர்த்தி மூலம் மொழி தாண்டிய அனுபவத்தை நோக்கி விரையும் குறிக்கோள் கொண்டது உலக சினிமாவின் பொதுக்குணம் என்றால், மொழியைத் தாண்டிய உலகத்துக்குள் நுழையும் சாத்தியம் கொண்டது சினிமா என்னும் பிரக்ஞைகூட அற்றது தமிழ்ச் சினிமா. பேச்சின் சளசளப்பு மூலம் கதையைச் சொல்லி வரும் கீழிறக்கம்தான் இன்று வரையிலும் இங்கு ஆட்டம் போட்டுக்கொண்டிருக்கிறது.

நவீனத்துவக் காலத்துக்கு உரிய படங்கள் என்றாலும் சரி, அவற்றைத் தாண்டி வந்த படங்கள் என்றாலும் சரி, மனித மனத்தின் சிக்கல்களைக் கணக்கில் எடுத்துக் கொண்டவையாகத் தான் உலக சினிமாவைச் சார்ந்த பெரிய முயற்சிகள் இருக்கின்றன. மனித மனத்தை வில்லன், கதாநாயகன் என்று பிரிக்கும் வாய்ப் பாட்டை நாம் தாண்டாத வரையிலும் தமிழில் பெரிய சினிமா என்ற பேச்சுக்கே இடமில்லை. இந்த வாய்ப்பாட்டைத் தாண்ட முயன்ற ஒரு சில படைப்பாளிகளின் முயற்சிகளும் தமிழ் வாழ்வின் வேர்களை ஊடுருவவில்லை. புற யதார்த்தத்தின் தர்க்கத்தைக்கூட இன்று வரையிலும் ஏற்றுக்கொள்ளாத தமிழ்ச் சினிமாவின் பொதுக் குணம்தான் இங்கு பார்வையாளர்களின் கலை உணர்வைத் தீர் மானிக்கிறது. பெரிய கலையின் வாசலுக்குள் நுழைய நாம் இன்னும் வெகு தூரம் பயணப்பட வேண்டியிருக்கிறது.

படைப்புத் துறைகளிடையே உலக அளவில் கூரான உரையாடல் நிகழ்ந்துகொண்டிருக்கிறது. நூற்றாண்டுகளாக நிகழ்ந்து கொண்டிருக் கும் உரையாடலின் வலிமை பெற்றுவிட்ட இன்றையத் தொடர்ச்சி இது. இலக்கியம், நாடகம், தத்துவம், சிந்தனைகள், ஆராய்ச்சி, திரைப்படம், ஓவியம், சிற்பம், இசை போன்ற பல வடிவங்களின் உறவு சார்ந்து நிகழும் உரையாடலின் மூலம் ஒவ்வொரு துறையும் சூட்சுமமான பாதிப்புகளைப் பெற்றுவருகிறது. தேடல் கூர்மை கொள்கிறது. வாழ்வின் முடிவற்ற மர்மங்களுக்குள் ஊடுருவும் ஆற்றல் முன்னகர்ந்து வலிமை பெறுகிறது. நேற்றையப் படைப்புக்கள் மூலம் பெற்றிருக்க முடியாத சூட்சும அனுபவங்களுக்கு இன்று ஆளாகிக்கொண்டிருக்கிறோம்.

மேற்கத்திய சினிமா நமக்குப் பேரனுபவங்களைத் தரும் அதே நேரத்தில் தமிழில் புதிய சினிமாவை உருவாக்க முயலும் நம்

படைப்பு மனத்தைப் பாதகமாகவும் பாதிக்கக்கூடும் என்ற எச்சரிக்கை நமக்குத் தேவை. நம் மண்ணைச் சேராத, நம் கலாச்சாரத்துக்கு அந்நியமான ஒன்றை நாம் படைப்புக்கு முன்மாதிரியாக எடுத்துக் கொள்ளும்போது எதிர்மறையான விளைவுகளும் ஏற்படக் கூடும். சினிமா, வாழ்க்கையின் காட்சி வடிவம் என்பதால் அதில் வெளிப்படும் பண்பாட்டுக் கூறுகள் நம் உணர்வுகளை வலிமையாகத் தாக்கும் குணம் கொண்டவை. அந்நியமானவை அளிக்கும் புத்துணர்ச்சியும் வசீகரமும் நமக்குச் சொந்தமான வாழ்க்கையை உதாசீனப்படுத்தும் இயல்பை நாம் அறியாமலேயே நம்மிடம் உருவாக்கிவிடக்கூடும். படைப்புச் சார்ந்த சவாலுக்கும் வெளிப்பாடு கொள்ளும் வீரியத்திற்கும் நேர்த்திக்கும் மட்டுமே நாம் அவற்றை முன்னுதாரணமாகக் கொள்ள முடியும். மேற்கத்திய சினிமாவை மோகம் சார்ந்து நகல் செய்யும்போது அதை ஏற்க நம் பார்வையாளர்கள் மறுப்பது புரிந்துகொள்ளக் கூடியதுதான்.

சினிமா என்பது அதன் இயற்கை சார்ந்து எல்லோரையும் அணைத்துக்கொள்ள ஏற்ற ஒரு ஊடகம். பழுதில்லாத பார்வைத் திறனை மட்டுமே அது முன் நிபந்தனையாகக் கேட்கும் கலை. நாமோ தமிழ்ச் சினிமாவின் பாதிப்பால் நம் பார்வைத் திறன் பழுதடைந்து போன நிலையில் இருக்கிறோம். பழுதடைந்துவிட்ட பார்வையில் மீண்டும் கூர்மையை ஏற்றுவது எப்படி? இதுதான் இன்று நம் முன்னிற்கும் சவால். எந்த விதமாக நம் சினிமா இருந்தால், என்னென்ன குணங்களை அது கொண்டிருந்தால் தமிழ்ப் பார்வையாளர்களில் கணிசமான ஒரு பகுதியினரையேனும் அதைப் பார்க்க வைக்க முடியும்? இந்தக் கேள்வியை எதிர்கொண்டு படம் எடுக்க முற்பட்டுள்ள தமிழ் இயக்குனர்கள் எதிர்நோக்கும் இலக்கை அடைய முடியாமல் தொடர்ந்து சரிந்துகொண்டிருக்கிறார்கள். சினிமாவுக்கும் யதார்த்தத்துக்குமான தொடர்பு பற்றி நன்கு அறிந்த பாலு மகேந்திராவும் புதிய சினிமா சார்ந்த கனவை மெய்ப்படுத்த முயலும் நாசரும் தமிழ்ப் பார்வையாளர் களைப் போதிய அளவு பெற முடியாமல் சரியும்போது நாம் வேதனை அடையும் உதாரணங்களாக ஆகிவிடுகின்றனர்.

திரைப்படக் களத்தை உருவாக்குகிறவர்கள் சிறந்த படங்களைத் திரையிடுவதுடன் தமிழில் எடுக்கப்பட வேண்டிய புதிய சினிமாவைப் பற்றி ஆராய்வதும் அவர்களது இன்றையப் பொறுப்பாக இருக்கிறது என்று நான் நினைக்கிறேன். இந்தப் பொறுப்பை ஏற்றுக்கொள்ள வேண்டும் என்று நான் 'யாதுமாகி . . .' நண்பர்களைக் கேட்டுக் கொள்கிறேன். இந்த வகையில் நாம் மேற்கொள்ளும் விவாதங்கள் மாற்று சினிமாவைத் தமிழில் உருவாக்க முற்படும் இயக்குனர்களுக்குப் பயன்படும். எடுக்கப்பட வேண்டிய சினிமாவைப் பற்றிச் சிந்திப்பதற்கு மூலதனம் தேவையில்லை. தமிழ் வாழ்க்கையைப் பற்றிய அக்கறைதான் தேவை. தமிழ் வாழ்க்கையை இன்றைய சினிமாக்கள் எப்படிப் பாதிக்கின்றனவோ அதற்கு

வித்தியாசமான ஒரு பாதிப்பை நிகழ்த்த முடியும் என்ற நம்பிக்கை தான் தேவை.

இந்தியப் பிரச்சனைகள் தனியானவை. நீண்ட மரபின் தொடர்ச்சி யிலிருந்து பிரிக்க முடியாதவை. மேற்கத்திய வாழ்க்கை முன்னிறுத் தும் பிரச்சனைகளிலிருந்து பெருமளவுக்கு வேறுபட்டு நிற்பவை. தமிழகப் பிரச்சனைகள் இந்தியப் பிரச்சனைகளை உள்ளடக்கியவை என்றாலும் தன்னளவில் சில தனியான கூறுகளும் கொண்டவை. இவற்றை மனத்தில் வைத்து எடுக்கப்பட வேண்டிய சினிமாவைப் பற்றிய என் எண்ணங்களை இப்போது உங்களுடன் பகிர்ந்து கொள்ளலாம் என்று நினைக்கிறேன். இது போன்ற உரையாடலை ஒரு முன்மாதிரியைச் சார்ந்துதான் நாம் நடத்த முடியும். அடிப் படைப் பிரதி ஒன்றை வைத்துக்கொண்டால் அதன் நிறைகுறை களை ஆராய்ந்து நமக்குத் தேவையான ஒரு திட்டத்தை நாம் உருவாக்க முயலலாம்.

இந்தப் பின்னணியில் ஜான் ஆபிரஹாமின் நினைவு எனக்கு வருகிறது. அவரது படைப்பாளுமையையும் படைப்புக்களையும் முன்வைத்துச் சிந்திப்பதுதான் பொருத்தமாக இருக்கும் என்று நினைக்கிறேன். அவைதான் நமக்கு இணக்கமான, இதமான, எடுத்துக்காட்டாகப் படுகின்றன. ஆபிரஹாமின் தாய்மொழி மலையாளம் என்றாலும்கூடத் தன்னைத் திராவிடனாகக் கற்பனை செய்துகொண்டவர் அவர். நம் கலாச்சாரத்துக்கு மிக நெருக்கமான கலாச்சாரம் அவருடையது. தமிழ்நாட்டில் அவர் வெகுவாகச் சுற்றியிருக்கிறார். தமிழ் மக்கள்மீது அவருக்கிருந்த மானசீக உறவுதான் இதற்குக் காரணம். தமிழ் எழுத்தாளர்கள் பலருடனும் நட்பும் நம் நவீனப் படைப்புக்கள் பற்றிய பொதுவான புரிதலும் கொண்டிருந்தார்.

தன்னளவில் மிக முக்கியமானதாகக் கருதிய ‘அக்கிரஹாரத்தில் கழுதை’ என்ற படத்தை ஜான் தமிழில்தான் எடுத்தார். மலையாள மண்ணிலும் அக்கிரஹாரங்கள் இருக்கின்றன. பழமையில் தமிழக அக்கிரஹாரங்களுக்கு சற்றும் சோடை போகாதவை அவை. ‘அம்மா அறியான்’ படத்திற்குப் பின்னால் அவர் கோவலன் கதையைப் புதிய பார்வையில் தமிழில் எடுக்க வேண்டும் என்று சொல்லிக்கொண்டிருந்தார். தமிழ் மண் சார்ந்த அவர் கனவுகளின் வரிசையில் இதுவும் ஒன்று. இதற்கு மேல் ‘தாய்’ பற்றி அவர் மனத்தில் இருந்த பிம்பமும், அப்பிம்பம் சார்ந்த அவரது அரற்றலும் தமிழ் மனத்துக்கே உரித்தானவை – என்னால் ஏற்க இயலாத பிம்பம் இது என்றாலும் கூட. இந்தப் பிம்பம் வாழ்வின் மீது ஒரு பிடிப்புக் கொள்ளும் ஆறுதலை அவருக்குத் தந்துகொண்டிருந்தது. தமிழ்நாட் டில் பெண் குழந்தைகளை ‘அம்மா’ என்று அழைப்பது அவருக்கு மிகுந்த நெகிழ்ச்சியைத் தந்திருந்தது. பேச்சில் மீண்டும் மீண்டும் தப்பாமல் இடம்பெற்றுவிடும் பாராட்டாக இது வெளிப்பட்டிருக் கிறது. இவையெல்லாம் மற்றொரு பார்வையில் ரொமாண்டிசிஸத்

தின் ஜரிகை ஊடுருவி ஓடாத யதார்த்தம் என்று எதுவும் இல்லை என்பதைத்தான் நம் நினைவுக்குக் கொண்டுவருகின்றன.

உலக சினிமாவைப் பற்றியும் இந்திய சினிமாவைப் பற்றியும் ஜானுக்குத் தெரியும். படங்கள் பார்ப்பதில் நம்பிக்கை கொண்டவர் என்றும் அதிகப் படங்கள் பார்ப்பதில் நம்பிக்கை இல்லாதவர் என்றும் அவரைச் சொல்லலாம். உலக சினிமாப் பற்றியும் இந்திய சினிமாப் பற்றியும் அவருக்கென்று ஒரு பார்வையும் விமர்சனமும் இருந்தன. மயக்கங்களைத் தாண்டிய நிலையில் நமக்கென்று ஒரு பார்வையும் விமர்சனமும் உருவாகி வர வேண்டும் என்பதற்காகவே இதைச் சொல்கிறேன்.

உலக சினிமாவின் சிகரச் சாதனைகள் அதிகமும் நியோரியலிசம் என்ற தளத்தில் வெளிப்பட்டன. இந்தப் பார்வையில் முழுமை கூடிய இந்திய உதாரணம் என்று சத்யஜித்ரேயைச் சொல்லலாம். மணிகௌல், ரித்விக் கட்டக் நீங்கலாக இந்திய இயக்குனர்கள் எல்லோரும் சத்யஜித்ரேயின் நியோரியலிசத்தை ஏதோ ஒரு வகையில் பின்பற்றியவர்கள்தான். மிருணாள் சென், அரவிந்தன், அடூர், குமார் சஹானி எல்லோரும். ஜெயகாந்தன், பாலு மகேந்திரா உட்பட. மணிகௌலின் ‘உஸ்கி ரோட்டி’யில் ஆபிரஹாம் துணை இயக்குனராகப் பணியாற்றினார் என்றாலும் மணிகௌலின் படைப்புப் பார்வையை அவர் ஏற்றுக்கொள்ளவில்லை. ஒரு சினிமா ‘ஸ்கால’ருக்குரிய மணிகௌலின் பிரச்சனைகளில் ஆபிரஹாமுக்கு அக்கறை இருக்கவில்லை. ரித்விக் கட்டக்கின் படைப்புக்களில்தான் அவருக்கு மிகுந்த மதிப்பு இருந்தது. இந்திய வாழ்க்கைக்குரிய பிரச்சனைகளில், தான் விரும்பும் வகையிலான கவலை கொண்டவர் கட்டக் மட்டும்தான் என்று ஜான் மதிப்பீடு செய்திருந்தார்.

நியோரியலிசம், கலை சார்ந்து ஒரு மன அமைதியை, மன நிறைவை உருவாக்கிவிடுகிறது என்று ஜான் கருதினார். செயலூக்கத்தைத் தூண்டுவதற்குப் பதிலாகக் கலை சார்ந்த அனுபவ நிறைவைத்தான் அது தருகிறது என்பது அவரது விமர்சனம். ஜான் ஒரு விசேஷமான அர்த்தத்தில் இடதுசாரிச் சிந்தனையாளர். ஒரு வித்தியாசமான கம்யூனிஸ்ட். இடதுசாரிச் சிந்தனையாளர்களும் கம்யூனிஸ்ட்களும் அவரை ஏற்றுக்கொள்ளவில்லை. அவர்கள் உருவாக்கிய அரசியல் வாய்ப்பாடுகளைத் திருப்பிச் சொல்வதில் ஜான் நம்பிக்கையற்றவராக இருந்தார் என்பதுதான் முக்கியக் காரணம். கண் முன் தெரியும் விஷயங்களைத் தத்துவத்துக்குள் போட்டுக் குலுக்குவது அந்த விஷயங்களின் கூர்மையை மறைப்பதற்கே பயன்படும் என்பது அவரது எண்ணமாக இருந்தது.

அமைதியை உருவாக்குவது அல்ல; தொந்தரவை உருவாக்குவது தான் இந்தியப் படத்தின் குணமாக இருக்க வேண்டும் என்று அவர் கருதினார். திரைப்படங்கள் வாழ்க்கையைப் பின்னகர்த்தும்

கனவுகளையும் மயக்கங்களையும் உருவாக்குகின்றன என்று அவர் சொல்லிக்கொண்டிருந்தார். விரிந்த அர்த்தத்தில் யதார்த்த அழகியல் தான் அவருடைய படைப்புப் பார்வை. படைப்புச் சார்ந்த என் நம்பிக்கைகளும் ஜானின் நம்பிக்கைகளும் அடிப்படைகளில் மட்டுமல்ல, அவற்றின் விரிவாக்கங்களில்கூட மிக நெருக்கமாக இருப்பதைப் பலமுறை உணர்ந்திருக்கிறேன். ஜானின் படைப்புப் பார்வை பற்றிய குறிப்புகள் இன்று போதுமான அளவுக்குத் தமிழில் படிக்கக் கிடைக்கும் நிலையில், வாசகர்கள் இந்த உண்மையை, விரும்பினால் சோதித்துப் பார்த்துக்கொள்ளலாம் (பார்க்க : ஜான் ஆபிரஹாம் – கலகக்காரனின் திரைக்கதை. தொகுப்பாசிரியர் : ஆர். ஆர். சீனிவாசன் *2000*).

ஜானின் படைப்புப் பார்வை எந்த அளவுக்குச் சீரானதோ அந்த அளவுக்கு அவருடைய படங்கள் சீரானவை அல்ல. சமூக அனுப வங்களைத் தன் பார்வை சார்ந்து படைப்பாக மாற்றுவதில் அவர் போதிய அளவு வெற்றி பெறவில்லை என்றுதான் சொல்ல வேண்டும். இன்னொரு விதமாகச் சொன்னால் இலக்கைச் சென்ற டைய அவசியமான வலிமை அவற்றில் கூடிவரவில்லை. கலை ஆக்கங்கள் வற்புறுத்தும் படைப்பொழுக்கங்களைத் தர இயலாத வாழ்க்கை முறை அவருடையது. வாழ்க்கை சார்ந்த அசிரத்தை படைப்பில் படிவது ஒரு படைப்பாளிக்கு அவமானத்தைத் தரக்கூடி யது. ஜி. நாகராஜனின் வாழ்க்கை முறைக்கும் ஜானின் வாழ்க்கை முறைக்கும் மிகுந்த ஒற்றுமை இருக்கிறது. ஆனால் ஜானிடம் பார்க்கக் கிடைக்காத படைப்பொழுக்கம் நாகராஜனிடம் இருந்தது. தன் வாழ்வின் அவலம் தன் படைப்பை இறக்கிவிடும் என்று நாக ராஜன் கவலைப்படத் தொடங்கியபோது எழுதுவதை நிறுத்திக் கொண்டார். படைப்பின் மீது அவர் கொண்டிருக்கும் மரியாதை யைத்தான் இது காட்டுகிறது.

இருப்பினும் ஜான் நம் சூழல் பற்றியும் நம் சூழல் மக்களுக்கு அளிக்கும் திணறல் பற்றியும் கவலையுடன் சிந்தித்தவர். சினிமா மூலம் மனிதத் துன்பத்திற்கு ஒரு உருவம் தந்து வாழ்க்கையை இதப்படுத்த முடியும் என்று நம்பினார். நாம் உருவாக்க விரும்பும் படங்கள் சார்ந்த சிந்தனைகளை ஜானிலிருந்து தொடங்க வேண்டும் என்று நான் கருதுவது இதனால்தான்.

தமிழ்ச் சூழல் தீவிரமான விமர்சனத்தின் தேவையை இன்று வற்புறுத்திக் கொண்டிருக்கிறது. நேற்றையச் சரிவுகளை மேடுகளாக்கி விடும் சரிவுகள் இன்று தமிழ்ச் சமூகத்தில் நிகழ்ந்துகொண்டிருக் கின்றன. ஜாதி, சமயம் சார்ந்த பிரிவுகள் திட்டமிட்டு வலிமைப் படுத்தப்படுகின்றன. மனிதனிலிருந்து மனிதனைப் பிரிக்கும் இழிவு கள் குரூர முகம் கொள்கின்றன. வன்முறையும் சமூக விரோதச் செயல்பாடுகளும் அதிகாரத்தை விரைவில் கவ்வத் துணைநிற்கும் சக்திகளுக்குக் குறுக்குவழிகளாகிவிட்டன. காட்சிப் படிவமான

சினிமா போல் அநீதிக்கு எதிராக மக்களைத் திரட்ட வலுவான மற்றொரு ஊடகம் இல்லை. இந்தப் பின்னணி தீவிரமான ஒரு சினிமா இயக்கத்தின் தேவையை இன்று வற்புறுத்துகிறது.

'யாதுமாகி . . .' சார்பில் நடைபெற்ற அந்த்ராய் தார்க்கோவ்ஸ்கி திரைப்பட விழா, திருநெல்வேலி - 16.9.2000

'தினமணி' - 30.9.2000

தமிழகத்தில் கல்வி

'**த**மிழகத்தில் கல்வி'யை இன்றையக் கல்வி பற்றிய வசந்தி தேவியின் கருத்துக்கள் என்று பொதுவாகச் சொல்லலாம். அவரது கருத்துக்களைத் திரட்டும்பொருட்டு நான் அவரிடம் சில கேள்விகளைக் கேட்டுப் பதிலைப் பெற்றிருக்கிறேன். ஏறத்தாழ இருநூறு பக்கம் அளவுக்கு வசந்தி தேவி தன் கருத்துக்களைக் கூறியிருக்கிறார். கேள்விகள் வழியாகக் கல்வி பற்றிய என் எண்ணங்களும் வெளிப்படுகின்றன என்றாலும் அவையும் வசந்தி தேவியின் கருத்துக்களைப் பெறுவதற்காக முன்வைக்கப்பட்டவை தான்.

வசந்தி தேவி கல்லூரியின் ஆசிரியராகவும் முதல்வராகவும் பணியாற்றியவர் என்பதை நாம் அறிவோம். மனோன்மணியம் சுந்தரனார் பல்கலைக் கழகத்தில் துணைவேந்தராக வருவதற்கு முன்னரே அவர் கல்லூரி ஆசிரியராகவும் முதல்வராகவும் நீண்ட கால அனுபவம் பெற்றுவிட்டார். அவரது குடும்பப் பின்னணி பற்றி அறிந்தவர்களுக்கு அவர் சமூகச் சிந்தனைகளில் கொண்டிருக்கும் அழுத்தம் வியப்பைத் தராது. இயற்கையானதாகவே இருக்கும்.

தமிழகத்தில் தொழிற்சங்க இயக்கத்தின் ஆரம்பகாலத் தலைவர்களில் ஒருவராக இருந்தவர் சக்கரைச் செட்டியார். தொழிலாளர்கள் மனிதப் பிணங்களாக வாழ்ந்து கொண்டிருந்த காலத்தில்தான் சக்கரைச் செட்டியார், திரு. வி. க. போன்றவர்கள் தொழிற்சங்கங்களைக் கட்டி எழுப்பினார்கள். சக்கரைச் செட்டியார் பாரதியின் நண்பர். பாரதியின் நெருக்கடி மிகுந்த வாழ்க்கையில் உற்ற துணையாக இருந்து உதவிய சக்கரைச் செட்டியார்தான் வசந்தி தேவியின் தாத்தா.

சமூகத்தில் ஒரு மாற்றத்தை நிகழ்த்த வேண்டும் என்ற செய்தியைத் தன் குடும்பப் பின்னணி சார்ந்து இளம் வயதிலேயே வசந்தி தேவி பெற்றிருக்கிறார் என்பது தெரிகிறது. கல்வியை முன்னிலைப்படுத்திக் கல்வியில் ஒரு மாற்றத்தை நிகழ்த்துவதன் மூலம் மொத்தச் சமூகத்திலுமே ஒரு மாற்றத்தை நிகழ்த்தலாம்

என்று அவர் கருதுவதை இந்நூலைப் படிக்கும்போது நாம் உணர முடிகிறது.

என்னளவில் நான் சம்பிரதாயமான கல்வியைக் குறைந்த அளவுகூடக் கற்றவன் அல்ல. பெயரளவில் நான் பள்ளிக்குப் போயிருக்கிறேன் என்றாலும்கூடக் கற்றுத் தரப்படும் கல்வியில் என்றும் என் மனம் படிந்ததில்லை. எனக்கு ஆசிரியராக இருந்தவர்கள் மிக முக்கியமானவர்கள். சென்ற தலைமுறையைச் சேர்ந்த லட்சியவாதிகள் அவர்கள். ஆனால் எனக்குக் கற்றுத் தருவதில் அவர்கள் தோல்வி அடைந்துவிட்டார்கள் என்றுதான் சொல்ல வேண்டும். அறியாமை தரக்கூடிய அவமானத்தைக்கூட நான் பதினாறு பதினேழு வயதுவாக்கில்தான் உணரத் தொடங்கினேன். சுயமாகக் கற்றுக்கொள்ளத் தொடங்கியபோது கல்வியின் எல்லைகள் அடிவானத்தைத் தாண்டி விரிவதை உணர்ந்து மிகுந்த அதிர்ச்சிக்கும் திகைப்புக்கும் வருத்தத்திற்கும் ஆளானேன். கற்பதற்கான வாய்ப்பைப் பெறுவது விலை மதிப்பற்ற ஒரு சந்தர்ப்பம் என்பதை உணர்ந்த போது கற்றுத் தர எவரும் இருக்கவில்லை. முட்டி மோதிச் சுயமாகக் கற்றுக்கொள்ள வேண்டிய சூழல்தான் இருந்தது.

ஆசிரியர்கள் எனக்கு எப்போதுமே அதிக அளவில் நண்பர்களாக இருந்திருக்கிறார்கள். என் முந்தையத் தலைமுறையைச் சேர்ந்த ஆசிரிய நண்பர்களுடைய பெயர்களையும் எனக்குக் கற்றுத் தந்த ஆசிரியர்களுடைய பெயர்களையும் இந்த நூலுக்கு நான் எழுதியுள்ள முன்னுரையில் குறிப்பிட்டிருக்கிறேன். அவர்களில் வாழ்ந்துவருபவர்கள் எல்லோரும் இன்று வரையிலும் எனக்கு நண்பர்களாக இருந்துவருகிறார்கள். மாணவனாக அவர்களிடம் கற்றுக்கொள்ள வாய்ப்புக் கிடைக்கவில்லை என்றாலும்கூட நண்பனாக நான் அவர்களிடமிருந்து பல விஷயங்களைக் கற்றுக்கொண்டிருக்கிறேன்.

உரிய வயதில் கற்றுக்கொள்வது எந்த அளவுக்கு முக்கியமோ அந்த அளவுக்கு என்ன கற்றுக்கொள்கிறோம் என்பதும் முக்கியமானது. என்னென்ன விஷயங்கள் இன்று கற்பிக்கப்படுகின்றன? கற்பிக்கப்படுகின்ற விஷயத்தின் தரம் எவ்வாறு இருக்கிறது? கற்றுத் தருதலை எந்த அளவுக்கு ஆசிரியர்கள் சிறப்பாகச் செய்கிறார்கள்? கற்றுத் தரப்படுவதில் எந்தெந்த மாற்றங்களை நிகழ்த்த வேண்டும்? கற்றுத் தருகிற ஆசிரியர்களின் இன்றைய நிலை என்ன? அவர்கள் சுயபரிசோதனைக்கு ஆளாகித் தங்களிடம் உருவாக்கிக்கொள்ள வேண்டிய மாற்றங்கள் என்னென்ன என்பதைப் பற்றியெல்லாம் இந்நூல் விரிவாகப் பேசுகிறது.

வசந்தி தேவி பேச, நாடாவில் பதிவு செய்யப்பட்ட நூல் இது. மூன்று நாட்கள் சுமார் பதினைந்து மணி நேரம் இந்த நேர்காணல் நிகழ்ந்தது. நாடாவில் இருந்த ஒலி உருவத்தை எழுத்து உருவமாக மாற்றிய பின்னர் வசந்தி தேவி இருமுறை கையெழுத்துப் பிரதியைப் பார்வையிட்டு அவசியமான திருத்தங்களைச் செய்திருக்கிறார்.

இவை என் உரைகள்

விட்டுப் போன ஒரு சில விஷயங்களை எழுதியும் சேர்த்திருக்கிறார். அதனால் மூல ஆசிரியரால் பார்வையிடப்பட்ட அசலான பதிப்பாக நீங்கள் இதை எடுத்துக்கொள்ளலாம்.

நான் வசந்தி தேவியைப் பேட்டி கண்டிருக்கிறேன் என்பது சரிதான். பேட்டி கண்டவனாக நூலில் என் பெயர்தான் இடம் பெற்றிருக்கிறது. ஆனால் கல்வித் துறை சார்ந்த இன்றைய நிலை பற்றிய எண்ணற்ற தகவல்கள் நான் ஆசிரியனாகவோ அல்லது மாணவனாகவோ வாழ்ந்து பெற்ற அனுபவங்கள் அல்ல. என் நண்பர்களான பல ஆசிரியர்களைச் சந்தித்து, கல்வியின் நிலை பற்றிய கருத்துக்களை நாடாவில் பதிவு செய்து, அவர்கள் தந்த கருத்துக்களிலிருந்து என் கேள்விகளை உருவாக்கியிருக்கிறேன். அப்படிப் பார்க்கும்போது ஆசிரியர்கள் எழுப்பும் கேள்விகளுக்கு வசந்தி தேவி பதில் கூறும் நூலாகவும் இதனை ஒரு கோணத்தில் நீங்கள் எடுத்துக்கொள்ளலாம்.

கல்வித் துறையில் நிறைகள் அதிகமாகவும், குறைகள் சொற்ப மாகவும் இருந்தால் அது பெரிய அளவில் கவலைப்பட வேண்டிய ஒரு நிலை அல்ல. மட்டான குறைகள் இல்லாத துறை என்று எதுவுமே இல்லை. நிறுவனம் என்று வரும்போதே அதில் சில குறைகள் இடம்பெற்றுவிடும். அந்தக் குறைகளை நாம் முனைந்து அவற்றைக் களையும்போது வேறு சில குறைகள் நம் கண்களுக்குத் தென்படும். முழுமை சார்ந்த பயணத்தை மனிதன் மேற்கொண்டி ருக்கும் வரையிலும் லட்சியத்துக்கும் நடைமுறைக்குமான இடை வெளி இருந்துதான் தீரும். கல்வித் துறை சார்ந்த பிரச்சனை இதுவல்ல.

கல்வித் துறையில் இன்று நிலவும் குறைகள் மிக அதிகமாகவும் நிறைகள் மிகக் குறைவாகவும் இருக்கின்றன. இந்த நூல் தனிப்பட்ட ஆசிரியர்களைப் பற்றிப் பேசவில்லை. சிறப்பாகப் பணியாற்றும் ஆசிரியர்கள் இன்றும் இருக்கிறார்கள் என்ற உண்மையைக் கேள்வி கேட்கும் நானும் பதில் சொல்லும் வசந்தி தேவியும் பல்வேறு சந் தர்ப்பங்களில் ஏற்றுக்கொள்ளுகிறோம். ஆனால் கற்பிப்பதில் ஆசிரியர்கள் கொள்ளும் கவனம் பொதுவாகத் திருப்திகரமாக இல்லை என்ற நிலைதான் இங்கு இருக்கிறது என்பதை இந்தப் புத்தகம் தெளிவுபடுத்துகிறது.

ஆசிரியர்களுடைய செயல்பாடுகளைப் பற்றி மட்டுமல்ல; கல்வி சார்ந்த இன்றைய‌க் கொள்கைகளைப் பற்றியும் இந்த நூல் ஆராய்கிறது. கடந்த ஐம்பது வருடங்களில் கல்விக் கொள்கையில் பெரிய மாற்றங்கள் எதுவும் நிகழவில்லை என்ற உண்மையை இந்த நூல் வெளிப்படுத்துகிறது. ஆசிரியர்கள் கால் நூற்றாண்டு களுக்கு முன்னர்கூடச் சமூக விஷயங்களில் மிகுந்த அக்கறை கொண்டவர்களாக இருந்திருக்கிறார்கள். பல்வேறுபட்ட அரசியல் பிரச்சனைகளைப் பற்றி அவர்கள் விவாதித்திருக்கிறார்கள். சமூக

விமர்சனங்களை, அரசியல் விமர்சனங்களை மாணவர்களிடம் எடுத்துச் சென்றிருக்கிறார்கள். கல்லூரிகளுக்கு வெளியே சமுதாயத்தை மாற்றத் துணைநிற்கும் தத்துவங்களைப் பற்றிப் பேசியிருக்கிறார்கள். இந்தச் செயல்பாடுகளெல்லாம் இன்று முற்றாக இல்லை என்றே சொல்லலாம்.

இன்று தமிழகத்தின் நிலை முற்றாகச் சீரழிந்துவிட்டது. ஜாதி வேற்றுமைகளும் மத வேற்றுமைகளும் திட்டமிட்டு உருவாக்கப்படுகின்றன. ஊழல் தலைவிரித்தாடுகிறது. சகல அரசியல் செயல்பாடுகளுக்கும் பின்னால் கோடிக்கணக்கான பணம் கைமாறிக் கொண்டிருக்கிறது. ஒரு கொள்ளைக்காரன் இன்று காட்டிலிருந்து விரிக்கும் அதிகாரம் ஒரு கொள்ளைக்காரன் மட்டும் சம்பந்தப்பட்டது அல்ல. அதற்குப் பின்னால் நாம் இன்று வரையிலும் அறியாத ஊடுபாவுகள் பல இருக்கின்றன. வலைப்பின்னல்கள் இருக்கின்றன. திரைப்படங்களும் வணிக ஊடகங்களும் போலிச் சாமியார்களும் போலி டாக்டர்களும் போலி வக்கீல்களும் அரசியல் ரவுடிகளும் ஜனநாயகமே முற்றாக அழிந்துபோகும் நிலையை உருவாக்கிக் கொண்டிருக்கிறார்கள். தன்னைச் சுற்றி என்ன நடக்கிறது என்பதை அறியாதவர்கள்தான் தமிழ்ப் பண்பாடு, தமிழ்க் கலாச்சாரம் என்றெல்லாம் புலம்பிக்கொண்டிருக்கிறார்கள். இத்தாழ்வுகள் பற்றிய விமர்சனங்கள் எதுவும் ஆசிரிய வர்க்கத்துக்கு இல்லையென்றால் அவர்களை ஏன் ஒரு சமூகச் சக்தியாகக் கணக்கில் எடுத்துக் கொள்ள வேண்டும் என்ற கேள்வி இன்று இருக்கிறது.

ஆசிரியர்கள்தான் கல்விக் கொள்கையைத் தீர்மானிக்க வேண்டியவர்கள். அது தில்லியிலிருந்து விட்டெறியப்பட்டு ஊர்தோறும் இருக்கும் ஆசிரியர்கள் தலையை அவர்கள் எதிர்பார்க்காத நேரத்தில் காயப்படுத்த வேண்டிய கல் அல்ல. இந்தியாவின் வெவ்வேறு பகுதிகளில் வாழ்க்கை வெவ்வேறு விதமாக இருக்கிறது. வாழ்க்கையை எதிர்கொள்ளக் கற்றுத் தரும் கலைதான் கல்வி என்றால் அந்தக் கல்வி வெவ்வேறு இடங்களில் வெவ்வேறு விதமாகத்தான் இருக்க முடியும். ஊரையும் ஊரில் வாழும் மக்களையும் அவர்களின் கலாச்சாரத்தையும் பொருளாதாரப் பின்னணியையும் கல்வி யறிவையும் ஆரோக்கியத்தையும் ஆரோக்கியமற்ற நிலையையும் கணக்கில் எடுத்துக்கொண்டு கற்றுத்தரப்படுவதுதான் கல்வி.

மிகுதியான ஏற்றத் தாழ்வுகளுடன், உயர்வுக்கும் தாழ்வுக்கும் இடையே காணக் கிடைக்கும் மிகப் பெரிய இடைவெளிகளுடன், வெவ்வேறு கலாச்சாரப் பின்னணிகளுடன், வெவ்வேறு நம்பிக்கைகளுடன் மக்கள் வாழ்ந்துகொண்டிருக்கிறார்கள். இவற்றையெல்லாம் நாம் கணக்கில் எடுத்துக்கொள்ள வேண்டியிருக்கிறது. கல்விக் கொள்கை மக்களுடைய தேவையைக் கணக்கில் எடுத்துக்கொண்டு உருவாக்கப்பட வேண்டிய ஒன்று. ஆசிரியர்களுக்கும் மாணவர்களுக்கும், ஆசிரியர்களுக்கும் பெற்றோர்களுக்கும், ஆசிரியர்களுக்கும்

சமூகத்துக்கும் புதிய உறவு ஒன்று கூடிவராத வரையிலும் கல்வியில் எந்த மாற்றமும் நிகழ்வதற்கான சாத்தியம் இல்லை.

இந்த நூலின் மொத்தக் கருத்துக்களையும் முன்னிலைப்படுத்துவது இப்போது நடைமுறைச் சாத்தியமானது அல்ல. முடிவுகளை வற்புறுத்துவது அல்ல; விவாதத்துக்கான கருத்துக்களைத் திரட்டும் வகையில்தான் இந்த நூல் உருவாக்கப்பட்டிருக்கிறது. ஆசிரியர்களும் பெற்றோர்களும் மாணவ மாணவிகளும் இந்த நூலின் மீதான கருத்துக்களை மிகுந்த சுதந்திர உணர்வுடன் உருவாக்கிக்கொள்ள வேண்டும். திறந்த மனதுடன் அவற்றை வெளிப்படுத்த வேண்டும். மிகப் பெரிய பள்ளத்தில் சரிந்து கிடப்பது போல் இருக்கிறது இன்றையக் கல்வியின் நிலை. அந்தப் பள்ளத்திலிருந்து நாம் வெளியேறி வர வேண்டும். சில எட்டுக்களேனும் வைக்க நம்மால் முடிய வேண்டும். அதற்கான ஒரு அழைப்புத்தான் இந்த நூல்.

'நெய்தல்' கூட்டம், தெ.தி. இந்துக் கல்லூரி, நாகர்கோவில் - 29.10.2000

என் மண்ணும் என் மொழியும்

'**என்** மண்' என்று குறிப்பிடுவது நான் பிறந்து வளர்ந்த தமிழகத்தை. விதை விழுந்த இடத்தில்தானே வேர் பாயும். தமிழக மண்ணில் மட்டும்தான் என் வேர் இறங்கியிருக்கிறது. எனக்கும் என் எழுத்திற்கும் ஒளியையும் காற்றையும் உரத்தையும் தந்த வேர் அது.

ஆனால் 'என் மொழி' என்று நான் குறிப்பிடும்போது அது தமிழகத்தின் எல்லையைத் தாண்டி உலக அளவிற்கு விரிகிறது. தமிழ் பேசும் மக்கள் எங்கு வாழ்ந்திருந்தாலும் அவர்கள் அனை வரையும் என் மொழி தழுவிக்கொள்ள விழைகிறது. அவர்களது அரசியல், சமூக, கலாச்சாரப் பிரச்சனைகளில் அக்கறையும் கவலையும் கொள்ள விரும்புகிறது.

என் மொழியில் கூர்மையோ, நளினமோ, தெளிவோ இருந் தால், நான் என் படைப்புக்களில் வெளிப்படையாகவும் மறை வாகவும் சொல்லியிருப்பவற்றில் விவேகமோ, விமர்சனமோ இருந்தால் அவை என் அனுபவம் மூலமும் என் வாசிப்பு மூலமும் நான் திரட்டிக் கொண்டவையே தவிர கல்வி வழிப் பெற்றதல்ல. சொல்லிக்கொள்ளும்படி நான் கல்வி கற்றவனும் அல்ல. இளம்வயதில் பெயரளவில் பள்ளிக் கல்வியைச் சுமந்து கொண்டி ருந்தேனே தவிர ஆழ்ந்து கற்க, நோயுற்றிருந்த என் உடல்நிலை இடந்தரவில்லை. உடல்நிலை இடந்தந்த அளவுக்குக்கூட மன நிலை இடந்தரவில்லை.

உண்மையில், பள்ளிக்குச் செல்லத் தடையாக வந்துசேர்ந்த நோய் பற்றி உள்ளூர சந்தோஷம்தான் இருந்தது. 'பள்ளிக்குப் போகாமல் இருப்பதற்கு நான் ஒன்றும் பொறுப்பல்ல' என்ற பாவனையை மேற்கொள்ள வசதியாக இருந்தது. என் அரை குறைப் படிப்பில் ஆங்கிலம், மலையாளம், சம்ஸ்கிருதம் ஆகிய மொழிகளைக் கற்றுத் தர மூன்று ஆசிரியர்கள் தலைகீழாக நின்றுபார்த்தார்கள். சிறிய அளவுகூட அம்முயற்சியில் அவர்கள் வெற்றி பெறவில்லை.

என் தாய்மொழியாகிய தமிழை எனது பதினெட்டாவது வயதில் கரும்பலகையில் எழுதிச் சுயமாகக் கற்றுக்கொண்டேன்.

கட்டுப்பாடின்றி, மேற்பார்வையின்றித் தமிழைக் கற்றுக்கொள்ள நாள்தோறும் நீண்ட நேரம் உழைத்தது மிகுந்த நம்பிக்கையை அளித்தது. சுய கல்வி தரும் பெருமிதம் மனத்தில் விம்மிற்று. அன்று பெற்ற நம்பிக்கையும் பெருமிதமும்தான் இன்று வரையிலுமான என் வாழ்க்கையைத் தீர்மானித்துக் கொண்டிருக்கின்றன. வாசிப்பில் ஆர்வம் கொண்டு மனம் போன போக்கில் புத்தகக் காட்டில் திரிந்து வழி தவறித் தத்தளித்து, தத்தளிப்பின் வழியாகச் சுய வழியைத் தேடிப் பிடித்துப் பயணத்தைத் தொடருவது மன வெழுச்சியைத் தரும் செயலாகவே இன்று வரையிலும் இருக்கிறது.

நிறுவனம் சார்ந்த கல்விமீது இளம் வயதில் ஏற்பட்ட வெறுப்பு, காலப்போக்கில் கல்வி மீதான விமர்சனமாக என் மனதில் உருமாறிவந்திருக்கிறது. நிறுவனக் கல்வி சமூக வளர்ச்சியில் எந்தப் பங்களிப்பையும் ஆற்றவில்லை என்று நான் கருதவில்லை. நவீன சமூக அறிவு நம் கலாச்சாரத்தையே செம்மைப்படுத்தும் கருவியாக கல்வியைப் போற்றிவருவதால் அதன் மீதான விமர்சனங்களை மொத்த சமூகமும் அறியும் விதத்தில் ஆசிரியர்கள் வெளிப்படை யாக வைத்துக் கொள்ள வேண்டுமென்று விரும்புகிறேன்.

தமிழர்கள் கல்வி கற்கும் நிறுவனங்கள் பொதுவாக சமயப் பார்வை கொண்டவை. சமயக் கூறுகளைத் தாண்டி நிற்க முயலும் கல்விக்கூடங்களில்கூட மதிப்பீடுகளை ஏற்பதிலும் மறுப்பதிலும் சமயப் பழமையின் எச்சங்களே ஆட்சி செலுத்துகின்றன. ஒழுக்கம் சார்ந்து அவை அறிவை பிரிக்கின்றன. ஒழுக்கத்தின் சாராம்சத்தைத் தீர்மானிப்பது பாலுறவு சார்ந்த நியதிகள் மட்டுமே. தமிழன் தான் அனுசரிப்பதாகக் கற்பனை செய்துகொள்ளும் பாலுறவு ஒழுக்கங்களை முன்னிறுத்தி மாற்றுக் கலாச்சாரங்கள் அனைத்தை யும் மதிப்பிடுகிறான். பிற கலாச்சாரங்களின் சாதனைகள் முன் தன்னைப் போலியாகத் தூக்கி நிறுத்திக்கொள்ள அவன் கண்டுபிடித் திருக்கும் யுக்தி இது. மேடம் க்யூரி அம்மையார் நோபல் பரிசு பெற்றிருப்பதைப் பற்றி நான் என் நண்பனிடம் ஒருமுறை கூறிய போது, ‘கட்டின புருஷன் செத்தா அடுத்த புருஷனைக் கட்டிக்கிற ஜாதிதானே, நோபல் பரிசு வாங்கி எதற்கு?’ என்றான்.

நவீன உலகில் அறிய வேண்டியவை, அறிய அவசியமற்றவை என்று எதுவுமில்லை. நம்மால் விலக்கப்படும் கனிகளும் நம் வாழ்க்கையைப் பாதித்துக்கொண்டுதான் இருக்கின்றன. மனிதன் எதிர்கொள்ள வேண்டிய எதிர்காலச் சவால்கள் மிகச் சிக்கலாகிக் கொண்டிருக்கின்றன. சகல அறிவுத் துறைகளிலும் இந்த நூற்றாண் டில் நிகழவிருக்கின்ற தாண்டல்களைப் பற்றி விஞ்ஞானிகளின் கூற்றுக்கள் பிரமிப்பையும் திகைப்பையும் ஏற்படுத்துகின்றன.

முன்கூட்டித் தன் ஆற்றலைக் கண்டடையும் மனிதத் திறன் வரையறைக்கு உட்பட்டதுதான். முட்டி மோதும் முயற்சியில்தான் புதிய ஆற்றல்கள் தோன்றி வீரியம் கொள்கின்றன. சுவர் எனக்

கற்பனை செய்துகொண்டவை கதவுகளாகித் திறக்கின்றன. பரிணா மம் கற்றுத் தரும் பாடம் இது. மரத்தில் வாழ்ந்த பிராணிகளில் எந்த இனங்கள் ஓய்வொழிச்சலின்றிக் கிளைக்குக் கிளை தாவிக் கொண்டே இருந்தனவோ அவற்றிற்குத்தான் சிறகுகள் முளைத்தன.

கண்டடைந்த அறிவுகளில் உறைந்துபோய்விடாமல் புதிய அறிவுகளைத் தேடிக்கொண்டு நாம் போக வேண்டியிருக்கிறது. தாஜ்மஹால் உலக அதிசயங்களில் ஒன்று என ஆசிரியர் கற்றுத் தந்திருக்கிறார். ஒரு புழு தாஜ்மஹாலைவிட அதிசயமானது. ஒரு புழுவை முழுமையாக அறிந்துகொள்ள முயலும் விஞ்ஞானிக்கு 'டிமிக்கி' கொடுத்துவிட்டு அது நழுவிப் போய்க்கொண்டே யிருக்கிறது. உரிய முறையில் திட்டமிட்டால் நூறு தாஜ்மஹால்களை உலகின் வெவ்வேறு பகுதிகளில் இன்று எழுப்பிவிட முடியும்.

அறிவின் பயணத்திற்கு நம்மை நாம் தயார்படுத்திக்கொள்ள வேண்டுமென்றால் அனைத்து அறிவுகளையும் உள்ளடக்கிக்கொள் ளும் வல்லமை கொண்ட மொழியை நாம் உருவாக்கிக்கொள்ள வேண்டும். நாண் அறுந்த வில்லில் அம்பேற்ற முடியாது. புதிய அறிவுடன் இணைந்து வருவது புதிய மொழி. அல்லது புதிய மொழிதான் புதிய அறிவை ஏந்தியெடுக்கிறது என்றும் சொல்லலாம்.

மக்களுடைய குரல்கள் வழியாகக் காற்றில் வாழ்ந்து வருவது மொழி. அதன் அச்சுருவம் மொழியின் புகைப்படம் போன்றது. வாழ்வின் சோதனைகளையும் சவால்களையும் எதிர்கொள்ளும் மக்களிடமிருந்து வெளிப்படும் கருத்துக்களும் அனுபவ உணர்வு களும் கற்பனைகளும் மொழிக்கு உயிர்ப்பைத் தந்துகொண்டிருக் கின்றன. இந்த உயிர்ப்பின் முக்கியமான கூறு அதன் பல்குரல் தன்மை. வாழ்வின் நானாவிதமான போக்கிற்கு அடையாளமாக அம்மொழி துலங்குகிறது. படைப்பாளிகளும் அறிவுவாதிகளும் அறிவியல்வாதிகளும் மொழியின் எண்ணிறந்த வண்ணங்களைத் தங்கள் வெளியீட்டுப் பாங்கில் நிலைபெறச் செய்கிறார்கள். இம்மொழிக்கு எதிர்நிலையில் உருவாவது அதிகாரத்தின் மொழி. வாழ்க்கையைத் தட்டையாகவும் சிக்கலற்றதாகவும் பார்ப்பவர்களின் மொழி அது. வாழ்க்கைப் பிரச்சனைகள் அனைத்திற்கும் தங்களிடம் திட்டவட்டமான தீர்வுகள் இருப்பதாகவும் அத்தீர்வுகளை வலுக் கட்டாயமாக அமுல்படுத்துவதன் மூலம் மனித ராசியை இன்ப உலகத்திற்குள் அழைத்துச்சென்றுவிட முடியும் என்றும் நம்புகிறவர் களின் மொழி. சீருடை அணிந்து ஒரே போக்கில் அணிவகுக்கும் கும்பலின் ஒற்றைப்படைத் தன்மை இம்மொழியில் படிந்துவிடுகிறது. தனி மனிதனின் அனுபவ அடையாளம் வெளியேற்றப்பட்டு மொழி தரப்படுத்தப்படுகிறது.

எங்களூர் கிராமியப் பெண்ணொருத்தி, காவல்படையில் பணி யாற்றும் தன் கணவரின் அணிவகுப்புப் பயிற்சியில் அவரது

சாகசங்களை ரகசியமாகப் பார்த்து வரச் சென்றாள். அணிவகுப்புப் பயிற்சி நடந்துகொண்டிருக்கும் போதே, 'என் புருஷன் எங்கே இருக்கார்னு எனக்குத் தெரியலையே' என்று கத்தத் தொடங்கினாள். வேறுபட்ட மனிதர்கள், மாறுபட்ட மொழிகள், பண்பாடுகள், நிலக் காட்சிகள், தட்ப வெப்ப நிலைகள், இயற்கைகள், நம்பிக்கை கள், கருத்துருவங்கள், அவை தரும் எதிர் வினைகள், கலகங்கள், சமூக நியதிகளை ஏற்காத மனிதர்களின் வாழ்க்கைகள், திரைக்குப் பின் நடக்கும் நாடகங்கள், அடிமனங்களில் ஊடாடும் ரகசியங்கள் போன்ற எண்ணற்ற வாழ்க்கைக் கூறுகளின் இருப்பை மனிதப் பிரக்ஞையில் ஓயாமல் நினைவுபடுத்திக் கொண்டிருப்பது இலக்கியம். பல மனிதர்களின் இருப்பை மட்டுமல்ல, ஒரு மனிதனுக்குள்ளேயே பல மனிதன் இருப்பதையும் இலக்கியம் நம் நினைவில் அழுத்துகிறது.

மனிதர்களின் வேறுபாடுகளையும் முரண்பாடுகளையும் விவரித்துக்கொண்டே போகும் இலக்கியம் கடைசியில் நம் மனம் நெகிழ்ந்துபோகும் வகையில் மனித ராசிகளுக்கும் ஜீவராசிகளுக்கும் ஆதாரமாக நிற்கும் ஒரு சுருதியை ஸ்பரிசித்துவிடுகிறது. சகல ஜீவன்களையும் ஒரே ஜீவனின் வண்ண அதிர்வுகளாகப் பார்க்கும் ஓர்மையை அழுத்துகிறது. பிறப்பையும், வளர்ப்பையும் கூடிவரும் குணங்களையும் குறைகளையும் தாண்டி மனிதத் தன்மையின் சுடரைத் தூண்டுகிறது. சமத்துவத்தை இயற்கையின் நியதிக்கு உட்பட்டதாக மாற்றுகிறது. இப்படிப் பார்க்கும்போது சர்வாதிகாரத் திற்கும், ஏற்றத் தாழ்வுகளுக்கும், அடிமைத்தனத்திற்கும், அடக்கு முறைக்கும் எதிராக இலக்கியம் ஆடம்பரமான சாட்சியங்களோ, திடமான தடயங்களோ இன்றி வலிமையான மௌனத்துடன் போராடுகிறது. அனுபவப் பரிமாற்றங்களுக்கும் கருத்துப் பரிமாற்றங் களுக்கும் ஆதாரமாக நிற்கும் ஒரு மொழியை அதன் நுட்பங்களுடன் வண்ணங்களுடன் மௌனங்களுடன் தொனிகளுடன் உள் நின்று ஒளிரும் அர்த்தங்களுடன் நகைச்சுவை உணர்வுடன் இன்று வரையிலும் காப்பாற்றிவருகின்றன இலக்கியப் படைப்புகள்.

2

உலகெங்கும் பரந்து பரவிவிட்ட ஒரு இனமாகத் தமிழ் மக்கள் இன்று இருந்து கொண்டிருக்கிறார்கள். கடந்த காலத்தில் தமிழ் நாட்டுத் தமிழர்களுக்குப் பிழைப்பைத் தேடிக் கூட்டம் கூட்டமாகப் பல தேசங்களுக்கும் சென்று அல்லற்பட வேண்டிய நிர்பந்தம் ஏற்பட்டது. இன்று போர்ச்சூழல் காரணமாக இலங்கைத் தமிழர்கள் தங்கள் சொந்த மண்ணையும் உறவுகளையும் கலாச்சாரப் பின்னணி யையும் துறந்து அன்னிய தேசங்கள் பலவற்றில் அரசியல் அகதி களாகக் குடியேற வேண்டிய கட்டாயம் நிகழ்ந்துள்ளது. இன்று தமிழர்கள் உலகில் எந்தப் பகுதியில் வாழ்ந்திருந்தாலும் சரி, மொழி

சார்ந்தும் பண்பாடு சார்ந்தும் ஒன்றுபட்டு நிற்க வேண்டியவர்கள். இவ்விணைப்பிலிருந்து தோன்றும் கூட்டு நடவடிக்கைகள் நவீன வாழ்க்கை தரவிருக்கும் சவால்களை எதிர்கொள்ள இன்றையத் தேவைகளாக உள்ளன. இதன் பொருள் தமிழர்கள் தங்கள் கருத்து வேற்றுமைகளை ஒளித்துவைத்துக்கொண்டு ஒற்றுமையை வலுக்கட்டாயமாகப் பேணி வர வேண்டும் என்பதல்ல. அதற்கு நேர்மாறாக, நாம் நம் கருத்து வேற்றுமைகளை வெளிப்படையான விவாதத்தின் மூலம் கூர்மைப்படுத்திப் பகிரங்கமாக வைத்துக் கொள்ள வேண்டியுள்ளது.

கருத்து வேற்றுமை கொண்டவர்களை எதிரிகளாகக் கருதி அழித்தொழிக்க முற்படுவது காட்டுமிராண்டித்தனமானது. கூச்சல்கள், கோபதாபங்கள், வசைகள், முத்திரை குத்தல்கள் ஆகியவற்றைத் தவிர்த்து நாகரிகமாகக் கருத்துப் பரிமாற்றங்கள் நிகழ்ந்தால் மட்டுமே சிந்தனைகளை நாம் மேலெடுத்துச் செல்ல முடியும். அதிகார வேட்கையை மட்டுமே குறியாகக் கொண்டு சகல திட்டங்களையும் தீட்டும் அரசியல்வாதிகளின் தந்திரங்களை அம்பலப்படுத்தும் துணிச்சல் கொண்டவர்களாலேயே நான் குறிப்பிட்ட மொழி சார்ந்த ஒற்றுமையைக் கட்டி வளர்க்க முடியும். அரசியல்வாதிகளுடன் சுயலாபங்களுக்காக ஒட்டிக்கொண்டிருக்கும் கலாச்சார வாதிகள் தங்கள் வீரியத்தை இழந்து அரசியல்வாதிகளின் பதவியைப் பிடிக்கும் சதுரங்க விளையாட்டில் காய்களாக மாறி விடுகிறார்கள். தங்கள் பதவியைத் தக்கவைத்துக் கொள்வதற்காக அரசியல்வாதிகள் முன்னின்று உருவாக்கிய உலகத் தமிழ் இயக்கங்கள் ஏழைகளின் வரிப்பணத்தை வீணாக்கும் திருவிழாக்களாகச் சீரழிந்துபோய் விட்டன.

பல தேசங்களில் தமிழர்கள் இன்று வாழ்ந்துவந்தாலும் உலக இலக்கிய அரங்கில் அவர்கள் இன்று இல்லை. நேற்று வரையிலும் வெளி உலகத்திற்குத் தெரியாமலிருந்த பல இலக்கியங்கள் இன்று உலக அரங்கில் முக்கியத்துவம் பெற்றுவிட்டன. லத்தீன் அமெரிக்க இலக்கியம், ஆப்பிரிக்க இலக்கியம், மெக்சிகன் இலக்கியம், சீன, ஜப்பானிய இலக்கியங்கள் போன்றவை இன்று ஆங்கில மொழி பெயர்ப்புகள் வழியாக உலகப் பார்வைக்கு வந்துவிட்டன. ஆங்கிலத்தில் எழுதும் இந்திய, இலங்கை எழுத்தாளர்கள் போன்றவர்களின் படைப்புக்களும் சர்வதேச இலக்கியத்தில் இணைந்துகொண்டு வருகின்றன. தமிழ்ப் படைப்புக்களோ அவற்றின் அரசியல் வரைபடங்களுக்குள் முடங்கிவிடுகின்றன. ஈழத் தமிழ்ப் படைப்புக்கள் தமிழகத்திற்குள்கூட போதிய கவனம் பெறுவதில்லை. தமிழகப் படைப்புக்கள் இந்திய அளவில் முக்கியத்துவம் பெறுவதில்லை. உலக அரங்கில் தமிழ்ப் படைப்புக்களுக்கு இடமே இல்லை.

இப்போது உலக அரங்கில் ஏற, தமிழ் இலக்கியத்திற்குத் தகுதி இருக்கிறதா என்ற கேள்வி எழுகிறது. ஏறத்தாழ இரண்டாயிர

வருட நீட்சி கொண்ட கவிதை மரபு நமக்கு இருக்கிறது. இந்த மரபு பல இலக்கியச் சிகரங்களைக் கொண்டது. நடுநிலைப் பார்வையும் உலக இலக்கியத்தில் தேர்ச்சியும் கொண்ட பல திறனாய்வாளர்கள் தொல்காப்பியர், வள்ளுவர், கம்பன், இளங்கோ, பாரதி போன்ற படைப்பாளிகள் பற்றிக் கூறியுள்ள கருத்துக்கள் உலக சாதனைகளுக்கு நிகரான சாதனைகளை நாம் நிகழ்த்தியிருக்கிறோம் என்பதற்குச் சான்றாக உள்ளன. நவீன இலக்கியத்தைச் சேர்ந்த சிறுகதைகளிலும் கவிதைகளிலும் நாவல்களிலும் நம் படைப்பாளிகளில் பலர் உலகத் தரத்திற்கு இணையானவற்றைப் படைத்திருக்கின்றனர் என்பதில் சந்தேகமில்லை. ஆங்கிலம் வழியாகவும், ஆங்கில மொழிபெயர்ப்புக் கள் வழியாகவும் நவீன உலக இலக்கியப் பரிச்சயம் கொண்ட நுட்பமான வாசகர்கள் தங்கள் வாசிப்பனுபவங்கள் வாயிலாகவே இவ்வுண்மையை உணர்ந்திருக்கின்றனர். இந்நிலையில் தமிழ், உலக அரங்கில் இடம்பெறாத நிலை நம் இருப்பையே கேள்விக்கு உள்ளாக்குகிறது. இத்தாழ்வு பற்றிய விவாதம் நம்மிடையே இன்னும் வலுவாக உருவாகவில்லை.

பண்டைத் தமிழ் இலக்கியத்தின் சிறப்பையோ அல்லது நவீனத் தமிழ் இலக்கியத்தின் மேன்மையையோ வேற்று மொழியினர் அறிந்துகொள்ளும் வகையில் எடுத்துரைக்கும் ஆங்கில நூல் ஒன்றுகூட இல்லை. நவீனப் பார்வையோ, விமர்சன அளவுகோல் களோ இல்லாமல் நமது மரபையும் இலக்கியத்தையும் மிகையாகப் பாராட்டிக்கொள்ளும் எழுத்துமுறை இன்று உலக அரங்கில் செல்லுபடியாகாது. ஆனால் வரலாற்றுப் பார்வையற்ற கற்பனை யான மதிப்பீடுகளைக் கொண்ட சுயப்பிரதாபங்களைத்தான் தமிழ் அரசியல்வாதிகள் தங்கள் லாபத்தை முன்னிட்டு மக்களிடையே பரப்பிவருகிறார்கள். நீண்ட கவிதை மரபும் புராணங்களின் மரபும் சென்ற காலக் கற்பனைகளுக்குள் ஆழ்ந்து கிடக்கும் அவலத்தை நமக்குத் தந்திருக்கின்றன. இந்தக் கற்பனை சார்ந்த அதீத மனோபாவங்களைத்தான் வெகுஜன சஞ்சிகைகள், திரைப்படங்கள் போன்றவை தங்களுக்குச் சாதகமாகப் பயன்படுத்திக்கொள்கின்றன. யதார்த்த உலகைக் கண் திறந்து பார்த்து நமது சமகாலப் பிரக் ஞையைக் கூர்மைப்படுத்திக்கொள்ள வேண்டுமெனத் தமிழ் மக்களை முதலில் எச்சரிக்கை செய்த கலைஞன் புதுமைப்பித்தன். பிரச்சாரத் தளங்களுக்குரிய ஒரு பக்கப் பார்வையை ஏற்க மறுத்த கலைஞன் என்பதால் தமிழ் மக்களால் அவனுடைய பாதிப்பை உரிய முறையில் பெற்றுக்கொள்ள இயலவில்லை.

தமிழகத் தமிழர்களின் சிந்தனையை மழுங்கடித்த கேளிக்கை யாளர்கள் இலங்கை மண்ணில் செல்வாக்குப் பெறவில்லை. இதனால் விளைந்த அனுகூலங்களை ஈழத்தமிழ் படைப்புக்களின் கருத்துருவங்களில் காண முடிகிறது. தமிழகத்தில் புறக்கணிப்புக்கு ஆட்பட்டு நிற்கும் படைப்பு முறைகளும் சிந்தனைக் கூறுகளும் மொழி வழிகளும் அங்கு பொது நீரோட்டத்தில் செல்வாக்குப்

பெற்றிருக்கின்றன. மார்க்சியத் தத்துவம் சார்ந்த படைப்புப் பார் வையை முன்னிட்டும், தத்துவ இறுக்கங்களைத் தாண்டிச் செல்லும் சுதந்திரப் படைப்புப் பார்வையை முன்னிட்டும் பேராசிரியர் கைலாசபதி, தளையசிங்கம் ஆகியோரிடையே நடந்த விவாதங்களும் அவற்றிற்கு வேறுபட்ட பார்வைகள் கொண்ட எழுத்தாளர்கள் தந்த எதிர்வினைகளும் ஈழத் தமிழ்க் கலாச்சாரத்தின் மையத்தில் நின்று பாதிப்புகள் நிகழ்த்தின. இது போன்ற விவாதங்கள் தமிழகத் தில் நடைபெறுகிறபோது, அவை சிற்றிதழ் வாசகர்களிடையே நடக்கும், பொது வாசகர்களுக்கு அக்கறையற்ற விவாதமாகச் சுருங்கிப்போய்விடுகிறது.

தமிழுக்கோ, தமிழர்களின் படைப்புக்களுக்கோ உலக அரங்கில் நவீனத்திற்குரிய படிமம் இன்று வரையிலும் கிடைக்கவில்லை. அதனால் அவர்கள் புறக்கணிப்பிற்கு ஆளாகி வருகின்றனர். மாதிரிக்கு ஒரு உதாரணத்தை மட்டும் தருகிறேன்.

சிலப்பதிகாரத்தை இந்திய ஆங்கிலக் கவிஞரான எஸ்.பார்த்த சாரதி மொழிபெயர்த்திருக்கிறார். ஆங்கிலத்தில் தரமான கவிஞ ராகப் பெயர் பெற்ற தமிழர் பார்த்தசாரதி. பல ஆண்டுகள் உழைத்து நிறைவேற்றப்பட்ட இம் மொழிபெயர்ப்பு பற்றி நீங்கள் ஆங்கில இலக்கிய வாசகர்களிடம் விசாரித்து இப்படைப்பு பெற்றுள்ள ஆதரவு பற்றியோ அல்லது ஆதரவின்மை பற்றியோ தெரிந்துகொள்ள லாம். நான் அறிந்த வரையில் பலராலும் போற்றப்பட்ட இவ்வரிய முயற்சி வாசகர்களின் பரவலான கவனத்திற்கு வராமல் ஒதுங்கிப் போய்விட்டது என்று கருதுகிறேன்.

ஏறத்தாழ பார்த்தசாரதி சிலப்பதிகாரத்தை மொழிபெயர்த்த அதே காலத்தில் அமெரிக்க அறிவியல் பேராசிரியரான திமோதி ஃபெரிஸ் (Timothy Ferris) 'Coming of Age in the Milky Way' என்ற தலைப் பில் பிரபஞ்ச இயல் பற்றிப் பன்னிரண்டு ஆண்டுகள் உழைத்து எழுதிய தம் நூலை வெளியிட்டார். கடுமையான உள்ளடக்கம் கொண்ட இந்நூல் சுமார் முப்பது மொழிகளில் மொழிபெயர்க்கப் பட்டுப் பிரபஞ்ச இயலில் தீவிர அக்கறை கொண்ட உலக வாசகர்கள் மத்தியில் மிகப் பெரிய மதிப்பீட்டைப் பெற்றுள்ளது.

தமிழ்ச் சமூகம் மதப் பிரிவுகளும் ஜாதிப் பிரிவுகளும் மூட நம்பிக்கைகளும் நிறைந்த சமூகம். தமிழர்களிடையே சொல்லும் செயலும் வெவ்வேறு தளங்களில் பிரிந்துகிடக்கும் தாழ்வு ஒரு வாழ்க்கை முறை என்றாகிவிட்டது. அரசியல்வாதிகளையும் மத வாதிகளையும் திரைப்படக் கலைஞர்களையும் ஆசிரியர்களையும் பத்திரிகையாளர்களையும் எழுத்தாளர்களையும் முன்மாதிரியாக வைத்து மக்கள் கற்றுக் கொண்ட 'வாழ்க்கை நெறி' இது. இவர்கள் எல்லோருக்கும் இன்று காசும் புகழுமே வாழ்க்கையின் குறிக்கோள் கள் ஆகிவிட்டன. குறுக்குவழியில் வெற்றிகளை ஈட்டும் போட்டாப் போட்டியில் மூழ்கிக் கிடக்கும் இவர்களுக்குத் தங்கள் அறிவைப்

பெருக்கிக்கொள்வதில் சிறிதும் நம்பிக்கையில்லை. தமிழகக் கல்லூரி ஒன்றில் அறிவியல் ஆசிரியர்கள் மத்தியில் புகழ்பெற்ற விஞ்ஞானி ஸ்டீபன் ஹாக்கிங்ஸ் (Stephen Hawkings) பற்றி ஒருவர் சொல்லத் தொடங்கியபோது, பேராசிரியர் ஒருவர் குறுக்கிட்டு, 'என் மனைவி யிடமும் அதுதான் இருக்கிறது' என்றார். அவர் குறிப்பிட்டது இந்தியாவில் ஹாக்கின்ஸ் என்ற பெயரில் விற்கும் குக்கரைப் பற்றி. ஒரு தமிழ் எழுத்தாளர், 'பெண் விடுதலை வேண்டும்' என்று கூட்டத்தில் முழங்குகிறபோது, 'என் மனைவி நீங்கலாகச் சகல பெண்களும் விடுதலை அடையட்டும்' என்றுதான் அதற்குப் பொருள். நாஸ்திகர்களான என் நண்பர்கள் பலருக்கு ஆஸ்திகரான தம் மனைவியரின் கடவுள் நம்பிக்கையில் உள்ளூர சந்தோஷம் இருப்பதைப் பல முறை நான் கவனித்திருக்கிறேன்.

அறிவியலில் நம் பின்தங்கல் கவனிக்கத் தக்கது. அழகு, இலக் கணம், புராணம், ஒழுக்கம், பக்தி, சமூக நெறிகள் போன்றவற்றிற்கு அழுத்தம் தந்துள்ளது நம் கவிதை மரபு. தத்துவம், உளவியல், பிரபஞ்சவியல், புவியியல் போன்ற பல துறைகளில் நம் கவனம் போதிய அளவு பதியவில்லை. புத்தம்புதிய துறைகள் நூற்றுக்கணக் கில் ஊடுருவி வருகின்றன. இத்துறைகளின் வளர்ச்சியில் தமிழர்கள் ஆற்றும் பங்கு என்ன?

ஒரு இனம் கவிதையில் அக்கறை கொண்டிருப்பதும் மற்றொரு இனம் கணிதத்திலும் தத்துவத்திலும் அக்கறை கொண்டிருப்பதும் சூழல் சார்ந்த காரணங்களால் உருவாகி வருபவை. ஆனால் இன்று ஒரு இனம் தன் குறைகளையும் பின்தங்கலையும் போதபூர்வ மாக உணர்ந்து குறைகளைப் படிப்படியாய் அகற்றிக்கொண்டுவர வேண்டும். இது காலத்தின் கட்டாயம். இல்லாத வரையிலும் உலக இலக்கியத்தின் வரலாற்றில் பெரும் சாதனைகள் நிகழ்த்திய தமிழ் இனம் பின் தங்கிப் பிறரிடம் அறிவுப் பிச்சை கேட்டு வாழ வேண்டிய கூட்டமாகக் குன்றிப்போய்விடும்.

இங்கு நடைபெறும் இக்கூட்டம் என்னை ஊக்குவிக்கும் காரிய மாக மட்டுமே முடிந்து போய்விடக் கூடாது என்று விரும்புகிறேன். இக்கூட்டத்தின் தொடர்ச்சியாக நாம் ஒன்றுபட்டு நின்று தமிழின் மேம்பாட்டுக்காகச் சில எளிய பணிகளையேனும் செய்யத் தொடங்க வேண்டும். பெரிய காரியங்களை முன்வைத்து எவற்றையும் நிறைவேற்ற இயலாமல் சுருங்கிப் போவதைவிடச் சிறிய பணிகளை முன்வைத்து அவற்றைச் சிறப்பாகச் செய்து முடித்து நம் செயல்பாடுகளில் நாம் நம்பிக்கை பெற வேண்டும். தமிழின் வளர்ச்சியில் மிகுந்த ஆர்வம் கொண்ட பல எழுத்தாளர்கள் இங்கு இருக்கிறார்கள். லட்சக் கணக்காகத் தமிழர்கள் வாழும் இடம் இது. இங்கு ஒரு குழுவை அமைத்து நாம் நம் பணிகளைத் தொடங்கலாம். ஒரு சில படைப்புக்களை ஆங்கிலத்தில் மொழி பெயர்ப்பது நமது தொடக்க காலப் பணியாக அமையலாம்.

காலமும் சூழலும் கூடிவந்தால் காலப்போக்கில் பல திட்டங்களை விரித்து உலகத் தமிழர்களின் கலாச்சாரப் பிரதிநிதிகள் அக்குழுவில் இடம்பெறும்படி செய்யலாம்.

இப்பணிகளை முன்வைத்துச் செயல்படும் குழுவுடன் ஒத்துழைக்கவும் என்னால் இயன்ற எளிய உதவிகள் அனைத்தையும் அவர்களுக்கு செய்துதரவும் மிஞ்சியிருக்கும் என் வாழ்நாளில் கணிசமான நேரத்தை அதற்காக எவ்விதப் பிரதிபலனையும் எதிர்பாராது ஒதுக்கவும் தயாராக இருக்கிறேன்.

'இயல் விருது' (Distinguished Writer's Series) சிறப்புரை, டொரொன்டோ பல்கலைக் கழகம் - 25.5.2001

'காலம்,' இதழ் 14, மே 25, 2001

மௌனி

1957ஆம் வருடம் திருவனந்தபுரத்திலிருந்த க. நா. சு. நாகர்கோவிலுக்குப் பல முறை வந்தார். நானும் கிருஷ்ணன் நம்பியும் உயிர் நண்பர்களாக இருந்த காலம். ஒரு முறை மூன்று நாட்கள் தங்கிவிட்டுப் போக வந்த க. நா. சு. சுமார் மூன்று மாதங்கள் நாகர்கோவிலிலேயே அறை அமர்த்தி உட்கார்ந்துவிட்டார். சிறிய அறை. ஒரு நாள் வாடகை நாலணா. அறைக்குள் ஒரு பெஞ்சு மட்டும். ஓட்டல் முதலாளி அதைக் கட்டில் என்பார். ஒரு பக்கச் சுவரோடு இணைந்து கிடந்தது அது. பெஞ்சுக்கும் மறுபக்கச் சுவருக்குமான இடைவெளி ஒரு சாண் ஒரு விரற்கடை இருக்கும். வராண்டாவிலிருந்து அந்தரத்தில் ஒரே குதியாகக் குதித்து பெஞ்சில் படுப்பது சிரமம் என்பதால் முதலாளி முன்யோசனை யாக விட்டிருந்த இடைவெளி அது. பிருஷ்டபாகம் கட்டிலில் உரசும்படி ஒருக்களித்து நின்று, பாதங்களை அகட்டி வைத்துப் போனால் சௌகரியமாக பெஞ்சின் மீது அமர்ந்து விடலாம். பிருஷ்டபாகம் சுவரில் உரசும்படி உள்ளே நுழைந்துவிட்டோ மென்றால் அதன்பின் பெஞ்சில் உட்கார உடம்பைத் திருப்ப முடியாமல் ஆகிவிடும். க. நா. சுவும் நாங்களும் ஒவ்வொரு முறை யும் தவறாகத்தான் நுழைவோம். ஒரு தடவை நாங்கள் மூவரும் தெருவில் நடந்துபோய்க்கொண்டிருக்கும்போது, க. நா. சுவிடம், 'எப்பிடி சார் இருக்கு அறை?' என்று நம்பி கேட்டான். 'ரொம்ப சௌரியம். மூன்று மாடிகள் எறங்கி பத்து நிமிஷம் நடந்தா ஹோட்டல் கக்கூஸுக்குப் போயுடலாம்' என்றார் க. நா. சு.

க. நா. சு. அறையை விட்டு வீதிக்கு வந்தால் அவர் உடம்பு முதலில் எந்தப் பக்கம் திரும்புகிறதோ அந்தப் பக்கம் பார்க்க நடக்கத் தொடங்கிவிடுவார். அது எந்தத் திசை என்பதுகூட அவருக்குத் தெரியாது. ஒரு தடவை நடந்து போகும்போது 'சார், இதுதான் சுசீந்திரம்' என்றான் நம்பி. 'இவ்வளவு பக்கமா?' என்று கேட்டார் க. நா. சு. நான்கு மைல்கள் நடந்துவிட்டிருந் தோம். 'ஊருக்குள் போவோமே' என்றார் அவர். கிராமத்துப் புராதன ஓடு வேய்ந்த வீடுகளைப் பார்ப்பதில் அவருக்கு ஒரு லயிப்பு உண்டு என்பதைக் கண்டுபிடித்துவைத்திருந்தோம்.

வழியில் தெப்பக்குளம் வந்தது. சில எட்டுக்கள் வைத்ததிலேயே ஒரு புராதன காலத்திற்குள் நுழைந்துவிட்டது போல் பிரமை தட்டிற்று. குளத்தின் சுற்றுக்கட்டு நேர்த்தியாக இருந்தது. குளத்தைச் சுற்றிவர இரண்டு பக்கங்களிலும் தாழ்ந்த ஓட்டுக்கூரை கொண்ட வீடுகள். ஒரு பக்கம் அகலமாகக் காவியடித்த கோவில் சுவர். குளத்தின் சுத்தமான, சொரசொரப்பான படிக்கட்டுகள் ஆசையைத் தூண் டவே அதில் உட்கார்ந்துகொண்டோம்.

க. நா. சு. சிற்றலைகளைப் பார்த்துக்கொண்டேயிருந்தார். குளத் தின் பல்வேறு இடங்களில் மயிர்கூச்செறிவது போல் இருந்தது. அவர்மீது மௌனம் கவிழ்கிறபோது இடதுகைக் கட்டை விரல் நகத்தை வலது கை நகத்தால் சுரண்டத் தொடங்கிவிடுவார். திடீ ரென்று அவர், 'மௌனியைப் படிச்சிருக்கேளா?' என்று கேட்டார். 'காதில் விழுந்திருக்கு' என்றான் நம்பி. என் முகத்தைப் பார்த்தார். 'ஒரே ஒரு கதை படிச்சிருக்கேன். ஒண்ணும் புரியலே' என்றேன். 'தலைப்பு?' 'மாறாட்டம் என்று ஞாபகம்.' 'இருக்கிறதிலேயே அதுதானே லேசு' என்றார். ஒரு நிமிட இடைவெளிக்குப் பின், 'தேடிப் படிக்கணும். ஹி எஸ் எ கிரேட் ஆதர்' என்றார். அவர் பேசிய இடம், மௌனி என்ற பெயரை அவர் உச்சரித்த விதம், அவருடைய பாராட்டு மூன்றும் எங்களுக்கு மனச்சிலிர்ப்பைத் தந்தன. க. நா. சு. சென்ற பின் நானும் நம்பியும் மௌனி வேட்டை ஆடத் தொடங்கினோம்.

கிராமங்களில்கூட அருமையான நூலகங்கள் இருந்த பொற் காலம். ஒன்று விடாமல் அலசிப் பார்த்தோம். நாஞ்சில் நாட்டைப் பற்றி எங்களுக்கு இருந்த அறிவு நல்ல விருத்தி கண்டது என்றாலும் மௌனி அகப்படவில்லை. தேரூர் நூல் நிலையத்தின் நூலகர், 'மௌனி இல்லை. புதுமைப்பித்தன் இருக்கு' என்றார். ஆச்சரியமாக இருந்தது. புத்தகப் பட்டியலை அவர் திருப்பிப் பார்க்கவேயில்லை. முகத்தைப் பார்த்தபோது, மூளையிலிருப்பதை, புத்தகத்தில் என்ன மண்ணாங்கட்டிக்குத் தேடணும் என்ற பாவம் தெரிந்தது. 'புதுமைப் பித்தனைச் சொல்லக் காரணம்?' என்று கேட்டான் நம்பி. 'மௌனி கிறுக்கு இருந்தா புதுமைப்பித்தன் கிறுக்கும் இருக்கும்' என்றார் நூலகர். இலக்கிய விமர்சகராக இருப்பாரோ என்ற சந்தேகத்துடன், 'மௌனியைப் படிச்சிருக்கேளா?' என்று நான் கேட்டேன். 'மணிக் கொடியில் வந்தது முச்சூடும் படிச்சிருக்கேன்' என்றார். 'ஒரு இதழைக் கண்ணால் பார்க்க முடியுமா?' என்று கேட்டான் நம்பி. 'ஒண்ணுகூட இல்லையே' என்று கையை விரித்தார். 'ஐயையோ பெரிய பொக்கிஷம் இல்லையா?' என்றான் நம்பி. 'இப்பமில்லா பொக்கிஷம்ன்னு தெரியுது. அண்ணைக்கு மௌனியைப் படிக்கிற நேரத்திலே கிறுக்கு மனுஷன் பொலம்பிக்கிட்டுக் கிடக்காருன்னு தானே நெனச்சேன்' என்றார்.

ஒரு முறை கொச்சிக்குப் போன நம்பி, திரும்பி வந்ததும் 'கொச்சியிலேகூட மௌனி கிடைக்கலே' என்றான். கொடுமலை

யாளத்தில் யாராவது மௌனியைத் தேடுவார்களா என்று கேட்டேன். நம்பி ஒரு தினுசாக என்னை முறைத்தான். 'உ.வே.சா. என்ன சொல்லியிருக்கார்? ஒரு புஸ்தகமோ ஏடோ தேவைன்னா பார்க்கறவா எல்லாரிட்டையும் அதப் பத்திக் கேளு. கூச்சப்படாதே. ஒரு அரிசிமணி கிடைக்கணும்னா அரைப்படி உமியைக் கிளறித் தான் ஆகணும் அப்டீனு சொல்லியிருக்கார்' என்றான். நாங்களும் உ.வே.சா. வழியைப் பின்பற்றத் தொடங்கினோம்.

எனக்கு உடல்நிலை மிகவும் மோசமாக இருந்த காலம். குதிரை வண்டி ஒன்றை அமர்த்தி நானும் நம்பியும் சுசீந்திரம் போனோம். வீடு வீடாகக் கேட்டுவிடலாம் என்று அங்கிருந்த எங்கள் நண்பர்கள் சொல்லியிருந்தார்கள். குதிரை வண்டி கொஞ்ச தூரம் போனதும் வண்டிக்காரரிடம் நான், 'மௌனியைப் பத்தித் தெரியுமா?' என்று கேட்டேன். நம்பியை முந்திக்கொண்டுவிட வேண்டும். 'நல்லாத் தெரியுமே' என்றார் வண்டிக்காரர். 'நேர்ப்பழக்கம் உண்டா?' என்று கேட்டோம். 'கோட்டார்லே சுத்திக்கிட்டிருந்தவருதானே' என்றார். மேலும் விசாரித்தபோது மனம் பிசகிய நிலையில் மௌனச் சாமியார் என்றொருவர், கோட்டாரில் நிர்வாணமாக அலைந்து கொண்டிருந்தார் என்பது தெரிந்தது. 'சாமி உத்தேசமா எத்தனை வருஷம் நிர்வாணமாக இருந்திருப்பார்?' என்று கேட்டான் நம்பி. 'கருப்பையிலேருந்து கட்டையில போற வரைக்கும் நிர்வாணம்தான்' என்றார் வண்டிக்காரர். அதோடு நிறுத்திக்கொள்ளாமல், 'நமக்குப் பைத்தியம், வேட்டியைக் கட்டிக்கிட்டு ஆத்தமாட்டாம அலையறோம்' என்றார்.

1959இல் சென்னையில் அகில இந்திய எழுத்தாளர் மாநாடு நடந்தபோது எனக்கும் நம்பிக்கும் அழைப்பும் க.நா.சுவிடமிருந்து தனிக் கடிதமும் வந்தன. அந்த நிமிஷமே நாங்கள் பரஸ்பரம் பேசிக்கொள்ளாமலே சென்னைக்குப் போவது என்று தீர்மானித்து விட்டோம். க.நா.சுவை திருவல்லிக்கேணி ஸ்டார் பிரசுரத்தில் சந்தித்தபோது அவர் மாநாட்டைப் பற்றிப் பேசுவதற்கு முன், 'மௌனி கதைகள் புஸ்தகமா வரது' என்றார். புத்தகத்தைத் தபாலில் அனுப்பி வைக்கச் சொல்ல வேண்டும் என்ற நினைப்பில் விலையை முன்பணமாகக் கொடுக்க முயன்றபோது, 'இப்போ பணமெல்லாம் வேண்டாமய்யா. செட்டியார் வெகுமதிக்கெல்லாம் பயப்படற ஆள் கிடையாது' என்றார் க.நா.சு.

புத்தகங்கள் நாகர்கோவிலுக்கு வந்துசேர்ந்தன. மனதைக் குவித்துக்கொண்டு படித்தால்தான் சுமாராகவாவது மண்டையில் ஏறும் என்ற பயத்தோடு புத்தகத்துடன் மொட்டை மாடிக்குப் போனேன். படிக்கப் படிக்க மௌனி என் கன்னங்களைக் கிள்ளி, தலையை உசுப்பி, பின் பக்கம் தள்ளிவிடுவது போல் தோன்றிற்று. நம்பி வந்ததும் 'எப்படி?' என்று கேட்டேன். 'இன்னும் ஒரு மாசம் நீங்க எதுவுமே எங்கிட்டக் கேக்கக் கூடாது' என்றான். சில

வாரங்களுக்குப் பின், 'மௌனியிடம் பல மர்மங்கள் இருக்கு. அவர் என்னை ஆட்டிப்படைக்கிறார்' என்றான்.

பின் வந்த ஐந்தாறு மாதங்களில் மேலும் இரண்டு மூன்று முறை நான் மௌனியைப் படித்தேன். வரிகளுக்குப் பின்னாலிருந்து சிறிது வெளிச்சம் வருவது போல் இருந்தது. 'என் குகைக்குள் தைரியமாக வா' என்று என்னை அழைக்கிறார் மௌனி. மேலும் சில தடவை படித்தபோது மௌனி தன் மார்போடு என்னை அணைத்துக்கொள்வதை உணர்ந்தேன். அதன் பின் பல மாதங்கள் அடிக்கடி நானும் நம்பியும் மௌனி கதைகளில் கண்டுபிடித்த ரகசியங்களை மட்டுமே பரிமாறிக்கொண்டோம். கதைகளைப் பற்றிப் பேசிக்கொள்வது சாதாரணமாகத் தோன்றிற்று. அப்போது நம்பி ஐந்து முறை மௌனியைப் படித்திருந்தான். சந்தர்ப்பங்கள் பொருந்தி வரும்போது அவருடைய வாக்கியங்களைத் தட்டிவிடத் தொடங்கியிருந்தான்.

நம்பியின் தம்பி வெங்கடாஜலம், சிதம்பரத்துக்கு ஒரு பரீட்சை எழுதப் போனவன், ஹால் டிக்கட்டை விட்டுவிட்டுப் போய்விட் டான். நம்பி கிளம்பினான் ஹால் டிக்கட்டோடு. அவனுக்கு ஒரு சந்தர்ப்பம் வாய்த்துவிட்டது! நானும் நம்பியும் சேர்ந்து போய் மௌனியைப் பார்க்க வேண்டும் என்று, குறைந்தது ஐம்பது தடவை யாவது பேசிக் கொண்டிருந்திருக்கிறோம். எனக்கு ஏமாற்றமாகப் போய்விட்டது. 'இப்போதே சேர்ந்து போவோம். கைக்கொழந்தையா உங்களைக் கவனிச்சிப்பேன்' என்றான் நம்பி. தனியாக மௌனியைச் சந்திக்க அவனுக்கு உள்ளூர ஒரு பயமும் இருந்தது. 'அவர் கதை மாதிரி பேசத் தொடங்கிட்டா எக்கச்சக்கமாக உளறிடுவேன்' என்றான். எனக்கு உடல்நிலை மிக மோசமாக இருந்தது. அந்த நிலையில் மௌனியைப் பார்க்க வெட்கப்பட்டேன்.

சிதம்பரத்திலிருந்து திரும்பியதும் நேராகக் கைப் பையுடன் எங்கள் வீட்டுக்கு வந்தான் நம்பி. என் மனசு படபடத்தது. 'அவர் பேசினதெல்லாம் சாவகாசமாச் சொல்றேன். வாக்கியத்துக்கு வாக்கியம் போடற கெட்டவார்த்தை இருக்கே, ஒவ்வொண்ணும் லட்டு லட்டுவா இருக்கு' என்றான் நம்பி. அதன் பின் நினைவு வரும் போதெல்லாம் நம்பி மௌனியைப் பற்றிச் செல்லக் கோபத்துடன் எவ்வளவோ என்னிடம் சொன்னான். 'பெரிய சிங்கம்னு நினைப்பு; வெறும் ஆட்டுக்குட்டி. கையிலே ரெண்டு புல்லை வச்சுண்டிருந்தா என் பின்னால இங்கேயே வந்துடும். ஆனா அவர் பேச்சுக்கு நீங்கள் ஈடு கொடுக்கத் தொடங்கினா நெஞ்சுவலி வந்து ஆஸ் பத்திரில அட்மிட் பண்ணும்படி ஆயிடும்' என்றான்.

சில வாரங்களுக்குப் பின் மௌனியிடமிருந்து நம்பிக்கு ஒரு கிறுக்கல் கார்டு வந்தது. அதில் அவர் எழுதியிருந்ததைக் கண்டு பிடிக்க நம்பிக்கு மூன்று மாதங்கள் வரையிலும் ஆயிற்று. அக்ர ஹாரத்தில் ஒருவர் பாக்கியில்லாமல் அந்தக் கார்டைக் காட்டி

நச்சுப் பண்ணத் தொடங்கிவிட்டான். தில்லியில் அண்டர் செக்ரெட்ரியாகப் பணியாற்றிவிட்டு ஓய்வு பெற்று வந்திருந்த ஒரு மாமா, 'படிச்சுச் சொல்றது அப்பறம் இருக்கட்டும். என்ன பாஷைனு முதல்ல கண்டுபிடிச்சுடறேன்' என்றார். மற்றொரு மாமா, 'அசடு, சுருக்கெழுத்துடா. அதத் தெரிஞ்சவாகிட்டக் கேளு' என்றார். 'சமஸ்கிருதமாக இருக்குமோ?' என்று என்னிடம் கேட்டான் நம்பி. அதன் பின் அவன் தன் ஜேபியில் கார்டை வைத்துக்கொண்டு தெருவில், பஸ்ஸில், பூங்காவில், கிடைத்த நேரத்திலெல்லாம் ஆராய்ச்சி செய்துகொண்டே இருந்தான். திடீரென்று ஒருநாள் அவன் வந்ததும் எண்ணெய் பிசுபிசுப்பில் தோய்ந்துபோயிருந்த கார்டை எடுத்து படித்துக்காட்டத் தொடங்கி விட்டான். 'ஏழு எழுத்துக்களைத் தவிர மீதி சகலதும் கண்டுபிடிச்சாச்சு' என்றான். படித்து முடித்ததும்,' எதுக்கு இப்படிச் சுத்தி வளைக்கணும்' என்று நான் கேட்டேன். 'கடிதாசில இருக்கிற ஜெபர்தஸ்தை எல்லாம் கழத்தி வச்சுட்டுப் பாத்தா விஷயம் சுருக்கமா நம்ம ரெண்டு பேரும் ஒண்ணா அவரப் பாக்கப் போணும் என்பதுதான்' என்றான்.

இரண்டு மூன்று மாதங்களுக்குப் பின் நானும் நம்பியும் சிதம்பரம் போனோம். நாங்கள் பஸ் ஸ்டாண்டில் இறங்கி ஒரு அறையெடுத்துக் குளித்துவிட்டு டிபனையும் முடித்துக்கொண்டு போகலாம் என்று தீர்மானித்தோம். நாலு எட்டுக்கூட வைத்திருக்க மாட்டோம். பின்னாலிருந்து அதிகார மிடுக்குடன் ஒரு குரல், 'நம்பீ' என்று கத்துவது கேட்டது. திரும்பிப் பார்த்த நம்பி, 'ஐயையோ, இவர் இங்கேயே வந்து நிக்கறாரே' என்று கத்தினான். வெள்ளை மயிர் கொத்துக்கொத்தாக முன் நகர்ந்து விழ லாவகத்துடன் விறுவிறு வென்று நடந்து எங்கள் பக்கம் வந்துவிட்டார் மௌனி. இடுப் பொடுங்கி தசை இறுகிய உடற்கட்டும், நடையின் வாலிப மிடுக்கும் என்னைக் கவர்ந்தன. நம்பி என்னை அறிமுகப்படுத்த வலது கையைத் தூக்கத் தொடங்கியதும் அவர் குறுக்கிட்டு 'அறிமுக மயிரொண்ணும் வேண்டாம். நீ நம்பி, அது ராமசாமி' என்றார். 'நீங்க கோவிச்சுக்கக் கூடாது ஸார். ஒரு சின்ன விஷயம்' என்றான் நம்பி. 'என்னது?' என்று குரலில் ஒரு கோணலோடு கேட்டார் அவர். நம்பியின் சுருதி இறங்கிவிட்டது. 'ஸார், ஹோட்டல்லே ஒரு ரூம் எடுத்துக் குளிச்சுட்டு வந்துடலாம்னு பாக்கறோம்' என்றான். 'இந்த லோகத்துல நீ ஒருத்தன்தான் குளிச்சு சுத்தமா இருக்கறவனோ?' என்று கேட்டார் மௌனி. அதன் பின் ஒரு இளக்காரத்துடன், 'எந்த ஹோட்டல்னு தீர்மானம்?' என்றார். நம்பி பரக்கப் பரக்க விழித்துவிட்டுக் கண்ணுக்குத் தெரிந்த ஒரு ஹோட்டல் போர்டைக் காட்டினான். மௌனி, லேசான வலிப்புடன், 'சீச்சீ, இது வேண்டாம். போற வழியிலே ஒசத்தியா ஒண்ணிருக்கு. ஆனந்தமா இருக்கும். இங்க மூணோ நாலோ குட்டிகளை வச்சுண்டு ஒப்பேத்திண்டி ருக்கான் தரித்திரம். அங்கன்ன ஒரு டஜனுக்கு மேலே இருக்கு' என்றார். நான் நம்பியின் பின்னங்கையை லேசாகக் கிள்ளினேன்.

உடனே நம்பி, 'சரி ஸார் போவோம், தப்பா நெனச்சுக்காதேங்கோ' என்றான்.

மௌனி அவர் வீடு நெருங்கியதும், 'மாடியில உனக்கும் அவனுக்குமா தனி ரூம்; ரெண்டு படுக்கை; படுக்கைன்னா பாய் இல்லை; மெத்தை – ஆளுக்கொரு பாக்கெட் சிகரெட்; ப்ளேயர்ஸ்' என்றார். சிரித்தபடி, என்கையை பற்றி, 'ஊதற பழக்கம் உண்டோ இல்லையோ?' என்றார். எனக்கு தர்ம சங்கடமாக இருந்தது, 'சில சமயம்' என்றேன். 'ரெண்டு ரெண்டா ஊதுவாய்ன்னு கேள்வி' என்றார். குளித்து டிபன் முடித்ததும் 'மாடிக்குப் போறது' என்றார் மௌனி. நாங்கள் மாடிக்குப் போய் உடம்பைச் சாய்த்தோம். என் காதோரம் நம்பி, 'இன்னும் பத்து நிமிஷத்திலே இங்கே வந்திடுவார்' என்றான். அவன் சொன்னபடியே நடந்தது. தூக்கம் கண்ணைச் சுழற்றிக்கொண்டுவந்தபோது காலடி ஓசை கேட்டது. மௌனிதான். அறைக்கு வெளியே இரு கைகளையும் நிலைப் படியின் மேலே தூக்கிவைத்தவாறு முகத்தை மட்டும் உள்ளே விட்டுக்கொண்டார். லேசாகக் கனைத்தார். நாங்கள் எழுந்து உட்கார்ந்துகொண்டோம். 'நீங்க பாட்டுக்குத் தூங்குங்கோ, சௌகரியம் எப்பிடீனு பாக்க வந்தேன்' என்றார். அதன் பின் 'ஒரே ஒரு சந்தேகம். போன தவா வந்திருக்கச்சே 'அழியாச்சுடர்' கதையில அந்தப் பொண் அவனைக் கல்யாணம் பண்ணிண்டாளானு கேட்டியே. அப்பப்பொ ஞாபகம் வந்து தனியே சிரிச்சிப்பேன்' என்றார். நம்பி என் மனதில் ஏற்றியிருந்த மௌனியின் படிமத்தை வைத்து, இது ஒரு தூண்டில் என்று நினைத்துக்கொண்டேன். 'ஏன் ஸார், உளறல் கேள்வியா?' என்று கேட்டான் நம்பி. 'நோ நோ, இட் ஈஸ் எ ப்ரில்லியன்ட் கொஸ்டின்' என்று சொல்லிக் கொண்டே வலது காலை அறைக்குள் வைத்தார். 'ஸார் உக்காருங்கோ' என்றான் நம்பி. நாங்கள் இருவரும் சுவரைப் பார்க்க நகர்ந்துகொண்டோம். நின்று கொண்டிருந்த ஒரு கற்சிலை வாகாக அமர்ந்துகொண்டது போல் மௌனி உட்கார்ந்தார். புகை உடம்பு தன்னை மாற்றிக்கொள்வது போல் இருந்தது. 'அந்தப் பெண் என்னைப் பைத்தியமா அடிச்சுட்டா ஸார். இத்தனைக்கும் நீங்க அவளைப் பத்திப் பெரிசா ஒண்ணும் சொல்லிடலை. மாஜிக் மாதிரின்னா இருக்கு ஸார்' என்றான் நம்பி. நம்பியின் பாராட்டில் சிறிதும் சந்தோஷம் அடையாத மாதிரி முகத்தை இறுக்கமாக வைத்துக் கொண்டார் மௌனி. 'உனக்கு அவளப் பத்தி ஏக்கம் இருக்கு; அவளுக்கு உன்னைப் பத்தி இல்லியே' என்றார். தொடர்ந்து, 'அவ யாரை வேணா கட்டிண்டுபோறா, உனக்கென்ன மயிரு?' என்று கேட்டார். நம்பி பெரிதாகச் சிரித்தான். ஒவ்வொரு தடவை மௌனி கேலி செய்யும்போதும் அவனுக்குத் தாங்க முடியாத சந்தோஷம் ஏற்படும்.

'உனக்கு ரொம்பப் பிடிச்ச கதை எது?' என்னைப் பார்த்துக் கேட்டார் மௌனி. 'பிரபஞ்ச கானம்' என்றேன். நம்பியைப் பார்த்து,

'அதைப் படி' என்றார். அப்போதுதான் அவர் கையில் 'அழியாச் சுடர்' தொகுதி இருப்பதை நாங்கள் கவனித்தோம். பிரபஞ்ச கானத்தை நம்பி படிக்கத் தொடங்கினான் :

'அவன் அவ்வூர் வந்து, மூன்று வருஷம் ஆகிறது. வந்த சமயம், மேல் காற்று நாளே ஆயினும், அன்றைய தினம் உலகத்தின் வேண்டா விருந்தினன் போன்று காற்று, அலுப்புற்றுச் சலித்து, ரகசிய புக்கிடமாக, மரக்கிளைகளில் போய் ஒடுங்கியது போன்று அமர்ந்திருந்தது' என்று படித்து முடித்ததும், நம்பி, 'ரொம்ப அற்புதமான ஆரம்பம் ஸார்' என்று உணர்ச்சி வசப்படச் சொன்னான். 'சுருதி சேர்த்தபின் வீணையை மீட்டுவது போல் இருக்கிறது' என்றான். அவன் கூறிய சங்கீத உவமானம் மௌனிக்கு ரொம்பப் பிடித்துவிட்டது. புன்னகை மாதிரி உதடு நெளிந்தது. மௌனி என்னைப் பார்த்து, 'ஒனக்கு என்னென்ன சந்தேகம் உண்டோ, அவ்வளவையும் கேளு. தப்பா நெனச்சுக்க மாட்டேன்' என்றார்.

நம்பி கதையைத் தொடர்ந்து வாசித்தான். நடுவில் குறுக்கிட்டு நான் ஒரு கேள்வி கேட்டேன். 'ஸார், ஒரு சம்பாஷணை முடிந்ததும், கூறினான் என்று வருகிறது. மற்றோரிடத்தில் சொன்னான் என்று வருகிறது. மனசுக்குள் வித்தியாசம் இருக்கா?' என்று கேட்டேன். அந்தக் கேள்வி மௌனிக்கு ரொம்பவும் பிடித்துவிட்டது. முதல் தடவையாக அவர் சிரிப்பதையும் பார்த்தேன். கொஞ்சம் புகையிலையைச் சுருட்டி இடது வாயோரம் திணித்தபடி 'நீ கொஞ்சம் இடக்குப் பேர்வழின்னாலும் பெரிய மண்டை என்று நம்பி சொன்னது சரிதான்' என்றார். மௌனி புகழ்வதை அப்படியே எடுத்துக்கொண்டால் நாம் நாள்பட ஒண்ணாம் நம்பர் அசடாகி விடுவோம் என்று நம்பி சொல்லியிருந்தது நினைவுக்கு வந்தது. அவர் என்னைப் பார்த்து, 'எனக்குக் கூறினான்னா ஒண்ணு, சொன்னான்னு சொன்னா இன்னொண்ணு' என்றார். தொடர்ந்து 'மலர்ன்னா ஒண்ணு. பூன்னா இன்னொண்ணு என்று நூற்றுக் கணக்கான வார்த்தைகளை இப்படி மனசில பிரிச்சுப் போட்டுண்டு இருக்கேன்' என்றார். 'ஒண்ணு ரெண்டு உதாரணங்களைச் சொல்லுங்களேன், ஸார்' என்றேன். சம்பாஷணை சரியான தடத்துக்குள் நுழைந்து விட்டது (நுழைய வைத்துவிட்டார் என்றும் சொல்லலாம்) மௌனியின் முகத்திற்கு ஒரு குளுமையைத் தந்திருந்தது. 'சொன்னான் அப்டீன்னு சொன்னா மேலோட்டம். அதோட லௌகீக தளம். ஆழமோ கனமோ ஒரு எழவும் கிடையாது. கூறினான் அப்டீன்னு சொன்னா, அதில தீர்மானம், உறுதி இப்டீன்னு எவ்வளவோ இருக்கு. மௌனி ஒரு அடாவடிக்காரன் என்று அவர் நண்பர் சொன்னார், அப்டீன்னு சொல்றது. 'மௌனி ஒரு எழுத்தாளனே இல்லை' என்றால் அவன் கூறினான் என்று வரும். அர்த்த மாறதா?' என்றார். 'பூ அப்டீன்னு சொன்னா எனக்கு அது சின்னது. பிச்சிப்பூ, முல்லைப்பூ மாதிரி. மலர்ன்னா தாமரை, சூரியகாந்தி மாதிரி' என்றார். 'அதோட நீங்க ஒண்ணு

தெரிஞ்சுக்கணும். அகராதி ஒரு விவஸ்தைகெட்ட மொண்ணை வஸ்து. ஒவ்வொரு வார்த்தைக்கும் ஏகதேசமா இதுதான் அர்த்தம் அப்டீனுதான் அதால சொல்ல முடியும். ஒரே அர்த்தம் தர ரெண்டு சொல்லுக்குள்ளே மயிரெழை வித்தியாசம் இருக்கு. அதுக்கு பாஷை கிடையாது. மனசால உணர்ந்தா உண்டு. இல்லைன்னா இல்லை. ரெட்டக் குழந்தைகளுக்கு இருக்கிற வித்தியாசத்தத் தெரிஞ்சுக்கற மாதிரி இது. இல்லைன்னா ராமென லட்சுமன்னும் லட்சுமணனெ ராமன்னும் தப்புத் தப்பாக் கூப்பிட்டிண்டே இருப்போம். அவன்ட்ட சொல்ல வேண்டியதெல்லாம் இவன்ட்ட சொல்வே. உளறல்தானே அது. இப்ப நாம எழுதற தமிழெல்லாம் தப்புத் தமிழ். அதில யோசிக்காத பழக்கம் இருக்கே தவிர யோசிச்சு கண்டுபிடிப்பு ஒரு மயிரும் கிடையாது. இப்படி எழுதறதெ விட நாக்கப் பிடுங் கிட்டுச் சாகலாம்' என்றார்.

'நீங்க சொல்றது புத்தம்புதுசா இருக்கே ஸார்' என்றான் நம்பி.

'புத்தம்புதுசுதான். நாள்பட யோசிச்ச புதுசு. உங்க ரெண்டு பேருக்கும் வள்ளிசா இது தெரியாது' என்றார் மௌனி. எங்களுக்குக் கேட்கக் கஷ்டமாக இருந்தது. யோசிக்க வேண்டும் என்று தோன்றிற்று.

'எப்படி ஸார், நான் சுமாரா எழுதறேனா?' என்று கேட்டான் நம்பி.

'சுமாராகவா? ரொம்ப நன்னா எழுதறே' என்றார். ஏதோ மேற்கொண்டு சொல்லவரும் மௌனியின் முகத்தையே நம்பி பார்த்துக்கொண்டிருந்தான். அவன் முகம் முழுக்க சந்தேகமாக இருந்தது.

'எனக்கு ஒரு வயசான சித்தப்பா இருந்தார். ஒண்ணுக்குப் போகத் தொடங்கினா அவர் பாட்டுக்கு ஒண்ணுக்குப் போயிண்டே இருப்பார். என்னடா இது, மூணு நாலு கொடம் பிளாடர்லேயிருந்து வர முடியுமா அப்டீனு தோணும். எல்லாரும் ஒண்ணுக்குப் போக வேண்டியதுதான். அதுல சந்தேகமே கிடையாது. ஆனா ஒண்ணுக் குப் போகத் தொடங்கினா முன்னப்பின்ன முடிச்சுக்கணும்னு கிடையாதா? நீ பாட்டுக்கு நீலக் கடல் கதையிலே போயிண்டே இருக்கியே. என் சித்தப்பாவயே தோக்கடிச்சிடுவாய் போலிருக்கே' என்றார்.

தனக்கு நோபல் பரிசு கிடைத்தது போல் நம்பி சந்தோஷப் பட்டுக்கொண்டான்.

'மண்டையாலதான் எழுத முடியும். அதுலயும் மனுச மண்டை யாலே. அதனாலதான் உராங்குட்டான், சிம்பன்சி எல்லாம் கவிதை எழுதாம இருக்கு. பிரக்ஞை சுடர் மாதிரி எரிஞ்சிண்டே இருக்கணும் உள்மனசிலே' என்றார்.

நம்பி தயக்கத்துடன், 'ராமசாமி கதைகளைப் படிச்சிருக்கேளா ஸார்?' என்று கேட்டான்.

'அவன் கதைகளைப் படிக்காம இருக்க முடியுமா? ஜானகிராமன் பெரிய டிஸ்கவரீனு சொல்லியிருக்கானே. தன்னைவிட நன்னா எழுதறதாகச் சொல்றான் அவன். அது மட்டுமா, தூங்கச்சயும் க. நா. சு. இவன் பெயரேப் புலம்பின வண்ணமா இருக்கே. லேசான ஆளா? படிச்சிருக்கேன்' என்றார்.

'புரியற மாதிரி சொல்லுங்களேன் ஸார்' என்றான் நம்பி. குரலில் கெஞ்சல் இருந்தது.

மௌனி என் கையைப் பிடித்துக்கொண்டார். 'இவன் மூளை கலையைப் படைக்கவிடாதே. அதுக்கு நான் என்ன செய்ய முடியும்? கலையைவிட தான்தான் உயரம் அப்டீன்னு ஒரு முக்காலிலே ஏறி நின்னுப்பன். கலை பெரிசுடா, சித்தக் கீழ எறங்குடா, புண்ணியமாப் போகும் அப்டீன்னு சொன்னாக் கேக்க மாட்டேங்றானே' என்றார்.

நம்பி நமுட்டுச் சிரிப்புச் சிரித்தான். எனக்கு உலக்கையடி கிடைத்தது அவனுக்குச் சிறிது சந்தோஷத்தையும் தந்ததோ என்னவோ.

'எனக்கும் ஊர்ல நண்பர்களுக்கும் அவர் எழுத்தைப் பத்தி ஒசத்தியான அபிப்பிராயம் ஸார்' என்றான் நம்பி.

மௌனி, நம்பியின் முகத்தைக் கூர்ந்து பார்த்தார். 'ஒண்ணு கேக்கறேன். பதில் சொல்லு. நீ ரம்பை, திலோத்தமை, ஊர்வசி இவாளையெல்லாம் பாத்திருக்கியா?'

'எனக்கு அந்த பாக்கியம் கிடைக்கலையே ஸார்' என்றான் நம்பி.

'அதுதான் ரோட்ல போற குட்டிகளெல்லாம் பார்த்துப் பல்லக் காட்டிண்டு இருக்கே. ஒரு பாவாடை நுனி தெரிஞ்சாப்போரும், பின்னாலெ போயிண்டேயிருப்பே. முன்னாலே போயிண்டிருக் கிறவளெப் பொண்ணுன்னு சொல்லலாம். என்ன மயிருக்குப் பேரழகின்னு சொல்லணும்?' என்றார்.

'நீங்கள் இன்னும் தெளிவாகச் சொன்னாத்தான் எனக்குப் புரியும்' என்றேன்.

'விவரமாச் சொன்னா உன் மூளையால என்னைச் சகதியில தள்ளிடலாம்னு பாக்கறியா?' என்றார்.

'சரி, எங்க ரெண்டு பேரையும் விட்டுட்டு மத்தவங்களப் பத்திச் சொல்லுங்களேன்' என்று கேட்டேன்.

'நீ ஒவ்வொண்ணாக் கேளு. நான் சொல்றேன். எனக்கென்னடா பயம்? என் நாக்கை அறுத்தாலும் காட்டெருமையை மான் குட்டின்னு சொல்லமாட்டேன்' என்றார்.

‘முதல்ல பாரதி’ என்றான் நம்பி.

‘அவன் அப்புராணி. சங்கடப்பட்டுச் செத்துப்போனவன். அவனை வதச்சது காணாதா?’ என்று கேட்டார் மௌனி. முகத்தைப் பரிதாபமாக வைத்துக்கொண்டார்.

‘நாங்கள் தெரிஞ்சுக்கறதுக்குத்தானே. பேப்பரிலேயா போடப் போறோம்’ என்றான் நம்பி.

‘அவனுக்கு நல்ல படிப்பு. பொய் சூது வாது கிடையாது. ஆனா அவனுக்குக் கவிதை எழுதவராது. அதுக்கு நானென்ன செய்ய முடியும்?’ என்றார்.

எங்களுக்கு மிகுந்த அதிர்ச்சியாக இருந்தது.

‘இன்பத்தேன் வந்து பாயுது காதினிலே அப்டீனு சொல்றானே, அந்த அனுபவத்தை நெனச்சுப் பாத்திருக்கேளா? அருவருப்பு, தாங்க முடியாத அருவருப்பு. என்ன இது? ஒரு கவிஞன் இப்படியா சொல்லுவான்?’

‘கவிதையை இப்படிப் பார்க்க முடியுமா ஸார்? கவித்துவ உலக ஒப்பீடுகளையோ, வர்ணனைகளையோ யதார்த்தம் சார்ந்து மதிக்க முடியுமா ஸார்?’ என்று நான் கேட்டேன்

‘அப்படியா? எனக்குத் தெரியலே. ஒரு உதாரணம் சொல்லேன்’ என்றார் மௌனி.

நான் வாய்ப்பான வரிகளைச் சொல்ல முயன்றுகொண்டிருந்தேன். உடனடியாக எனக்கு எதுவும் ஞாபகத்துக்கு வரவில்லை.

‘அவசரமில்லை. ஒரு வருஷம் டைம் தரேன். பின்னால எழுது’ என்றார்.

‘பிச்சமூர்த்தி?’ என்றான் நம்பி.

‘நான் அவரைப் பத்தி ஒண்ணும் சொல்ல விரும்பலை’ என்றார் மௌனி.

‘ஏன் ஸார்?’ என்று கேட்டான் நம்பி.

‘அவர் மஹான். கும்பகோணம் தாகூர். பிரம்மரிஷி. கோச்சுண்டு சபிச்சா ஆமையாப் போயிடுவேன்’ என்றார்.

‘அவர் எழுத்தை மதிக்கிறவன் ஸார் நான். நீங்கள் கிண்டல் செய்வதைவிட விமர்சனமாக எதாவது சொல்லலாமே’ என்றேன்.

‘சமீபத்திலே ஒரு கட்டுரை படிச்சேன். நான் தாடி வளர்ப்பது ஏன்? என்ற தலைப்பில் எழுதியிருக்கிறான். கொஞ்சமாவது சொரணை இருக்கா? நீ எதுக்குத் தாடி வளத்தா எனக்கென்னடா? தாடி வளர்வது ஏன் என்று எழுது. நாலு பேர் தெரிஞ்சுக்க வேண்டிய விஷயம் அது’ என்றார்.

நம்பி பொய்ச் சிரிப்புச் சிரித்தான். அவனிடம் இந்த விஷயத்தை ஏற்கனவே சொல்லியிருக்கலாம் என்று தோன்றிற்று. அத்துடன்

அவர் சொல்லுகிற விஷயங்கள் எல்லாமே சொல்லிச் சொல்லித் தடம் விழுந்து மாஜிக் காட்டுகிறவன் பேச்சுப் போல் இருந்தது.

எங்கள் மனம் சோர்வடைந்தது ஒரு நொடியில் அவருக்குத் தெரிந்துவிட்டது.

'அப்பறம் பேசலாம். இருக்கப் போறேளே ரெண்டு நாள்' என்றார். எழுந்து நின்று துண்டை உதறினார்.

நாங்கள் படுத்துக்கொண்டதும் தூக்கம் எங்களை ஆட்கொண்டது.

2

மறுநாள் புதுமைப்பித்தன், க. நா. சு., லா. ச. ரா. மூவரைப் பற்றியும் கேட்போம் என்று எனக்குத் தோன்றிற்று. நம்பியும் சரி என்றான். 'அதோடு மானமா நிறுத்திப்போம். கம்பன், வால்மீகி எல்லோரையும் பொட்டுக்கடலை ஆக்கிடுவாரோனு பயமா இருக்கு' என்றான்.

புதுமைப்பித்தனைப் பற்றி மௌனிக்கு நல்ல அபிப்பிராயம் இருந்தது. 'சோ. வி. கெட்டிக்காரன். ஹி இஸ் எ பாண் பொயட். ஹிஸ் கமாண்ட் ஓவர் த லாங்குவேஜ் ஈஸ் வொண்டர்புஃல்' என்றார். பு. பி.யைக் கேலி செய்யும் நோக்கம் அவருக்கு இல்லை என்பது தெரிந்தது.

க. நா. சுவைப் பற்றியும் அவருடைய அபிப்பிராயம் கொஞ்சம் உயர்வானதுதான். 'அவருடைய நாவல்கள், சிறுகதைகள் எல்லாம் எப்படி ஸார்?' என்று நான் கேட்டேன். அந்தக் கேள்விக்கு அவர் பதில் சொல்லவில்லை. 'எழுத்துலே கரித்துண்டுக்கும் வைரத்துக்குமான வித்தியாசம் அவனுக்குத் தெரியும். அந்த ஒண்ணே போருமே' என்றார். புதுமைப்பித்தன், க. நா. சு. ஆகியோரின் படைப்புக்கள் பற்றி அவர் எதுவும் கமிட் செய்து கொள்ளாதது என் மனதை உறுத்திற்று. லா. ச. ரா.வைப் பற்றிக் கேட்டபோது, 'என் வாயைப்பிடுங்கப்படாது. அவன் காதிலே விழுந்தா ஜென்மத்துக்குத் துடிச்சுண்டிருப்பான். வெண்ணெய் தடவி எனக்குச் சொல்லவும் தெரியாது' என்றார்.

'லா. ச. ராவைப் பத்திமட்டும் சொல்லுங்கோ. அதோட நிறுத்திக்கலாம்' என்றான் நம்பி.

'ஒரு வார்த்தை சொல்லுவேன். அதுக்கு மேலே கேக்கக் கூடாது' என்று நிபந்தனை போட்டார் மௌனி. 'அவனுக்குப் பறந்து சந்திர மண்டலத்துக்குப் போணம்னு ஆசை. ஆனா சொட்டச் சொட்ட எண்ணெயெத் தேச்சுண்டு மெத்தையில நம்ம கிட்ட வந்து படுத்துண்டுருவன்' என்றார்.

அவர் என்ன சொல்கிறார் என்றே எங்களுக்குப் புரியவில்லை. இடக்கு, கேட்கக் கேட்க உச்சிக்குப் போய்விடும் என்று தோன்றிற்று.

3

அதன் பின் நானும் நம்பியும், நான் மட்டும், நம்பி மட்டும் என்று பல தடவை மௌனியைப் பார்க்கப் போயிருக்கிறோம். இவை தவிர 1959இல் சென்னையில் நடந்த அனைத்து இந்திய எழுத்தாளர்கள் மாநாட்டிலும், 1966இல் ஆல்வாயில் நடந்த மாநாட்டிலும் அவரைச் சந்தித்து நிறையவே பழக எனக்கும் நம்பிக்கும் சந்தர்ப்பம் கிடைத்தது. ஒருமுறை நானும் வெங்கட் சாமிநாதனும் அவரைப் பார்க்கப் போனோம். அதன் பின் நான் மட்டும் ஒரு தடவை பார்க்கப் போனேன் என்பதுதான் என் நினைவு. அதுதான் கடைசி முறை.

தொடர்ந்து நிகழ்ந்த சந்திப்புகளில் அவரிடம் பேசுவதில் எனக்கு ஆர்வம் குறைந்து கொண்டேதான் வந்தது. வேறு பல விமர்சனங்களுடன், பலமுறை பலரிடமும் சொல்லிவிட்ட விஷயங் கள் அவரிடம் அளவுக்கதிகமாக மீண்டும் வந்தன. ஒவ்வொரு தடவையும் புதிதாகக் கேட்பது போல் முகத்தை வைத்துக்கொள்வது எனக்கும் நம்பிக்கும் பெரிய தண்டனையாக இருந்தது.

அவருடைய இலக்கிய அபிப்பிராயங்களைத் தொடர்ந்து கேட்டுக்கொண்டிருந்தபோது அதன் சாராம்சம் தன் சமகாலத்த வர்கள் எல்லோரையும் வெங்காயம் போல் கொஞ்சம் கொஞ்ச மாகவும் தளுக்காகவும் உரித்துக்கொண்டேவந்து தன்னை மட்டும் தனியாக நிறுத்திக்கொள்ளும் முயற்சியாகத்தான் பட்டது. எழுத் தாளர்களுக்கு இல்லாத ஒரு புதிய நோய் என்று இதைச் சொல்ல முடியாவிட்டாலும்கூட, மௌனியிடம் அது கடுமையாகவே இருந்தது. அத்துடன் மௌனியிடம் அவரையும் அவருடைய எழுத்துக்களையும் தவிர வேறு எந்த விஷயத்தைப் பற்றியும் பேசுவது சாத்தியமில்லை. வேறு விஷயங்களுக்குள் நாம் நுழைந்தாலும் அங்கு நம்முடன் உறவாடுவது போல் ஜாலம் காட்டிவிட்டு மீண்டும் நம்மை அவருடைய உலகத்திற்குள், நமக்குத் தெரியாமலேயே, இழுத்துக்கொண்டு வந்துவிடுவார்.

1958க்கு முந்திய மௌனியை எனக்குத் தெரியாது. அதற்குப் பின்னால் எனக்குத் தெரியவந்த மௌனி சிந்திப்பதையும் வாசிப் பதையும் எழுதுவதையும் கூட நிறுத்திப் பல வருடங்கள் ஆகிவிட்டன என்றுதான் பட்டது. உலகத்தைப் பார்க்காமல், வாழ்க்கையிலிருந்து எந்த எதிர்வினையும் பெறாமல், தன்னைக்கூடப் பார்த்துக்கொள்ளா மல், தன் பிரதாபத்தின் போதையில் கரைந்து நிற்க விரும்பியவராகவே அவர் எனக்குத் தென்பட்டார். வாழ்க்கை மிகக் கடுமையாக அவரைச் சோதித்திருந்தது. இவை சார்ந்த துயரங்கள் வடிந்த பின்புகூட இச்சோதனைகளை இயற்கையின் விதிவிலக்கற்ற விளை வாகப் பார்க்காமல் தன் வாழ்க்கையில் ஏற்பட்ட வீழ்ச்சியாகவே அவர் நினைப்பது போல் தோன்றிற்று. ஓரளவு நெருக்கமான

நண்பர்களிடம்கூட தனது துக்கங்களைப் பகிர்ந்துகொள்ள அவருக்கு உள்ளூரக் கூச்சம் இருந்தது. என்னைவிடவும் பல மடங்கு அதிகமாக நம்பியை அவர் நேசித்தார். தன்னைப் பகிர்ந்துகொள்ள ஏதோ ஒரு தடுப்பு அவரிடம் இருப்பதை உணர்வதாக அவன் சொல்லியிருக்கிறான்.

எழுத்துப் பிரதியாக, பல இலக்கிய உருவங்களில், தன்னிடம் நிறையப் படைப்புக்கள் இருப்பதாக மௌனி பல முறை எங்களிடம் சொல்லியிருக்கிறார். என் மனம் இதை ஒப்பவில்லை. ஏதேனும் ஒரு பகுதியைப் படித்துக்காட்டப் பல முறை கேட்டுக் கொண்டிருக்கிறோம். படித்துக்காட்டியதே இல்லை. தனக்கு மேல்நிலை கணிதத்திலிருந்த ஈடுபாடு பற்றிப் பிரஸ்தாபித்த மௌனி, கணிதம் முதுகலை படித்துக்கொண்டிருந்த ஒரு மாணவனிடமிருந்து பாடப் புத்தகத்தைப் பெற்று, விடிய விடிய உட்கார்ந்து அத்தனை கணக்குகளையும் ஒரு நோட் புத்தகத்தில் போட்டிருப்பதை எங்களிடம் காட்டினார்.

மௌனியிடம் பழகும்போது ஈரமோ, நெகிழ்ச்சியோ இல்லாத மனித ஜென்மம் என்று பிறர் தன்னைச் சொல்லும்படி நடந்துகொள்வார். ஆனால் அவரிடம் நெருங்கிப் பழகப்பழக ஒட்டிக்கொள்ளும் குணம் அவரிடம் இருப்பது நெகிழ்ச்சியுடன் வெளிப்படும். அதிலும் நம்பியின் பிரிவு அவரை மிகவும் சங்கடப்படுத்தியிருக்கிறது. எவ்வளவு சொன்னாலும் கேட்காமல் எங்களை வழியனுப்ப அவர் பஸ் ஸ்டாண்டுக்கு வருவார். ஒரு தடவை பஸ் புறப்பட முடுக்கப்பட்ட பின் வெளியில் நின்றுகொண்டிருந்த மௌனி நம்பியைப் பார்த்து ‘எறங்கிடுங்கோ. மதுரைப் பக்கம் கனமழை கொட்டறதாம்’ என்றார். நம்பிக்கு அழுகையே வந்துவிட்டது. நாங்கள் ஊர் வருவது வரையிலும் மௌனியின் தழுதழுத்த குரல் காற்றோடு வந்து காதிற்குள் கேட்டுக்கொண்டே இருந்தது.

மௌனி கருத்தரங்கு, பாண்டிச்சேரி - செப்டம்பர் - 2001

‘கணையாழி,’ மௌனி சிறப்பிதழ் - பிப்ரவரி - 2002

பச்சைக் குதிரை

சச்சிதானந்தன் 'பச்சைக் குதிரை' என்ற இந்த சிறுபத்திரிகையின் ஆசிரியராகவும், டி. சி. புக்ஸ் அந்தப் பத்திரிகையை வெளியிடுவோராகவும் அமையும்போது அது அபூர்வமான, மிக மேலான ஒரு இணைப்பாகும். கேரளக் கலாசாரத்துக்கு மிகவும் விலைமதிப்பிட முடியாத பங்களிப்பு அளித்தவர்கள் நாராயண குருவும் இ. எம். எஸ்ஸும் ஆவர். மற்றொரு விதத்தில், அதற்கு இணையான, பங்களித்தவர்களில் ஒருவர் டி. சி. கிழக்கே முறி. ரவி டி. சி. தமது தந்தையின் கனவுகளைத் தொடர்வது மட்டுமின்றி அதனை விரிவுபடுத்தவும் செய்துவருகிறார். இந்திய இலக்கியத்தைக் குறித்து இவ்வளவு ஆர்வமும் இந்திய இலக்கியவாதிகளுடன் இந்த அளவுக்குத் தொடர்பும் கொண்ட எழுத்தாளர் சச்சிதானந்தனைப் போல மற்றொருவர் இருப்பாரா என்பது சந்தேகமே. இவர்கள் இருவர் முன்னிலையிலும் சில விஷயங்களை இந்தச் சபையில் கூறுவது பொருத்தமானதே.

தமிழ், மலையாளம் ஆகிய மொழிகளிடையே உள்ள உறவின் ஆழத்தைப் பற்றியும் நான் தமிழில் மீண்டும் மீண்டும் பேசியும், எழுதியும், இப்போது ஒருவிதச் சோர்வு அடைந்திருக்கிறேன். நவீன மலையாள இலக்கியத்தை எப்போதும் தூக்கிப் பேசுகிறவன் என்கிற கெட்ட பெயர் எனக்குத் தமிழில் கிடைத்திருக்கிறது. தமிழில் எனக்குக் கிடைத்திருக்கிற அனேக கெட்ட பெயர்களில் இதுவும் ஒன்று என்ற காரணத்தால் நான் இதைப் பெரிதாகப் பொருட்படுத்தவில்லை. இந்தக் கெட்ட பெயர் பெற்ற நான் இப்போது மலையாள வாசகனிடம் ஒரு விஷயத்தைக் கூறப்போகிறேன்: சென்ற இருபது ஆண்டுகளில் நவீன தமிழ் இலக்கியம் மலையாளத்துக்கு இணையாகவோ அதை விட மேலாகவோ வளர்ந்திருக்கிறது. நீங்கள் பழைய புரிதலிலேயே இப்போதும் இருப்பீர்களென்றால் தவறு செய்தவர்கள் ஆவீர்கள். மலையாள வாசகர்கள் வங்காளம், கர்நாடக இலக்கியங்களுக்குத் தற்போது அளித்துவரும் முக்கியத்துவத்தைத் தமிழ் இலக்கியத்துக்கும் கொடுப்பீர்களென்றால் அது உங்களை நிச்சயம் ஏமாற்றம் அடையச் செய்யாது.

இந்திய மொழி இலக்கியங்களில் தமிழ் வாசகனை மிகவும் கவருவது மலையாள இலக்கியம்தான். தகழியும் பஷீரும்

எம். டி.யும் அண்மைக் காலத்தில் சக்கரியாவும் தமிழ் வாசகர்கள் மிகவும் விரும்பிப் படிக்கக்கூடியவர்கள். சச்சிதானந்தனின் நூறு கவிதைகளேனும் தமிழில் வந்திருக்கும். அவரது கவிதைகளில் ஒரு தமிழ்ச்சாயை பிரதிபலிப்பது தமிழ் வாசகனை அவருடைய கவிதையோடு அதிக நெருக்கத்தை அளிக்கிறது. இதையெல்லாம் நான் இங்கே கூறுவதற்குக் காரணம் தமிழும் மலையாளமும் தம் மிடையே வழங்கல்களை வாங்கல்களை இனியும் பல மடங்கு பெருக்க வேண்டும் என்பதுதான். ரவி டி. சி.யும் சச்சிதானந்தனும் மலையாளத்தின் பிரபல எழுத்தாளர்களும் இது போன்ற ஒரு திட்டத்தைப் பற்றிச் சிந்திக்கும்போது அதற்கு முக்கியத்துவம் ஏற்படும். அதற்கு இணையான செயல்பாடுகளை மேற்கொள்ளப் போதுமான வலிமை இப்போது என்னிடம் இல்லை. எனினும் நானும் என்னைப் போல் இது போன்ற பணிகளில் நம்பிக்கை கொண்ட தமிழ் எழுத்தாளர்களும் இணைந்து சிறிய அளவில் சில காரியங்கள் செய்ய இயலும். விரிவாகப் பேசுவதில் எனக்கு நம்பிக்கையில்லை. ஆர்வமிருந்தால் நாம் செய்வோம். இல்லை யெனில் செய்யமாட்டோம். இந்தப் பணியை நிறைவேற்றும் பொறுப்பை வரும் தலைமுறையினரிடம் விட்டுக்கொடுக்க வேண் டாம் என்பதே என் கருத்து. அவர்களுக்கு இதை விடவும் முக்கிய மான சில பொறுப்புகள் ஏற்படலாம்.

இன்னொரு விஷயம் சாகித்திய அக்காதெமியின் பரிசுகள் பற்றியது. சாகித்திய அக்காதெமி தமிழ் எழுத்தாளர்களுக்கு வழங் கியுள்ள பரிசுகளின் வரலாறு கரும் புள்ளிகள் நிறைந்தது. இதற்குப் பொறுப்பு தமிழ் எழுத்தாளர்கள் மட்டுமே. மத்திய சாகித்திய அக்காதெமி அல்ல. ஆனால் பரிசைத் தீர்மானிக்கும் விஷயத்தில் உள்ள நடைமுறைகளை வெளியே தெரியாமல் ரகசியமாக வைத் திருப்பதில் சாகித்திய அக்காதெமிக்கு ஏன் இவ்வளவு அக்கறை? பரிசுக்குரிய எழுத்தாளரின் தேர்வில் தொடங்கி முடிவுவரை நடைபெறும் காரியங்களை வெட்டவெளிச்சமாக வைத்துக் கொள்வதில் என்ன தவறு? மக்களின் வரிப்பணம்தான் பரிசாக அளிக்கப்படுகிறது. ஆகவே அதைப் பற்றிய எல்லா நடைமுறை களையும் அறிந்துகொள்ள மக்களுக்கு உரிமையுண்டு. நான் சொல் லும் இந்த விஷயம் சரியானதென்றால், நான் சொல்லும் விஷயத் தில் உங்களுக்கும் நம்பிக்கை இருக்குமென்றால் இதற்காக நீங் களும் குரல் எழுப்ப வேண்டும்.

இதற்கு மேல் இப்போது எனக்குச் சொல்வதற்கு ஒன்று மில்லை.

'பச்சைக் குதிரை' (மலையாளச் சிற்றிதழ்) வெளியீட்டு விழா, கோட்டயம் - 19.1.2002

காலச்சுவடு, இதழ் 40, மார்ச் - ஏப்ரல் 2002

சட்டம் பறிக்கும் சுதந்திரம்

மதமாற்றத் தடைச்சட்டத்தை நான் ஏற்கவில்லை. தமிழகத்தில் இந்தச் சட்டத்திற்கு எதிராகப் போராடுபவர்களுடன் மாணவர்களும் மாணவிகளும் இணைந்துகொள்ள வேண்டும் என்று கேட்டுக்கொள்கிறேன். எதிர்ப்பைப் பெரிய அளவில் உருவாக்கினாலும்கூட, குறிக்கோளை நாம் சென்று அடைய முடியுமா என்று கேட்டால், அதற்குத் தீர்மானமான பதில் என்னிடம் இன்று இல்லை. ஏனென்றால் ஏறத்தாழ ஒரு சர்வாதிகார ஆட்சிதான் இன்று தமிழகத்தில் நடந்துகொண்டிருக்கிறது. பல்வேறுபட்ட பணிகளைச் சார்ந்தவர்கள் தங்கள் பிரச்சனைகளை முன்வைத்து இன்று அரசாங்கத்திற்கு எதிராகப் போராடி வருகிறார்கள். இவர்களில் எவருடைய போராட்டத்தையும் கடுகளவுகூட அரசு பொருட்படுத்துவதாகத் தெரியவில்லை. மாறுபட்ட கருத்துக்களுக்குச் செவிசாய்த்து, மக்கள் எதிர்கொள்ளும் பிரச்சனைகளைப் புரிந்துகொள்ள வேண்டும் என்ற அடிப்படை ஜனநாயகப் பண்புகூட இந்த அரசுக்கு இல்லை. வரலாற்றில் சர்வாதிகார ஆட்சிகள் பல வண்ணங்களில், பல புதிய முகங்களில், பல புதிய முகத் திரைகளில் ஆட்டம் போட்டிருக்கின்றன. மக்களைப் பல விதமாக ஒடுக்கியிருக்கின்றன.

சர்வாதிகார ஆட்சியின் எந்த வகையையும் ஒரு எழுத்தாளன் ஏற்றுக்கொள்ளக் கூடாது. சமூகத்தை மாற்றி அமைக்கும் இனிப்பு வகையைச் சேர்ந்த சர்வாதிகார ஆட்சி, மக்களை ஒடுக்கும் கசப்பு வகையைச் சேர்ந்த சர்வாதிகார ஆட்சி என்று இரண்டு வகைகள் இல்லை. சர்வாதிகார ஆட்சி என்றாலே அது கசப்புதான். அடக்குமுறைதான். மக்களின் உரிமைகளைத் தட்டிப்பறிப்பதுதான். அவர்களை நீசத்தனமாக ஒடுக்குவதுதான். ஆனால் எல்லாச் சர்வாதிகார ஆட்சிகளும் மக்களை ஏமாற்ற முன்வைக்கும் கோஷம் ஒன்றுதான். அந்த கோஷம், 'மக்களை முன்னேற்றவே மக்களைக் கட்டுப்படுத்துகிறோம்' என்பதே. வேறு வார்த்தைகளில் இந்த அரசும் இதையே சொல்கிறது.

நான் ஏன் இந்தச் சட்டத்தை மக்கள் ஏற்கக்கூடாதென்றும் தங்கள் எதிர்ப்பை வெளிப்படையாகத் தெரிவிக்க வேண்டும் என்றும் கருதுகிறேன் என்பதற்கான காரணங்களில் ஒரு சிலவற்றை மட்டும் இங்கு சொல்கிறேன்.

நம் அரசியல் அமைப்புச் சட்டத்தின்கீழ் பல உரிமைகள் நமக்கு அளிக்கப்பட்டிருக்கின்றன. அந்த உரிமைகளில் ஒன்று தனி மனிதன் தனது சமயத்தைச் சார்ந்து வாழ்வதற்கான சுதந்திரம். இந்தியாவில் ஒருவனுக்கு அவன் விரும்பும் சமயம் சார்ந்து வாழ உரிமை உண்டு. தான் சார்ந்து நிற்கும் சமயத்தைவிட, மற்றொரு சமயம் தன் வாழ்க்கையை முழுமைப்படுத்தும் என்று அவன் கருதினால், தன் சமயத்தை விட்டுப் புதிய சமயத்தைத் தழுவிக் கொள்ளவும் அவனுக்குச் சுதந்திரம் உண்டு. அச்சமயத்தின் வழி யாகத் தனது எதிர்பார்ப்பு பூர்த்தியாகவில்லை என்ற நிலை உருவானால் மூன்றாவதாக ஒரு சமயத்தைத் தழுவிக்கொள்வதற்கும் அவனுக்கு உரிமை இருக்கிறது. கடைசியில் இவை எல்லாவற்றையும் விடத் தான் பிறப்பு வழியாகப் பெற்றிருந்த சமயம்தான் மேலானது என்று அவனுக்குத் தோன்றும் என்றால் அந்தச் சமயத்தை மீண்டும் அவன் தழுவிக்கொள்ளலாம். இவை தவிர, நம் அரசியல் அமைப்புச் சட்டத்தின்கீழ் எந்தச் சமயத்தைச் சாராமலும் நாம் வாழலாம். சமயங்களைச் சாராமல் கடவுளை நம்பும் மனிதர்களாக வாழவும் செய்யலாம். கடவுளின் இருப்பைப் பற்றியோ அவனது இருப்பற்ற நிலை பற்றியோ பேச மறுக்கும் கொள்கை சார்ந்தோ வாழலாம். சமயம் சார்ந்தோ, கடவுளை ஏற்றோ அல்லது மறுத்தோ வாழ்வது மட்டுமல்ல; அந்தக் கருத்துக்களை வெளிப்படையாக முன்வைத்துச் சமூகப் பாதிப்பை உருவாக்கவும் நமக்குச் சுதந்திரம் இருக்கிறது. இச்சுதந்திரத்தை நாம் பேணிக் காத்து வர வேண்டும்.

அரசு இப்போது கொண்டுவந்திருக்கும் சட்டம் பற்றி அதன் ஆதரவாளர்கள் முன்வைக்கும் வாதம் ஒன்று இருக்கிறது. இந்தச் சட்டம் மதமாற்றத் தடைச்சட்டம் அல்ல என்றும் கட்டாய மத மாற்றத் தடைச் சட்டமே என்றும் அவர்கள் கூறுகிறார்கள். அதாவது புதிய மதம் ஒன்றைத் தழுவிக்கொள்வதற்கான சுதந்திரத்தை அரசு தட்டிப் பறிக்கவில்லை என்றும் ஒருவனைக் கட்டாயப்படுத்தித் தனது மதத்தில் சேர்த்துக்கொள்ளும் அத்துமீறலையே தடுக்கிறது என்றும் சொல்கிறார்கள்.

மதம் மாறுகிற மக்கள் இன்று கட்டாயப்படுத்தப்படுகிறார்களா என்பது முதல் கேள்வி. ஒரு வாதத்திற்காகக் கட்டாயப்படுத்தப் படுகிறார்கள் என்றே வைத்துக்கொள்வோம். அப்படி அவர்கள் கட்டாயப்படுத்தப்பட்டால், கட்டாயப்படுத்தியவர்களைப் பற்றிய புகார் சமூகத்தில் வெளிப்பட்டுக்கொண்டிருக்கிறதா? அவ்வாறு புகார் செய்தவர்கள் யார் யார்? யார் யாரைப் பற்றி அவர்கள் புகார் செய்தார்கள்? ஒரு மனிதன் மீது அவன் ஏற்காத ஒன்றைத்

திணிக்கும்போது ஏதோ ஒரு வகையில் அவன் தன் எதிர்ப்பை வெளிப்படுத்தத் தொடங்குகிறான். பலர் இதே பாதிப்புக்கு ஆளாகும்போது அவர்களுடைய எதிர்ப்புக்குரல் ஒன்று திரண்டு வலுப்படுகிறது. தனிமனிதர்களுக்கு ஏற்படும் எதிர்ப்பைத் தெரிவிக்க எத்தனையோ வழிமுறைகள் இன்றும் நம் சமூகத்தில் இருக்கின்றன. பாதிக்கப்பட்டவர்களே ஒரு புதிய இயக்கத்தை உருவாக்கலாம். அல்லது ஏற்கனவே செயல்பட்டுக்கொண்டிருக்கும் ஒரு இயக்கத்தின் வழியாகத் தம் குறைகளை வெளிப்படுத்த முயலலாம். பாதிக்கப் பட்டவர்கள் ஒரு அரசியல் கட்சியினரிடம் தங்கள் பிரச்சனையைச் சொல்லி அவற்றை மக்கள் மன்றங்களில் முன்வைக்கும்படி கேட்டுக் கொள்ளலாம். தனது சமயத் தலைவர்களிடம் புகார் கூறலாம். காவல்துறையினரின் உதவியை நாடலாம். கட்டாயப்படுத்துபவர் களுக்கு எதிராக வழக்குத் தொடரலாம். இது போன்ற புகார்கள் எதுவும் நம் சமூகத்தில் இன்று இருப்பதாகத் தெரியவில்லை.

மதம் சார்ந்த நம்பிக்கை என்பது உலகெங்கும் மக்களின் ரத்தத்தில் ஊறிப்போன ஒன்று. எளிதில் அவர்கள் அந்த நம்பிக் கையை இழக்கவோ விட்டுத்தரவோ விரும்ப மாட்டார்கள். எந்தக் கடவுளை அவர்கள் வணங்கிக்கொண்டிருந்தாலும் சரி, அந்தக் கடவுளை மாற்றிக்கொள்வது அவர்களுக்கு மனநெருக்கடியை உருவாக்கும் விஷயமாகவே இருக்கிறது. லஞ்சம் கொடுத்துக் காரியங்களைச் சாதிப்பது போல் மதமாற்றங்களைச் செய்வது சாத்தியமில்லை என்றே கூற வேண்டும்.

ஒரு மதத்திலிருந்து தப்பித்துப்போக விரும்புகிறவர்களை வர வேற்றுத் தன் மதத்தில் அவர்களை இணைத்துக்கொள்வது அவர் களைக் கட்டாயப்படுத்துவது ஆகாது. இந்தப் பணி இன்று நம் சமூகத்தில் நடந்துகொண்டிருக்கிறது. மதத் தலைமைகள் மதம் மாற்றுவதற்கான திட்டங்கள் எதுவும் இல்லாமல் தாங்கள் கொண்டி ருக்கும் வலிமையிலேயே திருப்தி அடைந்து செயல்பட்டுவருகின்றன என்று கூற முடியாது. கிறிஸ்துவ மதத் தலைமையும் சரி, இஸ்லாம் மதத் தலைமையும் சரி, பிற மதத்தினர் தங்கள் மதத்தைத் தழுவிக் கொள்வதன் வழியாக மட்டுமே அவர்கள் மேல்நிலையைச் சென்ற டைய முடியும் என்ற முடிவில் பிடிவாதமாக இருக்கின்றன. இது ஒரு பிற்போக்கான சிந்தனை ஆகும். மனிதனை மேல்நிலைக்கு எடுத்துச் செல்லும் உத்திரவாதத்தை அளிக்கும் சமயம் என்று எதுவுமே இல்லை. நீண்ட மரபு கொண்ட சமயங்களின் தலைமை இன்றும் இது போன்ற முடிவுகளில் நிற்பது நவீனச் சிந்தனைக்கோ, விமர்சனங்களுக்கோ இந்த மதங்கள் ஆட்பட்டு, காலத்திற்கு ஏற்பப் புதிய சிந்தனைகளை உருவாக்கிக்கொள்ளவில்லை என்பதையே காட்டுகிறது. இச்சமயங்கள் சுய விமர்சனங்களுக்குத் தங்களை ஆளாக்கிக்கொள்ளவில்லை. ஒவ்வொரு மதத்தினரும் அவர்களுடைய மதம் சார்ந்து விடுதலையை அடைய முடியும் என்பதுதான் இந்து சமயத்தின் பார்வை. இன்று இந்து சமயமும் அரசியல்

மயமாக்கப்பட்ட பின்பு தங்கள் மதத்தினர் மற்றொரு மதத்தைத் தழுவக் கூடாது என்பதை ஒரு அரசியல் பிரச்சாரமாக மாற்றியிருக்கிறார்கள். இந்து சமயம் ஒரு சமயமே அல்ல; அது ஒரு வாழ்க்கை முறைதான் என்று இந்து சமயத்திற்கு எதிரான விமர்சனங்கள் வரும்போது தற்காத்துக் கொள்கிறவர்கள் எந்த வாழ்க்கை முறையைக் கடைப்பிடிக்க வேண்டும் என்று தீர்மானிக் கும் சுதந்திரத்தை அம்மதத்தினருக்கு ஏன் அளிக்க மறுக்கிறார்கள்?

புதிய சட்டம் ஒன்றைக் கொண்டுவர விரும்பும் ஒரு பொறுப் பான அரசு அச்சட்டத்தின் அடிப்படைக் கருத்துக்களை முதலில் மக்கள் மத்தியில் பரப்ப வேண்டும். இவ்வாறு பரப்புவதன் மூலம் அச்சட்டத்தைப் பற்றிய எண்ணங்கள் மக்களிடமிருந்து வெளிப் பட்டு அது சமூக விவாதமாக வளர்ச்சி கொள்கிறது. இந்நிலையில் தான் அச்சட்டத்திற்கு எந்த அளவுக்கு ஆதரவு அல்லது எதிர்ப்பு மக்களிடையே இருக்கிறது என்பதை அரசு புரிந்துகொள்ள முடியும். சமயம் சார்ந்த பிரச்சனையோ மனித உணர்ச்சியை வெகுவாக உள்ளடக்கியது. இந்தியாவில் பத்துப் பதினைந்து ஆண்டுகளுக்குள் இந்து சமயம் சார்ந்த அரசியல் தலைவர்கள், சமயங்கள் தமக்குள் கொண்டிருந்த உறவுகளைத் திட்டமிட்டுச் சீரழித்து வைத்திருக் கிறார்கள். இந்தப் பின்னணியில் மதம் சார்ந்த சட்டத்தை ஒரு அரசு கொண்டுவரும்போது மிகுந்த கவனம் எடுத்துக்கொண்டிருக்க வேண்டும். ஆனால் நம் இன்றைய அரசு எந்த கவனமும் எடுத்துக் கொண்டதாகத் தெரியவில்லை. தான் கொண்டுவர இருக்கும் சட்டத்தைப் பற்றி மக்கள் என்ன நினைக்கிறார்கள் என்பதை அறிந்துகொள்ளத் துளியும் அக்கறை காட்டாமல் திடீரென்று, முன்னறிவிப்புகள் எதுவுமின்றி, இந்தச் சட்டத்தை மக்கள்மீது திணித்திருக்கிறார்கள். சட்ட மன்றத்தில் தனக்கு இருக்கும் பெரும் பான்மை மூலம் இச்சட்டத்தை அமுல்படுத்திவிட முடியும் என்ற கணக்கில் மட்டுமே அரசு நம்பிக்கை கொண்டிருந்திருக்கிறது. மனித உணர்ச்சிகளின் மீது இன்றைய அரசுக்குச் சிறிதும் மதிப்பில்லை.

ஏழை எளியவர்கள், ஒடுக்கப்பட்டோர், தலித்துகள் ஆகியோரை வேற்று மதத்தினர் தங்கள் மதங்களில் சேர்த்துக்கொள்வதைத் தடுக்க வேண்டும் என்பதே தங்கள் நோக்கம் என்று இந்து மதத் தலைவர்கள் சொல்லிவருகிறார்கள். இவர்களது வாழ்க்கையைச் சார்ந்த கொடுமைகளைப் பரிசீலனை செய்யவோ அவற்றுக்குத் தீர்வு காணவோ வரலாற்றில் என்றும் அக்கறை கொள்ளாமல் இருந்திருக் கும் இந்து மதத் தலைமைக்கு இன்று மட்டும் தலித்துகளைப் பற்றியும் பிறரைப் பற்றியும் கவலை கொள்ளும் உரிமையை யார் அளித்தார்கள்? தலித்துகளை உருவாக்கியவர்கள் யார்? இந்து மதத்தினர்தானே. அதிலும் முக்கியமாக அம்மதத்தை இன்றும் ஆட்டிப் படைக்கும் மேல்ஜாதியைச் சார்ந்தவர்கள்தானே. இவர்கள் தலித்துகளின் அடிப்படை உரிமைகள் அனைத்தையும் தட்டிப்பறித்த

பின் நூற்றாண்டுகள் பல கழிந்துவிட்டன. ஒவ்வொருவரும் ஆற்றும் பணி சார்ந்து ஜாதியை உருவாக்கியிருப்பவர்கள் எந்த ஜாதியிலும் தலித்துகளுக்கு இடம் தரவில்லை. ஜாதி சார்ந்த அடையாளம்கூட அவர்களுக்கு அளிக்காமல் பஞ்சமர் என்ற முத்திரையைக் குத்தி அவர்களை வெளியே தள்ளியிருக்கிறார்கள். அவர்கள் மீது தீண்டாமையைத் திணித்திருக்கிறார்கள். அடிப்படை வசதிகள்கூட அவர்களுக்கு அளிக்காமல் சமூகத்திற்கு வெளியே அவர்களைத் தள்ளி வைத்திருக்கிறார்கள். இவ்வாறான கொடுமைகளைச் சுயலாபத்தை முன்னிட்டு, அதிகாரத்தை முன்னிட்டு உருவாக்கி வைத்திருப்பவர்களுக்கு இன்று மட்டும் தாழ்த்தப்பட்டவர்களைப் பற்றியும் தலித்துகளைப் பற்றியும் என்ன கவலை? அவர்களுடைய எதிர்காலத்தைப் பற்றி ஏன் இந்த அக்கறை?

வெள்ளையர்கள் நமக்கு அந்நியமானவர்கள். நம்மைச் சுரண்ட வந்தவர்கள். ஓட்டாண்டிகளாகவும் கலாச்சார வறுமை கொண்டவர்களாகவும் நம்மை மாற்றுவது அவர்களுக்கு முக்கிய நோக்கமாக இருந்திருக்கிறது. நமக்குள் நாம் கொண்டிருந்த ஒற்றுமையைக் குலைப்பதும் வேற்றுமைகளை வளரச் செய்வதும் அவர்களது குறிக்கோளாக இருந்திருக்கிறது. ஆகவே இவர்களது ஆட்சியில் நாம் எப்படி இருந்தோம் என்ற கேள்வி இன்றையக் காலத்திற்குப் பொருத்தமானது அல்ல. இன்று இந்தியா விடுதலை பெற்று, நம் ஆட்சி அமுலுக்கு வந்து ஏறத்தாழ ஐம்பத்தைந்து வருடங்கள் ஆகிவிட்டன. அரை நூற்றாண்டுக்கு மேற்பட்ட இக்காலத்தில் தாழ்த்தப்பட்டவர்களையும் தலித்துகளையும் சமூக மனிதர்களாக மாற்ற இந்திய அரசு என்னென்ன தீவிரமான முயற்சிகளை மேற்கொண்டது? இந்த அரை நூற்றாண்டு காலத்தில் அரசால் தீண்டாமையைக்கூட ஒழித்துக்கட்ட முடியவில்லை. சுதந்திர ஆட்சி மலர்ந்ததும் இந்த இழிவுக்கு முன்னுரிமை தந்து, குறைந்த பட்சம் தீண்டாமை எனும் கொடுமையையேனும் அகற்றியிருக்க வேண்டும். போர்க்காலச் செயல்பாடுகளின் அடிப்படையில் துடைத்து எறிந்திருக்க வேண்டிய ஒரு அவமானம் இது. இந்தியாவின் பல இடங்களில் தலித்துகளுக்குப் பெயரளவில் வாக்குரிமை இருக்கிறதே தவிர தங்கள் வாக்குகள் சார்ந்து சுதந்திரமான தேர்வுகளைத் தேர்தல்களில் அமுல்படுத்தும் உரிமைகூட இல்லை. இந்நிலையில் தலித்துகள் எதற்காக இந்து மதத் தலைவர்களை நம்ப வேண்டும்? தங்களைக் காப்பாற்ற வந்த இரட்சகர்கள் என்ற பதவியை ஏன் அவர்களுக்கு அளிக்க வேண்டும்?

தலித்துகளுக்கும் பிற ஒடுக்கப்பட்ட மக்களுக்கும் தங்களுடைய வாழ்க்கையைத் தேர்ந்தெடுத்துக்கொள்ள இருக்கும் சுதந்திரத்தை முழுமையாக அமுல்படுத்த அவர்களுக்கு உரிமை இருக்க வேண்டும். அவர்களது வாழ்க்கையின் போக்கைத் தீர்மானிக்க வேண்டியவர்கள் அவர்கள்தான். அந்த உரிமையை அவர்களிடம் இருந்து பறித்துக் கொள்ள எவருக்குமே அதிகாரம் இல்லை.

இந்து மதத்திலிருந்து பிரிந்து சென்ற தலித்துகள் பிறிதொரு மதத்தைத் தேர்ந்தெடுப்பதன் மூலம் அவர்களது பிரச்சனை முற்றாகத் தீர்ந்துபோய்விடுகிறதா என்று நம் சமூகத்தில் பலரும் கேள்வி எழுப்புகிறார்கள். சமய மாற்றம் செய்துகொண்ட இடங்களிலும் அவர்கள் சமத்துவ வாழ்க்கையைப் பெறவில்லை என்பது ஒரு கசப்பான உண்மை. அங்கும் அவர்களுடைய பிரச்சனைக்கு முழுமையான தீர்வு கிடைப்பதில்லை. கிறிஸ்துவ மதத்தைச் சேர்ந்த மேல்ஜாதியினர், அம்மதத்தைத் தழுவிக்கொண்ட தலித்துகளை எண்ணற்ற கொடுமைகளுக்கு ஆளாக்கி இருப்பதற்கான தடயங்கள் எவ்வளவோ இருக்கின்றன. இருந்தாலும் தலித்துகள் இந்து மதத்திற்கு வெளியே அனாதையாக நிற்பதற்கும் கிறிஸ்துவம், இஸ்லாம், பௌத்தம் போன்ற மதங்களைத் தழுவிக்கொண்டு வாழ்வதற்கும் இடையே கணிசமான வேற்றுமைகள் இருக்கின்றன. போய்ச்சேர்ந்த இடங்களில் அவர்களுக்குச் சமத்துவம் இல்லாத நிலையிலும் மனிதனுக்குரிய சில அடிப்படை அடையாளங்களேனும் கிடைக்கின்றன. கல்வி கற்கவும் ஜாதி சார்ந்த பணியை விட்டு மற்றொரு பணியைத் தேடிக்கொள்ளவும் அவர்கள் உரிமை பெற்றிருக்கிறார்கள். ஆகவே அவர்கள் தேர்வு செய்யும் வழியை அடைக்க இந்து சமயத்திற்கு எந்த உரிமையும் இல்லை. ஒரு இனத்தை வாழவைக்க வேண்டும். அதற்குத் தயாராக இல்லையென்றால் தாங்கள் விரும்பும் வாழ்க்கையைத் தேடிக்கொள்வதற்கான சுதந்திரத்தையேனும் அவர்களுக்கு அளிக்க வேண்டும். அவர்களுக்கு வாழ்க்கையும் இல்லை, வாழ்க்கையைத் தேடிக்கொள்வதற்கான சுதந்திரமும் இல்லை என்று கூறுவது மிகக் கொடுமையானது.

இன்றைய சர்வாதிகார அரசு எந்தச் சட்டத்தையுமே நேர்மையாகப் பயன்படுத்தும் என்பதற்கு எவ்வித உத்தரவாதமும் இல்லை. கட்டாய மதமாற்றச் சட்டத்தை, நடைமுறையில், மதமாற்றத் தடைச் சட்டமாக மாற்றிக்கொள்வதுதான் அரசின் நோக்கமாக இருக்கலாம். பொடாச் சட்டத்தை இன்றைய அரசு எப்படித் தனக்குச் சாதகமாகப் பயன்படுத்திக்கொள்கிறது என்பதைப் பார்க்கும்போது, சட்டம் வழியாக எந்த ஜனநாயக உரிமையைப் பறிக்கவும் இந்த அரசு தயங்காது என்ற முடிவுக்கே நாம் வர முடியும்.

இச்சட்டம் இப்போது திடீரென்று நம் சமூகத்திற்குள் நுழைவதற்கான காரணம் என்ன என்பது பற்றியும் நாம் யோசிக்க வேண்டும்.

நம் முதலமைச்சர் அவருடைய சுயநலம் சார்ந்து பல்வேறுபட்ட சந்தர்ப்பங்களில் பல்வேறுபட்ட வழிமுறைகளைப் பின்பற்றி வருகிறார். இப்போது அவர் எடுத்துவரும் நடவடிக்கை சார்ந்து அவர் இந்துமத அபிமானியாக மாறுகிறார் என்று பல அரசியல் நோக்கர்களும் கூறுகிறார்கள். இந்த மதிப்பீட்டை ஏற்றுக்கொள்வதற்கில்லை. அந்தந்த நேரங்களில் தான் போட வேண்டிய வேஷங்களைப் போடுபவராகவே முதலமைச்சரை மதிப்பிட வேண்டி இருக்கிறது. அவருக்கென்று ஏதும் கொள்கையோ நம்பிக்கையோ

இருப்பதாகத் தெரியவில்லை. எம். ஜி. ஆருக்கு இருந்த அரசியல் நம்பிக்கைகூட இவருக்கு இல்லை. எம்.ஜி.ஆரின் மொத்த வாழ்க்கையைக் கணக்கில் எடுத்துக்கொண்டு பார்க்கிறபோது அவர் திராவிடக் கட்சிகளை வலம்வந்துகொண்டிருந்தவர் என்றாலும் சுதந்திரத்திற்கு முன்னால் இருந்த தேசியத் தலைவர்களின் தொடர்ச்சியாகத் தன்னை கருதிக்கொண்டிருந்தவர் என்பது தெள்ளத்தெளிவாகவே தெரிகிறது. இது போன்ற எளிய நம்பிக்கைகள்கூட இன்றைய முதலமைச்சரிடம் இல்லை.இதற்கு முன்னால் அவர் முதலமைச்சராக இருந்தபோது, பிரதமரை அவரது கண்களில் விரலை விட்டு ஆட்டியது சமீபத்திய வரலாறு. கொள்கைகள் எதுவுமற்ற சர்வாதிகாரியாக அவரை மதிப்பிடுவதே விவேகமாக இருக்கும். சர்வாதிகாரிகள், அதிகாரம் தங்கள் கைக்குள் சிக்குகிற போது எல்லையற்று அதைப் பெருக்கிக்கொண்டேபோவார்கள். கட்சிகளுக்குள், இயக்கங்களுக்குள் யார் சர்வாதிகாரியாக ஆட்டம் போட்டுக் கொண்டிருக்கிறார்களோ அவர்கள்தான் ஆட்சிக்கு வரும்போதும் சர்வாதிகாரிகளாக இருக்கிறார்கள்.

இன்று மத்திய அரசை திருப்திப்படுத்துவதன் மூலம் தனது சொந்த நெருக்கடிகளிலிருந்து வெளியே வர அவர்களது உதவியைப் பெற முடியும் என்பதே முதலமைச்சரின் கணக்கு என்று தோன்றுகிறது. மத்திய அரசும் இது போன்ற சமரசங்களைச் செய்தேனும் தங்களது ஆட்சியைத் தக்கவைத்துக்கொள்ள வேண்டும் என்று கருதும் கீழான நிலையிலேயே இருந்துகொண்டிருக்கிறது. ஆகவே, இச்சட்டத்தைச் சுயலாபங்களை ஒட்டி நடக்கும் தந்திரம் சார்ந்த சமரசம் என்று வரையறுக்கலாம். இப்படித்தான் சுயலாபங்களை ஒட்டி நடக்கும் பேரங்கள் மக்களுடைய கைகளில் கைவிலங்குகளாக மாறுகின்றன.

தமிழகத்தில் ஆர்.எஸ்.எஸ்., இந்து முன்னணி போன்ற அமைப்பினர் முதலமைச்சரின் கரங்களை வலிமைப்படுத்திக்கொண்டிருக்கிறார்கள். இந்த இயக்கங்களின் ஒரு நீட்சியாகத்தான் நாம் சங்கராச்சாரியாரையும் பார்க்க வேண்டும். எந்த சர்வாதிகாரத்தையும் இடைத்தரகர்களின் ஒத்துழைப்பின்றி அமுல்படுத்த இயலாது. மதத் தலைவர்கள் வரலாற்றில் என்றும் அரசாங்கத்தின் இடைத்தரகர்களாகவே இருந்திருக்கிறார்கள். ஆகவே சங்கராச்சாரி யாரை ஒரு மதத் தலைவர் என்று கருதுவதைவிடவும் ஒரு அப்பட்டமான அரசியல்வாதி என்று கருதுவதே விவேகமானதாக இருக்க முடியும்.

மத மாற்றத் தடைச் சட்டம் என்பது இந்தியக் குடிமகனின் சுதந்திரத்தைத் தட்டிப் பறிக்கும் ஒரு சட்டம். ஒரு உரிமையை நாம் விட்டுக்கொடுத்துவிட்டால் தொடர்ந்து நம்மிடம் இருந்து பல உரிமைகளைப் பறிக்கவே ஒரு சர்வாதிகார அரசு திட்டமிடும். குறைந்தபட்சம் இன்று நம்மிடம் இருக்கும் உரிமைகளையேனும்

நாம் தக்க வைத்துக்கொள்ள வேண்டும். நம் சுதந்திரத்தின் மீது யார் கை வைத்தாலும் அதைக் கடுமையாக எதிர்க்க வேண்டும்.

இக்கூட்டம் இங்கு நடைபெறுவதன் விளைவாகத் தொடர்ந்து நாம் மேற்கொள்ள இருக்கும் செயல்பாடுகளைக் குறித்துச் சிந்திக்கும் சூழலை நாம் உருவாக்கிக்கொள்ள வேண்டும். இதுவே நம் எதிர்ப்புணர்ச்சியின் இறுதி அடையாளமாக இருப்பின், ஒரு வகையில் இக்கூட்டம் பெரிய பயனைத் தரவில்லை என்றுதான் மதிப்பிட வேண்டியிருக்கும். வெவ்வேறு மேடைகளில் தங்கள் கருத்துக்களை எதிரே இருக்கும் சபையினரைத் திருப்திப்படுத்தும் பொருட்டுப் பேசிவிட்டு அப்படியே மறைந்துபோய்விடும் எழுத்தாளர்கள் பலரை நாம் தொடர்ந்து பார்த்துக்கொண்டிருக்கிறோம். இதற்கு விதிவிலக்காக நாம் செயல்பட வேண்டும். பல கருத்து வேற்றுமைகள் நமக்குள் இருக்கலாம். ஆனால் ஜனநாயக உரிமைகளைப் பேண வேண்டும் என்பதிலேனும் நாம் அடிப்படையான கருத்தொற்றுமை கொண்டிருப்போம் என்று நம்புகிறேன். அந்தப் பொதுச் சிந்தனையைச் சார்ந்த செயல்பாடுகளையேனும் நாம் உருவாக்கிக்கொள்ள வேண்டும்.

தமிழ்நாடு கலை இலக்கியப் பெருமன்றமும், நாகர்கோவில் பெண்கள் கிறித்தவக் கல்லூரியும் இணைந்து நடத்திய இலக்கிய கூட்டம், நாகர்கோவில் - 21.12.2002

விளக்கு பரிசு பெற்ற ஹெப்சிபாவுக்குப் பாராட்டு

'விளக்கு' என்ற பெயரில் இயங்கிவரும் இலக்கிய அமைப்பு, ஆண்டுதோறும் அளித்துவரும் பரிசை இந்த ஆண்டு திருமதி ஹெப்சிபா ஜேசுதாசன் அவர்களுக்கு அளிக்க முன்வந்திருக் கிறது.

ஹெப்சிபா அவர்கள் இப்பரிசைப் பெற முற்றிலும் தகுதி யானவர். அவரும் மறைந்த என் அருமை நண்பருமான பேரா சிரியர் ஜேசுதாசன் அவர்களும் இணைந்து தமிழ் வளர்ச்சியை முன்னிட்டு, பாராட்டத் தகுந்த பல காரியங்களைச் செய்துள் ளார்கள். ஹெப்சிபாவின் செயல்பாடுகள் எவற்றிலிருந்தும் ஜேசுதாசன் அவர்களை நாம் பிரித்துப் பார்க்க முடியாது. அவருடைய முதன்மையான ஆசை தன் மனைவியின் படைப் பாற்றலை வெளியே கொண்டுவர வேண்டும் என்பதாகவே இருந்தது. அவர்கள் இணைந்து செய்த எல்லாக் காரியங்களிலும் தன்னை முன்னிறுத்திக்கொள்ளாமல் ஹெப்சிபா அவர்களை முன்னிறுத்தியே அவர் செய்திருக்கிறார். வாழ்க்கையில் பெண் களுக்குரிய பங்கை முற்றாக மறந்தும் மறைத்தும் அவர்களது ஆற்றல் தலையெடுக்கவிடாமல் ஒடுக்கியும் வாழும் ஆண்களைக் கொண்ட நம் சமூகத்தில் பேராசிரியருடைய ஆர்வமும் சிந்தனை யும் செயல்பாடும் மிகவும் அபூர்வமானது. தன்னைப் பற்றித் தன் கணவருக்கு இருந்த கனவுகளைப் பூர்த்தி செய்வதில் ஹெப்சிபா கொண்டிருந்த ஆர்வமும் மிக முக்கியமானது.

ஹெப்சிபா அவர்கள் 'புத்தம் வீடு' என்ற நாவலை உருவாக்கித் தமிழ் வாசகர்களிடம் மிகுந்த கவனம் பெற்றவர். அந்த நாவலின் வெளியீடு சென்ற தலைமுறையைச் சேர்ந்த எழுத் தாளர்களுக்கும் இலக்கிய நண்பர்களுக்கும் மனதில் ஆழமாகப் பதிந்த ஒன்றாகவே இருக்கிறது. இத்தனைக்கும் அந்த நாவலை முன்னிறுத்தவோ முக்கியப்படுத்தவோ பெரிதுபடுத்தவோ அதைப் பற்றிச் சாதகமான விமர்சனங்களை உருவாக்கி அதைத் தூக்கி நிறுத்தவோ துணை நிற்கும் குழுவின் சாகசங்கள் எதுவும்

அவர்களது பின்னணியில் எப்போதும் இருந்ததில்லை. அந்நாவல் உள்ளார்ந்து கொண்டிருந்த அதன் படைப்பாற்றல் வழியாகவே சிறுகச் சிறுகக் கவனம் பெற்றுக் காலப்போக்கில் தமிழில் எழுதப் பட்ட முக்கியமான நாவல்களில் ஒன்று என்ற தகுதியைப் பெற்றது. அவர் நாவல் வெளிவந்த பின் மரபு சார்ந்தும் மரபு சாராமலும் புதிய முயற்சிகளாகவும் எவ்வளவோ நாவல்கள் இன்று வரையும் தமிழில் வெளிவந்துவிட்டன. இவையெல்லாம் வெளிவந்த பின்பும் 'புத்தம் வீடு' வெளிவந்து சுமார் நாற்பது வருடங்கள் ஆன பின்பும் அந்நாவல் தமிழ் இலக்கியத்தில் பிடித்துக்கொண்டிருக்கும் இடம் எவ்வித மாற்றமும் இல்லாமல் இன்று வரையிலும் அப்படியே இருந்துகொண்டிருக்கிறது. ஒரு எளிமையான ஆரவாரமற்ற படைப்பு, ஒரு மொழியில் அது தன்னகத்தே கொண்டிருக்கும் உயிர்ப்புக் காரணமாகக் காலத்தையும் மாறிவரும் வாசகர்களின் வாசிப்பையும் தாண்டி வந்துகொண்டிருப்பதற்கு 'புத்தம் வீடு' ஒரு சிறந்த உதாரணம்.

'புத்தம் வீடு' எழுதுவதற்கு முன்னும் பின்னும் முக்கியமான பல பணிகளை ஹெப்சிபா அவர்கள் செய்திருக்கிறார். தமிழ் நாவல்கள் தவிர ஆங்கிலத்திலும் பல புத்தகங்கள் எழுதியிருக்கிறார். அவற்றில் பாரதியின் குயில் பாட்டை அவர் மொழிபெயர்த்திருப் பது முக்கியமானது. அவருக்கும் பேராசிரியர் ஜேசுதாசன் அவர் களுக்கும் முதுமை கூடியபின் மிகமிகக் கடுமையாக உழைத்துத் தமிழ் இலக்கியத்தின் மரபு சார்ந்த படைப்புக்களின் சாரங்களை விரிவாகவும் தெளிவாகவும் ஆங்கில வாசகர்களுக்கு அறிமுகப் படுத்தி எழுதியிருக்கிறார். வெறும் அறிமுகம் போன்ற தோற்றத்தை இந்த நூல்கள் தருகின்றன என்றாலும் ஆழ்ந்து படிக்கிறவர்களுக்கு ஒரு மென்மையான மதிப்பீடும் அந்த அறிமுகங்களில் தொடர்ந்து வெளிப்படுவதை உணர முடியும்.

பேராசிரியர் ஜேசுதாசன் கம்பன் மீது கொண்டிருந்த காதல், சொற்களில் விவரிக்கக் கூடியது அல்ல. அவருடைய பார்வையை அடிப்படையாகக் கொண்டு ஹெப்சிபா அவர்கள் கம்பனைப் பற்றி ஒரு சிறந்த மதிப்புரையை உருவாக்கித் தந்திருக்கிறார். தமிழ்ப் பின்னணி சார்ந்து சொல்வதென்றால் இவர்கள் மேற்கொண்ட உழைப்பைத் தனது வயோதிகத்தில் சி. சு. செல்லப்பா மேற்கொண்ட உழைப்புடன் மட்டுமே நாம் ஒப்பிட்டுப் பேச முடியும். தமிழில் இது போன்ற கடுமையான உழைப்புக்கு இவர்கள் மூவரையும் நீங்கலாக வேறு உதாரணங்கள் எதுவும் எனக்குத் தெரியவில்லை.

இப்போது 'விளக்கு' இந்த ஆண்டுப் பரிசை ஹெப்சிபா அவர் களுக்கு வழங்கியிருப்பதன் மூலம் இவரது படைப்பாற்றலை இளைய தலைமுறையினரின் கவனத்திற்குக் கொண்டுவரும் பணி நடந்திருக் கிறது. அவ்வப்போது வளர்ந்துவரும் புதிய தலைமுறை வாசகர் களுக்கு நம் மொழியில் பணி புரிந்திருக்கும் பெரிய ஆளுமைகளை நாம் அறிமுகப்படுத்தத் தவறினால் அவர்களுடைய வாசிப்பு,

ஆரவாரத்தை உருவாக்கும் படைப்புக்கள் சார்ந்து முடிந்துபோய் விடும். அவ்வாறு முடிந்துபோவது வாசகர்களுக்கும் நஷ்டம், தமிழுக்கும் நஷ்டம்.

இந்த ஆண்டு மட்டுமல்ல, இதற்கு முன்வந்த ஆண்டுகளிலும் 'விளக்'கின் பரிசு தகுதியானவர்களுக்கும் ஆரவாரமற்று ஒதுங்கி இருப்பவர்களுக்கும்தான் போயிருக்கிறது. இது வரையிலும் அவர்களுடைய தேர்வுகளில் ஒன்றுகூட சோடை போகவில்லை. குறுக்கு வழிகளிலோ சிபாரிசு மூலமோ எவரும் பரிசு பெற்றதான புகார் இன்று வரையிலும் இல்லை. புகார் இல்லை என்பது மட்டுமல்ல, இந்த அமைப்புச் சார்ந்து எவருக்கும் சந்தேகங்கள்கூட இல்லை. பரிசு பெற்ற படைப்பாளிகளுக்கு விளக்கு வழியாக அந்தச் செய்தி வந்துசேருகிறபோதுதான் அவர்களுக்கே நாம் தேர்வு செய்யப் பட்டிருக்கிறோம் என்பது தெரியவருகிறது.

இவ்வாறு ஒரு குழு சிறப்பாகச் செயல்படும்போது அதன் மதிப்பீடுகளைச் சீரழித்து, சுயலாபங்களைப் பெற விரும்பி, குறுக்கு வழி சாகசங்களில் மிகுந்த தேர்ச்சி பெற்ற நம் படைப்பாளிகளின் வலைகளில் விழாமல் ஒரு பரிசைச் சுத்தமாக வைத்துக் கொண்டி ருப்பதற்கு நாம் விளக்கை மனமாரப் பாராட்ட வேண்டும். அவர்களுடைய தேர்வு இதே தரத்தில் தொடர வேண்டும் என்று விரும்புகிறேன்.

இப்போது விளக்கு அமைப்போடு சீரழிந்துபோன, முற்றிலும் அழுகிப்போன, மதிப்பீடுகள் எவற்றிலுமே நம்பிக்கையற்ற, படைப் பாற்றலைப் புறக்கணிப்பதில் மிகுந்த தேர்ச்சி கொண்ட தமிழ் சாகித்திய அகாதெமி குழுவினர் பற்றி நாம் ஒப்பீட்டளவில் யோசித்துப் பார்க்கலாம்.

தமிழ் சாகித்திய அகாதெமி உருவாக்கப்பட்ட பின் அதன் ஆரம்ப வருடங்களில் படைப்பாளிகளை விட்டுவிட்டுப் புகழ்பெற்ற சமூகப் பிரபலங்களான ரா. பி. சேதுப்பிள்ளை, ராஜாஜி, ம. பொ. சிவ ஞானம், பி. ஸ்ரீ. ஆச்சாரியா, கி. வா. ஜகந்நாதன், ஆ. ஸ்ரீனிவாச ராகவன் போன்றவர்களுக்குப் பரிசுகள் போய்ச் சேர்ந்தன. ராஜாஜி யின் 'வியாசர் விருந்'திற்குப் பரிசு கொடுத்தபோது மிகப் பெரிய சர்ச்சை தமிழில் உருவாயிற்று. அந்தக் காலத்தில் வெளிவந்து கொண்டிருந்த 'சரஸ்வதி' சிற்றிதழ் இந்தச் சர்ச்சையில் பங்கெடுத்த வர்களின் வாதங்கள் அனைத்தையுமே வெளியிட்டிருக்கிறது.

முதல் வருஷம் பரிசு பெற்ற ரா. பி. சேதுப்பிள்ளையை விட்டுவிட் டால் இரண்டாவது வருஷம் பரிசு பெற்ற கல்கிதான் சாகித்திய அகாதெமியால் தேர்வு செய்யப்பட்ட முதல் படைப்பாளி. அந்தப் பரிசைத் தேர்வு செய்யும்போது கல்கி காலமாகிவிட்டிருந்தார். அதற்குப் பின்னால் பாரதிதாசன், கு. அழகிரிசாமி, ஆதவன், செல்லப்பா போன்றவர்களும் இறந்த பின்புதான் பரிசுகளை வென்றெடுக்கும் பாக்கியம் பெற்றார்கள். இவ்வாறு இறந்துபோனவர்

இவை என் உரைகள்

களுக்குப் பரிசு அளிப்பதன் மூலம் புதுதில்லி வாசகர்களுக்குத் தமிழ் எழுத்தாளர்களின் மனைவியரை விதவைக் கோலத்தில் பார்க்க ஒரு சந்தர்ப்பம் கிடைக்கிறது. பரிசுகளைப் பெறும்போது அவர்கள் கண்கள் கலங்குவதால் அவர்களது கண்ணீரைப் பார்க்கவும் சபையினருக்கு ஒரு சந்தர்ப்பம் கிடைக்கிறது. இது போன்ற அரிய சந்தர்ப்பங்கள் எந்த அளவுக்குத் தமிழ்ப் பெண்கள் சார்ந்து கிடைக்கின்றனவோ அந்த அளவுக்கு பிற மொழியினர் சார்ந்து கிடைப்பதில்லை. இந்த வாய்ப்பை அளிக்கிறார்கள் என்பதற்காக வாவது சாகித்திய அகாதெமியை நாம் பாராட்டலாம்! தமிழில் கோவி. மணிசேகரன் அவர்களுக்கு, சி. சு. செல்லப்பா, அசோகமித்தி ரன், பிரபஞ்சன், எம். வி. வெங்கட்ராம் ஆகியோர் பரிசு பெறுவதற்கு முன்னாலேயே பரிசைப் பெறுவதற்கான பாக்கியம் கிடைத்தது. செல்லப்பாவுக்குப் பரிசு அளிப்பதற்கு முன்னாலேயே விமர்சனத் தென்றல் தி. க. சிவசங்கரன் அவர்கள் பரிசு பெற்றார். விமர்சனத் தென்றல் பரிசு பெறும் காலத்திற்கு முன்னதாகவே தமிழில் ஜெயமோகனின் 'விஷ்ணுபுரம்' வெளிவந்திருந்தது. இமையத்தின் 'கோவேறு கழுதைகள்' வெளிவந்திருந்தது. பாமாவின் நாவல்கள், சிவகாமியின் நாவல்கள் வெளிவந்திருந்தன.

இளமைக் காலத்தில் தமிழ்க் கலாச்சாரத்தில் தன்னை ஊன்றிக் கொள்வது தீவிர எழுத்தாளனுக்கு ஒரு தத்தளிப்பாகவே இருக்கிறது. இந்தக் காலத்தில் அவன் பரிசு பெற்றால் அவன் படைப்பூக்கம் வளர்ச்சியடையும். படைப்பூக்கம் வளர்ச்சி பெற்றால் மேலும் நம்பிக்கையுடனும் மனநிறைவுடனும் அவன் எழுத முடியும். ஆனால் அது போன்ற ஊக்கத்தை இளம் எழுத்தாளர்களுக்குத் தருவதில் சாகித்திய அகாதெமியின் தமிழ்க் குழுவினர் நம்பிக்கை கொண்டவர்கள் அல்ல. அவர்கள் பரிசுக்குத் தேர்வு செய்யும் எழுத்தாளர்களுக்குக் கண்பார்வை மங்கியிருந்தால் நல்லது. ஒன்றோ இரண்டோ முறை மாரடைப்பு ஏற்பட்டிருந்தால் மேலும் நல்லது. பல்செட் வைத்துக் கொண்டிருப்பது, புருவங்கள் நரைத்திருப்பது மேலும் சிறப்பான தகுதிகள். தமிழில் படைப்பாற்றல் மிகுந்த இளைஞர்கள் பலர் பரிசுகளைப் பெறக் கியூவில் நின்றுகொண்டிருக் கிறார்கள். நாற்பது ஐம்பது வருடங்கள் நின்றால் அவர்களுக்கும் நிச்சயமாகப் பரிசுகள் கிடைக்கும் என்பதற்கு நானே உத்தரவாதம் அளிக்க முடியும்.

இது போன்ற காரியங்களைச் சமீப காலத்திய அலங்கோலங்கள் என்று நாம் சொல்ல முடியாது. அழகிரிசாமி வாழ்ந்த காலத்திலேயே அவருடைய 'அன்பளிப்பு' என்ற தொகுப்புக்குப் பரிசு அளித்திருக்க லாம். ஏனோ சாகித்திய அகாதெமி அவருடைய மறைவிற்காகக் காத்துக்கொண்டிருந்திருக்கிறது. தி. ஜானகிராமனின் 'மோகமுள்' ளுக்கும் தொ. மு. சி. ரகுநாதனின் 'புதுமைப்பித்தன் வாழ்க்கை வரலாறு'க்கும் லா. ச. ராமாமிர்தத்தின் 'ஜனனி' சிறுகதைத் தொகுப்

பிற்கும் அசோகமித்திரனின் 'தண்ணீர்' குறுநாவலுக்கும் அந்நூல்கள் வெளிவந்த காலத்திலேயே பரிசுகள் அளித்திருக்கலாம். அவ்வாறு அவர்கள் பரிசு பெற்றிருந்தால் தமிழில் அவர்களுடைய ஸ்தானம் அப்போதே உறுதிப்பட்டிருக்கும். ஆனால் அவர்கள் தாங்களாகவே முயன்று தங்கள் ஸ்தானத்தை உறுதிப்படுத்திக் கொண்ட பின்பு தான் சாகித்திய அகாதெமி அவர்களுக்குப் பரிசளிக்க முன்வந்தது.

இளமையில் படைப்பூக்கத்தின் காரணமாகச் சிறந்த புத்தகங்களை ஒரு படைப்பாளி வெளியிட்டிருந்தாலும் அவனை இயன்ற வரையிலும் புறக்கணித்து அவனது படைப்பூக்கம் தேய்ந்துபோகும் காலம் வரையிலும் காத்திருந்து அவனுடைய படைப்புக்களிலேயே ஆக சோனியான ஒன்றிற்குப் பரிசளிப்பது சாகித்திய அகாதெமியின் பண்பாடு. நீல. பத்மநாபனின் 'தலைமுறை' நாவல் வெளிவந்த காலத்திலேயே அவர் பரிசுபெற்றிருக்க வேண்டியவர்தான். ஏதோ ஒரு காரணத்தினால் அப்போது பெறவில்லை என்றாலும்கூட அவரது அடுத்த நாவலான 'பள்ளிகொண்டபுர'த்திற்குப் பரிசு கிடைத்திருக்கலாம். அது போல் நகுலனின் 'நினைவுப்பாதை', ஆ. மாதவனின் 'கடைத்தெரு கதைகள்' அல்லது 'கிருஷ்ணப்பருந்து' என்ற நாவலுக்கு அவர் பரிசு பெற்றிருக்கலாம். ஜெயமோகனின் 'விஷ்ணுபுரம்' அல்லது 'பின் தொடரும் நிழல்கள்', இமையத்தின் 'கோவேறு கழுதைகள்', யூமா. வாசுகியின் 'ரத்த உறவு', எம். ஜி. சுரேஷின் பல நாவல்களில் ஏதேனும் ஒன்றுக்குப் பரிசு அளித்திருக்கலாம். ஆனால் அது போன்ற தவறுகளை இழைக்காதவர்கள் சாகித்திய அகாதெமியின் தமிழ்க் குழுவினர்.

இந்நிலையைப் பற்றியெல்லாம் பொதுவாகத் தமிழ் எழுத்தாளர்கள் வாயைத் திறப்பதில்லை. ஏதும் விமர்சனம் செய்தால் அந்தக் காரணத்தை முன்னிட்டுத் தங்களுக்குப் பரிசு கிடைக்காமல்போய் விடுமோ என்று உயிர் பிரிவது வரையிலும் காத்துக்கொண்டிருக்கலாம் என்று பலரும் நினைக்கிறார்கள். உயிர் பிரிந்த பின்பும் அவர்களுக்குப் பரிசு கிடைப்பதற்கான வாய்ப்பை ஏன் முன்கூட்டிக் கெடுத்து வைத்துக்கொள்ள வேண்டும் என்று நினைப்பதில் நியாயம் இல்லை என்று சொல்ல முடியாது. படைப்பாற்றல் இல்லாத எழுத்தாளர்கள் கூடத் தமிழில் புத்திசாலிகளாகவே இருக்கிறார்கள். பிழைக்கத் தெரிந்தவர்களாக இருக்கிறார்கள்.

பரிசு என்பது சமூக அங்கீகாரத்தின் குறியீடு என்று நம்பி, சாகித்திய அகாதெமியின் போக்கை நான் பல வருடங்களாகக் கடுமையாக விமர்சித்து எழுதிவருகிறேன். சாகித்திய அகாதெமியின் சீரழிந்த நிலையை சகித்துக்கொண்டு மௌனம் சாதிப்பவர்களைப் பற்றியோ குறுக்கு வழிகளில் பரிசுகளை வென்றெடுப்பவர்கள் பற்றியோ நானறியத் தமிழ்ச் சூழலில் விமர்சனம் எதுவுமில்லை. ஆனால் இன்னும் பரிசு பெறாத காரணத்தினால்தான் நான் சாகித்திய அகாதெமியை விமர்சிக்கிறேன் என்று குற்றம் சாட்டும்

நண்பர்களை நான் பெற்றிருக்கிறேன். இந்தப் பின்னணியை எல்லாம் யோசித்துப் பார்க்கும்போதுதான் விளக்கின் தேர்வுகளைப் மனமாரப் பாராட்டத் தோன்றுகிறது.

ஹெப்சிபா அவர்கள் பரிசு பெற்றதில் நான் பெற்ற மனநிறைவை அவர்களுடனும் இங்கு கூடியிருக்கும் சபையினருடனும் பகிர்ந்து கொள்கிறேன்.

தமிழ்ச் சங்கம், திருவனந்தபுரம் - 29.12.2002

ஆழமான விசாரணை

ந. முருகேசபாண்டியன்

தமிழகத்தில் மேடைப் பேச்சு என்பது ஜோடனையான வார்த்தைகளும் வெற்றுச் சவடால்களும் போலியான புகழுரை களும் நிரம்பிவழிவதாக மாறியுள்ளது; பேச்சின் வழியே ஆழமான விஷயத்தைச் சொல்லுவது சாத்தியமற்றதாகிக் கொண்டிருக்கிறது. இந்த நிலையில் சுந்தர ராமசாமி 1987 முதல் 2002 வரை பல்வேறு மேடைகளில் ஆற்றிய உரைகளின் தொகுப்பான நூலினை வாசிக்கையில் வியப்பு மேலோங்கு கிறது. எழுத்தாளன் என்றாலே, 'படைப்பு'க்கு அப்பால் எதையும் எழுதவோ, பேசவோ கூடாது; அது ஆக்கத் திறனைப் பாதித்துவிடும் என்ற பொதுப் புத்தி நிலவிடும் தமிழ்ச் சிறுபத்தி ரிகைச் சூழலில் சு.ரா. தமிழ்மொழி, இனம், பண்பாடு, இலக்கியம், அரசியல், திரைப்படம் போன்றவை குறித்து அழுத்தமான அபிப்பிராயங்களை மேடைகளில் முழங்கியுள் ளார். குறிப்பாக தமிழரின் வாழ்க்கை குறித்து ஆழமான விசாரணையை அடிப்படையான கேள்விகளின் மூலம் எழுப்பு கின்றார்.

தமிழ்மொழி, தமிழிலக்கியம், தமிழினம் என்ற மூன்று நிலைகளிலும் ஊடுருவிப் பார்க்கும் சு.ராவின் விமர்சனம் மிகவும் கடுமையானது. வெகுஜன இதழ்களில் வணிகரீதியில் போலியாக கட்டியமைக்கப்படும் கேளிக்கை எழுத்துக்களை உயர்வானது என்று கொண்டாடப்படும் நிலையினுக்கெதிராக தீவிரமாக மாற்றுக் கருத்துக்களை முன்வைப்பதன் மூலம், இறுக கெட்டிதட்டிப்போயுள்ள தமிழ்ச் சமூகத்தில் அதிர்வு களை உண்டாக்க முயலுவது இவரது பேச்சின் சாராம்சமாகும். தொல்காப்பியம், சங்க இலக்கியம், சிலப்பதிகாரம், கம்ப ராமாயணம் போன்ற இரண்டாயிரம் ஆண்டு பாரம்பரியப் பெருமை மிகு இலக்கிய மரபு வழிப்பட்ட தமிழின் இன்றைய

நிலை கேள்விக்குரியது. எழுத்து வியாபாரத்தில் வெற்றி யடைந்துள்ள, இலக்கியத் தரமற்ற 'தொடர்கதை' எழுத்தாளர்களை சிறந்த படைப்பாளிகள் என்று கொண்டாடும் யதார்த்த நிலை சு.ராவிற்கு ஆத்திரத்தை ஏற்படுத்துகிறது. அதிலும் மலிவானரீதியில் சந்தைக்கேற்ற சரக்காகப் படைப்பினை உற்பத்தி செய்யும் தரமற்ற படைப்பாளிக்கு பல்கலைக்கழகங்கள் 'ஆய்வு' என்ற பெயரில் கருத்தரங்குகள் நடத்திக் கட்டுரைத் தொகுப்புகள் வெளியிடுவது, இலக்கியத்திற்குப் புறம்பானது என்று கடிந்துரைக்கிறார்.

கேளிக்கை எழுத்தினுக்கும் இலக்கியப் படைப்பினுக்கு மிடையிலான தர வேறுபாட்டினை அறியாது, பெரும்பான்மைத் தமிழர்கள் செயல்படுவது, சு.ரா. கூறுவது போல மோசமான அம்சம் என்பதில் ஐயமில்லை. இந்த நிலையில், வணிக எழுத்தினுக்கு மாற்றாக 'சிறு பத்திரிகை' எழுத்துகளை சு.ரா. முன்வைக்கின்றார். இலக்கியப் படைப்புகளின் மதிப்பீட்டில் சு.ரா. எவ்விதமான சமரசமும் மேற்கொள்ளவில்லை. இலக்கிய ஆக்கத்தினுக்குப் புறம்பானது என்று கருதும் படைப்புகளை சிறிதும் கூசாமல் புறந்தள்ளிவிடுகிறார். அவரது 'அளவுகோல்' சராசரி வாசகருக்கு அதிர்ச்சி தரக்கூடியது; தமிழ்த்துறைப் பேராசிரியர்களுக்குத் திகைப்பை ஏற்படுத்தக்கூடியது. கல்கி, மு.வ., அகிலன் போன்றோர் சிறந்த படைப்பாளிகள் அல்லர் என்ற சு.ராவின் வாதம் அழுத்தமான சான்றுகளின் பின்புலமுடையது.

வரலாற்றுரீதியில் தமிழினத்தின் பெருமைகள் உயர்த்திப் பேசப்பட்டாலும், மொழி ரீதியில் தமிழர்கள் தாழ்வு மனப்பான்மையினால் அவஸ்தைப்படுவதுடன், தமக்குத் தாழ்வு மனப்பான்மை இல்லையென்று பொய்யுரைப்பதும் நோயின் கூறுகள் என்று சு.ரா. துல்லியமாக குறிப்பிடுகிறார். ஆங்கிலம் அறியாத தமிழன் தன்னுடைய துறையில் நுண்மான் நுழைபுலம் மிக்கவராயினும் கூனிக் குறுகிடும் நிலையே தமிழகத்தில் உள்ளது. பழம்பெருமைகளைப் பேசிடும் இனமாகச் சுருங்கி, குள்ளமாகி டும் நிலையிலிருந்து விடுபட்டு, உலக அரங்கில் சாதனை படைத்திடும் இனமாக தமிழினம் உயர்ந்திட வேண்டுமென்ற சு.ராவின் ஆதங்கம் நியாயமானது.

தமிழகத்தில் அண்மையில் இயற்றப்பட்ட மதமாற்றத் தடைச் சட்டம், மரண தண்டனை ஒழிப்பு குறித்த பேச்சுகள், சு.ராவின் அரசியல் நோக்கினை துல்லியமாக வெளிப்படுத்துகின்றன. 'மனிதன் – குற்றம் – மரண தண்டனை' பற்றிய சு.ராவின் அழுத்தமான பேச்சு, அரசியல்ரீதியில் ஆளும் வர்க்கத்தின் வன்முறையை அம்பலப்படுத்துகிறது.

சு.ரா. ஆற்றியுள்ள உரைகளின் அடியோட்டம், எல்லா விஷயங்களையும் மறுபரிசீலனை செய்யத் தூண்டுகிறது. வாழ்க்கை மதிப்பீடுகள் குறித்தும் இலக்கியப் படைப்புகளின் சிறப்புக் குறித்தும் கறாரான விமர்சனப் பார்வையை வலியுறுத்தும் சு.ராவின் பேச்சுகள் அழுத்தமான பதிவுகளை உருவாக்குகின்றன. அவ்வகையில் தமிழர் வாழ்வியல் குறித்து அக்கறையுள்ளோர் அவசியம் இந்த நூலை வாசிக்க வேண்டும். சு.ராவின் மேடைப் பேச்சுகள் வெறுமனே காற்றில் கரைந்து போகின்றவை அல்ல; 'தமிழ் – தமிழிலக்கியம் – தமிழினம்' குறித்த ஆழமான விவாதத்தினை நிகழ்த்த விரும்பும் வாசகருக்காக அவை காத்திருக்கின்றன.

பிப்ரவரி 18, 2004 ◆ இந்தியா டுடே

❑

சுந்தர ராமசாமியின் நாவல்கள்

ஒரு புளியமரத்தின் கதை
சுந்தர ராமசாமி
ரூ. 250

ஜே.ஜே: சில குறிப்புகள்
சுந்தர ராமசாமி
ரூ. 250

குழந்தைகள் பெண்கள் ஆண்கள்
சுந்தர ராமசாமி
ரூ. 695